கவிதை

சினிமா

ஓவியம்

சிற்பம்

டிஸ்கவரி பப்ளிகேஷன்ஸ்

எண்: 9, பிளாட் எண்: 1080A, ரோஹிணி பிளாட்ஸ்
முனுசாமி சாலை, கே.கே.நகர் மேற்கு,
சென்னை - 600 078. பேச: 99404 46650

தொகுப்பாசிரியர் பற்றிய குறிப்பு

சுந்தரபுத்தன் : நாக்கு நீட்டி மழை சுவைக்கும் குழந்தையைப் போல எழுத்தை நேசிக்கும் சுந்தரபுத்தன், பிறந்த ஊர் கண்கொடுத்தவனிதம், திருவாரூர் மாவட்டம். பத்திரிகை பணியில் இருபது ஆண்டுகால அனுபவம். நகரத்து வெம்மையிலும் கிராமத்துப் பசுமையை சுமந்தலையும் ஒரு பயணியாக கலையின் வேர்களைத் தேடியபடி நகர்கிறது இவரது வாழ்க்கை.

விலை ரூ. 500

இந்திரன்

கவிதை ஓவியம் சிற்பம் சினிமா

INDRAN உரிமை © ஆசிரியருக்கு

Short Edition : Dec 2017, Apr 2020. June - 2023

Pages : 440 ISBN : 978-93-84302-26-9

Cover Design & Inner Drawings : Indran

Publisher • Sales Rights

Discovery Publications
No. 9, Plot,1080A, Rohini Flats,
Munusamy Salai,
K.K.Nagar West, Chennai - 78.
Tamilnadu, India.
Mobile: +91 99404 46650

Discovery Book Palace (P) Ltd
No. 1055-B, Munusamy Salai,
K.K.Nagar West,
Chennai-600 078.
Ph: (044) 4855 7525
Mobile: +91 87545 07070

discoverybookpalace@gmail.com / www.discoverybookpalace.com

இந்த நூலில் பிரசுரமாகியுள்ள எந்த ஒரு பகுதியையும் எழுத்துபூர்வமான முன்அனுமதி பெறாமல் எடுத்தாள்வதோ, மறுபிரசுரம் செய்வதோ, மொழியாக்கம் செய்வதோ, ஊடகங்களில் மறுபதிப்புச் செய்வதோ, காப்புரிமைச் சட்டப்படி தடை செய்யப்பட்டுள்ளது. இந்த நூலிலிருந்து சில பகுதிகளை மேற்கோள்காட்டி நூல்அறிமுகம் செய்யலாம்.

உங்கள் மொபைல் போனிலிருந்து ஸ்கேன் செய்து 'டிஸ்கவரி புக் பேலஸ்' மொபைல் ஆப்பை டவுன்லோடு செய்து, புத்தகங்களை வாங்குங்கள்.

இந்திரன்
படைத்த
எழுத்துக்கள்
சித்திரங்கள்
– தொகுப்பு

கவிதை
ஓவியம்
சிற்பம்
சினிமா

தொகுப்பு :
சுந்தரபுத்தன்

டிஸ்கவரி
பப்ளிகேஷன்ஸ்

உள்ளடக்கம்

முன்னுரை 6

கவிதை

சாம்பல் வார்த்தைகள் 28
கவிதையின் கரு பேசுகிறது 31
தாா்ப்பாம்பு – நான்கு பார்வைகள் 34
மழைக்காடும் ஓவியனும் 48
இசை மரம் 50
ரயில் 51
தார் உருக்கும் இயந்திரம் 52
பேருந்து 53
நெருப்பு நீர் 54
மீன் பிடித்தல் பற்றி... 55
அ. மாதவன் – கடிதம் 56
புள்ளி / நகுலன் 57
கடைசிப்பக்கம் / சுஜாதா 60
கடிதம் / மௌனன் யாத்ரிகா 62
பூஜ்யங்களின் சங்கிலி / சிற்பி 66
முன்னுரை / நாச்சியாள் சுகந்தி 69
நிசப்தம் / இளம்பிறை 74
முன்னுரை / கோ.வசந்தகுமாரன் 78
தெரு ஓவியம் / கபிலன் 81
ஒற்றை இறகு / வசந்த் செந்தில் 85
கடிதம் / வல்லிக்கண்ணன் 88
சந்நதம் / வித்யாஷங்கர் 91
சனங்களின் கதை / பழமலய் 94
97 புலன் வேட்டை / கரிகாலன்
101 கடிதம் / அபி
106 சந்திப்பு / சி.நாராயண ரெட்டி
110 கடிதம் / கி.ராஜ நாராயணன்
112 முன்னுரை / ரவிக்குமார்
116 அகதி / கௌரி
122 கடிதம் / ஆ மாதவன்
123 முன்னுரை / இளையபாரதி
130 சூ யூச்சு / சீனப் பெண் கவிஞர்
135 கடிதம் / த பழமலய்
136 கவிமுகம் / அபி
140 முன்னுரை / த. கோவேந்தன்
142 கடிதம் / நா கதிர்வேலன்
143 முன்னுரை / வைரமுத்து
146 விமர்சனம் / நகுலன்
149 விமர்சனம் / உமாபதி
150 அ. அருள்மொழி
151 ஞான ராஜசேகரன்
152 முன்னுரை / சேந்தன்
154 தேனருவி / பாரதிதாசன்
157 குடையில் கேட்ட பேச்சு / மித்ரா
161 வெளி நடப்பு / பழநிபாரதி
165 கெடாத்தொங்கு / ஏக்நாத்

ஓவியம்

பெண் உருத்திரிபுகள் 18
நமக்கென்று ஒரு அழகியல் 170
தமிழ் அழகியல் / ஞானி 175
178 சுபமங்களாவில் ஓவியம்
181 தற்காலக் கலை / விட்டல்ராவ்
184 ஓவியர் பற்றி / சுந்தரபுத்தன்

பயணம்

கரீபியன் தீவில் 190
எரிமலை தீவில் எட்டு நாள்கள் 192
மிக அருகில் கடல் 196
198 அறைக்குள் கடல்
199 மரணத்தைக் கொண்டாடுதல்
203 கொதுலுப்

இதழியல்

வெளிச்சம் 210
211 காலச்சுவடு / காளி மைந்தன்

புனைகதை

இயலாதவன்	216	231	சந்திப்பு / ஜெயகாந்தன்
ஒன்றும் ஒன்றும் பூஜ்யம்	219	237	ஐசக் பெஷ்விஸ் சிங்கர்
எஸ்.பொ.	225	241	மாமிசப் படைப்பு / நாஞ்சில் நாடன்
மனிதர்கள்/காவலூர் ஜெகநாதன்	227	243	ஜி.கே.வின் மர்ம நாவல்/ தமிழவன்
முன்னுரை / காசி ஆனந்தன்	229	245	ஐஸ் பெட்டிக்குள் எழுத்து
ஆனைச்சந்தம் / ஆ.மாதவன்	230	249	வைரமுத்து சிறுகதைகள்

சிற்பம்

நவீன சிற்பம்	252	254	தமிழ்ச்சிற்ப மரபு

சினிமா

மிருணாள் சென்	258	283	நா.கதிர்வேலன்
தமிழ் சினிமா	269	287	ரேயின் மீது தாகூரின் நிழல்
பூதத்தின் தலையும் சினிமா கலையும்	274	293	புது சினிமா ஒரு அறிமுகம்
நட்சத்திர வழிபாடு தேவையா	280	298	தமிழ் சினிமா தமிழனின் சினிமாவா?

மொழிபெயர்ப்பு

மொழிபெயர்ப்பின் பிரச்சினைகள்	302	325	இந்திய இலக்கியம் : ஓர் அறிமுகம்
அறைக்குள் வந்த ஆப்பிரிக்க வானம்	316	330	காற்றுக்குத் திசை இல்லை
ஆப்பிரிக்க இலக்கியம் ஓர் அறிமுகம்	319	333	பசித்த தலைமுறை
நாஞ்சில் நாடன்	323	339	கவிதை / விஸ்லவா ஸிம்போர்ஸ்கா
ஓவியர் கே.எம். கோபால்	324	342	வேண்டும் / செரபண்டராஜு

தலித் இலக்கியம்

பெண்ணும் தலித்தும்	344	369	கருப்பு இயேசுநாதர் / லாங்ஸ்டன் ஹ்யூக்ஸ்
தோற்றவன் குரல்	353	370	தினந்தோறும் தீமிதி / சிநேகிதன்
தலித் இலக்கியம் அமெரிக்க மண்ணில்	355	373	விமர்சனம் / க.வெங்கட்ராமன்
கருப்புச் சேரியில் கலை மலர்ச்சி	362	376	குருதி அலைகள் / தயா பவார்

இசை / நடனம்

ராக் இசை / எஸ். சண்முகம்	382	395	நா. கதிர்வேலன்
சந்திப்பு / கத்தர்	387		

நேர்காணல்

இனிய உதயம் / எழில்முத்து	398	426	கணையாழி / ராஜன் பாபு
புதியபார்வை / கல்யாணராமன்	418	430	குமுதம் லைஃப் / கோ வசந்தகுமாரன்

முன்னுரை

இஷ்டத்திற்கு எழுதிவிட்டுப் போன Socer full of secrets எழுதிக் கொண்டிருக்கிற, எழுத்தாளர்களின் படைப்புகளெல்லாம் ஃபேஷன் பெரேட் போல தொகுப்பாக வந்து கொண்டிருக்கிற நேரம் இது. ஒவ்வொருவரின் படைப்புலகம் பற்றியும் தெளிவாக தெரிந்து கொள்ள பேருதவியாக இருக்கும் என இப்படித் தயாரிக்கப்படுவதாக நினைக்கிறேன். தவிர வாசகர்களுக்கு ஒரே எழுத்தாளர்களின் படைப்பை பல்வேறு இடங்களில் தேடுகிற சிரமம் வேறு குறையும். அந்த வகையில் இந்த புத்தகம்.

ஆனால், ஒரு தொகுப்பு முழுக்க கதைகளாகவோ, கவிதைகளாகவோ சேர்த்துக் கொண்டு படிக்கிற போது ஏற்படுகிற தளர்ச்சி இந்த நூலில் குறைவு. காரணம் இந்திரன் பல துறைகளில் இயங்கி இருப்பது. வர்சடைல் பர்சனாலிடி! அதன் மூலம் கிடைக்கிற பல்வேறு சங்கதிகள்.

மேலும், இந்த புத்தகத்தில் ஒரு ஆறுதல் இந்திரன் ஏற்கனவே எழுதி புத்தகமானவையெல்லாம் மறுபடியும் ஒரே புத்தகமாக தொகுக்கப் படாமல், பல பத்திரிகைகளில் பிரசுரமான ஆனால் புத்தகமாக மாற்றப்படாத பல தனிக் கட்டுரைகள், கவிதைகள், நேர்காணல்கள் (சில முன்னுரைகள் தவிர்த்து) தொகுக்கப்படிருக்கின்றன.

ஆறு தமிழ்க் கவிதை நூல்கள் (திருவடி மலர்கள், அந்நியன், முப்பட்டை நகரம், சாம்பல் வார்த்தைகள், மின்துகள் பரப்பு, மிக அருகில் கடல்), இரண்டு ஆங்கிலக் கவிதை நூல்கள் (Syllables of Silence, Acrylic Moon), எட்டு மொழிப் பெயர்ப்பு நூல்கள் (அறைக்குள் வந்த ஆப்பிரிக்க வானம், காற்றுக்குத் திசை இல்லை, பசித்த தலைமுறை, பிணத்தை எரித்தே வெளிச்சம், கடவுளுக்கு முன் பிறந்தவர்கள், மஞ்சள் வயலில் வெறி பிடித்த தும்பிகள், கவிதாயனா, பறவைகள் ஒருவேளை தூங்கிப் போயிருக்கலாம்), ஒரு சினிமா விமர்சனநூல் (ரே–சினிமாவும் கலையும்), நான்கு கலை விமர்சன நூல்கள் (Taking his Art to Tribals), தமிழ் அழகியல், தற்காலக் கலை : அகமும் புறமும், தேடலின் குரல்கள்) திரைப்பட விமர்சனப் பட்டறை,

நவீன கலையில் வட்டார அடையாளம் (லலித் கலா அகாடமி) கிரகமயமாதலும் தமிழ்ப் பண்பாடும் (சென்னை பல்கலைக் கழகம்), போபாலிலுள்ள Museum of Mankind சார்பாக மக்கள் பண்பாடு குறித்து மாபெரும் கருத்தரங்க ஒருங்கிணைப்பாளர் பணி, வெளிச்சம், நுண்கலை, The Living Art போன்ற இதழ்களின் ஆசிரியப் பணி, Times of India, Economic Times, Indian Express உட்பட தமிழின் பிரபல நாளிதழ்களிலும், சிற்றிதழ்களிலும் எழுதிய அனுபவம். எழுத்துக் கவிதைகள் ஆங்கிலம், கிரேக்கம், ப்ரெஞ்ச், மலையாளம், கன்னடம், தெலுங்கு மொழிகளில் பெயர்க்கப்பட்ட சிறப்பு என கடந்த நாற்பது ஆண்டுகளுக்கு மேலாக இந்திரனுக்கு மிகப் பெரிய கலை இலக்கிய வாழ்வு.

“சோடியம் விளக்குகளின் மஞ்சளில் நனைந்த மனிதர்கள் தொலைக்காட்சி பெட்டி முன்னால் மரத்துப் போவதையும் கவனிக்கும் இவர் கவிதைகள் தமிழுக்கு ஒரு பரிமாண விஸ்தரிப்பு என்று கூடச் சொல்வேன்.” (சுஜாதா) போன்ற குறிப்பிடத்தக்க பாராட்டுகளைப் பெற்ற கவிதைச் செயல் இவருக்கு.

நான் இவருடைய கவிதைகளைத் தொடர்ந்து கவனித்துக் கொண்டு இருக்கிறேன். இதில் இருக்கிறவற்றையும் சேர்த்து யோசித்தால் இந்திரனின் கவிதைகள் உணர்ச்சி கொந்தளிப்பில் வெளிவந்தவை அல்ல என்பது புரிகிறது. Not spontaneous Overflow. அவை அறிவின் கரை நின்று நிதானமாக ‘பொயட்ரி ஒர்க்ஷாப்’ முறையில் கருக்களைத் தேர்ந்தெடுத்து (ஏ.. பைத்தியக்காரர்களே நாங்கள் எங்கும் இருக்கிறோம்) பதப்படுத்தப்பட்டவை. அதனாலேயே பெரும் சமயம் மாண்டேஜ் போல தோற்றம் காட்டுவதை அவரால் தவிர்க்க முடியவில்லை. இந்த வெட்டி ஒட்டல் ஸ்டைல் நம்மை சில நேரங்களில் இருள் பகுதிக்கு இழுத்துச் சென்றாலும் பின் முழு கவிதையும் வெளிச்சத்தின் முன்னால் நிற்க வைக்கிறது.

ஆழ்ந்த இருக்கங்களின் கவி புனைய விரும்பும் இந்திரன் (புள்ளி பாராட்டி நகுலன்) இந்தத் தொகுப்பில் இருக்கும் கவிதைகளில்

இளகியே இருக்கிறார். பேருந்து என்ற கவிதை வினோதமான காட்சிகளை சிறை வைத்திருக்கிறது.

தொலை தூர மலையொன்று

உயிரோடு உருமாறும் கண்முன்னால்

என்று மிக விரிந்த காட்சிப் படிமங்களை (பேருந்து, பயணி, பிரயாணம், மலை, மலைப்பாதை, இடம், உயரம், இயக்கம் என எல்லாவற்றையும்) இரண்டு வரிகளில் பதுக்கி இருக்கிறது.

ரோமம் பறிகொடுத்த ஆடுகள்

வெயிலை அசைபோட்டு

குளிர் தொலைக்கும்.

என்று சட்டென்று காட்சிக்கு காட்சி மாறும் இந்திரனின் விழிகள் வினோதமான, நுட்பமான அப்சர்வேஷன்களை தேடிச் சுழல்கின்றன.

தன் கவிதைகளில் தாளலயம், ஓசை, ஒழுங்கு, கிராமம் சார்ந்த வர்ணனைகள், எதுகை, மோனை என எதற்கும் இடமே தராத இந்திரன் தன் இயல்புக்கு எதிரான கவிஞர்களை சந்தித்தும், முன்னுரைகளைத் தந்தும் இருக்கிறார். “எனது வசன கவிதைகளில் கூட உள்ளுக்குள் இழைந்தோடும் ஓர் அந்தர லயம் உண்டு.” (சி. நாராயணரெட்டி)”இயற்கை பெரிய பாடுபொருள் எங்களுக்கு” (சூ யுச்சு), “பள்ளிக் கூடத்து மகநான் பாட்டுக்கட்டி பாடுறம்மா” (இளம்பிறை) மற்றும் சந்நதம் காட்டும் வித்யா ஷங்கர் என பெரும்பாலும் இது இந்திரனின் பலவீனமாகக் காட்சி தருகிற அதே நேரத்தில் பலமாகவும் தோன்றுகிறது. (Followers என்ற பெயரில் தொடரும் கோஷ்டி தோன்றாததற்கு இது ஒரு காரணமாக இருக்கலாம். தமிழன்னை தப்பித்தாள்)

தவிர வெறும் காட்சிப் படிமங்களை உருவாக்கிக் காட்டுவது ஓவியர்களின் வேலை, கவிஞர்களின் வேலை அல்ல என்று தானே எழுதினாலும் தன் கவிதைகளில் காட்சிப் படிமங்களுக்கே முக்கியத்துவம் தந்து கொண்டிருக்கின்ற இந்திரனின் கவிதைப் பகுதி சில இடங்களில் சித்தார்த்தப் பாசுவின் “கீயூஸ்” போலவும் (முதல் பெண் நீக்ரோ கவிஞர் Phyllis Wheatly) நம் போல மக்கள் வெள்ளத்தில் மிதக்கிற சீனாவை பற்றிய ஸ்வாரஸ்யமும் (சீனாவில் மக்கள் சீரியல்களை விரும்பிப் பார்க்கிறார்கள்) Understanding

Stops Poetry என்று நினைப்பாரோ என்று நான் நினைத்துக் கொண்டிருந்த அபியின் எதிரான கேள்வியுடனும் (மற்றவர்களுக்கு புரியவே கூடாது என்று எழுதுவதற்கு நான் என்ன வக்கரித்து போனவனா?) புதிர்களும், விடைகளும், ஆச்சர்யங்களுமான, சில இடங்களில் கேள்விகள் எழுப்பி சேர்ந்தும் சிதறியும் கிடக்கிறது.

ஒவ்வொரு கவிஞனும் கவிதை எழுதும் போது கவிஞரிடம் கவிதை வந்து விலகுவதாகவும், அதை அடைய தொடர்ந்து கவிஞன் முயற்சி செய்வதாகவும் இவரிடம் ஒரு ஆழ்ந்த கருத்து இருக்கிறது. ஒரு வேட்டைக்காரன் விலங்கைப் பிடிக்க முயல்கிறான். விலங்கு தப்பிக்க முயற்சிக்கிறது. (புலண் வேட்டை) கைக்குள் சிக்காமல் இருப்பதற்காக கவிதைத் திமிங்கலம் நிறைய வழி செய்கிறது. அதை மீறி அடக்கும் வழி இளையபாரதிக்கு தெரிந்திருக்கிறது. (மரணத்தின் நட்சத்திரம்) திருடன் போலீஸ் விளையாட்டு கவிதைக்கும் கவிஞனுக்கும் (ஒற்றை இறகு)

இப்படியே கவனித்துக் கொண்டு போகிற போது இந்திரனைக் கவிழ்க்கிற சில வார்த்தை அபின்களை அடையாளம் காண முடிகிறது. (இது ஒவ்வொரு கவிஞனுக்கும் எழுகிற சிக்கல் தான்) அபூர்வ பறவை, கருப்பசாமி, குடல்கறி, தார்ச்சாலை. மாமிசம், பிணம், பஸ், திடம், திரவம், பருண்மை போல.

இன்றைக்கு 50 அகவை நிரம்பியுள்ள ரசூலின் பாடல்கள் ஒரு சுருட்டை மட்டுமன்று என்று ஆரம்பித்த இந்திரனின் கவிதை உரை இன்றைக்கு செத்த குழந்தையாய் கையில் கனக்கிறது. மொழி, மரத்துப் போன படிமங்கள், கோஷப் பொய்கள், கைப்பிடித் தளர்ந்து போன வாள்களாய் வார்த்தைகள் முதிர்ந்து கிளைக்கிறது.

சமீபத்தில் என் சித்திரங்களை கவனித்த எஸ்.சங்கர நாராயணன் தான் வெளியிடப் போகும் 1999ன் சிறந்த சிறுகதை தொகுப்புக்கு அட்டைப்படம் வரைந்து தரமுடியுமா என்று கேட்டிருந்தார். நான் கறுப்புக் கோடுகளையும், ஆழ்ந்த வண்ணங்களையும் பயன்படுத்தி அந்த அட்டைப்படத்தைச் சிறுபாலோர் பார்த்திருக்கக்கூடும். இதை ஏன் நான் சொல்கிறேன் என்றால் இந்த பக்கத்தை எழுதுவதற்கான என் முதல் தகுதி இதுவே.

'ஓவுறழ் நெடுஞ்சுவர்' என்கிற பதிற்றுப்பத்து "ஓ" என்கிற எழுத்தை ஒரு எழுத்து ஒரு பொருள் சொல்லாக பயன்படுத்திற்று. அதிலிருந்துதான் ஓவியம் என்ற வார்த்தை தோன்றியிருக்க வேண்டும் என நினைக்கிறேன். ஓவியம் வரைய வேண்டும் என்கிற

உணர்வே எழுத்துக்கள் தோன்றுவதற்கு மூலகாரணம் ரூட் ஆக கருதப்படுகிறது. Examples of drawing as an art in its own right has also come down to us from ancient Egypt and mesopadomia. These Examples were in the beginings connected with writing என்று Encyclopedia of world art புத்தகம் கூறுகிறது.

தெய்வத்தால் தொடங்கப்பட்டு ஓவியம் வரைவது ஆரம்பமாவதாக ரத்தினம் என்று நூல் கூறுகிறது. மாம்பழத்தின் சாறு கொண்டு சவுந்தர்யத்தைக் காட்ட ஒரு ஓவியம் வரைந்து அதிலிருந்து இந்த பழக்கம் தொடர்வதாக விஷ்ணு தருமோத்ரம் கூறுகிறது. ஆனால் கிரேக்க புராணம் காதலன் நிழல் சுவற்றில் தெரிய, அதை வரைய காதலி முற்பட்டதிலிருந்து ஓவியம் தொடங்குவதாக நம்பும்படி பேசுகிறது. இப்படி விளையாட்டாக தொடங்கிய ஓவியம் பின் மெல்ல மெண்ட்டல் மெச்சூரிட்டி பெறுவதற்காக பயன்படத் தொடங்கியது என்று ஆரம்ப கால ஓவியக் கலை பற்றி ஆய்வு செய்த ராய் கிரேவன் குறிப்பிடுகிறார்.

இந்திரனின் ஓவியங்கள் எனக்கு சட்டென்று நவீன இந்திய ஓவியர்களில் ஒருவரான K K Hebbar ஐ நினைவுபடுத்துகின்றன. "To me drawing means rhythmic expression of a dot in movement" என்று சொன்னவர். எந்த வித இடைத் தொந்தரவுகளும் ஏற்படுத்தாத உருவங்களை கோடுகளை உருவாக்கி அக்கோடுகளின் இயக்கத்தின் மூலம் வருத்தம், சந்தோஷம், உணர்வுகளின் போராட்டம் என வெளிப்படுத்தும் பாணி அவர் கையாண்டது. இந்திரனின் சித்திரங்கள் இரண்டு விதங்களில் அவருடன் முரண்படுகின்றன. ஒன்று அதன் இயக்கம், குறைந்த அதிக கோடுகளால் இந்திரன் தன் ஓவியங்களின் வேகத்தை கூட்டிக் காண்பிக்கிறார். Hebbar ஓவியங்கள் ஸ்லோ மோஷன் வகையைச் சார்ந்தவை. இரண்டாவது Hebbarக்கு சிதைந்த அனாடமி ஈடுபாடுடையது. ஆனால் இந்திரனின் உருவங்களில் காணப்படுகிற அனாடமி தேர்ச்சிப் பெற்ற ஓவியர்களையும், என் போன்ற டாக்டர்களின் கண்களையும் கவனிக்க வைப்பது. காதலில் ஈடுபட்டிருக்கிற ஆண், பெண் ஓவியத்தில் பெண் ஓவியம் South Indian Bronze செப்புத் திருமேனிகளின் ஒயிலை ஒத்திருக்கிறது. நடுவில் உடைந்து உடைந்து சிக்கலாகி இருக்கும் கோடுகளின் மூலம் இயங்கு சக்தியை வெளிப்படுத்தியிருக்கிறார். எனர்ஜி கான்ஸப்ட்டில் வரையப்பட்டிருக்கிற இவ்வரிசை ஓவியங்களில் என்னை ஈர்ப்பது

இதுவே. இதன் மற்றைய சிறப்புகளையும் குறைகளையும் நுட்ப விமர்சகர்கள் கண்டறியக் கூடும்.

John Canday வாழ்க்கை என்பது என்ன என்பது போல, கலை என்பது என்ன என்ற கேள்வியும் மிக சிக்கலானது என்கிறார் தனது What is art என்ற புத்தகத்தில்.

சது சஷ்டி கலா என்று வடமொழி அலட்டுகிற கலை அறுபத்தி நான்கு என்று நம் சிலப்பதிகாரம் கிபி 2 நூற்றாண்டிலிருந்து சொல்லிக் கொண்டிருக்கிறது. விஷ்ணு புராணமும் தன் பங்குக்கு கலை அறுபத்து நான்கு என்றாலும் இரண்டிலும் தெளிவான விளக்கம் ஏதுமில்லை. சரிதான் இதெல்லாம் ஏழு கடல், ஏழு பிறவி என்பது போல எக்கச்சக்க 'டும்ஸ்' என்று நினைத்தால் பின்னால் வருகிற வாத்ஸாயனர் 64யும் லிஸ்ட் போட்டு அசத்துகிறார்.

கலை என்ற சொல் சங்க காலத்துப் பாடல்களிலெல்லாம் புதைந்திருக்கிறது என்று நமது ஆய்வாளர்கள் தத்தமது நிப் முனைகளால் பாடல் வரிகளை நிமண்டி மெய்ப்பித்துக் கொண்டிருக்கிறார்கள். முதலில் அழகுகளை அப்படியே பிரதிபலித்துக் கொண்டிருந்த கலைகள் ஒரு காலத்திற்குப் பிறகு சமயங்கள் கருத்துக்களை பரப்புவதற்காக மௌன ஒலிபெருக்கிகளாக பயன்படுத்தப்பட்டன. நம் இந்திய கலையின் மூலவேர் திராவிடர்களுடையது. (சிந்துவில் பல ஆதாரங்கள்) நடுவில் கொஞ்சம் மறைந்த கலை (முக்கியஸ்தர்கள் கணிதம், வான ஸாஸ்திரம் என்று ஆர்வம் காட்டியதால்) அசோகர் வந்தபின் சற்று எழுச்சி பெற்றது. (தூண்கள்) தொடர்ந்து கலைகளின் வளர்ச்சி (ஓவியனை வல்லோன் என்கிறது பழந்தமிழ்க் கிளவி) கூடவே மேற்கத்திய நாகரீகம் தமிழ் கலை வாழ்வில் ஏற்படுத்தின தாக்கம் (ஒரு முகன் ஆறுமுகன் ஆன கதை) இந்திரனைத் தமிழனுக்கு இரட்டை முகம் முளைத்து விட்ட வரலாற்றைச் சொல்லி தமிழ் கலை அழகியல் பற்றிய ஆய்வுக்கு வழி திறக்க வைத்திருக்கிறது. நமது மரபுரீதியான கலைகளுடன் புதிய தொழில்நுட்பம் மோதி ஒரு புதிய கலை வெளிப்பாட்டைச் செய்யுமாறு கலைஞன் கட்டாயப்படுத்தப்படுவதாக இந்திரன் பேசுகிற நிலை.

"*மகத விளைஞரும் மராட்டக் கம்மரும்*
அவந்திக் கொல்லரும் யவதைத் தச்சரும்
தண்டமிழ் வினைஞர் தம்மொடும் கூடி"

என்று மணிமேகலையில் சொல்லப்பட்டது தான். ஆனால் பகிர்ந்து கொண்ட கலைகளின் (சிற்ப விளக்கு) சந்தோஷத்தை மீறி நம்மை ஆக்டோபஸ் கரங்களால் அணைக்கிற க்ளோபலைசேஷன் நம் பண்பாட்டின் வேர்களை ஒற்றை மைசூர்பாக் போல சாப்பிட்டுக் கொண்டு இருக்கிறது. இதுதான் இந்திரனின் இன்றைய கவலை.

இதற்கு நோபல் பரிசு பெற்ற ஐ.பி சிங்கரையும், வோல்லே சொயின்காவையும் துணைக்கழைத்துக் கொள்கிறார் "தமிழ் அழகியல் என்ற ஒரு இருப்பது போல சிலர் பேசி வருகிறார்கள்" என்று ஞானக்கூத்தன் எழுதினாலும் (கவிதைக்காக) மேற்கத்திய கலைப் பார்வையோடு தம்மை உரசிப் பார்த்து தமிழ்க்கலையில் தகுதியை தீர்மானிப்பதில் இந்திரன் வெற்றி பெறுகிறார் என்ற ஞானியின் பாராட்டோடு தொடர்கிறது இந்திரன் தமிழ் அழகியல் பார்வை. ART TAMOUL என்று பாரீசின் முக்கிய கலை அரங்கில் 20 தமிழ் ஓவியர்களின் கண்காட்சியை நடத்திக் காட்டி இருக்கிறார்.

நமது பழம் மரபுகள் இன்றைய தேவையின் ஒரு பகுதியாக மாறினாலன்றி அவை தற்காலத் தமிழ்க கலையின் ஒரு அங்கமாக மறு உயிர்ப்பு அடைய முடியாது என்று கவலைப்படுகிற இந்திரன் தமிழ் கலை அழகியல் ஆய்வில் தனக்கென தனித்துவமுள்ள ஒற்றைக் குரலாளர்.

சினிமா மிகச்சிறந்த மக்கள் சாதனம். அது நம் கைகளில் இல்லை என்று ஒரு முறை லெனின் கவலைப்பட்டார். இதை பேசி விட்டு பல்செட்டை கழட்டி வைக்கிற கிழவனின் தொள தொள தொனியில் பேசாமல், சூடு பறக்கப் பேசுகிறது இந்திரனின் சினிமா பக்கங்கள். சுவாரசிய தகவல்கள் (முதல் படம் செய்த ஃபால்கே விளம்பரம் 2000 மைல் நீளம் கொண்ட 57000 புகைப்படங்களில் தொடர்ச்சி, எல்லாம் 3 அணாவுக்கு) வெகுஜன ரசனையை நுட்பமாக வருணிக்கிற (தலையில்லாத பூதம்) மிருணாள்சென், நல்ல படத்திற்காக கூடிச் செலவு செய்த பால்பண்ணை அங்கத்தினர்கள் (மந்த்தன் / பெனகல்) இதை தமிழில் ஊமை ஜனங்களாக மாற்றுகிறேன் பேர்வழி என்று ஏடாகூட காட்சிகளை சேர்த்து விட்டதற்கு இடிப்பு, மூன்றாம் உலக சினிமா பற்றிய அறிமுகம் (போதவில்லை ஆனந்த பட்டவர்த்தன், பிரேசிலின் கிளாபர் ரோச்சா, பொலிவிய சான்ஜினேஸ், கியூபாவின் கார்சியா, அர்ஜன்டினாவின் சோலனாஸ் போன்றவர்கள் எல்லாம் காணவில்லை) ஹாலிவுட்டிலிருந்து நமக்குத் தொற்றி

விட்ட நட்சத்திர வழிபாடு பற்றிய வருத்தம் (Mircea Elliade நமக்குள் உறைந்து விட்ட Myth தான் காரணம் என்கிறார்) என்று ஏகப்பட்ட சமாச்சாரங்களை எழுதினாலும் சினிமா பற்றி விரிவாக எழுதலாமா வேண்டாமா என்கிற தயக்கம் டைலம்மா இவரிடம் இப்பகுதியில் தெரிகிறது.

இந்தியப் பாடல் காட்சிகள் பிரெக்ட் பாணியிலான உத்தி என்றொரு விமர்சகர் தெரிவிக்க அமைதியாக கேட்டுக் கொண்டரே, கங்கையில் இந்தியர்கள், காலையில் புனித நீராடி விட்டு வேலையை தொடங்குகிறார்கள் என்றவருக்கு இல்லை They Piss Safely inside the water என்று அதிரடிக்கிற மிருணாள் சென், New Cinema emerged in Calcutta என்ற வாக்கியத்திற்கு உண்மை இருக்கிறது.

தொகுப்பு முழுக்க அது கொண்ட 'கன்டென்ட்' முறையில் உடைக்கப்பட்டு இருக்கிற கடிதங்கள் சுவாரசியமாக இருக்கின்றன. எல்லோரையும் பாராட்டியே எழுதுவார் என்று நினைத்துக் கொண்டிருக்கிற வ.க.வின் அதிரடி வரிகள் (இன்று கவிதை எழுதுபவர்களின் முக்கால்வாசி பேருக்கு கவிதை உணர்வே இல்லை), தொடர்ந்து வ.க.வின் பழமலை பற்றிய ஆரம்பகால கணிப்பு (வளர்ச்சி அடைவாரா அல்லது தன்னைத்தானே இமிடேட் செய்து தடுக்கி விழுவாரா? பழமலைக்கு இந்த விபத்து இன்று நடந்து விட்டது.) தன் கவிதை போலவே வினோதமாக கேள்வி கேட்கிற அபி பகலில் விழித்து இரவில் நம்போல் உறங்கும் சாலை எப்படி ஜடமாகும் விமலாதித்த மாமல்லன் வில் வண்டியில் சொல்லிக் கொண்டு வருகிற கதையைக் கேட்டுப் போகிற கி.ரா அடடா என்றிருந்தது சிறந்த கதையாசிரியராக கவனிக்கப் பெற்ற ஆ. மாதவனின் யுபோரிக் கடித நடை (சொல்கிறேன் கேள்.. ஒரு முன்னுரைக்குப் பதிலாக நீ எழுதியிருக்கும் வாக்கியங்கள் இந்த புத்தகத்தின் தங்க முத்திரை.. மீன் பிடிக்கும் வழியா சொல்லித் தருகிறாய் நீ? நன்றாகச் சொல்கிறாய்) என்று பலவும் வியப்பும் கிளர்ச்சியும் எழுப்பினாலும் பல பக்கங்களில் பரவலாக கடிதம் எழுதியிருக்கிற நா. கதிர்வேலன் (அழகான உரைநடை) என்னை மிகவும் கவர்கிறார். சாம்பிள் பாருங்கள்.

"கத்தார் அவர்களைப் பார்த்தீர்களா? நெருக்கடி நிலையில் கத்தார் பட்ட வேதனை கொஞ்சமில்லை. மலக்குழி வழியே தடியை நுழைத்து, அப்புறம் அய்யோ, பேனா கூட எழுதக் கூசும்."

"அப்புறம் ஸ்மிதா பட்டீல் ஒரு கல்யாண வீட்டிற்கு கஜல் பாடப் போக, கல்யாணப் பையன் இனம் புரியாத பிரியத்தில் இரவு பைப் வழியாய் ஏறி, ஸ்மிதா சயன அறைக்கு வர, ஸ்மிதா தவிக்கிற தவிப்பு, அவர் கண்களில் காணப்படுகிற எதற்காம் என்கிற கேள்வி, பின் ஒரு கடிதத்தை எடுத்து வாசிக்கிற அந்தப் பையனின் பிரியத்தில் கனிந்துருகி அவள் கண்களில் முத்தமிட்டு அனுப்புகிற பிரியம், பதிலுக்கு அவன் ஸ்மிதாவின் கன்னத்தில் விரல் நடுங்கத் தொடுகையில் கோடி பெறும் அளவிற்கு வெகு இயல்பாய் உடம்பெல்லாம் வெட்கத்தில் நனைந்தது மாதிரி சிரிக்கின்ற சிரிப்பு.."

அடடா.. எங்கே போனார் இந்த நா. கதிர்வேலன்?

"இந்திய இலக்கியம் என்பது ஒன்று தான். அது பல மொழிகளில் எழுதப்படுகிறது" என்கிற சாகித்ய அகடமியின் ஸ்லோகத்தை எதிர்க்கிற இந்திரன் மொழி பெயர்ப்பில் விற்பன்னர். தன் எதிரிகள் கூட எடுத்தாள்கிற அளவுக்கு தடம் பதித்தவர். இதில் இருக்கிற தமிழினி 2000 கட்டுரை மிகுந்த கவனத்திற்குரியது. எதிர்ப்பு இலக்கியங்களை அறிமுகம் செய்கிற ஆர்வமும் 'தலித்' என்ற சொல்லை கிரகம் தழுவிய ஒடுக்கப்பட்டுள்ளவர்களின் சொல்லாக பயன்படுத்தியிருக்கிற ஈடுபாடும் இந்திரனுக்கு தொடக்க காலம் முதல் இருந்திருக்கிறது.

"இந்திரன் அருமையான மனிதர். நிஜமான, தொடர்ந்த அக்கறைகளுடன் இயங்கி வருபவர். கவிதைகள், ஓவியம் மற்றும் ஏனைய நுண்கலைகள் குறித்த அவருடைய வெளிச்சம் நம் கண்களையோ பார்வைகளையோ உறுத்தாமல் அதனதன் இடங்களுக்கு நம்மை அழைத்துச் சென்று உதவும்," என்று கல்யாண்ஜி எழுதியது ஞாபகத்திற்கு வருகிறது.

ஒட்டு மொத்தமாக பார்க்கும்போது இந்திரன் என்கிற தனி மனிதரைச் சுற்றி இலக்கியம் சற்றேனும் இயங்கி இருப்பதை உணர முடிகிறது. ஆனால் இத்தனை அழுத்தமான பயணத்திற்கு ஏற்ற எதிர் விளைவை பெற்றிருக்கிறாரா என்றால் இல்லை என்று தான் தோன்றுகிறது. கவிதை, ஓவியம், கதை, விமர்சனம், விவாதம், சினிமா என்று எதில் இயங்கினாலும் உளவியல் ரீதியாக ஒவ்வொன்றையும் அணுகுவது இந்திரனுக்குப் பிடித்தமானதாக இருந்து வந்திருக்கிறது. ஒவ்வொன்றையும் இணைத்தே பார்க்கிற பழக்கம் உடையவராகவே இருந்திருக்கிறார். (கவிதை வரிகளில்

ஓவியத்தை ஞாபகப்படுத்துவது, கவிதை தோன்றுவதை நடனத்தோடு ஒப்பிடுவது)

தேவதேவன் சொல்வது போல இந்திரனின் தனிமையும் கிண்ணத்தில் நிரம்பி வழிகிறது. கலை இலக்கிய விமர்சன படைப்பு வெளிப்பாடுகளுடன், பிங்க்ஃபிளாய்டின் சொற்களில் சொல்வதென்றால் Saucer full of Secrets பருகலாம்.

– வஸந்த் செந்தில்

வஸந்த் செந்தில், தொழில்முறையில் ஒரு டாக்டர் என்றாலும் கவிதைத் தொகுதிகள் வெளியிட்ட மிகச் சிறந்த ஒரு கவிஞர்.

பெண் உருத்திரிபுகள்

பெண் உருத்திரிபுகள் / சித்திர வரிசை

"இதுவரை ஓவியமாக தீட்டப்பட்ட எல்லா ரோஜா பூக்களையும் மறந்தால் மட்டுமே எனது தனித்துவமான ரோஜாவை ஓவியமாக தீட்ட முடியும்" என்று ஹென்றி மத்தீஸ் ஒருமுறை சொன்னார்.

"பெண் உருத்திரிபுகள்" எனும் சித்திரங்களின் வரிசையை நான் 2002இல் படைத்தபோது நினைவுக்கு வராத மத்தீஸின் இந்த வாரத்தைகள் 13 ஆண்டுகள் கழித்து இந்த எனது சித்திரங்களை ஒன்றாக பிரசுரிக்கும் இந்த நேரத்தில் ஏனோ நினவுக்கு வருகிறது. "பெண் உருத்திரிபுகள்" என்ற தலைப்பில் 100க்கு மேற்பட்ட சித்திரங்களை ஒரு குறிப்பிட்ட கால கட்டத்தில் ஏனோ வெறி பிடித்தவனைப் போல கீறிக் கொண்டிருந்தபோது இது போலத்தான் உணர்ந்தேன் என்பது ஞாபகத்துக்கு வருகிறது. கலை வரலாற்றில் பெண் என்பவளைப் பற்றிய ஓவியங்களாக, சிற்பங்களாக ஏராளமான பிம்பங்கள் உருவாக்கப்பட்டு விட்டிருக்கின்றன. மொஹஞ்சோதாரா, ஹரப்பா காலகட்டத்திலிருந்து பெண் வடிவம் பற்றிய (ஆண் வடிவம் பற்றியும்கூட) பல வடிவ பரிசோதனைகள் மேற்கொள்ளப்பட்டுள்ளன. எண்ணற்ற உருத்திரிபுகளுக்கு பெண் என்ற வடிவம் உள்ளாக்கப்பட்டுள்ளது.

இந்த பிம்பங்கள் என்னைச் சுற்றிலும் ஒரு மூடு பனியைப் போல கவிந்து கொண்டு இருக்கின்றன. இந்த பிம்பங்களின் நெரிசலிலிருந்து விடுபட்டு வெளியே வந்து எனக்கே எனக்கான பிரத்தியேகமான பெண் பிம்பங்களை உருவாக்க ஆசைப்பட்டேன். இதன் விளைவாகத்தான் இந்த 100க்கும் அதிகமான சித்திரங்களை நான் உருவாக்கினேன். அவற்றில் ஒரு சில உங்கள் பார்வைக்காக முன் வைக்கிறேன்.

நடன நங்கை - கோட்டோவியம் 7'X 9''- இந்திரன்

சமையலறை பெண் - கோட்டோவியம் 7"X 9"- இந்திரன்

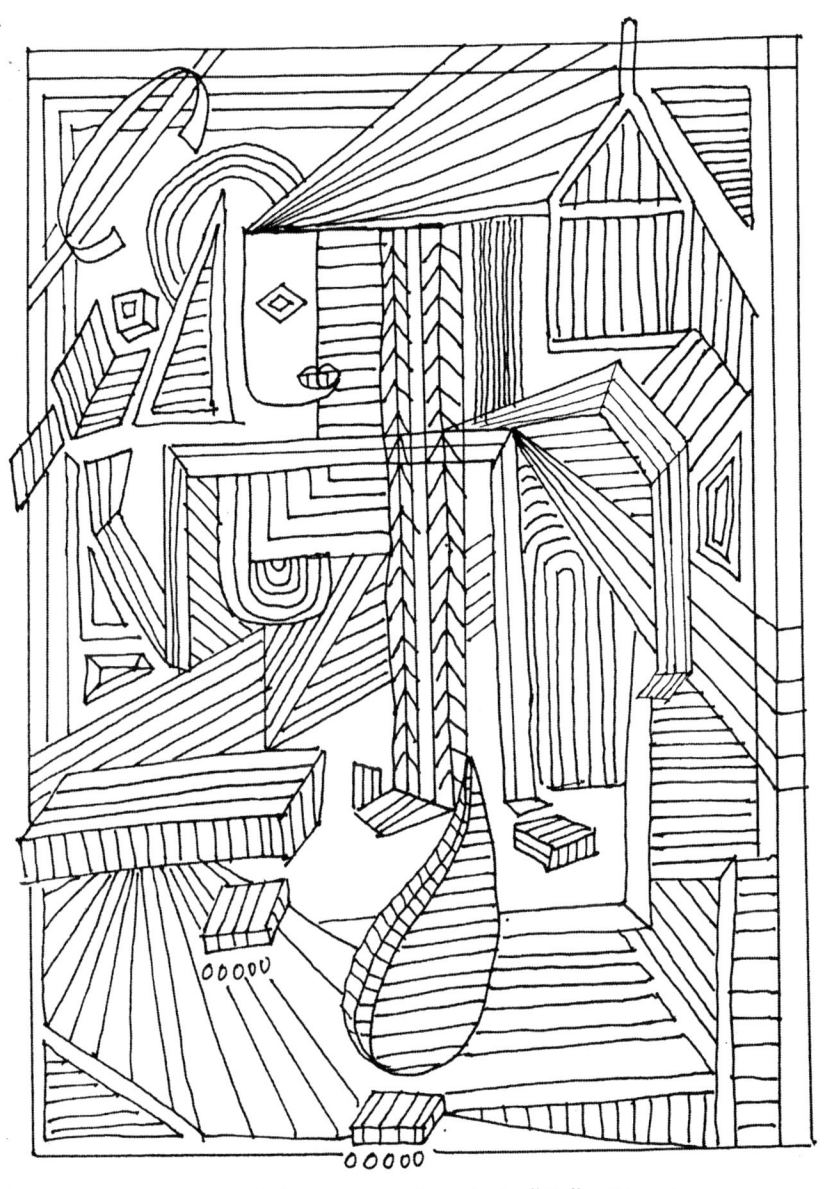

பெண்ணும் கிளியும் - கோட்டோவியம் 7"X 9"- இந்திரன்

காரோட்டும் நங்கை - கோட்டோவியம் 7'X 9'- இந்திரன்

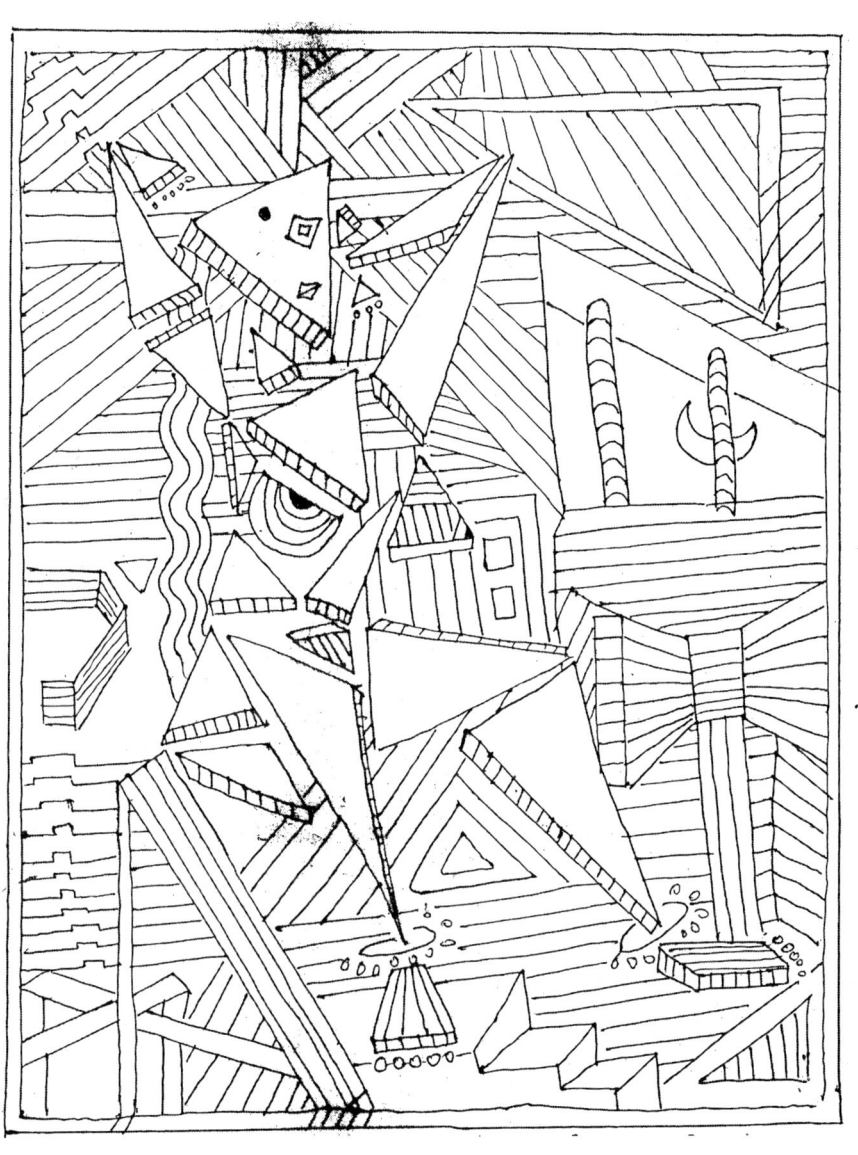

கூந்தல் உலர்த்தும் மங்கை - கோட்டோவியம் 7'X 9'- இந்திரன்

தாயும் சேயும் - கோட்டோவியம் 7'X 9"- இந்திரன்

ஆற்றங்கரையில் பெண்கள் - கோட்டோவியம் 7'X 9'- இந்திரன்

கவிதை

முன்னுரை | **சாம்பல் வார்த்தைகள்**
நெடுங்கவிதை

செத்த குழந்தையாய் கையில் கனக்கிறது மொழி, மரத்துப் போன படிமங்கள், கோஷப் பொய்கள், கைப்பிடி தளர்ந்துபோன வாள்களாய் வார்த்தைகள், சுடச்சுட பரிமாறப்பட்டிருக்கிறது வாழ்க்கை என்னுடைய உள்ளங்கையில். கவிதை எழுதவதற்கான நேரமில்லை இது.

என்னைச் சுற்றிலும் 80 சதவீத மக்கள் எழுதப் படிக்கத் தெரியாதவர்கள். தற்குறிகளால் நிரம்பி இருக்கிற மூன்றாம் உலகில் கவிதை எழுத முனைவது பற்றி என்ன சொல்ல? மொராக்கோ நாட்டு எழுத்தாளர் டஹர் பொன் ஜெல்லோன் (Tahar Ben Jelloun) சொல்கிறார்.

"படிக்காதவர்கள் நிறைந்திருக்கிற ஒரு கண்டத்தில் தான் எழுத்தாளர்களுக்கான மிகப் பெரிய தேவை இருக்கிறது. இங்கே எழுதுவது என்பது தோல்வியை ஒப்புக்கொள்ள மறுப்பது ஆகும்" தமிழ் மொழியின் மீதான எனது உரிமையைப் பயன்படுத்தி சூதாடிப் பார்த்துவிட முடிவெடுக்கிறேன். எதிர்காலத்தில் என் குழந்தைகள் எழுந்து வந்து எழுதப் படிக்கத் தெரிந்த எங்களுக்காக என்ன வைத்திருக்கிறாய் என்று கேட்கிற போது நான் மௌனமாய்த் தலை குனிய முடியாது. எரியும் பிரச்சினைகள் ஏதுமற்ற நாடுகளில் ஒரு எழுத்தாளன் என்பதின் பொருள் வேறு, அங்கே அவனது பண்பாட்டைச் செழுமைப்படுத்தக் கூடிய கலை நேர்த்தி மிக்க ஒரு படைப்பை வழங்கினால் மட்டுமே போதுமானது. இந்தியாவைப் போன்ற மூன்றாம் உலக நாடுகளில் அப்படி இல்லை. ஒரு கவிஞன் என்பவன் சமூக விமர்சகன் என்கிற கடமையையும் கூடுதலாகத் தோளில் சுமக்கிறான். அதே

நேரத்தில் கலையைக் காயப்படுத்தும் முயற்சிகளை எதிர்த்தும் அவன் போராட வேண்டி இருக்கிறது. 20 ஆண்டுகளாக வார்த்தைகளைத் திறந்து பார்க்க முயன்று வந்திருக்கிறேன். இன்று எனக்குப் புரிகிறது. வார்த்தைகள் காலிப் பெட்டிகள். நாம் எதைப் போட்டு மூடி இருந்தோமோ எதைப் போட்டு மூடுகிறோமோ, அதையே உள்ளடக்கி இருக்கிற ஒரு கண்ணாடிப்பெட்டி அது என்று புரிகிறது.

நிதர்சனத்தின் குறியீட்டு வடிவம் மொழி என்ற பெயரில் தலை தூக்குகிறது. இது உருமாற்றங்களின் வெளி உலகைப் பார்வை ரீதியாக உள்வாங்குதல் பிரக்ஞையாகிறது. பிரக்ஞை மொழியாகிறது. மொழி காட்சிகளை எல்லோர் கண் முன்னாலும் விரித்துக் காட்டுகிறது.

நானும் என் சக மனிதர்களும் ஒரு குளத்திலேயே நீர் அருந்துகிறோம். இருப்பினும் என் உலகத்தை நீங்கள் நிராகரிக்காமல் ஏற்றுக் கொள்வீர்கள் என்பது நிச்சயமல்ல. அப்படியும் என் உலகத்தை நான் உங்கள் முன் படைக்கிறேன். உங்கள் அங்கீகாரத்துக்காக அல்ல. இப்படி ஒரு உலகம் இருக்க முடியாது என்று நம்பிக் கொண்டிருக்கிற உங்களது முட்டை ஓடுகளை நொறுக்குவதற்காக. யதார்த்தமான உலகை யதார்த்தமான முறையிலேயே சித்தரிக்க முயன்றிருக்கலாமே என்று கேட்கிறீர்கள். உண்மைதான். ஆனால், இருத்தல் குறித்த மிக நுட்பமான வினாக்களை யதார்த்தம் கீழே போட்டு உடைத்து விடுமோ என்று அஞ்சுகிறேன். காற்றில் மிதக்கையில் தன் உருவத்தை மாற்றிக் கொண்டே போகிற மேகத்தைப் போன்ற ஒரு வடிவத்தைத் தேர்ந்தெடுக்கிறேன். இதற்குள் ஒரு அபத்தமான தர்க்க நியாயம் இருக்கிறது. கனவில் உருவங்கள் ஒழுங்கற்றுப் புரள்வது போன்று என்னைச் சுற்றிய இன்றைய உலகின் நிஜமான நிகழ்வுகளையும், மனிதர்களையும் பற்றிய பதிவுகளை ஏற்படுத்தி இருக்கிறேன். இன்றைய உலகைப் பற்றிய என் குறைகளையும், கோபங்களையும் இலக்கியமாக மாற்றும் மன ஆரோக்கியத்திற்கான ஒரு செயல்பாடு தான் இது. அந்தரங்கமான தனிப்பட்ட இந்த பயிற்சியை உங்களுடன் பகிர்ந்து கொள்வதில் தயக்கமேதும் இல்லை எனக்கு. உங்களுக்கு? நான் சோகத்தில் மூழ்குகிறேன். எனக்குள் வலி தெறிக்கிறது. எனது வலியை ஒரு திட வடிவச் சிற்பமாக உங்கள் முன் வைப்பதற்கு கனவுகளையும், கற்பனைகளையும் ஊடகமாகப் பற்றிக் கொள்கிறேன். எனக்கு இந்த உலகம் எப்படி அளிக்கப்பட்டிருக்கிறதோ அப்படியே (அதன்

மூடுபனியோடு) எந்த வித பயமோ, வெட்கமோ அற்ற நிலையில் உங்கள் முன் படைக்கிறேன். அனுபவத்தை இலக்கியமாக்கும் முயற்சியில், உங்களுக்கும், எனக்கும் இடைத் தொடர்பாக இருக்கும் சில சிலந்திவலை இழைகளை அறுத்து விட்டுடிருப்பேனோ என்று கூடத் தோன்றுகிறது. எனது மொழி வாழ்க்கையின் ஆழ அகலங்களைக் கண்ட பழமையான மொழி. யாருமே இதுவரை புதைக்கப்படாத கன்னி பூமியில் சாகும் உல்லாசம் எனக்கில்லை. நான் இரக்கத்தை யாசிக்கிறேன். யாரிடமிருந்து என்று தெரியவில்லை. இனிய இரக்கம் மிகுந்த வார்த்தைகளுக்குள் குத்து வாள்கள் மறைத்து வைக்கப் பட்டுள்ளன. இந்த நிலையில் என் கண்ணில் புலப்படாத நம்பிக்கையை உங்கள் முன் ஜோடிக்க எனக்கு விருப்பமில்லை.

நான் நம்பிக்கை இழந்திருக்கிறேன். வாழ்க்கைக் கடலில் சீறி விழுந்து புரண்டு தாக்கும் அலைகள் நம்பிக்கையின் கரைகளை அரித்துத் தின்றிருக்கின்றன. முழுக்க முழுக்க கற்பனை பிசைந்து செய்யப்பட்ட இக்கவிதையில் யதார்த்தத்தின் முடிச்சுகள் உருள்கின்றன.

நெரிசல் மிகுந்த மின்சார ரயில் குருடனின் புல்லாங்குழலிசை எதையோ சொல்ல முயல்வதும் அதை எதுவாகவோ புரிந்து கொள்வதுமான ஒரு பரிவர்த்தனை நமக்குள் நிறைவேறுகிறது.

“சாம்பல் வார்த்தைகள்”
நெடுங்கவிதையின் முன்னுரை

ஒரு கவிதையின் கரு பேசுகிறது

ஆமாம்! இந்தப் புல்லின் நுனியிலே உங்களுக்காகக் காத்திருக்கும் நானொரு கவிதைக்கரு.

எங்களைத் தேடி எங்கெல்லாமோ அலைந்து கொண்டிருக்கும் கவிஞர்களே! நேற்றைக்கு முன்தினம் ஒரு ஆட்டுக்குட்டியைத் தனது தோளிலேயே போட்டுக் கொண்டு அதை எல்லா இடங்களிலும் தேடிக் கொண்டிருந்த ஆட்டிடையன், ஒருவனைப் பார்த்தேன். சிரிப்பு வந்தது. அதே சிரிப்புதான், இந்தப் புல்நுனியில் என்னைக் காண முடியாது என்கிற அசட்டையோடு, என்னைக் கடந்து செல்லும் உங்களைப் பார்த்தாலும் தோன்றுகிறது.

ஏ! பைத்தியக்காரர்களே! நாங்கள் எங்கும் இருக்கிறோம் அதோ, உங்களில் ஒருவர் கையிலிருக்கும் அந்த பச்சைப் பேனாவில், போட்டப்பட்டிருக்கும் மஞ்சள் வரிகளுக்கு இடையே, நீளமாக ஓடும் அந்த மெல்லிய பச்சை இடைவெளியில் கூட, எனது தோழனொருவன் படுத்திருக்கிறான். ஆனால் நீங்கள் அவனைக் கண்டெடுக்கவில்லை.

மரத்திலிருக்கும் நல்ல கனியைத் தேர்ந்தெடுத்துச் சுவைக்கத் தெரியாததினால், மரத்தின் கனிகளை நிமிர்ந்து நோக்காமல், கீழே அணில் கடித்துப் போட்டிருக்கும் எச்சிற் பழங்களை தேடித்திரியும் சிறுவர்கள் நீங்கள்.

"ஒரு கவிதைக் கருவைக் கொடு! கொடு!" என்று நீங்கள் இடை விடாமல் பிரார்த்திக்கிறீர்கள். யாராலும் எங்களை உங்களுக்கு எடுத்து வழங்க முடியாது. எங்களை நீங்களாகவே கண்டெடுக்க வேண்டும். நாங்கள் எங்கள் குழந்தைகளுக்குச் சொல்லும் குட்டிக் கதைகளில் ஒன்றை உங்களுக்குச் சொல்ல விரும்புகிறேன்.

ஒரு புயல் வீசும் நாளிலே, மிகவும் வறுமையுற்றிருந்த மீனவன் ஒருவன், கடலிலே வலை வீசினான். அவனது வலையிலே ஒரு தங்கமீன் மாட்டிக் கொண்டது. அது அவனைப் பார்த்து வேண்டிக் கொண்டது, "என்னை நீ விட்டு விடுவாயானால் நீ என்ன கேட்கிறாயோ, அதையெல்லாம் நான் தருகிறேன்". அவன் அதை மறுபடியும் கடலில் விட்டு விட்டான். அவன் பொன்மீனிடம் பலவற்றைக் கேட்டான். ஒரு மாளிகை, அழகிய மனைவி, பணி செய்யப் பல ஆட்கள், உலகிலேயே பெருஞ்செல்வன் என்ற பெயர்.. இப்படியே பட்டியல் நீண்டது. இறுதியாக அவன் ஒன்றைக் கேட்டான். "அன்பான தங்கமீனே! நான் ஒரு பெருங்கவிஞன் என்று பேர் பெற விரும்புகிறேன். நான் பாடுவதற்கு ஒரு கவிதைக் கருவைக் கொடு!"

பொன்மீன் திகைத்துப் போனது. தனது வாக்கை நிறைவேற்ற முடியாத துயரத்தோடு அது சொன்னது, "எனக்கு மறு உயிர் கொடுத்த மீனவனே! இதை மட்டும் என்னிடம் கேட்காதே; ஏனென்றால் ஒரு கவிதைக் கருவை என்னால் மட்டுமல்ல, யாராலுமே கொடுக்க முடியாது. அதை அவரவர்களே கண்டெடுக்க வேண்டும்.

"...உலகை உற்று நோக்கக் கூடிய இரண்டு கண்களை இறைவன் உனக்குக் கொடுத்திருக்கும் போது மற்றவனிடம் சென்று "எனக்கு ஒரு கவிதைக் கருவைக் கொடு" என்று பிச்சை கேட்பது போன்ற முட்டாள்தனம் வேறெதுவுமில்லை" இதைச் சொல்லி விட்டு கடலில் மறைந்து விட்டது பொன்மீன். ஏ! தமிழ்க் கவிஞர்களே! உங்களது முன்னோடிகள் எங்களோடு கொண்டிருந்த நெருங்கிய நட்பின் பெயரால் சொல்கிறேன். பிறம் சொன்னவற்றையெல்லாம் மூளையிலே சுமந்து கொண்டு திரியாதீர்கள். அவற்றையெல்லாம் மூட்டை கட்டி ஒரு மூலையில் போட்டுவிட்டு, ஒவ்வொரு நாளும் புதுப் பொலிவோடு விடிகின்ற இவ்வுலகத்தை உங்களது விழிகளால் நோக்குங்கள்.

உலகத்தைப் பார்ப்பதற்கு மற்றவர்களது கண்களைப் பயன்படுத்தாதீர்கள். உங்கள் கண்களாலேயே உலகத்தைப் பாருங்கள்.

இப்படிப் பார்க்கத் தொடங்கிவிட்டால் கவிதைக்குக் கரு தேடி அலையும் உங்கள் அலைச்சல் தீர்ந்து விடும்.

அங்கிங்கெனாதபடி எங்கும் பரந்திருக்கும் எங்களைக் கண்டு புளகித்துப் போவீர்கள். 'புல்லை நகையுறுத்தி, பூவை வியப்பாக்கிய'

உங்களது முன்னோடிகளில் ஒருவன் இப்படித்தான் எங்களைக் கண்டுவிட்டு, " எத்தனை கோடி இன்பம் வைத்தாய் எங்கள் இறைவா!" என்று பாடினான்.

நாங்கள் எங்கும் இருக்கிறோம் என்று சொல்வதால், கடற்கரையில் நடந்து செல்லும் போது, தாமாகவே உங்களது கால்களில் இடரப்படுகின்ற கிளிஞ்சல்கள் என்று எங்களை நினைத்து விடாதீர்கள். அந்த அலைகடலுக்கு, அடியிலே, ஆழ்ந்த அமைதியினிடையே நீங்கள் மூழ்கியெழுந்தால் மட்டுமே கிடைக்கக் கூடிய முத்துக்கள் நாங்கள்.

நடைபாதையிலே நடந்து செல்லும் போது கிடைக்கிற நாணயங்கள் அல்ல நாங்கள். நாள் முழுவதும், வியர்வை சொட்ட உழைத்தால் மட்டுமே கிடைக்கக் கூடிய சம்பளக்காசு.

ஆனால் எங்களைத் தேடி நீங்கள் அதிக தூரம் அலைய வேண்டிய அவசியமில்லை.

நீங்கள் ஒரு மீனவரானால், எங்களை வேறெங்கும் தேடுவதற்கு முன்னால், உங்கள் குடிசைகளுக்கு முன் வெயிலில் காய வைத்திருக்கும் உங்களது வலைகளுக்கிடையே முதலில் தேடிப் பார்த்து விடுங்கள்.

வயற்புறத்தில் வாழும் உழவரானால் வேறெங்கும் தேடுவதற்கு முன்னால், நிலத்தைக் கீறிக் கிளம்பும் உங்களது ஏர் முனைகளுக்கு அடியிலே முதலில் தேடிப் பார்த்து விடுங்கள்.

ஆமாம்! உங்களுக்காக இந்தப் புல் நுனியில் காத்திருக்கும் நானொரு கவிதைக் கரு. என்னையும், எங்கள் இனத்தாரையும் நீங்கள் எங்கு வேண்டுமானாலும் தேடிக் கண்டுபிடிக்கலாம். உங்கள் கண்கள் உண்மையிலேயே பார்க்கும் சக்தி உடையவைகளாக இருக்குமானால்!

- இளந்தமிழன் - பிப்ரவரி, 1975

தார்ப்பாம்பு
நான்கு பார்வைகள்

முக்கண்ணன்
சிவனைப் போல்
பச்சை
சிவப்பு
ஆரஞ்சு கண்களுடன்
ஓய்வின்றி ஓடுகிறது
தார்சாலை.

தாகம் தணிப்பதற்காய்
அவ்வப்போது
ரத்தம் குடித்தபடி

கருத்த தோலுக்குக் கீழே
சாக்கடை நதிகள்
மின்சார பாம்புகள்

மேலே
மரங்கள்
இருக்கத்தான் வேண்டுமென
கட்டாயமில்லை

குருவிகள் சல்லாபிக்க
கம்பங்களில்
கிளைவிட்டு நீளும்
மின்சாரக் கம்பிகள் மிகவுண்டு

தெரியாமல்
பல்லவன் பேருந்தில் நுழைந்துவிட்டு
வெளியேற வேண்டி
ஓட்டுனரின் முன்னிருக்கும்

கண்ணாடியில்
முட்டிமுட்டி விழும்
வால் விறைத்த தும்பி ஒன்று
கண்ணாடிச் சிறகை
உடையாமல் ஏந்த
காற்றுவெளி
மட்டும் போதும்

தார்சாலை
பயனில்லை
தும்பிக்கு

விமானத்துக்கு
வானத்தில் பறந்தாலும்
தரையில் ஓட
தார்ச்சாலை தயவு வேண்டும்

என்றும் சலியாமல்
ஓடிக் கொண்டேயிருக்கும்
நகரத்து கங்கை
இந்தத் தார்ச்சாலை

பிணங்கள் மிதக்குமெனினும்
பயிர் வளர்க்கும் தொலைதூர
உறவுகளின் ஏக்கம் முறிக்கும்

உடம்பின் மேல்
அங்கங்கே
விபூதிப்பட்டைகள்
பாதசாரிகளின் பத்திரம் கருதி
பாலமாய்க்
கடக்க

அசரீரிகள்
போதிக்கும் சாலை நீதிகளை
புறக்கணிப்போரின்
மண்டையோடுகளை அவ்வப்போது
அணிந்துக்கொள்ளும்

ஆதியும்
அந்தமுமற்று

எட்டுத் திசையெங்கும்
முட்டிமோதி

போக்கும் வரவுமுள்ள
புண்ணியனாய்

காவல்துறை பூதகணங்கள்
சேவை செய்ய

ஓடும் நெடுக
முடிவற்று
தேடும்
இன்னும் தூரங்களை.

பார்வை 1
ஞானக்கூத்தன்

கவிதை காலத்துக்குக் காலம் புதுமைக் கோலம் கொள்கிறது கவிதை புதுமையைத் தழுவாத போது ஜடமாகி விடும். கவிதை ஏற்றுக் கொள்வதற்குப் புதுமை பஞ்சமாகி விடவில்லை. புதுமையைத் தழுவும் போதே கவிதையில் பழமையின் கூறும் நீடித்து வருகிறது. பழமையும் புதுமையும் ஒன்றை ஒன்று அறிய வருகிறது; எதிரும் புதிருமான காலமும் வெளியும் சந்திக்கின்றன. கவிதையின் இத்தன்மையின் காரணமாக விமரிசனமும் இரண்டுலகப் பயிற்சியுடையதாகின்றது. இந்திரனின் 'தார்ப்பாம்பு', கவிதையில் இவ்விநோத சங்கமம் நிகழ்கிறது. கவிதையின் தலைப்பு 'தார்ப்பாம்பு' கவிதையின் முதல் இரண்டு வரிகளிலேயே கவிதை நெடுகக் காண இருக்கும் பிரதிமையின் வேர் கனக்கிறது.

"முக்கண்ணன்
சிவனைப் போல்..."

சிவனுடைய மூன்று கண்கள் பச்சை சிவப்பு, ஆரஞ்சு நிறத்தில் வைக்கப்படுவதால் சிவனுடைய தோற்றம் விபரீதமான முறையில் உயிர்ப்படைகிறது.

"பச்சை
சிவப்பு
ஆரஞ்சுக் கண்களுடன்
ஓய்வின்றி ஓடுகிறது"

சிவனைக் குறிப்பிட்டாலே அவருடைய சங்கார லீலையும் நினைவுக்கு வருகிறது.

"தாகம் தணிப்பதற்காய்
அவ்வப் போது
ரத்தம் குடித்தபடி"

அகநானூற்றுக்குப் பாரதம் பாடிய பெருந்தேவனார் கடவுள் வாழ்த்துப் பாடியிருக்கிறார். சிவனை வாழ்த்திய அந்த அழகான பாட்டில்

“செவ்வான் அன்னமேனி அவ்வான்
இலங்குபிறை அன்ன விலங்குவால் வை எயிற்று”

என்று வருகிறது. சிவனுடைய பற்கள் பிறைச் சந்திரன் போல் இருக்குமாம். அதாவது அசுரர்களோடு இணைத்துப் பார்க்கப்படும் வளைவான பற்களாம் அவை. நாம் சரியாகத் தெரிந்து கொள்ளத் தவறி விடுவோமோ என்று கருதினாற் போலப் பெருந்தேவனார் ‘இலங்கு பிறை’ என்று தெளிவாக்கினார். பிறை எயிற்றுச் சிவனுடைய தோற்றம் திடுக்கிடச் செய்யும் தோற்றம். இந்தத் திடுக்கிட வைக்கும் சிவனையே இந்திரனின் ‘தாரப்பாம்பு’ என்ற தொடர் கவிதையின் முதல் பகுதியில் பார்க்கிறோம். சுடுகாட்டை உறைவிடமாகக் கொண்ட கடவுளின் புனிதம் எம்மாதிரியானதாக இருக்கும்; தோற்றத்துக்குள்ள புனித இயல்பு மறைவுக்கும் உண்டு. இத்தொடர் கவிதையில் சிவபரமான பிரதிமைகள் வெளிப்படையாகவும் மறைவாகவும் செயல்படுகின்றன. ‘பாம்புகள்’, ‘கருத்த தோல்’, ‘கிளை விட்ட கம்பம்‘, ‘பிணங்கள்’, ‘விபூதிப் பட்டைகள்’, ‘மண்டையோடுகள், ‘கங்கை’, இப்படி சில சொற்கள் திகில் காட்டுகின்றன. பெரு நகரத்தின் தார்ச்சாலை பற்றிய கவிதையில் இந்தத் திகிலும் செம்மையான வாழ்க்கையில் தவிர்க்க முடியத ஒரு கூறாகவே அமைந்திருக்கிறது.

‘முடிவற்று
தேடும்
இன்னும் தூரங்களை”

என்னும் கவிதையின் ‘பரத வாக்கியம்‘ திகிலைக் கடந்து வாழ்க்கையை விரும்புகிறது. கவிதை தான் தோற்றுவித்த திகிலை தானே தணிக்கிறது.

“தொலைதூர
உறவுகளின் ஏக்கம் முறிக்கும்“

நகரங்களின் வடிகால் அமைப்பைத் தற்செயலாக இக்கவிதை பதிவு செய்கிறது. முட்டி மோதி என்பது வலுவாக இல்லை. போக்கும் வரவுமுள்ள புண்ணியன் என்பது முறுவல் தருகிறது. சமயப்பிரதிமை இத் தொடர் கவிதையில் காணப்பட்டாலும் இது மரபுக் கவிதை அல்ல. புதுக்கவிதை. மேலும் முக்கண்ணனுக்குத் தார் அடிக்கப்பட்டிருக்கிறது.

பார்வை 2

இன்குலாப்

நகர வாழ்க்கையைத் தார்ச்சாலையின் மூலம் நமக்குக் கவிஞர் அடையாளப்படுத்துகிறார். நீண்டு செல்லும் இத்தார்ப்பாம்பின் ஓட்டத்தில் மனித வாழ்க்கை அடையாளம் இழந்து போவதையும் காட்டுகிறார். நகர வாழ்க்கையின் அவசரத்தை, அக்கறையின்மையை நினைத்தவுடன் நம் கண்முன் நீள்வது இந்தச் சாலைகள் தானே. இந்திரனுக்கும் அப்படித்தான். இந்தத் தார்ப்பாம்பின் நீட்சியில், மனித வாழ்க்கை அலைக்கழிக்கப்படுவதை நம் கண்முன் நிறுத்துகிறார். கிராமப்புறத்துக்கு வந்த மின்கம்பங்களைப் பற்றிக் கிராமச் சிறுவர்கள் பாடிய ஒரு விடுகதைப் பாடல் நினைவுக்கு வருகிறது.

“ஓகோ மரமே!
உயர்ந்த மரமே!
ஒரு பிடி இலைக்கும்
விதியத்த மரமே!”

என்று பசுமையின் நிழலில் வளர்ந்த சிறுவர்கள் மின்கம்பத்தின் வெறுமையைக் குறித்துக் கேலி செய்தார்கள். இயற்கையை விட்டு நழுவிச் செல்லும் நகர்ப்புறத்தை அதன் சாலைகளில் இயக்கிப் பார்க்கும் இந்திரனும் கூறுகிறார்.

“மேலே!
மரங்கள்
இருக்கத்தான் வேண்டுமெனக்
கட்டாயமில்லை
குருவிகள் சல்லாபிக்க
கம்பங்களில்
கிளைவிட்டு நீளும்
மின்சாரக்கம்பிகளும் மிகவுண்டு”

ஒரு பிடி இலைக்கும், ஒரு துண்டு கிளைக்கும் விதியற்றுப் போன மின்கம்பங்கள், இருந்தும் இயற்கையின் இருப்பு அங்கும், பசிய மரங்களை மறந்தாலும் குருவிகள் காதலை மறக்கவில்லை. தப்பியோடும் இயற்கை வாழ்க்கை ஒரு சோகத்துடன் இந்த வரிகளில் மிச்சப்படுத்தப்படுகிறது. அதுபோலவே பல்லவன் பேருந்தில் நுழைந்து கண்ணாடியில் முட்டி முட்டி விழும் வால் விறைத்த தும்பியும்,

"தார்ச்சாலை பயனில்லை தும்பிக்கு
விமானத்துக்கு
வானத்தில் பறந்தாலும்
தரையில் ஓட
தார்ச்சாலை தயவு வேண்டும்"

இங்கு பறக்கும் இரு பொருட்களைக் கவிஞர் நம் கண்முன் நிறுத்துகிறார். ஒன்று இயற்கையின் மிகச் சிறிய வடிவம் தும்பி; மற்றொன்று செயற்கையின் பெரிய வடிவம் விமானம். ஆயினும் இயற்கையின் பறக்கும் துணுக்கு ஒன்றுக்கு இந்தத் தார்ச்சாலையும், அதன் வாகனங்களும் எப்படி அந்நியமாகின்றன என்பதை இரு முரண்பட்ட குறியீடுகள் மூலமாகக் கவிஞர் உணர்த்துகிறார்.

நகரின் அசுர வேகத்தில் கண்ணாடிச்சிறகு உடையாமல் காக்கப் போராடும் தும்பியாக மனித வாழ்வு அல்லல் உறுவதை என்னால் காண இயல்கிறது. இப்படி அந்நியமாகிக் கொண்டிருக்கும் வாழ்க்கை இன்னும் முழுமையாகத் துண்டிக்கப்பட்டுத் தூரப் போய் விழுந்து விடவில்லை என்ற நம்பிக்கையை

"நகரத்து கங்கை
இந்தத் தார்ச்சாலை
பிணங்கள் மிதக்குமெனினும்
பயிர் வளர்க்கும், தொலைதூர
உறவுகளின் ஏக்கம் முறிக்கும்"

என்ற வரிகளில் நிறுத்துகிறார்.

ஒரு கவிதையின் தேர்ந்த சொற்கள், படிமம், குறியீடு போன்ற உத்திகளை விளக்குவதில் எனக்குப் பயிற்சி இல்லை. ஒரு கவிதையை படிக்கும் பொழுதும், படைக்கும் பொழுதும் இவற்றையெல்லாம் கவனத்தில் கொள்வதுமில்லை. இந்த வித உத்திகளின் புரிதல்களுக்கு அப்பால் கவிதைகளை அடையாளம்

காண என்னால் முடியும். அதில் மனிதம் இருப்பதொன்றே எனக்குப் போதுமானது; குருவிகளும் தும்பிகளும் எனக்கு மனிதந்தான். அவற்றின் காதலும், போராட்டமும் இதில் இருக்கின்றன. அந்நியமாகிப் போகும் வாழ்க்கையை இது எனக்கு நெருக்கத்தில் கொண்டு வந்து நிறுத்துகிறது. அதனால் இந்த வரிகள் என் நெஞ்சை நெருடுகின்றன.

பார்வை 3

சுகுமாரன்

கவிதையின் மொழி பிரத்தியேகமானது. புறமொன்று வைத்து, உள்ளொன்று பேசுவது, தனது இருப்பைக் கடந்த வேறு ஒன்றைச் சுட்டியே அது பெரும்பாலும் இயங்குகிறது.

நகரத்தின் தார்ச்சாலையைப் பற்றி விவரங்களைக் கொண்டிருக்கிற இந்த கவிதை, மறைமுகமாக வேறு சில அம்சங்களைத் தானே சொல்ல வருகிறது? 'தார்ப்பாம்பு' என்ற சொற்சேர்க்கையே உயிர்ப்பும் ஜடத்தன்மையும் இயைந்த நகர வாழ்க்கையின் சலனத்தைப் பற்றியதல்லவா?

சொற்சிக்கனத்தைப் பொருட்டாகக் கொள்ளாமல் தளர்வாகவும், எளிமையான காட்சி விவரிப்பாகவும் எழுதப்பட்ட இந்தக் கவிதையில் மூன்று சித்திரங்கள் புலப்படுகின்றன.

ஒன்று;

நகரத்தின் சாலைகள் விதிகளை போதித்து அச்சுறுத்துபவை, அழித்தலின் கடவுள் போல தாட்சண்யம் இல்லாதவை. அவை ஓய்வின்றி ஓடுகின்றன. தாகம் தணிய அவ்வப்போது இரத்தம் குடிக்கின்றன. பிணங்களை மிதக்க விடுகின்றன. மண்டையோடுகளைச் சூடிக் கொள்கின்றன. நகரம் 'மயானம்' தான். இல்லை, 'மகா மயானம்'

இரண்டு;

அழிவின் ஆர்ப்பாட்டமான மௌனத்துக்கு நடுவிலும், இங்கே உயிர்ப்பின் துள்ளலும், தவிப்பும் சிறகடிக்கின்றன. கருத்த தோலுக்கடியில் சாக்கடை தாளங்கள் மின் நரம்புகள், தோலுக்கு வெளியிலும் மரங்களிலை. ஆனாலும் என்ன? மின்சாரக் கிளைகளில் குருவிகள் சல்லாபிக்கின்றன. நகர்ப் பேருந்தின் முன் கண்ணாடியில் தும்பி முட்டி மோதி

விழுகிறது. இயற்கையின் பரிவை மூர்க்கமாக மறுத்து ஓடுகிற நகரத்தின் ஜீவனில் இன்னும் உயிர்ப்பின் சங்கீதம் இருக்கிறது. வேகத்தில் மூச்சுத் திணறினாலும் வாழ்க்கையின் இயக்கம் துடிக்கிறது.

இரக்கமின்மையின் ஜடத்தன்மை, உயிர்வாழ்வின் ஆவேசம் இரண்டாலும் பின்னிய சரது நகரத்தின் சாலை, தூரங்களுக்கு விரிந்து இடங்களை அருகாக்கிக் கொள்ள இன்னும் ஓடுகிறது.

காட்சி விசாரணைக்கு மறுபுறம் கவிதையின் அர்த்தமாகத் தோன்றுபவை இவை. இந்தச் சித்திரங்கள் கவிஞர் நம்மிடம் தீட்டிக் காட்டியவையல்ல. கவிதையின் உள்ளடக்கத்திலிருந்து நாமாக உருவிக் கொண்டவை. இப்படிச் சொல்லும் போதே, வார்த்தையின் முனையில் அதிருப்தியின் சிறு முடிச்சும் கனக்கிறது. இந்தச் சித்திரம் சற்றுக் கவனம் கொண்டிருந்தால் இன்னும் துல்லியமாக அமைந்திருக்க முடியுமே!

இப்போது ஓர் உருவப்படம் தெரிகிறது. ஆனால் முகத்துக்குப் பொருந்தாத மூக்கு வரையப்பட்ட உருவப்படம்.

பார்வை 4 / உள்ளிருந்து சில வார்த்தைகள்
இந்திரன்

கவிதை செய்ய முனைகிற போதெல்லாம் சொற்களின் பலகீனத்தையும், அவற்றின் நம்பகமற்ற தன்மையையும் மென்மேலும் புரிந்து கொள்ள வாய்ப்பு ஏற்படுகிறது.

இருபக்கமும் கூர்மையான ஒரு கத்தியாய் இருக்கிறது மொழி. ஒன்றை மற்றவர்க்குத் தெளிவாக்கப் பயன்படும் அதே மொழி தான் தெளிவான ஒன்றை மூடுபடி போன்று மூடி மறைத்து குழப்பவும் பயன்படுகிறது.

அதிலும் பேச்சு மொழியைக் காட்டிலும் அச்சடிக்கப்பட்ட மொழி மேலும் இறுகிப் போய் கிடக்கிறது. "நட்சத்திரங்களை விட நிறையவே பேசுவது அவற்றிற்கிடையேயுள்ள இருள்" என்று குறிப்பிடுவார் பிரமிள். பேச்சு மொழியில் வார்த்தைகளின் இடையில் வந்து அமையும் மௌனத்தைக் கூட பேச வைக்க முடியும். இந்த வசதி அச்சு மொழிக்கு இல்லை.

கருத்துப் பரிமாற்றம் செய்யத் துடித்த மனிதனுக்கு முதலில் முன் வந்தது அவனது உடம்பு தான். மனித உடலின் ஒரு பகுதியான தொண்டை, நாவு ஆகியவற்றிலிருந்து பிறந்து வந்த மொழி, நாளடைவில் உடம்பின் ஒரு செயல்பாடு எனும் நிலையிலிருந்தே மாறிவிட்டது. அச்சு யந்திரம் அச்சடித்துத் துப்பும் ஒரு 'பொருள்' என்ற அளவுக்கு இறுகிப் போய் விட்டது.

இது போதாதென்று, மிக நல்ல சொற்களெல்லாம் இன்றைய விளம்பரம், அரசியல், திரைப்படம், போன்றவற்றின் பயன்படுத்தலினால் தேய்ந்து போய்விட்டன. உள்ளே காற்றில்லாமல் பயன்படுத்தப்படும் டயர் வீணாகிப் போகிறது இவ்வாறு உண்மையின் உள்ளீடு இன்றி பயன்படுத்தப்படும் சொற்களும் சிதைந்து விடுகின்றன.

இத்தகைய மொழி தான் கவிஞரின் வெளிப்பாட்டுச் சாதனமாக இருக்கிறது. என்ன செய்வது?

மொழியின் நம்பகமற்ற தன்மை என்னை என்றும் வெகுவாகத் துன்புறுத்தி வந்திருக்கிறது, சுமார் எட்டு ஆண்டுகளுக்கு முன்பு வெளி வந்த 'அந்நியன் தொகுதியில்' "வர வர வார்த்தைகளின் மீதே எனக்கு நம்பிக்கை அற்றுப் போச்சு" என்ற கவிதையை எழுதினேன்.

எனவே 'தார்ப்பாம்பு' கவிதையை நான் எழுதிய போது, தார்ச்சாலையைச் சாட்சி வைத்து, நகரத்து வாழ்க்கையை அப்படியே புரிய வைத்து விட முடியும் என்ற நம்பிக்கை எனக்கு இல்லை. மாறாக, நகர வாழ்க்கையின் சாரத்தை வாசகன் புரிந்து கொள்வதற்கு ஏற்ற வகையில் ஒரு தளம் அமைத்துக் கொடுத்தால் அதுவே பெரிய காரியம் என்று தோன்றியது. எனவே காட்சிகளின் துண்டுகளைச் சேகரித்து விவரிக்க முனைந்தேன். இதுவரை காணக்கிடைத்திராத புதிய காட்சிகளை உருவாக்க நினைத்தேன்.

ஒருநாள் மாலை அண்ணாசாலையில் சிக்னலுக்காக காத்திருந்த வேளையில் 'தார்ப்பாம்பு'க்கான நிழலாட்டம் எனக்குள் நிகழ்ந்தது. முதல் வரிக்கான சொற்கள் உதட்டு நுனியில் நகரத் தொடங்கின. உள்ளிருந்து வந்த சொற்களை உதட்டு நுனியிலேயே உருட்டி உருட்டி இடம் மாற்றி அமைத்தேன். பிறகு அந்த வரியின் சரடைப் பற்றிக் கொண்டு ஏறத் தொடங்கினேன்.

நம்மைச் சுற்றிலும் காலாவதியாகிப் போன உவமைகள் ஏராளம். மிக உன்னதமான உவமைகள் நம்முடன் பழகியதின் காரணமாக அவற்றின் புதுமைப்பண்பை இழந்திருக்கின்றன. உதாரணமாக, 'நாற்காலியின் கால்' என்பதை எடுத்துக் கொண்டால், எவ்வளவு நல்ல விவரிப்பு அது!

நாற்காலி நிற்க உதவும் நான்கு மரத்துண்டுகளை, மனிதன் நிற்க உதவும் கால்களுடன் ஒப்பிட்டு 'நாற்காலி கால்' என்ற பதச்சேர்க்கை தோன்றியது. இதே போன்று தான் 'தார்', 'பாம்பு' எனும் இரண்டு சொற்களை இணைத்து 'தார்ப்பாம்பு' எனும் பதச்சேர்க்கையை உண்டாக்கினேன். ஆனால் பார்வை 3ல் சுகுமாரன் புரிந்து கொண்டது போன்று ஜடமும், உயிர்த்தன்மையும் சேர்ந்த ஒன்று என்ற பொருளும் அதில் கிடைக்கிறது என்று நான் நினைத்துக் கூட பார்க்கவில்லை. சுகுமாரனின் புரிதலின் ஆழ அகலங்களுக்கேற்ப இந்த குறியீட்டின் அர்த்தம் செழிக்கிறது. இதுவே மொழியின்

பலம். பல்வேறு அர்த்த பாவங்களுக்கு இடம் கொடுக்குமாறு மொழியைத் திறந்து வைத்தால் இது நிகழும். ஆனால் இதுவே தான் மொழியின் பலவீனமும் ஆகும். கவிஞன் தன் மனதில் நினைத்திராத ஒன்றை மொழி சுட்டுகிறது என்பது மொழியின் நம்பகமற்ற தன்மையின் அடையாளம். எனவேதான் சொற்கள் பயன்படுத்தப் பெறும் இடங்களுக்கேற்ப பெறும் தொனிப் பொருள் பற்றியும் எந்தெந்த விதமான வாசகனிடம் எந்தெந்த விதமான அதிர்வுகளை ஏற்படுத்தும் என்பது புரியும்.

புராணிகத் தன்மையை என் கவிதையில் நுழைப்பதின் மூலம் சிலவற்றை சாதிக்க முடியும் என்று நினைத்தேன். மூவண்ண சிக்னலையும் சிவனையும் இணைத்தேன். புராணிகத் தன்மை என்ற உடனேயே ஃபீனிக்ஸ் பறவைகளையும், ப்ராமிதியஸ்களையும் தேடி ஓட விரும்பாததால் சும்மா இருந்த சிவனை வம்புக்கு இழுத்தேன்.

வெவ்வேறு பின்புலங்களைக் கொண்ட வாசகர்களுக்கு வெவ்வேறு விதமான எதிர்வினைகளை ஏற்படுத்தியிருக்கிறது இது. ஞானக்கூத்தனைப் பொறுத்தமட்டில் சிவனைப் பற்றிய குறிப்பு நான் நினைத்ததைக் காட்டிலும் ஏராளமான எண்ண அதிர்வுகளை ஏற்படுத்தி இருக்கிறது. சங்க இலக்கியத்தில் ஊடுருவும் அளவுக்கு அது சென்று இருக்கிறது.

ஆனால் புரட்சிகர பின்னணி கொண்ட இன்குலாப்பிற்கு எந்தவிதமான அதிர்வுகளையும் அது ஏற்படுத்தவில்லை. மாறாக மின்கம்பம் குறித்த வர்ணனை கிராமிய அனுபவங்களுக்கு அவரை அழைத்துச் சென்றிருக்கிறது. கவிதையை அடர்த்தியாகக் கையாண்டு வெற்றி கண்ட சுகுமாரனுக்கோ 'தார்ப்பாம்பு' தளர்வாகத் தெரிகிறது.

என்னைப் பொறுத்தமட்டிலும், கவிதையை 'அடர்த்தியான பேச்சு' என்று வரையறுக்க மாட்டேன். கவிதையின் மொழி பிரத்தியேகமானதும் அல்ல. அது அடர்த்தியானதும், தளர்வானதும் ஆகும். அது மூடி இருப்பது. அதே போல் திறந்தும் இருப்பது.

இறுதியாக ஒரு சொல்; எந்தக் கவிதையையும் நான் முழுமையாக எழுதி முடித்துவிட்ட நிம்மதி எனக்குக் கிடைத்ததில்லை. எல்லாக் கவிதைகளும், எல்லாச் சித்திரங்களும் பாதியிலேயே விடப்பட்டவையாகத் தான் எனக்குத் தோன்றுகின்றன. அச்சேறிய பிறகு படிக்கிற போது கூட இப்படிச் செய்திருக்கலாம். அப்படி மாற்றியிருக்கலாம் என்ற எண்ணம் என்னை தாக்கியே

வந்திருக்கிறது. 'தார்ப்பாம்பு'ம் அதற்கு விதிவிலக்கல்ல.

"படைப்பு வாசகருக்குள் நுழைந்து அவனது அனுபவப் பாங்கைச் சீண்டிக் கிளர்வித்து அவனது சாரமும் முன்பில்லாத புதியதொரு தோற்றம் கொள்கிறது" என்று குறிப்பிடுவார் அபி.

இதை விளக்கும் ஒரு விளையாட்டாகத் தான் ஞானக்கூத்தன், இன்குலாப், சுகுமாரன் ஆகியோரை அணுகினேன். அவர்களும் ஆட்டத்திற்கு வந்தார்கள். இந்த ஆட்டத்தில் இந்த மூவர் தவிர பிற வாசகர்களும் சேரவில்லை என்று சொல்ல முடியுமா என்ன?

முப்பட்டை நகரம் - ஜனவரி, *1991*

மழைக் காடும் ஓவியனும்

மழைக்காடு வெட்கப்பட்டது
ஓவியனின் முன்னால் நிர்வாணமாக நிற்க.

ஈரத்தில் ஊறிய இருள் துணியை
தன் தூரிகையால் போர்த்தினான் ஓவியன்.

மழைக்காடு தன் கூந்தலை மெல்ல வருடியது.

கூரிய அலகுகளின் மீது கொண்டை வளர்த்த
இருவாச்சிப் பறவைகளின் குரலோடு
மரங்கொத்திப் பறவைகளின் இசையைக்
கொஞ்சம் நீர்வண்ணத்தோடு கலந்தான் ஓவியன்.

மழைக்காடு
வெட்கத்தில் கவிழ்ந்த தன் தலையைச் சற்றே
நிமிர்த்தியது.

வானைத் தொடுவதில் போட்டி நடத்திக் கொண்டிருந்த
மெஹகனி மரங்களையும் செஸ்னட் மரங்களையும் கடந்து
பாதங்களால் போடப்பட்ட பாதையில் நடந்தான் ஓவியன்.

மழைக்காடு
தன் உடம்பிலிருந்து எழும்பிய ஈர வாசனையால்
ஓவியனை அழைத்தது.

ஓவியம் எனும் கண்ணாடியில்
தன்னைத்தானே பார்த்துக் கொள்ளும்
ஆசையை வெளியிட்டது.

ஓவியன்
தான் தொடங்கிய
ஓவியத்தை முடிக்க முடியாமல் தவித்தான்.

தன் மேல் விழும் வெளிச்சத்தைக்
கணம் தோறும் மாற்றும்
மழைக் காட்டை
ஓவியத்தில் கைப்பற்ற முடியாமல்
தோற்றுப் போய்த் திரும்பினான் ஓவியன்.

மிக அருகில் கடல்-2014

இசை மரம்

மரம்
இசையால் நிரம்பியது.
அதிகாலையில்
ஈரக்காற்று முழுவதும்
இசைக்குறிப்புகள்
அடிவானத்து மேகங்கள்
இசையின் கசிவு
வானம் முழுவதும்
இசையைப் பூசின
சிறகுகள்
கடற்கரைச் சாலையில்
வாகன நடமாட்டம் தொடங்க
காணாமல் போயிற்று இசைமரம்.

அக்டோபர், 1995

ரயில்

நிலவொளியில்
இரவு ரயில்
தண்டவாளம் தின்று
முன்னேறிப் பாயும்

காலமும் தூரமும்
ஒன்றை ஒன்று விழுங்கும்
பாம்புகள

ஜன்னலில்
என்னோடு ஓடி வரும் நிலவு
சிறகுகள் சிலவற்றைச்
சுழன்றோடும் வயல்கள்மேல் இறைத்தபடி

நீ, நான்
அவன், அவள் எல்லோரும் இன்று
ரயிலின்
தாளலயத்திற்கு
தலையாட்டும் பயணிகள்.

முப்பட்டை நகரம் - ஜனவரி, 1991

தார் உருக்கும் இயந்திரம்

ஓய்வெடுக்க வருகிறது
இரவுதோறும்
எண் 40அடி தெருவுக்கு
தார் உருக்கும் இயந்திரம்.

சூரியனில் உழைத்து
தார் உருக்கி உருக்கி
கருத்த உடம்புடன்
உழைப்புக்கே உரிய
குற்ற உணர்ச்சி அற்ற கம்பீரத்துடன்
கொழுத்த அதன் இரும்பு தசைகள்
நிலவில்
தினந்தோறும் குளிரும்.

நகர்வது அதன்விதி
ஆனாலும்
முன்னேறிப் பாய்வதில்
இல்லை அதன்வேகம்.

தீயின் உச்ச கதியில்
தாரை உருக்கிச் சாலையாய் நீட்டுவதில்
தெரியும் எல்லோருக்கும்
அதன் தீவிரம்

முப்பட்டை நகரம் - ஜனவரி, 1991

பேருந்து

தொலைதூர மலையொன்று
உயிரோடு உருமாறும் கண்முன்னால்
பேருந்தின் வேகத்தில்.

உழுத வயல்களில் நிழல்கள்
கோடு கோடாய்.

ரோமத்தைப் பறிகொடுத்த ஆடுகள்
வெயிலை அசைபோட்டு
குளிர் தொலைக்கும்.

ஹாரன் ஒலி
மந்தைக்குள்
இடைவெளி தேடி நுழையும்.

முகத்தில் அறையும் காற்றில்
தலை சுருங்கி
சிறுத்துப் போகும்.

முப்பட்டை நகரம் - ஜனவரி, 1991

கவிதை

நெருப்பு நீர்

அப்பாவைக் காட்டிலும்
அம்மாவை எனக்குப் பிடிக்கும்.

நினைவுப் பாதையில்
வழிமறிப்பதென்னவோ அப்பாதான்.

அந்தரங்கமான அறையில்
கனமான கால்தூக்கி
அம்மாவை அவர் உதைத்த உதைகளைத்
தெரியும் எனக்கு.

அம்மா பெரிதாக என்ன செய்துவிட்டாள்
நினைவில் நிற்கிறமாதிரி
வலியோடு முணகி
தரையில் சாய்ந்தது தவிர?

எண்ணெய் தடவி
தலையை வாரி சீவிவிட
அப்பாவின் கை
கன்னத்தை அழுத்திப் பிடிக்கையில்
தாடை எலும்புகள் நொறுங்கும்.

தலையை முத்தங்களால் ஈரப்படுத்தவும்
தவறு செய்துவிட்டாலோ
கன்னத்தை வீங்க வைக்கவும்
அப்பாவால் தான் முடியும்.

அம்மாவின் அதிகபட்ச கொஞ்சல்
முகத்தில் லேசான முகர்தல்.

அவர் நெருப்பு
அவள் நீர்.

அப்பாவைக் காட்டிலும்
அம்மாவை எனக்குப் பிடிக்கும்.

புதிய பார்வை - டிசம்பர், 1994

மீன் பிடித்தல் பற்றி...

முன்னுரை

கெண்டை கெளுத்தி ஆகிய ஓடை மீன்கள், பாறை காலா, காணாங்கழுத்தை முதலிய கடல் மீன்கள், விலாங்கு போன்ற ஆற்று மீன்கள் என்று மீன்கள் பலவிதம். வலைகளையும் தூண்டில்களையும் நிராகரிப்பதற்கு அவை கையாளும் வழிமுறைகளோ ஏராளம். அவற்றை ஏமாற்றிச் சிக்க வைத்துப் பிடிப்பதற்கு மனிதர்கள் கையாளும் வழிமுறைகளும் அநேகம். இப்படி மீன்களுக்கும், மனிதர்களுக்கும் ஏற்படும் போராட்டம், கவிஞனுக்கும், அவன் கைப்பிடியிலிருந்து நழுவ முயற்சிக்கும் கவிதைக்குமான போராட்டம் போலச் சுவாரசியமானது.

மீன் பிடிப்பதற்கு முதலில் இரை தயாரிக்க வேண்டும். அரிசிப் பொரியும் மஞ்சள் தூளையும் சேர்த்து கூழ்போலாக்கி, உருண்டை உருண்டையாகச் செய்து கொள்ள வேண்டும். அல்லது கோழிக்குடலை எடுத்து, ஈரமண்ணில் இரண்டு நாள் புதைத்துவிட்டு எடுத்தால் கிடைக்கும் அழுகிய இரையையும் பயன்படுத்தலாம். கவிதையைப் பிடிப்பதற்குக் கையாளும் அதே வழிமுறை தான். காத்திருத்தலை ஒரு யோகமாகப் பயின்றவர்களுக்கு மட்டுமே சிக்கும். கவிதைகளை நம்மிடமிருந்து பிதுக்கி எடுத்து விட முடியாது. ஒரு மலர் மலர்வதைப் போல, ஒரு செடி வளர்வதைப் போல அது இயல்பாக நிகழ வேண்டும். இன்னும் ஒரு வேடிக்கை என்னவென்றால் நம் தூண்டிலில் சிக்கியவை எல்லாம் கவிதைகளாகத்தான் இருக்கும் என்றும் சொல்ல முடிவதில்லை. சில வேளைகளில், விடுகதைகளும், வேடிக்கைகளும் கூட, கவிதைக்கென நாம் போட்ட தூண்டிலில் வந்து சிக்கி விடுவது இல்லையா?

அடடே! இதென்ன இது? மீனுக்கென போட்ட தூண்டிலில் மீண்டும் மீண்டும் கவிதையே வந்து சிக்குகிறது! போதும் இனி நாம் மீன்களைப் பற்றி மட்டுமே பேசுவோம்.

அந்நியன் கவிதைத் தொகுதி, 1983

ஆ. மாதவன்

திருவனந்தபுரம்
10.5.1983

அன்பு நண்பன் இந்திரன்

சொல்கிறேன் கேள்,

'ஒரு முன்னுரைக்குப் பதிலாக' நீ எழுதியிருக்கும் வாக்கியங்களே இந்தப் புத்தகத்தின் தங்கமுத்திரை, மீன் பிடிக்கும் வழியாகச் சொல்லித் தருகிறாய்.. நீ.. நன்றாகச் சொல்கிறாய்... ஓசை அழகில் அதிக ஆசையுடன் ஈடுபடுகையில் கவிதையை விட்டு விடுகிற கவிஞர்களை உதாரணம் காட்டும் போது உண்மையில் வாய்விட்டுச் சிரித்து விட்டேன்.. விலாங்கிற்காக, ஓடையில் இடுப்பளவு நீரில் ஆழமாகப் பள்ளம் தோண்ட வேண்டும். அப்போது தான் விலாங்கு அந்த ஓடையில் தங்கும்.. இந்திரனே.. நழுவும் மீன்களைப் பிடிக்க உனக்கு உக்கிரவக்கிர சூட்சுமம் அத்துப்படி...

"மீனுக்கென போட்ட தூண்டிலில் மீண்டும் மீண்டும் கவிதையே வந்து சிக்குகிறது! மேலும் இனி நாம் மீன்களைப் பற்றி மட்டும் பேசுவோம்"

முன்னுரையை நீ முடித்துவிட்ட பின்பும் அந்நியன் தொகுதியின் இந்தச் சிகரக்கவிதை இருட்டறையின் பகல் வெளிச்சம் போல மிஞ்சி நிற்கிறது. உண்மையில், இதுவே இத்தொகுப்பின் சிறந்த கவிதை!

விமர்சனக் குறிப்புகள்
நகுலன்

புள்ளி

காகிதத்தில்
நான் வைத்த ஒற்றைப் புள்ளி
இயக்க அலைகளை
எல்லாத் திசையிலும் எழுப்பும்.

நட்சத்திரப் புள்ளிகளின்
தொகுப்பில் வழிகிறது பால்வீதி.

கோடு
புள்ளிகளின் தொகுப்பின்றி
வேறென்ன?
புள்ளியில் தொடங்கும் பயணம்
கடல் தேடி புறப்பட்ட நதியாகிறது.

வெள்ளைக் காகிதத்தின்
வெறுமைக்குள் புதைந்திருக்கும்
சித்திரத்தைத் தேடி
ஓடுகிறது கோடு.

தேடி அலுத்த பின்னால்
தெரிகிறது
சித்திரம் காகிதத்தில் இல்லை.

கண்ணுக்குள் இருக்கிறதோ?
இல்லை அங்கேயும்.

சமீபத்தில் பிரசுரமான "விருட்சம் கவிதைகளை"ப் புரட்டிய பொழுது இந்திரனின் 'புள்ளி' என்ற கவிதை தென்பட்டது (பக்கம் 109) முதலில் படித்ததுமே இக்கவிதை என்

மனதில் ஒரு விளைவை ஏற்படுத்தியது. இதை அழகிய சிங்கர் வார்த்தைகளில் கூறுவதென்றால் கவிதையில் "ஏதோ ஒன்று" என்பது தான் என்ன என்பதை நான் எனக்கே தெளிவுபடுத்துவதற்கு எடுத்துக் கொண்ட முயற்சியே இந்தக் கட்டுரை எழுதுவதற்கு அடிப்படைக் காரணம்.

முதல் வாசிப்பிலேயே கவிதையில் பேசப்படும் பொருள் எவ்வாறு மனம் ஒரு படைப்புத் தொழிலில் இயங்குகிறது என்பதை விவரிக்கிறது. ஒற்றைப் புள்ளியில் தொடங்கி மனம் இயங்க ஒரு குறிப்பிட்ட கணத்தில் ஓவியம் என்றால் ஓவியம், கவிதை என்றால் கவிதை என உருவாகிறது என்பது, ஓவியத்திற்குச் சொல்வது (புள்ளி, கோடு இப்படியாக இப்படியாக) கவிதைக்கும் பொருந்தும்.

அவரவர் வழி அவரவர்க்கு. யாருமே அவரவர் அப்படி நினைத்தாலும் சுத்த சுயம்புவாக இயங்குவதில்லை. நான் படித்த புஸ்தகங்கள், நான் பழகிய மனிதர்கள் வழி வழி வந்த உணர்வுகள். இவைகளே என் இலக்கிய ரசனையை நிர்ணயிக்கின்றன. கவிதையை வைத்துக் கொண்டு பேசுவதென்றால் படைப்புத் தொழில் இவ்வாறு விவரிக்கப்படுகிறது.

ஒற்றைப் புள்ளி இயக்க அலைகளை எல்லா திசையிலும் எழுப்பும்; கோடு புள்ளிகளின் தொகுப்பின்றி வேறென்ன? மேலும் சித்திரம் காகிதத்திலும் இல்லை; கண்ணுக்குள் இருக்கிறதோ? கண்டவனின் மனசுக்குள், இங்கு இந்தப் பரிசீலனையை நிறுத்திக் கொள்கிறேன். மேலும் அபோத மனம் (கிணற்றுக்குள் வீழ்ந்து விட்ட பூனை) ஓயாது ஒலி எழுப்பிக் காத்திருக்கும் ஒற்றைப் புள்ளிக்குள் ஒளிந்திருக்கும் ஓராயிரம் சித்திங்கள். இந்தக் கடைசிப் பகுதியில் நிசப்தத்தில் ஆழ்ந்து கிடக்கும் ஒரு குறிப்பிட்ட சமயத்தில் ஓராயிரம் சித்திரங்களாக (இங்கு ஓவியம், கவிதை இரண்டும் அடங்கும்) வெளி வரும்.

படைப்பானாலும் சரி விமர்சனமானாலும் சரி ஒற்றைப் புள்ளி இயக்க அலைகளை எழுப்புகின்ற விமர்சனத்தைப் பற்றிய வரை, மரபு வழியில் இந்தப் புள்ளி பிரணவத்தில் அடக்கம் என்கிறார்கள். இது இப்படியில்லை என்பது நவீன அணுகல் முறை. இந்தப் புள்ளி என்பது எதைக் குறிக்கிறது?

மேலே கூறியபடி இது பிரணவத்தைக் குறிக்கிறது. இல்லை; இதை இந்தத் தத்துவத்தை ஒதுக்கிப் பார்த்தால் ஒரு படைப்பின்

ஆரம்பம் அது முடிவில் முழுமையாக உருப்பெறும் வரையில் அது குறித்து ஒன்றும் சொல்ல முடியாது. அது படைப்புச் சக்தியின் தொடர்ந்து செயல்படும் சக்தியின் தீவிரத்தைப் பொறுத்தது. இது இயற்கை நியதி, இந்தச் சக்தி அவரவர் 'மனவார்ப்புக்கு' ஏற்ப விசும்பில் பால்வீதியாக கடல் தேடிப் புறப்படும் நதியாகலாம், ஆனால் ஒன்று; கவிதையானாலும் சரி, ஓவியமானாலும் சரி, அது காகிதத்தில் இல்லை. பின்? கண்டவனின் காண்பவனின் மனசுக்குள் ஓயாமல் ஒற்றைப் புள்ளிக்குள் தான் அடக்கம். இங்கு சார்த்தின் கொள்கைப்படி கவிதையானாலும் சரி, ஓவியமானாலும் சரி, அருவத்திலிருந்து உருவம் வரும்வரை, அது காவியமோ ஓவியமோ ஆவதில்லை. இக்கவிதையில் இன்னொரு தன்மை என்னவென்றால் சப்தம் மூலம் உருவம் உருவாவது, "கண்டவனின் காண்பவனின் என்ற தொடர் அகர ஆகார இசைவினால் (இவை க,கா என்பதைக் குறிக்கிறது) காண்பவன் தான் கண்டவன் ஆவான். கண்டவன் காண்பவனின் அம்சம் என்று கூறுகையில் எழுதுபவனும் வாசிப்பவனும் ஒரு நாணயத்தின் இரு பக்கங்கள் என்றவாறு..

இந்தச் சப்த விசேஷம் "ஒற்றைப் புள்ளிக்குள்/ஒளிந்திருக்கும் ஓராயிரம் சித்திரங்கள்" என்பதிலும், "கண்டவனின் காண்பவன் மனசுக்குள்" என்பதிலும், "ஒற்றைப் புள்ளி / இயக்க அலைகளை/ எல்லாத் திசைகளிலும்" என்பதிலும், "புள்ளியில் தொடங்கும் பயணம்/ கடல் தேடிப் புறப்பட்ட நதியாகிறது" என்பதிலும் நாம் காணலாம். கவிதையில் சப்தமும் அர்த்தமும் இணைய ஒரு பிரத்யேக இன்பம் காணப்படுகிறது. பாரதியின் "குயில்" பாட்டில் சப்தம் தரும் இன்பம் குறித்து ஒரு பகுதி எழுதியிருக்கிறார். "குயில்" பாட்டை நினைக்கும் பொழுதெல்லாம் அதில் வரும் ஒரு வரி "புல்லை நகையுறுத்தி பூவை வியப்பாக்கி" என்ற தொடர் என் நினைவில் வட்டமிடுகிறது. மேலும் இக் கவிதையில் வரும் " இயக்க அலைகள்" என்பது படைப்பு மனதின் ஒரு அம்சமாகவே நான் கருதுகிறேன். படைப்பு அலைகளின் இயக்கக் கதியினால் படைப்புக்கு ஒரு புதிய பரிமாணம் உண்டாகிறது என்பதுமாம்.

விருட்சம்.

விமர்சனம்

கடைசிப்பக்கம்
சுஜாதா

ஐந்து வருஷத்துக்கு ஒரு முறை தான் இந்த மாதிரி கவிதைத் தொகுப்புகள் வருகின்றன. கடைசியாக 'சனங்களின் கதை'. இப்போது இந்திரனின் 'முப்பட்டை நகரம்'. முழுக்க நகரத்தைச் சுற்றி இயங்கும் வாழ்க்கையைக் கவனித்து எழுதப்பட்ட உண்மைக் கவிதைகளில் பல அற்புதமானவை. 'அடுக்கு மாடிகளில் வாழ்பவர்கள் சூரியனை கான்க்ரீட்டில் புதைப்பதையும்..' "சோடியம் விளக்குகளின் மஞ்சளில் நனைந்த மனிதர்கள் தொலைக்காட்சி பெட்டி முன்னால் மரத்துப்" போவதையும் கவனிக்கும் இவர் கவிதைகள் தமிழுக்கு ஒரு பரிமாண விஸ்தரிப்பு என்று கூடச் சொல்வேன். புராதனமானது பசியைக் காட்டிலும் வேறென்ன என்றும் 'குளிர்ந்த காற்று உறவங்குவதற்கா விழிப்பதற்கா என்றும் கேட்கும் இவர் கேள்விகளே வினோதமானவை. சில சமயம் ஹைக்கூவின் சிக்கனம் வருகிறது.

"தண்டவாளத்துக்கிடையில்
புல்லின் நுனியில் கடுகாய்ப் பூத்த
மஞ்சள் பூவிலும்
வண்ணத்துப்பூச்சி"
இதில் கடுகையும் பூவின் 'உம்' விகுதியையும் நீக்கி விட்டால் அசல் ஹைக்கூ.
"நடைபாதை பழம் விற்கும் கிழவியிடம்
குறுந்தடியின் வலிமை காட்டி
பழம் பறிக்கும் போலீஸ்காரனைத்
தட்டிக் கேட்க முடியாத
கையாலாகத்தனம்
கவிதை எழுதினால் அதிகமாகுமென்று
புரிஞ்சு போச்சோ மனசுக்கு"

என்று கவிதை எழுதாமலிருப்பதைப் பற்றியே கவிதை எழுதியுள்ள இந்திரன் கவனத்திற்குரியவர்

இந்திரன் புத்தகத்தில் அவர் வரைந்த சில கோட்டுச் சித்திரங்களும் உள்ளன. அதைப் பார்த்ததும் நான் வரைந்த சில கோட்டுச் சித்திரங்களை வெளியிடலாம் என்று தைரியம் பிறந்தது காண்க.

'கணையாழி கடைசிப் பக்கம் – ஜூலை 1991

ஒரு கடிதம் / மௌனன் யாத்ரிகா

நாள் : 09-08-2016
இடம் : டப்ளின் நகரம், அயர்லாண்டு
நேரம் : இரவு 3 மணி

அன்பிற்கினிய மௌனன் யாத்ரீகன், ஆசீர்வாதங்கள்.

நேற்றே வந்திருக்கிறது மின்னஞ்சலில் உங்களது கவிதைத் தொகுதியின் எழுத்துப் பிரதி. மூன்று வாரங்களின் முன் பிறந்த என் பேத்தியை இரவு பகலாய்ப் பார்த்துக் கொள்ளும் வேலை சுவாரஸ்யத்தில் இன்றுதான் மின்னஞ்சல் திறந்தேன். மன்னியுங்கள்.

என்னை அணிந்துரை எழுதுமாறு கேட்டிருக்கிறீர்கள். அது ஏதோ அதிகார துஷ்பிரயோகமாகி விடுமோ என மனசுக்குத் தொன்றுகிறது. மனதில் கனியும் தூய எண்ணங்கள் நாவின் எச்சிலில் விழுந்தவுடனே முதல் தரப் பொய்யாக மாறி விடுமோ என அஞ்சுவது போல நான் அணிந்துரை எழுத அஞ்கிறேன். காரணம் தொட்டால் உடைந்து விடுமோ என்கிற உங்கள் கவிதைகளின் கண்ணாடித் தன்மைதான்.

முதலில் உங்கள் முன்னுரை பார்த்தேன் " ஒரு துறவியைப் போல் சப்தமற்று கடந்து போக மழைக்கு தெரியாது.அது வெயிலின் குணம்." என்று நீங்கள் எழுதியிருப்பதைப் பார்த்து எனக்குக் கோபம் வந்தது. அதெப்படி வெயிலை அப்படி தூஷணையாகப் பேசலாம் அதுவும் வெயிலில் பிறந்து வெயிலை உண்டு வளர்ந்த என்னை வைத்துக் கொண்டு?

டப்ளினில்கூட இப்போது கோடை காலம்தான். இரவு ஒன்பது மணி வரை வெயிலடிக்கிறது. மகரந்தங்கள் கண்ணுக்குப் புலப்படும்படி காற்றில் பறக்கின்றன.

கடற்பறவைகள் கடலை விட்டு ஊருக்குள் வந்து வீட்டுக் கூரைகளின் மீது அமர்ந்தபடி விசித்திரமாகக் குரல் கொடுக்கின்றன. குழந்தைகளும் பெரியவர்களும் வண்ண வண்ண ஆடைகளுடன் சத்தமாய்ப் பேசிக் கொண்டு வெயிலை அனுபவித்தபடி மண்ணைக் கிளறி பூஞ்செடிகளை நட்டுக் கொண்டிருக்கிறார்கள். எங்கள் வீட்டு ஜன்னல்களில் நகரத்தைச் சுத்தம் செய்யும் மக்பை பறவைகள் ஒலியெழுப்பத் தொடங்கி விட்டன. இந்த அன்னிய நகரத்திலும் கோடை என்னைச் சுற்றிலும் சத்தம் போட்டுக் கொண்டிருக்கிறது.

இந்த வெயிலை ரசித்துக் கொண்டு உங்கள் மழைக் கவிதைகளை ரசித்துக் கொண்டிருக்கிறேன்...

நிஜமாகத்தான் சொல்கிறேன்... புதிதாய் பூமிக்கு வந்து, கள்ளம் கபடமற்ற கண்களால் தன்னைச் சுற்றி இருக்கும் உலகைப் பார்க்கும் பச்சிளங் குழந்தையின் பார்வை உங்கள் கவிதையில் காணக் கிடைக்கிறது. உங்கள் கவிதைகளின் சுவாசத்தில் உங்கள் பாட்டன் பாட்டிகளின் வாசனை இருந்தாலும் “முன்னிரவுக்கு திராட்சை வத்தலின் சுவை; நிசிக்கு பேரீச்சையின் சுவை, பின்னிரவுக்கு நாவல் பழத்தின் சுவை” என்று இரவை நுகர்ந்து பார்ப்பதில் தெரிகிறது நீங்கள் அலாதியானவர் என்று. பின்னிரவுக்குப் பிறகும் விழித்திருப்பவர் நீங்கள் என்பது நிரூபணமாகிறது.

தற்காலத் தமிழ்க் கவிஞர்கள் பெரும்பாலும் கண்ணால் பார்ப்பதை மட்டுமே எழுதுகிறார்கள். மூக்கினால் நுகர்ந்து பார்க்கும் சுவையை இழந்து விட்டார்களோ என எனக்கு அடிக்கடி அச்சம் வருவதுண்டு. கூந்தல் மணம் பற்றிய நக்கீர விவாதங்களின் வாசனை மரபை தற்காலத் தமிழ்க் கவிஞர்கள் இழந்து விட்டார்களோ என்கிற ஆதங்கத்தை உங்கள் கவிதைகள் தீர்த்து வைக்கின்றன. தும்பைப் பூவின் வெளி மடலில் வாசனை கிடையாது என்பதையும், களை எடுப்பை அப்படியே போட்டு விட்டு வீட்டுக்கு ஓடி அவிழ்த்துப் போட்ட புடவையிலிருந்து அந்தப் பருவத்தில் கூம்பவிழ்ந்த செம்பூக்களுக்கு வாசனை ஊறிப் பெருகும் என்பதையும் நீங்கள் சொல்லித்தான் எங்களுக்குத் தெரிய வருகிறது.

பூவரசுவிலிருந்து வேம்புக்கு மாறி அமரும் பறவைகளையும்,தன் தாய் மரம் எந்த வனத்திலிருக்குமோ என ஏங்கும் தாவரங்களையும், சில்லென வீசும் காற்றில் மெதுவாய்த்

தரையிறங்கும் இலையை உணர வாய்க்கும் புலரியையும், மழையின் பின்னிரவில் மின் விளக்கின் வெளிச்சத்தில் பின்னிப் பிணைந்து கிடக்கும் தவளைகளையும் உங்களைப் போல் அடிக்கடி உறக்கம் தொலைப்பவர்களால் மட்டுமே காண முடியும். உங்களின் சஹிர்தயன் என்ற வகையில் என்னால் இதை உணர முடிகிறது மௌனன். இரவின் நெற்றியில் விடியலின் நறுமணத்தையும், நிலவின் கன்னத்தில் சூரிய நகக் குறியையும், இரவுக்கு ஒடுங்கிய மைனாக் குருவியின் மடிந்த சிறகுகளுக்குள் நாலாயிரம் திசைகளையும் உணர்ந்து என்னால் எழுத முடிந்திருக்கிறது எனறால் நானும் உங்களைப் போல் விழித்திருப்பவன்தான் என்பதால்தான்.

இந்த அபூர்வ பொழுதுகளை, தனித்துவ அனுபவங்களை கவிதையில் கொண்டு வருவது மிக மிக சிரம சாத்தியம் என்பதை என்னால் உணர முடிகிறது. வார்த்தைகள் என்பவை "மோசமான சுரங்கம் தோண்டிகள்", "பலகீனமான மலை ஏறிகள்" என்று ஜெர்மன் எழுத்துக் கலைஞன் காஃப்கா சொன்னது இப்போது நினைவுக்கு வருகிறது. போதாக்குறைக்கு நீங்கள் கொளஞ் சிநாதன் என்ற பெயரில் டாக்டர் பட்டம் பெற்ற ஒரு தமிழ்ப் பேராசிரியரும்கூட என்பதை நினைக்கும்போது உங்கள் நெஞ் சில் துளிர்க்கும் கவிதைச் செடியை படிப்பு எனும் ஆடு வந்து மேய்ந்து விடாமலும் பாதுகாத்துக் கொள்ள வேண்டியிருக்கும். நீங்கள் திறமையாக ஆட்டை மேய விடாமல் பாதுகாத்து அதே நேரத்தில் அந்த ஆட்டுப் புழுக்கையை உங்கள் கவிதைச் செடிக்கு உரமாகப் போட்டு இருக்கிறீர்கள் என்பதற்காக உங்களைப் பாராட்டத் தோன்றுகிறது. "எழுதும் வரைக்கும் இருக்கும் திடம் மறு வாசிப்பில் நீர்த்துப் போய் விடுவதை" நீங்கள் உணர்ந்து இருக்கிற வரைக்கும் உங்கள் கவிதைகள் மின் போலடிக்கும். கவலை வேண்டாம். உங்கள் வார்த்தையில் சொல்வதானால் "இந்த உலகின் வியப்பை வாசித்து விட அலைகிற நாடோடி" நீங்கள் என்பதை இந்த அபூர்வமான கவிதைத் தொகுப்பு காட்டுகிறது தமிழ்க் கவிதையில் உங்களுக்கு என்று ஒரு மூலையைப் பிடிப்பீர்கள் எனரு உங்கள் கவிதைகள் சொல்கின்றன.

அதிலும் இத்தொகுப்பை புது இலக்கியப் படைப்பாளர்களை வளர்த்தெடுப்பதற்காகவே ஏற்படுத்தபட்டுள்ள எழுத்து இலக்கிய அமைப்பு வெளியிடுவது இன்னும் சிறப்பாகத் தெரிகிறது. இரவு முடிந்து விடியலின் ரேகைகள் படரத் தொடங்கி விட்டன.

கடிதத்தை முடித்து விடலாம் என நினைக்கிறேன். பிறகு அடுத்த கடிதம் எழுதும்போது மனசின் வெளிச்சம் மாறி விடும்தான். என்ன செய்வது? நீங்கள்தான் சொல்லி விட்டீர்களே:

"எழுந்து பறந்து விடும்
பறவைகள் நாம்
யாரோ வருகிறார்கள்
எனும் உணர்வெழும்போது
யார் பார்த்தால் என்ன
இருத்தலும்
பறத்தலும்
நமது சுயம்"

இப்படிக்கு
மிக்க அன்புடன்
இந்திரன்.

பூஜ்யங்களின் சங்கிலி / சிற்பி

கண்ணாடியைத் தனது கம்பிக் கால்களால் பற்றிக் கொண்டு அதில் தெரியும் தனது பிம்பத்தைச் சதா கொத்திக் கொண்டிருக்கும் சிட்டுக்குருவியைப் போல் கவிஞர் இந்நெடுங்கவிதை முழுக்க வாழ்க்கை குறித்த விசாரணையில் ஈடுபடுகிறார்.

'ஒளிப்பறவை'யிலிருந்து 'பூஜ்யங்களின் சங்கிலி' எனும் இந்நெடுங்கவிதை வரை, தமது 30 ஆண்டுக் கவிதை வாழ்க்கையில் சிற்பி மரபும், புதுமையும் இணைந்த மாற்றங்களைத் தேடும் ஒரு பயணத்தில் ஈடுபட்டு வந்திருக்கிறார். மனித நேயத்தை அஸ்திவாரமாகக் கொண்டு, சமூக மாற்றமொன்றைக் கட்டி எழுப்ப முடியும் என்பதில் நம்பிக்கை கொண்டிருந்த 'மானுடம் பாடும் வானம்பாடி'களின் கூட்டத்தைச் சேர்ந்திருந்த சிற்பி இன்று தத்துவார்த்த தொனியில் பேசத் தொடங்கியிருக்கிறார். 'நிலவுப்பூ' எனும் மரபுக்கவிதையில் தொடங்கிய இவரது கவிதை உலகம் 'ஒரு கிராமத்து நதி' வரை வற்றாது சலசலத்து பாய்ந்து வருகிறது. 1976ல் 'சர்ப்பயாகம்' கவிதை நூலின் மூலமாகத் தமிழ்ப் புதுக்கவிதையில் தனியிடம் பிடித்த சிற்பியின் கவிதை 1990ல் வெளி வந்த 'சூரிய நிழல்' மூலமாக பிரபஞ்ச வெளிகுறித்த புரிதலுடன் புதிய பரிமாணத்தை அடைந்தது. இப்புரிதலின் தொடர் ஓட்டமாகத்தான் 'பூஜ்யங்களின் சங்கிலி' எனும் இந்நெடுங்கவிதை பதிவு செய்யப்பட்டுள்ளது.

தமிழ் வசன கவிதையின் ஆதிபிதாவான மகாகவி பாரதி 'வேதாந்தமாக விரித்துப் பொருள் கொள்ளலாம்' என்று பேசிய காலத்திலிருந்து பிச்சமூர்த்தி, நகுலன், பிரமிள், பசுவையா என்று பல கவிஞர்களின் தத்துவார்த்தமான

கவிதைகளைப் பார்த்தோமெனில் அவையனைத்தும் வேதாந்த விசாரமாகவே முடிந்து போயுள்ளதை அறிந்து கொள்ள முடியும். இன்று தத்துவமென்பது யாருக்குமே சொந்தமாயிராத ஒரு தீவில் சென்று உட்கார்ந்து கொண்டு விட்டது என்பது உண்மை தான்.

இன்றைய சிற்பியின் இந்நெடுங்கவிதை கீழைத்தேய சார்புடைய தத்துவார்த்தப் பார்வையுடன், மேலைத் தேய அறிவியல் நமக்குப் பரிசாகக் கொடுத்த காலம், வெளி குறித்த விழிப்புணர்ச்சியும் கொண்டுள்ளது.

மரபும், புதுமையும் கலந்த உரையாடல் தன்மையுடன் கூடிய மொழி நடையைத் தமது முத்திரையாக அடையாளம் கண்ட சிற்பி இந்நூலை ஒரு உரையாடல் முறையிலேயே அமைத்திருக்கிறார். இவர் நூலில் பேசியிருக்கும் தத்துவப் பார்வை என்பது சர்வதேசச் சார்பு கொண்டதாக உள்ளது.

"மனதைக் காலியாய் வைத்திரு" என்று சொல்லியிருக்கிறார் கவிஞர். இது நமது இந்திய சிந்தனை மரபின் பிரதான போக்குக்கு எதிரானது. ஜென் புத்தமத சிந்தனையின் பாதிப்பை நாம் இதில் பார்க்க முடிகிறது. "அவர் ஒரு நிறைகுடம்" என்று பாராட்டிப் பேசும் ஒரு பண்பாட்டைச் சார்ந்தவர்கள் நாம். "அரைகுடம்" என்பது ஒரு வகைச் சொல்லாகவே பயிலப்படும் ஒரு சமூகத்தைச் சார்ந்தவர்கள் நாம்.

ஆனால் ஜென் புத்தமதச் சிந்தனை இதற்கு எதிரானதாக இருக்கிறது. அது பேசுகிறது "ஒரு பாத்திரம் எவ்வளவுக்கெவ்வளவு காலியாக இருக்கிறதோ அவ்வளவுக்கவ்வளவு பயனுள்ளதாக இருக்கிறது.. "சிற்பியும் இதைத்தான் சொல்கிறார்.

இந்நெடுங்கவிதையை விழுது வேர், வித்து என்று முப்பெரு பிரிவுகளாக வைத்துப் பேசியிருப்பதிலேயே இவர் இயற்கையோடு இயைந்த வாழ்க்கை கொண்டவர் என்று தெரிய வருகிறது. இந்நூல் முழுவதும் இயற்கை குறித்து ஏராளமான கவனிப்புகள் உள்ளவெனினும் அவை அவற்றின் உட்பொருளால் நிறைய பேசுபவை.

"நிழல்கள்
வேர்களில் மையம் கொள்ளும்
உச்சிப் பொழுது"

என்று பேசும் சிற்பியின் குரலில் நிழல்களை அடிப்படையாகக் கொண்டு பொழுதைக் கணிக்கும் கிராமப்புற அனுபவத்தைத் தவிர அதன் உட்கிடையாக நிறையப் பேசிவிடும் அவரது கவி ஆற்றலும் புலப்படுகிறது. இவரது கவிதைகளில் அடிக்கடி இடம் பெறும் பறவைகள் அவர் நீர்வளம் நிரம்பிய பொள்ளாச்சிக்காரர் என்பதை நமக்கு இனம் காட்டும். அவரது பறவைப் பாசத்தை அவரது தொடக்க கால "ஒளிப்பறவை" எனும் கவிதைத் தலைப்பிலிருந்து

"ஞானியின் இதழ்களில்
நகைப்புப் பறவை
சிறகு விரித்தது"

என்று பேசுவது வரை தொடர்கிறது.

பெனடெட்டோ க்ரோஸ் (Benedetto Croce) எனும் இத்தாலிய அழகியல்வாதியின் கருத்துப்படி,

"உண்மை என்பது ஒரு பிம்பம்
அழகு என்பது நமது உடைமையாய் இருக்கும்
ஒரு யதார்த்தம்"

உண்மை என்பது ஒரு பிம்பம் என்பதைப் புரிந்து கொண்ட தெளிவுடன், இருத்தல் குறித்த வினாக்களை எழுப்பி அவற்றிற்கான விடை தேடும் கவிஞரின் பயணத்தில், விடைகளை மட்டுமின்றி இதுவரை எழுப்பப்பட்டிராத வினாக்களையும் கூட, அவர் புதையல்கள் போல் கண்டடைந்து வியக்கிற போது பூஜ்யங்களின் சங்கிலி, வாசகன் முன் எறும்புகளின் வரிசை போல் முன்னேறத் தொடங்கி விடுகிறது.

டிசம்பர், 1999

நாச்சியாள் சுகந்தி

மொழிக் கடலில் ஆலிலையில் பயணம் செய்யும் பெண் குரல்

*"மனித உடம்புகள் வார்த்தைகள்.
கணக்கற்ற வார்த்தைகள்."*

- வால்ட் விட்மன்

வார்த்தைகளே ஒரு கவிஞனின் உடல் மொழி. ஒரு நாட்டியத்தில் உடம்பின் இயக்கத்தால் பல முத்திரைகளும் அடவுகளும் தோற்றுவிக்கப்பட்டு அதன் மூலமாக நாட்டியம் என்பது ஸ்தாபிக்கப்படுகிறது. இதே போன்றுதான் ஒரு கவிதையை எழுதும் ஒரு பெண்ணோ அல்லது ஆணோ, தான் தேர்ந்தெடுக்கும் வார்த்தைகளை இயங்க வைப்பதின் மூலமாக, தான் ஸ்தாபிக்க விரும்பும் நாட்டியத்தை நிகழ்த்துகிறார்.

எழுத வருகிற ஒவ்வொருவரும் மொழி எனும் கடலில் விழுந்து அலைந்து அலைந்து மெலிந்த ஒரு துரும்பைப் போல அல்லல் படுகிறார்கள் என்பதை நாற்பது ஆண்டுகளாக எழுதி வருகிறவன் என்ற வகையில் நான் அறிவேன். நாச்சியாள் சுகந்தி எனது வீட்டிற்கு வந்து, தனது கவிதைப் பிரதியை ஒரு முன்னுரைக்காக என்னிடம் கொடுத்த போது இவர் எந்த மாதிரியான மொழி வெளிப்பாட்டைத் தேர்ந்தெடுத்திருப்பாரோ என்கிற ஆர்வ மிகுதியினால் அப்பிரதியினைத் திறந்து அப்போதே சில கவிதைகளைப் படித்துப் பார்த்தேன். எனது தலை மீது ஒரு நெருப்புச் சட்டியைத் தூக்கி வைத்து விட்டது போன்ற உணர்வினைப் பெற்றேன். அவர் தன்னைச் சுற்றி சுழன்றபடி சதா தன்னையும் பிறரையும் சள்ளைப் படுத்தும் வாழ்க்கையை

விசாரணைக்கு உட்படுத்துவதற்காக எழுத வந்தவர் போலத் தெரிந்தார். நான் பிரதியை மூடி வைத்து விட்டேன். அவரை அதிகம் அறிந்தவன் இல்லை என்ற வகையில் அவரைப் பற்றிய பிற புறச் செய்திகளைப் பேசிய பிறகு வழியனுப்பி வைத்தேன். அவரை உள்முகமாக அறிந்து கொள்ள அவரது கவிதைப் பிரதி ஒரு பாஸ்போர்ட் போலப் பயன்படும் என்ற நம்பிக்கை எனக்கு இருந்தது.

ஆலிலைக் கண்ணன் அலை கடலில் மிதந்து கொண்டிருப்பது மாதிரி அலை எற்றி சீறும் மொழிக் கடல் ஒன்றில் மிதந்தபடிதான் பிறந்திருக்கிறார் நாச்சியாள் சுகந்தி. மொழியின் அலைகளில் ஒன்று சாதி. இன்னொரு அலை பெண்ணடிமைத்தனம். இன்னொரு அலை ஏழை, பணக்காரனின் பேதம். இப்படி சமூகத்தின் அநீதிகளைக் காக்கும் பல விழுமியங்கள் நம்மால் கவனிக்க முடியாதபடி மறைவாக நாம் கையாளும் மொழிக்குள் செயல்படுகின்றன. அதுவும் நினைவு தெரிந்து வளர்ந்து, தமிழைக் கற்று, அச்சு மற்றும் தொலைக்காட்சி ஊடகங்களில் ஒரு இடம் கிடைத்த பிறகு மொழியை நாச்சியாள் சுகந்தி ஆளும் தருணங்களைக் காட்டிலும் மொழி அவரை ஆளும் தருணங்களே அதிகம் வாய்த்திருக்கிறதென நாம் புரிந்து கொள்ள முடிகிறது.

மனிதனுக்கு பிரக்ஞை என்பதும் மொழி என்பதும் ஒன்றுதான். எனவே நாச்சியாள் சுகந்திக்கான பிரக்ஞையைக் கட்டி எழுப்பியதில் தமிழ் மொழிக்கு முழுப் பங்கிருந்திருக்கிறது. இதனை இவரது கவிதைகளைப் பார்த்தாலே தெரிந்து கொள்ளலாம்.

இவரது கவிதைகள் பற்றிப் பொதுவாகச் சொல்வதெனில் சாதாரண மக்களின் காயத்தையும், ரணத்தையும் பேசும் கவிதைகள் என்று சொல்லலாம். செம்பிலி ஆடு மேய்க்குற செம்பட்டை முடி கொண்ட, வெயிலோடு வெயிலாகச் சுற்றி மேனி கருத்த பெண், தங்க ஆரம் வாங்க இன்னும் எவ்வளவு குப்பை பொறுக்க வேண்டுமென ஏங்கும் சிறுமி, தண்டவாளத்தில் வெட்டிப் போட்டவனின் வீட்டில் ஒப்பாரி வைத்து விட்டு வருவதற்குள் இன்னொரு ஊரில் நடுரோட்டில் தன் பிள்ளையை வெட்டிப் போடுகையில் திகைக்கும் ஒப்பாரி வைப்பவள், சிவப்பு வீடு, கருப்பு வீடு, இரண்டு மாடி வீடு, ஜப்பான் அடுக்கு மாடி வீடு என்று படம் வரையும் வீடற்ற குழந்தை என்று துணுக்குற வைக்கும் அவலக்காட்சிகளை ஒரு கொல்லாஜ் ஓவியம் போல இந்தத் தொகுதி முழுவதும் நிறைத்து வைத்திருக்கிறார் நாச்சியாள் சுகந்தி.

தன் அன்றாட வாழ்க்கையைச் சுற்றி நிகழும் சமூக அவலங்களையெல்லாம் எதிர்த்துப் பேசி வழக்குரைக்க வேண்டுமென நினைக்கும் நாச்சியாள் சுகந்தி இவற்றை எதிர்த்துப் பேச காவியாம்சம் பொருந்திய கவிதை மொழி வேண்டாமென்று முடிவெடுக்கிறார். ஏனெனில் அந்த உயர்தட்டு மொழிக்குள்தான் சகல சமூக அநீதிகளுக்கும் துணை போகும் விழுமியங்கள் எல்லாம் புதைந்து கிடக்கின்றன. ஈராயிரம் ஆண்டுக் காலத் தமிழ் மொழியில் “சாதி இரண்டொழிய வேறில்லை” என்ற சாதி எதிர்ப்புக் குரல் கேட்டு பல நூற்றாண்டுகளுக்குப் பிறகுதான் சாதி வேற்றுமை இன்றும் இளைய தலைமுறையிடமும் செழித்து வளர்ந்து நம்மைப் பார்த்து சிரிக்கிறது.

ஆனால் சமூக நீதிகளுக்குத் துணை போவதற்கு எந்த மொழி துணையாக நிற்கிறதோ அதே மொழியைத்தான் இவரும் கையாண்டு அந்த சமூக அவலங்கள் குறித்த எதிர்ப்புக் குரல்களை எழுப்ப வேண்டி இருக்கிறது. இந்த சங்கடத்திலிருந்து தப்புவதற்கு நாச்சியாள் சுகந்தி புத்திசாலித்தனமான ஒரு தந்திர உபாயத்தைக் கைக் கொள்கிறார். இவர் தனது கவிதைக்கான மொழியாக பேச்சுத் தமிழை அவ்வப்போது கையில் எடுத்துக் கொள்கிறார்.

நாச்சியாள் சுகந்தியைப் பொறுத்த மட்டிலும் பேச்சுத் தமிழ் என்பது ஒரு விதமான தாக்குதல் அல்லது கலகம். ஒரு சிற்பத்தை பாறையிலிருந்து வெட்டி எடுப்பதற்காக கையில் எடுத்துக் கொண்ட ஒரு உளிதான் இவரது பேச்சுத் தமிழ்.

“தாத்தனுக்குக் கோவணந்தான்
எப்போதும் உடை
கல்யாணம்காச்சிக்கு மட்டும் வேட்டியுந்துண்டும்
மேல்சட்டை எப்பவும் கிடையாது.

ஆயாவுக்கு நூறுரூபாய்க்கும்
குறைவான விலையில் நூல்சேலை
மொத்த சேலயின் எண்ணிக்கை
ரெண்டுங்கிறது எப்பவும் தாண்டியது இல்லை... ....”

(ஆடம்பரமும் வன்முறையும்)

பேச்சு மொழி அச்சு வடிவம் எடுக்கிறபோது அது பேச்சு மொழிக்கு இடையிடையே கிடைக்கும் மௌனத்தின் அர்த்தத்தையும், வார்த்தைகளின் துணையின்றி பல செய்திகளைச் சொல்லி

விடும் உடல் மொழியின் அர்த்தங்களையும், பேசும்போதே அதன் பாதி வழியிலேயே திசை திருப்பி விடுகிற வசதியையும் இழந்து விடுகிறது. இதனால் கவிதை படைப்பவனும் அதன் வாசகனும் எதிரும் புதிருமான முனைகளிலிருந்து அதனை அணுக வேண்டி வந்து விடுகிறது. இந்த அபாயங்களையெல்லாம் அனிச்சையாக உணர்ந்தவர் போல நாச்சியாள் சுகந்தி சமூக அவலங்கள பற்றிப் பேசும்போதெல்லாம் அப்பழுக்கற்ற பேச்சுத் தமிழையும், இயற்கை, காதல், காமம் போன்றவற்றையெல்லாம் பேசுகிறபோது எளிமையான எழுத்துத் தமிழையும் தேர்ந்தெடுப்பதை நாம் பார்க்க முடியும். "காமம் பேசல்" எனும் கவிதையைப் பாருங்கள்:

"தனிமையின் கோரமுகம் குறித்து
இரவிடம் சொல்லி அழுதேன்.

பொறுமையாகக் கேட்டுக் கொண்டிருந்தது இரவு.
புலம்பிய நிம்மதியில்
உறங்கச் சென்றேன்.

என் மார்தொட்டு எழுப்பியது இரவு.

உற்றுப் பார்த்தேன்
இரவு ஆணாகிக் கொண்டிருந்தது."

பொதுவாக சீனத்துக் கவிதைகளில் காணக் கிடைக்கும் எளிமையில் கிடைக்கும் அழகு இக்கவிதையில் உறைகிறது.

இந்தக் கவிதையில் இத்தகைய மொழியைத் தேர்ந்தெடுக்கும் நாச்சிமகள் சுகந்தி "பெண்ணியமா பேசுறா மாராத்தா?" எனும் கவிதையில் கையாளும் மொழியைப் பாருங்கள். தலைப்பிலேயே பெண்ணியம் எனும் வார்த்தை ஒரு அறிவுஜீவிகளுக்கு மட்டுமே சொந்தமானது அல்ல. அது மாராத்தா போன்ற சராசரிகளுக்கும் சொந்தமானதுதான் எனும் எதிர்ப்புக் குரலை பதியமிடுகிறார்.

"அப்பனூட்டு குலசாமி கருப்பசாமி
அவனூட்டு குலசாமி அய்யனாரு
அப்பனூட்ல வாழ்ந்தப்ப
கருப்பசாமியக் கும்பிடச் சொன்னாங்க
கருப்பசாமிக்குக் கறுப்புக் கலரு புடிக்காது
கருப்புத் துணி உடுத்தாதேன்னாங்க
அவனூட்டுக்குத் தாலிகட்டிப் போனதும்

அய்யனாரைக் கும்பிடு
நடுவீட்டுல பொங்கப்போடுன்னு
ஆயிரம் வரைமுறை சொன்னாங்க
எல்லாம் சரி சாமி
எப்பத்தான் வரும் எனக்குன்னு ஒரு சாமி?"

பேச்சு மொழியையும். எளிய இலக்கிய மொழியையும் கவிதையின் கருப்பொருளுக்கு ஏற்ற முறையில் கையாளத் தெரிந்த நாச்சியாள் சுகந்தியின் கவிதைகளின் பலம் அவை மனசாட்சியின் குரலாக எப்போதும் ஒளிவு மறைவற்று ஒலிப்பதுதான்.

தனக்குத் தானே உண்மையாய் இருத்தலைத்தவிர தனது கவிதைகளுக்கென தனியான உத்திமுறைகளை நாச்சியாள் சுகந்தி தேர்ந்தெடுத்துக் கொள்ளவில்லை. நாச்சியாள் சுகந்தியின் இந்த முதல் தொகுதியைப் பற்றி அவரது வார்த்தையிலேயே சொல்வதென்றால் "நாம் வாழும் வாழ்க்கை வரமா, சாபமா என்று பட்டிமற்றம் நடத்துவதிலேயே" குறியாக இருக்கிறது.

நிசப்தம் / இளம்பிறை

மொழியின் காட்டை எரித்த சாம்பல்

தட்டச்சு செய்யப்பட்டு, முன்னுரைக்காக அறிவுமதியினால் என்னிடம் கொடுக்கப்பட்டது இளம்பிறையின் கவிதைப் பிரதி.

கவிஞரை நான் அதுவரை அறிந்தவனல்ல. அவர் ஆணா. பெண்ணா என்று கூட அறிந்திராத நிலையில் ஒரு நாள் அதிகாலை இளம்பிறையின் கவிதைகளை எடுத்துப் படிக்கத் தொடங்கினேன்.

எதிர்பாராத விதமாக ஏதோ ஒரு மந்திரப் பெட்டியைக் கண்டெடுத்து விட்டதாக உணர்ந்தேன். வாழ்க்கையின் அனுபவம் – கசப்பும், இனிப்புமாய், மொழியின் எல்லா சாத்தியக் கூறுகளுடனும் சிறகடித்துப் பறந்து வெளி வருவதை நான் உணர்ந்தேன்.

நவீன கவிதையின் பேச்சை வெளிச்சங்களும், மௌனங்களும், புதிர்களும் நிரம்பிய ஒன்றாக இளம்பிறையின் கவிதைகள் உருவாக்கி இருப்பதை என்னால் உணர முடிந்தது.

"எரிந்த வனத்தில்
கரித்துண்டுகளாய்
மறுநாள் உனக்கு
வைத்திருப்பேன்
சில வார்த்தைகள் பொறுக்கி"

என்று தனது "நீ தந்த மிச்சங்கள்" என்ற கவிதையில் அவர் பேசுகிற போது, இளம்பிறை மொழியின் அடர்ந்த காட்டை எரித்து, அதிலிருந்து கருகிப் போன வார்த்தைகளைத் திரட்டி நம்மோடு பகிர்ந்து கொள்ளும் அதிசயம் நிகழ்கிறது.

"மொழி என்பது ஒரு கருவியோ அல்லது ஒரு வாகனமோ அல்ல. நாம் மென்மேலும் சந்தேகப்பட்டது போல அது ஒரு கட்டுமானம் மட்டுமே "(A Roland Barthes Reader& Edited by Susan Sanrang Page 187)என்று சொல்லுவார் பிரெஞ்சு அறிஞர் ரோலான் பார்த், இளம்பிறை தனது கவிதைகளின் மூலமாக, யாருமே வெளிப்படையாக அறிந்து கொள்ளாதபடி, மொழிக்குள் இருக்கும் கட்டுமானத்தையும், தன்னுடைய சொந்தக் கட்டுமானத்தையும் ஒரு சேர குலைக்கிறார். இந்த குலைத்தலின் மூலமாக இந்த உலகத்தைச் சலனத்துக்குள்ளாக்கி விடும் அதிகாரத்தைப் பெற்று விடுகிறார். இக்கவிதைச் செயல்பாட்டினால் ஒரு புது உலகம் மீள் கண்டுபிடிப்பு செய்யப்படுகிறது. இந்த உலகிற்கு வெளியே இருக்கிற அல்லது இந்த உலகிற்கு உள்ளே இருக்கிற, இதுவரையிலும் கண்டெடுக்கப்படாத இளம்பிறையின் உலகம் கண்டெடுக்கப்பட்டு நம் கண்முன் விரிகிறது.

புற்றுக்குச் சேவல் அறுப்பதாய் வேண்டிக் கொள்ளும் அம்மாவும், குட்டிகளோடு நரிகள் ஊளையிட்டு வயலில் அலையும் இரவும், மறுகாட்சிக்கு வலிவலம் செல்ல பெரிசுகளுக்குத் தெரியாமல் அடுப்பங்கரையில் அலங்கரித்துச் சென்றதின் சாட்சியாய் கண்ணாடியும், சீப்பும், பவுடரும் விட்டுச் செல்லும் பெண்களுமாய் விரியும் இளம்பிறையின் உலகம் சொல்கிறது அந்தக் கவிஞர் யார் என்பதை.

"லேசாய்..
தூறிடும் தூறலும்
ஒட்டாது..
உருண்டு விடும்படி
என்னை யார்
மேட்டில் நட்டது"

என்ற அவரது மொழி சொல்கிறது அது ஒரு விவசாயம் சார்ந்த வாழ்க்கையில் முகிழ்த்த ஒரு பெண்ணின் குரலென்று கவிதை என்பது இவரைப் பொறுத்தமட்டிலும் ஒரு புனிதமான செயல்பாடு அல்ல. மாறாக அது ஒரு புரட்சிகரமான நடவடிக்கை என்று இவர் புரிந்து வைத்திருப்பது தெரிகிறது.

'கவிதை எழுதும் பெண்' என்பவள் இன்றைய தமிழ் இலக்கியச் சூழலில், தணல் பட்டால் உருகி விடும் மெழுகுக் கனவுகள் காணும் ஒரு மத்தியதர வர்க்கத்து அறிவுஜீவி இளம்பிறை

அத்தகைய கனவுகள் காணும் பெண் அல்ல என்பதை அவரது கவிதைகள் சொல்கின்றன. இளம்பிறையின் கவிதைப் படிமங்கள் தனிமையில் நின்று அர்த்தம் கொடுப்பதில்லை. அவை மொத்தக் கட்டமைப்பின் ஒரு பகுதியாக நின்று அர்த்தம் கொடுப்பவை.

தற்காலத் தமிழ் பூமியின் கீழே, சங்க காலம் தொட்டு சலசலத்து ஓடிவரும் அடி நீரோட்டங்களிலிருந்து நீரை உறிஞ்சி இடைவிடாது வளர்கின்றன இளம்பிறையின் கவிதைகள். ஆனால் பூமிக்கு மேலேயோ மாசுபடுத்தப்பட்ட தூசு வானம். இளம்பிறையின் கவிதைக்கான பச்சையத்தை அது தான் மாற்றித் தருகிறது.

இவரது கவிதைகள் தனக்கென மூலபாடம் ஏதுமற்ற வாய்மொழி இலக்கிய மரபிலிருந்து பெற்றது ஏராளம். ஒரு வடிவம் சரியானது, மற்றொன்று தவறானது என்கிற கருத்து வாய்மொழி இலக்கியத்திற்குக் கிடையாது. வாய்மொழி இலக்கியம் மக்களிடையே, மக்களால் மக்களுக்காகப் பாடப்படும் ஒன்றாகும். இளம்பிறையின் வாய்மொழி இலக்கிய வகைமையின் சிகரமாக அவரது 'அம்மா' என்ற கவிதையைச் சொல்ல வேண்டும்.

"வயது பத்தாகுமுன்னே
வயலுக் கிழுத்தவளே
பள்ளிக்கூடம் போனாக்கா
பணமா குடுக்குறாங்க.
இடுப்புத்துணி சரியில்லாம
படிப்பென்னடி உனக்கு?
வாடி வயலுக்கென
வம்பு செஞ்ச எந்தாயே"

என்று நீளும் இவரது கவிதை, பெரும்பாலும் பெண்களால் பாடப்படும் ஒப்பாரிப் பாடல் மரபின் நீட்சியாய் வெளி வந்துள்ளது. இறந்தவருக்கும் ஒப்பாரி வைப்பவருக்கும் இடையிலுள்ள உறவைச் சொல்லும் மடக்குகளில் ஒன்று தான்

"என்னப் பெத்த எந்தாயே உம்
பள்ளிக்கூடத்து மக
பாட்டுக் கட்டி பாடுறம்மா"

என்பதாய் மலர்கிறது. வாய்மொழி இலக்கிய மரபில் அடித்தட்டு மக்களின் எதிர்ப்புக் குரல்கள் மிக இயல்பாக வந்து பாடல்களில் அமைந்து விடுவது போல இளம்பிறையின் கவிதைகள் தன்னின் ஒரு பகுதியாக இருக்கிற சமூகத்தைத் தொடர்ந்து விமர்சிக்கின்றன.

"ஐ பை அரக்காப்படி நெய்
வெள்ளைக்காரன் கப்பலிலே
தீயைக் கொளுத்தி வை"

*(நாட்டார் வழக்காற்றியல்- சில அடிப்படைகள்
டாக்டர் தே. லூர்து, பக் 160)*

என்கிற நாட்டுப் பாடலிலே கொப்பளிக்கிற காலனி ஆதிக்கத்தை எதிர்க்கும் குரலைப் போன்ற ஒரு எதிர்ப்புக் குரலை இளம்பிறையின் கவிதை முழுவதும் நான் காண்கிறேன்

கவிதை மூலமாக இளம்பிறை தன்னை நிறைவு செய்து கொள்கிறார். எழுதுவது என்பது அவரது இருத்தல் குறித்த ஒன்றாக இருப்பது தெரிகிறது. இளம்பிறையின் கவிதைகளுக்கு உள்ளேயிருக்கிற சோகம் வாசகனை புதை மணலைப் போல உள்வாங்கி விடுகிறது.

இளம்பிறை தனது கவிதை உலகத்தை ஒரு பதிலாக நமக்கு வழங்கவில்லை. மாறாக அவரது கவிதை, உலகத்தை ஒரு கேள்வியாகவே பிரதிநிதித்துவப்படுத்துகிறது. எனவே தான் இளம்பிறையின் கவிதைத் தேடல் தொடர்ந்து நடைபெறுகிறது. இளம்பிறை கவிதைகளில் ஊடும் பாவுமாக ஓடும் தமிழ் அழகியலின் மூலசக்தி மேலும் சிறக்க வேண்டும் என ஆசைப்படுகிறேன்.

நவம்பர், 1998

மனிதன் என்பது புனைபெயர் / வசந்தகுமாரன்

சட்டைக்குள் புகுந்துவிட்ட பூச்சியைப் பிடிப்பதற்கு சட்டையைக் கழற்றி உதறத் தொடங்கிவிடுவது போலத்தான் இதுவும். தயையும், கொடையும், அன்பும், பரிவும் நிறைந்த மனிதனைத் தொலைத்து விட்ட நிலையில் வசந்தகுமாரன் தன் சொந்த வாழ்க்கையைக் கழற்றி, உள்நோக்கி அவனைத் தேடத் தொடங்கி விடுகிறார்.

இத்தேடலின் ஒரு கட்டத்தில் 'மனிதம்' என்பதே ஒரு புனைவு என்கிற முடிவுக்கு வந்து விடுகிறார். 'மனிதன் என்பது புனைபெயர்' என்று அழுத்தம் திருத்தமாகப் பேசத் தொடங்கி விடுகிறார். (இத்தகைய தீர்க்கமான முடிவுகள் தேடலுக்கு பாதகமானவை என்பதை நாம் ஒப்புக் கொண்டே தீர வேண்டும்)

"தத்துவம் என்பது தனி மனிதனிலிருந்து தொடங்கி தனிமனிதனிலேயே முடிகிறது" என்று கூறுவார் லின் யூடாங் எனும் தற்கால சீன அறிஞர்.

'மனிதன் எங்கே?' என்ற கேள்வியைப் பிடித்துக் கொண்டு சுழல்கின்ற வசந்தகுமாரன் இதற்கான விடை தனது கடந்த காலத்தின் பக்கங்களில் இருக்குமோ என்று புரட்டிப் பார்க்கத் தொடங்கி விடுகிறார். அவரிலிருந்து விடுபட்டு, ஒரு பாறையாகச் சமைந்து போன அவரது இளமைக்காலமும், அதன் சூழலைத் தீர்மானித்த தஞ்சாவூரின் ஒரத்தநாடும், அம்மாவும்,அப்பாவும், தாத்தாவும், செருக்கத்தாக் குட்டியும், தொப்புளானும், பொன்னமராவதிக்குப் பக்கத்திலிருந்து ஒத்தாசைக்காக அழைத்து வந்த பெண்ணுமாக அது உயிர் பெற்று எழுகிறது.

இவரது இளமைக் காலத்து மனிதர்கள் ஒவ்வொருவரையும் அருகாமைக் காட்சிகளாக இவர் நெருங்கிப் பார்க்கிறார்;

பரிசீலிக்கிறார். அப்போது அவர்களது தோளில் உள்ள துவாரங்களும், சுருக்கங்களும், மாசுவும், மருவும், உடம்பிலிருந்து வீசும் வீச்சமும் நம்மை அதிர வைக்கின்றன.

"ஆறடி உயர அரிவாள்தூக்கி
ஆளைப் பயமுறுத்தும்
அய்யனார் தலைமீது
எச்சமிட்டுப் பறக்கும்
தவிட்டுக் குருவி" யைப் போல் கடந்த காலத்தைத் தன் விமர்சன விரல்களால் சீண்டி வேடிக்கை பார்க்கிறார். இவற்றின் மீதான விமர்சனம், இவரால் இழந்த சுகங்களாகக் சிலாகிக்கப்படும் உலகத்திலிருந்து இவர் அந்நியப்படுத்தி விடுகிறது.

வசந்தகுமாரனின் தற்கால நகரத்து வாழ்க்கையும் அவரை அரவணைத்துக் கொண்டதாகத் தெரியவில்லை.

"பல்துலக்கி குளித்து
பேருந்து நோக்கி
ஓடியபோதுதான் கவனித்தேன்
இடுப்புக்குக் கீழே கைகள்
கழுத்தருகே கால்கள்
....
நெற்றியில் வாய்
வாய்க்குப் பதிலாக மூக்கு
மூக்கினுள் நாக்கு."

என்று சிதிலமாகக் கிடக்கிறார் நகரத்தில். தற்காலத்து நகரத்து வாழ்க்கையும் இவரைத் துரத்துகையில் வசந்தகுமாரன் தன்னை ஆசுவாசப்படுத்திக் கொள்ள இடையே இயற்கையின் மடியில் தஞ்சம் கொள்கிறார்.

இவரது முதல் இரண்டு கவிதைத் தொகுதிகளில் காணப்பட்ட குரல், உயர்ந்த தொனியிலான பேச்சு இக்கவிதைகளில் காணப்படவில்லை. கவிதையின் மொழி பேச்சு மொழிக்கு அருகாமையில் செல்ல முயற்சி செய்கிறது.

பேச்சு என்பது நிகழ்வதற்கு குறைந்த பட்சம் இரண்டு பேர் தேவை. இதனால் பேச்சு என்பது ஒரு சமூக நிகழ்வாகிப் போகிறது. ஆனால் எழுதுவது என்பது தனக்குத் தானே பேசிக் கொள்வது போன்ற ஒரு தனிமனிதச் செயல்பாடாகி விடுகிறது.

கவிதை என்பது பாடப்படுவதாகவும், செவி வழியாகக் கற்கப் படுவதாகவும் இருந்த வரையிலும் அது அதிகச் சமூகச் சார்புடையதாக இருந்தது. அதிகம் மரபுரீதியான வெளிப்பாடுகள் நிறைந்ததாக இருந்தது. ஆனால் புத்தகங்களில் பிரதிகளாகப் பதிவு செய்யப்பட்ட உடனேயே, அது அதிகமான தனிமைக்கு இரையாகி விடுகிறது அதே நேரத்தில் தனக்கென்று அதிகபட்ச சுதந்திரம் பெற்றதாகவும் மாறி விடுகிறது. இந்த சுதந்திரம் கவிஞன் தனது கவிதையில் எதையும் பேசலாம் என்கிற நிலையை உருவாக்குகிறது. இதனால் தான், 'கெட்ட வார்த்தைகள்' குறித்தும் கூட கவிதைகள் எழுத முடிந்தது.

'பயன்படுத்தப்பட்டு
தேய்ந்து போய்விட்டன கெட்ட வார்த்தைகள்
அகராதிகளில்
கவனிப்பாரற்றுத்
தேங்கிக் கிடக்கின்றன நல்ல வார்த்தைகள்"
என்று பேசிக் கொண்டு போகிறார் வசந்தகுமாரன்.

கவிதைகளின் மொழியை நன்கு கையாளத் தெரிந்தவர் என்பதை இவர் பல இடங்களில் நிரூபிக்கிறார்.

தற்கால வாழ்க்கையின் மதிப்பீடுகளில் ஒரு நிரந்தரமற்ற தன்மை உள்ளுக்குள்ளேயே கட்டப்பட்டுள்ளது. இந்த நிரந்தரமற்ற தன்மையை 'நான்' எனும் தேடலின் ஒரு துணைப் பயனாகக் கண்டெடுக்கிறார் கவிஞர்.

காலையில் எழுந்து தான் எழுதிய கவிதையை அனுபவம் கிழித்துப் போட்டுவிட்டுச் செல்கிறது. 'காலையில் எழுதிய கவிதை' எனும் படைப்பில் இதைச் சொல்கிறார். வேறொரு கவிதையில் சொல்கிறார்;

"அழிந்து போகுமெனத்
தெரிந்தும்
அலைபாயும் மணல்வெளியில்
என்பெயரெழுதிப்
பார்க்கிறேன் நான்".

'நான்' என்பதன் நிரந்தரம் இவ்வளவு தான். இதை உணர்ந்து கொண்ட நிலையில் வசந்தகுமாரன் உறுதி குலைந்து போவதில்லை. மாறாக உற்சாகம் கொள்ள முனைகிறார். இதுவே அவரது பலம் என்று நினைக்கத் தோன்றுகிறது.

தெரு ஓவியம் / கபிலன்

கபிலனை அவர் பேசும் வார்த்தைகள் மூலம் நான் அதிகம் அறிந்ததில்லை. ‘கானா’ பாடல்களில் எம்.ஃபில் பட்டம் பெற்றவர் என்று எனக்கு அறிமுகம் செய்யப்பட்ட அவர் பேசுகிற போதே வார்த்தைகளில் பாதியைத் தின்று விடுகிறவர். நாளாக நாளாக அவர் தின்று மீதி வாரத்தைகளில் என்ன இருக்கிறது என்று அறியும் ஆர்வம் அதிகப்பட்டதென்னவோ உண்மை. கொஞ்சநாளில் அவர் தனது கவிதைகளை என்னிடம் கொண்டு வந்து கொடுத்த போது, அவர் பேசாமல் விட்ட வார்த்தைகளையும், மௌனங்களையும் என்னால் புரிந்து கொள்ள முடிந்தது.

கபிலனின் கவிதைகளைப் படிக்கிற போது எர்னஸ்ட் காசிரர் (Earnest Cassirer) ஒரு முறை சொன்னது நினைவுக்கு வருகிறது “மொழி பிறந்த போது ‘நான்’ என்பதும் ‘உலகம்‘ என்பதும் பிரிந்து தனித்தனியே தங்களைத் தக்க வைத்துக் கொண்டன.” அதே நேரத்தில் எர்னஸ்ட் காசிரர் இதனை மிக அதிகமாக எளிமைப்படுத்திச் சொல்லிவிட்டாரோ என்று கூட மனது பதைக்கிறது.

ஏனென்றால் மொழி என்பது உலகம் என்கிற பொத்தாம் பொதுவான ஒரு திட வடிவத்தை உருவாக்கி விடவில்லை. மாறாக அது உலகங்களுக்குள் உலகங்களை உருவாக்குகிறது. இதனால் ரஷ்யக்கவி யெவ்டு ஷெங்கோ

“மனிதர்கள் சாகிற போது
அவர்களுக்குள்
உலகங்கள் சாகின்றன”

என்று பேச முடிகிறது.

கபிலனின் கவிதை மொழி உலகங்களையும் அவற்றிற்குள் புதிய ஜன்னல்களையும், அவற்றை ஊடுருவி புதிய

தூரங்களையும் காட்டி அவற்றில் நாம் நடந்து வர நடைபாவாடை விரித்து, வாழ்க்கையின் இருண்ட மூலைகள் பலவற்றையும் கூட நமக்கு உணர்த்தி விடுகிறது.

சொல்லப் போனால் கூடன்பர்க் கண்டுபிடித்த அச்சு யந்திரம், அச்சடிக்கப்பட்ட புத்தகத்தை மனிதனின் கையில் கொடுத்து, அவனைச் சமூகச் செயல்பாட்டிலிருந்தே விலக்கி, தனிமையிலமர்த்தி தனக்குள் உலகங்களைக் கட்டி எழுப்பும் பழக்கத்தைப் பரவலாக்கி விட்டதென்றே சொல்ல வேண்டும். இதன் தொடர்ச்சியாக வளர்ச்சி அடைந்த அறிவியல் தொழில்நுட்பம், மனிதனை மேலும் தீவிரமான ஒரு தனிமைக்கு இரையாக்கி விட்டது. இன்றைய நவீன தமிழ்க் கவிதையும் இந்நோய்க்கு ஆளாகிவிட்டதும் கூட உண்மை தான். ஆனால் கபிலனின் கவிதைகள் உருவாக்கிக் காட்டும் உலகம் ஆரோக்கியமானது.

இக்கவிதைகளில் திரண்டு எழும் கபிலன் என்பது ஒருமையல்ல. பன்மை அல்லது ஒருமையின் ஊடாகத் தெரிகிற பன்மை. இவரது எழுத்து பல்வேறு அனுபவங்களை ஒரு குவிமையத்துக்குள் கொண்டு சேர்க்கிறது. இவரது கவிதை மொழி, கடந்த காலம், நிகழ்காலம், எதிர்காலம் ஆகியவற்றை முன்னுக்கும் பின்னுக்குமாக நகர்த்தி, அன்றாட வாழ்க்கையில் நாம் அறிந்திராத ஒரு கபிலனை ஸ்தாபிக்கின்றன.

அமைதியே உருவாக இருக்கிற கபிலனுக்குள், உலகில் எங்கும், எப்போதும், நியாயம் தேடும் ஒரு மனிதனின் கோபத் தீக்கங்குகள் இருப்பதையும், அதில் தனது பாதம் பதித்து, நடந்து சென்ற தீமிதியை அவர் தனது கவிதைகளில் அநாயாசமாக நிகழ்த்துவதையும் காண்கிற போது நான் வியக்காமல் இருக்க முடியவில்லை.

"உயிர் எழுத்தில் மெய் இல்லை
மெய் எழுத்தில் உயிர் இல்லை
ஆயுத எழுத்தில் போராட்டம் இல்லை"

என்கிற 'எழுத்துப் போலிகள்' எனும் குறுங்கவிதையைப் படிக்கிற போது எனக்கு கே.கே ஹெப்பரின் (K.K. Hebbar) குறைந்த கோடுகளில் நிறையச் சொல்லும் சித்திரங்கள் நினைவுக்கு வருகின்றன.

கபிலனின் கவிதைகள் நீர்க்கோழியைப் போன்றவை. அவை தண்ணீரில் நீந்தும் போது நீருக்குள்ளிருந்து அதனது தலை மட்டும்

தான் தெரியும். நீருக்குள்ளே தான் அதனது முழுக் கவனமும் இயக்கமும் இருக்கிறது. திடீரெனத் தலை உள்ளிழுக்கப்பட்டு மீண்டும் நீருக்கு வெளியே வருகிற ஒவ்வொரு முறையும் அதன் வாயில் ஒரு அனுபவ மீன் சிக்கி இருக்கும். இதுபோல் தான் கபிலனின் கவிதையும்.

“உயிர் எழுத்தில் மெய் இல்லை”

என்பது வார்த்தை ஜாலம் என்று சாதாரணமாகச் சொல்லி விடுபவர்களும் இங்கே இருக்கிறார்கள். இங்கே ஒன்றைக் கவனிக்க வேண்டும்; வார்த்தை தெரிந்தவன் தான் வார்த்தை ஜாலம் செய்ய முடியும். மொழியைக் குழந்தை போல் அறிந்தவர்கள் அந்தக் குழந்தையுடன் விளையாடத் தொடங்கி விடுவதைத் தவிர்க்க முடிவதில்லை. ஆனால் அந்த விளையாட்டின் பின்னுள்ள அன்பும், பாசமும், பிற உள்ளத்து உணர்ச்சிகளும் சத்தியமானவை என்பதை யாராவது மறுக்க முடியுமா?

உண்மையில்லாத (மெய் இல்லை) எழுத்தில் எந்த அளவு உயிர் துடிப்பு இருந்தாலும் அது பயனற்றது. சத்தியத்தை உள்ளடக்கமாகக் கொண்டிராத செய் நேர்த்தியைக் காண நேர்கிற போதெல்லாம் நொந்து போகிற உள்ளம் கொண்ட யாரும் அறிந்து கொள்ள முடியும் கபிலனின் உள்ளத்து உணர்ச்சிகளை. அதே நேரத்தில் “மெய் எழுத்தில் உயிரில்லை” என்றும் தெரிகிறது அவருக்கு.

கபிலனின் கவிதைகள் மலைகளைக் குடைந்து போடப்பட்ட சுரங்கப் பாதைகளைப் போன்றவை. அவற்றின் இரு புறங்களும் திறந்து விடப்பட்டுள்ளன. எனவேதான் அவரது கவிதைகள் மூடியவையாக இருக்கிற அதே நேரத்தில் திறந்தவையாகவும் உள்ளன.

‘ஓட்டு’ எனும் கவிதையில்
“வரிசையில் வருபவரை அலுவலர்
முகம் பார்த்துக் கொள்வார்
புதைப்பதறகு முன் பார்க்கச் சொல்லும்
வெட்டியானைப் போல”

என்று ஓட்டுப் போட வருபவரின் புகைப்படத்துடன் முகம் ஒத்துப் போகிறதா என்று அதிகாரி பார்ப்பதை சுடுகாட்டில் இறந்தவரின் முகத்தைக் கடைசியாகப் பார்த்துக் கொள்ள சொல்லும் காட்சியுடன் அவர் இணைக்கிற போது ஓர் அதிர்ச்சிப்

பண்பு தோன்றி வரிகளின் எண்ணவூட்டுச் சக்தியை அதிகரிது விடுகிறது.

கபிலன் ஒன்றுக்கொன்று தொடர்பற்ற இரண்டு காட்சிகளைத் தேர்ந்தெடுத்து, ஒட்டி வெட்டி (Montage) அவ்விரண்டிற்குள் ஒரு தொடர்பை உண்டாக்கி விடுகிறார். இதன் மூலம் கவிதைக்குள் அனுபவத்தின் மலைகளைக் குடைந்து உண்டாக்கப்பட்ட சுரங்கப்பாதை ஒன்று அமைக்கப்பட்டு விடுகிறது.

நமது அன்றாட வாழ்க்கை குறித்த ஏராளமான கவனிப்புகளும், அந்த கவனிப்புகளில் தெரியும் கவிஞன் எனும் பார்வையாளனின் தனித்துவமான கோணங்களும், அவற்றில் வெளிப்படும் வாழ்க்கையும், அதன் அரசியலும், கபிலனுக்கு என்று ஒரு தனியான இடத்தை ஸ்தாபித்துக் கொடுக்கின்றன.

இக்கவிதைத் தொகுப்பு ஒரு வார்த்தை ஓவியம்.

இது வாழ்க்கையை விட்டு விலகி அருங்காட்சியகங்களின் இருட்டு மூலைகளைத் தேடிப் போகும் ஓவியமல்ல. ஆர்ட் காலரிகளின் வெளிச்சம் பாய்ச்சப்பட்ட சில்லிட்ட சுவர்களை அலங்கரித்து நிற்கும் ஓவியமும் அல்ல.

இது தெரு ஓவியம்

தெருப் புழுதியில் விரல் தேய, வண்ணங்களைக் கொண்டு வாழ்க்கையைப் பேசும் ஓவியம்.

- ஜனவரி, 2000

ஒற்றை இறகு / வசந்த் செந்தில்

கவிதை என்பது ஒரு கப்பல் அல்ல. அது மீன். மொழிக்குள் இருக்கும் பிராணவாயுவை அது எந்த அளவுக்குச் சுவாசிக்கிறதோ அந்த அளவுக்கு அது உயிர்த்துடிப்புள்ளதாகிறது.

மீன் பாசி கலந்த நீரில் வாழ்கிறது என்று சொன்னால், அப்படி வாழும் போதே அது நீரையும் சுத்தப்படுத்தி விடுகிறது. இப்படித்தான் கவிதையும். கவிதை, மொழியின் தயவில் வாழ்கிறது. ஆனாலும் தனது எல்லைகளைச் சதா விரிவுப்படுத்திக் கொள்வதற்கு மொழி கவிதையின் தயவை நாடி நிற்கிறது.

ரயிலின் வேகத்தில் மரங்கள் அனைத்தும் எதிர்த்திசையில் ஓட, பிடிவாதமாய் நம்முடனேய தொடர்ந்து ஓடி வரும் நிலவு போல தமிழிலக்கிய வரலாறு முழுவதும் தொடர்ந்து பயிலப்பட்டு வருவது கவிதை. சொல்லப் போனால் தமிழ் மொழியின் குருதியில் கவிதை அணுக்கள் குறைந்து போய் இன்றும் ரத்த சோகை பிடிக்காமலிருப்பதற்குக் காரணம் புதிது புதிதாய்த் தோன்றும் நவகவிகள் என்று தான் தோன்றுகிறது. இந்த இளம் கவிகளில் ஒருவர் தான் வஸந்த் செந்தில்.

இவரை இளம்கவி என்று நான் குறிப்பிடுவதினால் இவர் தமிழ்க் கவியுலகிற்குப் புதியவர் என்பதல்ல. இன்று இருபத்தியேழு வயது நிரம்பியவரான இவர், இதற்கு முன்னர் செ. செந்தில்குமார் என்ற பெயரில் 'நனையாத நிலா' (1991) 'துணையிழந்த பார வண்டி (1993) ஆகிய கவிதைத் தொகுதிகளை வெளியிட்டவர். இன்று வஸந்த் செந்தில் என்ற பெயரில் ஒரு புதிய பரிமாணத்திற்குத் தயாராகிறார்.

வஸந்த் செந்திலின் முன்னால் பல்வேறு பெயர்கள் சிதறிக் கிடக்கின்றன. கடிதம், பொம்மை, கடல், அருவி இவை

எல்லாம் யாவை? ஒரு பொருளைப் பற்றிய விவரணைகள் அல்ல இவை. ஒரு விவரணை என்பது மொழிச் சம்பிரதாயங்களுக்கு ஏற்ப தன்னைச் சுற்றி உள்ளவற்றை பார்வை ரீதியான ஒரு விளக்கத்திற்கு உட்படுத்துவது. வசந்த் செந்தில் பல்வேறு இடங்களில் இதைத் தவிர்க்கிறார். இவரது 'அருவி' எனும் கவிதையே இதற்குச் சான்று. அருவியைப் பார்க்கிற பலரும் பல்வேறு விதமாக அதனை விவரிக்கிறார்கள். இறுதியாக ஏதேனும் சொல்லேன் என்று கவிஞனைப் பார்த்துக் கேட்கிறார்கள். அவன் அதனை வெறுமனே 'அருவி' என்று சொல்கிறான்.

இப்படி அருவியை விவரிக்காமல், ஒரு பெயரிட்டழைப்பதின் மூலமாக பார்வை மொழிக்கும், ஒலி மொழிக்கும் இடையிலுள்ள தூரத்தை அவர் குறைத்து விடுகிறார். மொழியே அந்தப் பொருளாகி விடுகிறது. தாயின் பெயரைத் தெரிந்து கொண்டு, அவளைப் பெயரிட்டழைக்கிறது குழந்தை. இதன் மூலம் அவள் மீது அதிகாரம் செலுத்த முயல்கிறது அது. இப்படித்தான் உலகில் தன்னைச் சுற்றி உள்ள பொருள்கைளப் பெயரிட்டழைத்து உலகைத் தனது அதிகாரத்தின் கீழ் கொண்டு வர முனைகிறான் கவிஞன். ஆனால் உலகமோ கவிஞனின் கையில் சிக்காமல் நழுவிச் செல்ல சதா முயல்கிறது. இப்படி கவிஞனுக்கும், உலகிற்குமான 'திருடன் போலீஸ்' விளையாட்டில் சில நேரம் உலகம் தோற்றுப் போவதும், சில நேரம் கவிஞன் தோற்றுப் போவதும் நிகழ்கிறது. ஆனால் அபூர்வமான பொழுதுகளில் கவிஞன் அவனைச் சுற்றியுள்ள உலகிற்குச் சமதையான வேறொரு உலகையே நிர்மாணித்து வெற்றியடைகிறான். வஸந்த் செந்திலின் 'கடிதம்' எனும் கவிதையில் இது நிறைவேறுகிறது. கவிஞனின் விரல் நுனிப் பேனாவின் தீண்டலில், ஒற்றை இறகு ஒரு கடிதமாக உருத்திரிபு அடைந்து விடுகிறது.

இவரது கவிதைகள் விசையேற்றப்படும் நோக்கத்துடன், விடாமல் சுற்றப்பட்ட சுருள் கம்பியின் அமைப்பைக் கொண்டவை அல்ல. ஏனெனில் வஸந்த் செந்திலின் கவிதைகளில் எந்த ஒரு சொல்லும் அக்கவிதையில் பயிலப்படும் இன்னொரு சொல்லை விட முக்கியமானதாகத் தெரியவில்லை. தனது கவிதைகளை அடர்த்தியாகக் கட்ட வேண்டும் என்று மெனக்கிட்டு, சிறப்பு முயற்சிகள் எதையும் மேற்கொண்டதாகத் தெரியவில்லை. எழுத்துக்கள் எப்படி வார்த்தையில் கரைந்து நிற்கின்றனவோ அதே போன்று வார்த்தைகள் இவரது கவிதைகளில் கரைந்து நிற்கின்றன.

உவமை ஒட்டியானங்கள், படிம காசுமாலைகள், ஓசை அழகெனும் கொலுசுகள் என்று அணிகலன்களின் சுமை தாங்காமல் நடை தள்ளாடுபவை அல்ல இக்கவிதைகள். இவை வெளிச்சம் உள் நுழைந்து செல்லக் கூடிய கண்ணாடி போன்ற வார்த்தைகளைத் தேர்ந்தெடுத்து, மிகை நாடகத் தன்மையற்ற முறையில் பேசும் வாசகத் தோழமை கொண்டவை.

பல் முளைக்கும் முன்னரே ஏ.பி.சி.டி சொல்ல வைக்கும் அம்மா, நகமென வளர வளர வெட்ட முனையும் நண்பன், காலையில் படுக்கையிலிருந்து எழுப்பி " ஹாண்டஸ் அப்" என்று வன்முறை விளையாடும் மகன், மழையில் நனையாமல் இருக்கக் கூரையின் கீழ் வந்து நின்றபடி நனைவது பற்றி ஆசைப்படும் மனிதர்கள் என்று தற்கால வாழ்க்கையின் பல பரிமாணங்களை இயல்பாகப் பேசுகின்றன இவரது கவிதைகள்.

வஸந்த் செந்திலின் கவிதைகளின் குணாம்சங்களில் மிக முக்கியமானதாக எனக்குத் தோன்றுவது அவற்றில் பிரதான பொருள்களிலிருந்து வாசகனின் கவனத்தைத் திருப்பும் தேவையற்ற, சொற்களும், வரிகளும் இல்லாதிருப்பது ஆகும். இப்படி நான் சொல்வதின் அர்த்தம் கவிதைகளின் பன்முகப் பொருள்தரும் தன்மையைக் குறுக்கி விடுதல் என்பதல்ல. சொல்லப் போனால் கவிதையின் சாரமாக இருக்கிற பொருளின் மிக முக்கியமான பகுதிகளாக இருக்கிற பல்வேறு அர்த்த தளங்கள் திறந்தவையாக இருப்பது சிறப்பு. ஏனெனில் கவிதையின் ஒவ்வொரு சொல்லும் காலம், இடம், பொருள், ஏவல் கருதி பல்வேறு விதமான அர்த்தங்களைக் கொடுப்பவைதான். அதே நேரத்தில் அந்த ஒவ்வொரு அர்த்தமும் அதன் மீது விழும் வெளிச்சத்திற்கு ஏற்ப பல்வேறு அர்த்த நிறவேறுபாடுகளையும் கொண்டுள்ளன. எனவே கவிதையின் எண்ணவூட்டுச் சக்தி என்பது கவிஞன் அவனது கவிதையை எந்த அளவுக்குத் திறந்து வைக்கிறானோ அந்த அளவுக்கு நிறைவேறுகிறது.

இது ஒற்றை இறகு தான். ஆனாலும் பறவைச் சிறகின் ஒரு பகுதி இல்லையா அது? இச்சிறகு நுனியில் காத்திருக்கும் திசைகள் நான்கல்ல நாலாயிரம்.

- மே, 2000

வல்லிக்கண்ணன்

ராஜவல்லிபுரம்
25.4.1983

பிரிய நண்ப,

வணக்கம்,

'பத்து கேள்விக'ளுக்கு நான் எழுதியுள்ள பதில்களில் 'நம்பிக்கை தரக்கூடியவர்கள்' பெயர்களில் கவிதைக்கு விக்ரமாதித்தியனை மட்டுமே குறிப்பிட்டிருப்பது உங்களுக்குத் திருப்தி தரவில்லை. உங்கள் கருத்து வெளிப்படையாகத் தெரிவித்ததற்காக மகிழ்ச்சி.

கல்யாண்ஜி சமீபகாலத்தில் கவிதைகள் எழுதவில்லை. 'புலரி' வெளிவந்ததற்குப் பிறகு ஒன்றிரண்டு 'மூ' 'கணையாழி'யில் வந்தன. என்றாலும் தொடர்ந்து அவர் எழுதினால் தான், அவருடைய புதிய குரலை – வளர்ச்சியை நான் புரிந்து கொள்ள முடியும். ஆத்மாநாம் பல்வேறு விதங்களில் எழுதிய போதிலும், அவருடைய கவிதைகள் ஏனோ எனக்கு நம்பிக்கை அளிக்கவில்லை. சிறந்த கவிதைகளை அவர் ஒரு நாள் எழுதுவார் என்று நான் சில கவிஞர்களை நிதானமாக மறுபரிசீலனை செய்ய வேண்டியிருக்கிறது.

இன்றைய எழுத்தாளர்களின் தரமானவர்கள், அல்லது நல்ல படைப்பாளிகள் யார் யார் என்று கருதுகிறீர்கள்? – உங்கள் கேள்வி இப்படி இருந்திருக்குமானால், எனக்கு திண்டாட்டம் ஏற்பட்டிருக்கும். யார் பெயரை சேர்ப்பது, யாரை விடுவதும் என்று. எப்பவுமே 'பட்டியல் போடுவது' தர்மசங்கடமான காரியம் தான்.

'நம்பிக்கை தரக் கூடியவர்கள்' யார் என்று நீங்கள் கேட்டது என் வேலையைச் சுலபமாக்கியது.

விக்ரமாதித்யன் 'ழ' 'கணையாழி' 'படிகள்', 'ஸ்வரம்' பத்திரிகைகளில் 1982ல் எழுதியவை புதுமையானவை. பார்வையில், தொனியில், தன் அனுபவங்களையும் மனப்பதிவுகளையும் அழுத்தமாக வெளியிடுவதில். இதே ரீதியில் எழுதிக் கொண்டிருந்தால் நிச்சயமாக அவர் மிகச் சிறந்த கவிதைகளை உருவாக்குதல் கூடும்.

'பழமலை' என்ற பெயரையும் எழுத விரும்பினேன். 'பாட்டி' என்ற அவர் கவிதை (ழ) மிகப் புதுமையானது. தனியான குரல். அதே போலப் 'புத்தரை மறந்த ஊர்' என்பதும். நான் அறிந்த வரையில் 3 கவிதைகள் தான் 'பழமலை' எழுதி அச்சில் வந்திருக்கின்றன. அவர் வளர்ச்சி அடைவாரா. தன்னைத் தானே இமிட்டேட் செய்து தடுக்கி விழுவாரா என்பதைக் கவனிக்க வேண்டும்.

விக்ரமாதித்யன் உள்ளத்தில் ஒரு கசப்பு, ஒரு விரக்தி, ஒரு செயலற்ற தனம், ஆனாலும் தற்சிறப்பு மோகம்; சரியோ தப்போ நம் எண்ணம் இது, அதைச் சொல்லியாக வேண்டும் என்ற ஒரு துடிப்பு; வாழ வேண்டும் என்கிற ஒரு தவிப்பு தளும்புகின்றன. இவை அவர் கவிதைகளில் நன்கு வெளிப்படுகின்றன. ஆத்மாநாம் கவிதைகளில் இன்டெல்க்சுவல்தனம் மட்டுமே தலைதூக்கி நிற்பதாக எனக்குப்படுகிறது.

உங்கள் கவிதைகள் 'அந்நியன்' என்ற தொகுப்பாக – நவகவிதை வரிசையில் – வந்திருப்பது உண்மையிலேயே சந்தோஷத்துக்கு உரியது.

எழுத்துக்களின் உள்ளே – பின்னே– ஆழ்ந்திருக்கும் எழுத்தாளனின் உள்ளத்தை, பார்வையை, அடிமன ஓட்டங்களை கண்டறிய முயல்வது எனக்கு ரசமான ஒரு விளையாட்டு. நேரில் பேசிப் பழகிய இந்திரனிலிருந்தும் பிரிதான ஒரு மனிதனை – 'அந்நியனை' நான் இக்கவிதைகளில் காண முடிகிறது. முக்கியமாக, 'ஒரு முன்னுரைக்குப் பதிலாக' என்ற உரைநடையில்.

இதே தன்மையில் நீங்கள் சிறு சிறு கட்டுரைகள் எழுதி வந்தால் – தமிழ்நாட்டில் அவை பத்திரிகைகளில் வரக்கூடிய வாய்ப்புகளும் சித்தித்தால் – வெகு ஒரிஜினலான நகைச்சுவை எழுத்தாளராக (அர்த்தகனமும், நளினமான ஹாஸ்யமும் கலந்த ஸ்கிட்கள் எழுதக் கூடியவராக) நீங்கள் பிரகாசிப்பீர்கள். (தமிழ்ப் பத்திரிகைகள் 'கிராக்கி'களைத் தான் தலைமீது ஏற்றிக் கொண்டாடும். புதுமையான எழுத்து வெளிப்பாடுகளுக்கு அவை தளம் அமைத்துத் தரமாட்ட) இந்த சுயத்தன்மைக்காக (ஒரிஜினாலிட்டிக்காக) உங்களை நான் வெகுவாகப் பாராட்டுகிறேன். தனித்துவமான பார்வை.

அது உங்கள் கவிதைகளிலும் இருக்கிறது.

பொதுவாக இன்று கவிதை எழுதுகிறவர்களில் முக்கால்வாசிப் பேருக்கு கவிதை உணர்வே இல்லை. கவிதை எது என அறிந்து கொள்ளக் கூடிய நுண்தன்மையும் இல்லை. சந்தர்ப்பவசத்தால் பெயர் பெற்றுவிட்ட அநேகருக்குக் கூட பெயர் பெற்றுவிட்டதனால், நாங்கள் எழுதுகிறது தான் கவிதை என்று கூச்சலிட்டு சாமியாடிக் கொண்டிருக்கிறார்கள். உரைநடையை எழுதிவிட்டு அதுவும் சாரமற்ற, 'இலைத்துப் போன' வசனம்! இவையும் கவிதை என்கிறார்கள் இளையவர்கள்.

சந்நதம் / வித்யாஷங்கர்

கந்தகம் நாறும் தெருக்களும், சாராயமும், அவிச்ச குடல் கறியும்

மொழிக்குக் கீழே இருக்கும் சுரங்க அறைக்குள் இருக்கிறது வித்யாஷங்கரின் உலகம். அவரது ஊரும் உறவும், பால்யமும், சந்நதமும், நிலையும், திரும்பத் திரும்ப வரும் தேவதைகளும் எல்லாமும் அங்குதான் அடைக்கலம். அன்றாடம் பயன்படுத்தி எச்சில்பட்டுப் போன சாதாரண வார்த்தைகளின் உடுக்கை அடியில், கண், காது, மூக்கு, செவி, மெய் என்று எல்லா புலன்களிலிருந்தும் இசைக்கூட்டாய் எழுந்து நம்முன் இங்கே கவிதைகள் சந்நதம் கொண்டு சாமியாடுகிறது ஒப்பனைகள் ஏதுமற்ற வாழ்க்கை.

ஒரு நடனத்தை பார்க்கத் தொடங்குகிற போது நடனமாடுபவரின் உடம்பும், உடை, அலங்காரமும் நமக்குப் பிரதானமாகத் தெரிகிறது. ஆனால், நடனத்தின் தீவிர கதியில் நடனமாடுபவரின் உடம்பை மீறிய உண்மையில் அதுதான் நடனம் தோன்றிவிடுகிறது. இதே போலத்தான் வித்யாஷங்கரின் கவிதைகளில் தீவிரகதியில் மொழியைக் கடந்த வேறொன்று – அதுதான் கவிதை – அங்கே எழுத்தின் சாரமாக வந்து அமைந்து விடுகிறது. இதனைச் சாதிக்க அவர், இங்கே இன்றைக்குத் தமிழ்க் கவியுலகில் 'புதுமோஸ்தர்' கவிஞர்கள் பரவலாகக் கையாளும் எந்த உத்தி முறையையும் பயன்படுத்தியதாகத் தெரியவில்லை. வழக்கத்திற்கு மாறான வார்த்தை, வாக்கியப் பிரயோகங்கள், மேல்நாட்டுத் தகவல் திரட்டுகள், அர்த்த மயக்கம் கொண்ட அரூப வெளிப்பாடுகள், வெட்டி ஒட்டும் வீறாப்புகள் ஆகியவற்றை இவர் நம்பி இருக்கவில்லை. மாறாக இவர்

தன் கவிதைகளின் கவித்துவத்தைச் சாத்தியப்படுத்த தனது கரிசல்காட்டு மண்ணிலிருந்து நூற்றெடுத்த பண்பாட்டின் இழைகளையே பயன்படுத்தி இருக்கிறார். பார்வையில் ஒரு புதுமை, செய்நேர்த்தியில் உன்னதம் ஆகியவற்றை இயல்பாக இவர் அடைந்திருப்பதற்குக் காரணம். தனக்குள் இருக்கும் முழு அடையாளத்துடன் கூடிய மனிதனை எதன் பெயராலும் நிராகரித்துக் கொள்ளத் தயாராக இல்லாத வைராக்கியம். மேல்நாட்டுச் சூரியனிடமிருந்து ஒளி வாங்கித் தேய்ந்து போகும், நிலவல்ல இவர் கவிதை. புதருக்குள் இருக்கும் மின்மினிப்பூச்சியாக இருந்தாலும் கூட தானே தன் ஒளியை உண்டாக்க வேண்டும் என்கிற அசல் தன்மை இந்த கவிதைகளின் சிறப்பு.

வித்யா ஷங்கரின் இந்த கவிதைகளில், அவரது தாயும், மனைவியும், குழந்தைகளும் மட்டுமே அறிந்திருக்கிற அவருக்கே உரித்தான வாசனையை நாம் நுகர முடிகிறது. இந்தக் கவிதைகளின் குரலில் அவரது குரல்வளையின் சவ்வுகளைக் கட்டிய அவரது கரிசல் மண்ணின் மரபும், பண்பாடும், கந்தகம் நாறும் தெருக்களும், சாராயமும், அவிச்ச குடல் கறியும், படையல் செய்து வைத்தும் கோபம் தீராத கருப்பசாமியுமாக முகம் காட்டி நம்மை ஆட் கொள்கின்றன.

இந்த கவிதைகளில் ஒரு கலகத்தன்மை இருக்கிறது. பொதுவாக கவிதை படிக்கும் மத்தியதரவர்க்கத்து மெழுகுப் பொம்மைகளை அச்சுறுத்தக் கூடிய, ஒழுங்கு செய்யப்படாத முரட்டுச் செதில்களைக் கொண்டிருக்கிறது இக்கவிதை. இதனாலேயே இது கவிதை அல்ல என்று அவர்கள் வாதிட நேரலாம். ஆனால் இந்த போர்க்குணம் மிக்க மூலசக்தி, இந்த தமிழ் மண்ணுக்குப் புதுமையானது அல்ல. நாட்டுப்புற மக்களின் கலைகளிலும் பரக்கக் காணக் கிடைப்பது தான் இது. இங்கே கவிஞனின் அகநிலை மனோபாவம் சமூக யதார்த்தத்திலிருந்து முரண்படுவதில்லை. ஆனால் செவ்வியல் கலைகளின் மனோபாவத்திலிருந்து முரண்படுகிறது. இங்கே தமிழில் மரபுரீதியாக இருந்த வேத்தியல், பொதுவியல், எனும் பிரிவுகளை நினைத்துப் பார்க்கத் தோன்றுகிறது. வேத்தியல் என்பது வேந்தனையும், அவனைச் சார்ந்த அரச குடும்பத்தினரையும் மகிழ்விக்கத் தோன்றிய கலைகளைக் குறிக்கிறது. பொதுவியல் என்பது சாதாரண மக்களை மகிழ்விக்கும் கலைகள் என்று பிரிகிறது. நாளடைவில் இந்த வேத்தியல் கலைகளே உண்மையான கலைத்தன்மையில் மாற்று குறைந்தவை என்றும் ஒரு நம்பிக்கை

வேரூன்றியது. அரச மண்டபத்திற்கு உரித்தான பரதநாட்டியக்கலை, மக்களால் பயிலப்படும் கூட்டுக்களை விட மிகச்சிறந்த செவ்வியல்கலை என்று புரிந்து கொள்ளப்பட்டது போலவே, கவிதையும் தூய்மையான அழகுக்குப் பணி செய்யவே தோன்றியது என்று நம்பி பாழாய்ப் போனது. இந்த மூட நம்பிக்கையை மேலும் ஆழப்படுத்தியது காலனி ஆதிக்கம் கொடுத்த கல்விமுறை.

இந்த நூலில் நம்முன் படைக்கப்பட்டிருக்கும் வித்யாஷங்கரின் கவிதைகள் பொதுவியலைச் சேர்ந்தவை. எல்லாக் கலைகளுக்கும் அடிப்படை சமூகயாதார்த்தமே என்று புரிந்துக் கொண்ட நிலையில், கவிதைக் கலையும் இதற்கு விதிவிலக்கானது அல்ல என்று நிரூபிக்கின்றன இக்கவிதைகள்.

கவிதையில் 'சர்வதேச பாணி' என்ற ஒன்று கிடையாது. கவிதையைப் படைக்கும் மூலப் பொருள் மொழியாக இருக்கும் வரையிலும் கலைகளிலேயே அதிகமாக பிரதேசத் தன்மை கொண்டது கவிதையாகத்தான் இருக்க முடியும் "மொழிபெயர்க்க இயலாதது எதுவோ அதுவே கவிதை" என்று வரையறை செய்யும் அளவுக்கு பிரதேசத் தன்மை கொண்டது கவிதை என்பதை நன்கு உணர்ந்து கொண்டிருக்கிறார் வித்யாஷங்கர். இதனை இவரைப் போலவே பிற நவீன தமிழ்க்கவிஞர்களும் புரிந்து கொள்வார்களெனில் இன்றைய தமிழ்க்கவிதை உள்ளீடற்ற, போலியான, ஒரு கானல் மண்ணில் வேர் கொள்ள முயன்று, துவண்டு போகாமல் தப்பிக்க முடியும். நமக்குள்ளேயே தோண்டிச் சென்று நமக்குள் இருக்கும் சிறப்பான பண்புகளை, வெளிப்பாடுகளை சர்வதேச கவிதை உலகிற்கு தமிழின் பரிசாகக் கொடுக்க நம்மாலும் முடியும். இந்தத் திசையில் தான் பயணப்படுகிறது வித்யாஷங்கரின் கவிதை.

டிசம்பர், 1990

முன்னுரை

சனங்களின் கதை / பழமலய்

அனுபவங்களின் போலியாக இல்லாமல் அவற்றின் அசலாக...

கவிதை என்றால் இன்னின்ன கல்யாண குணங்கள் இருக்க வேண்டும் என்று நமக்குள் ஒரு கணக்கு இருக்கிறது. பன்னீரில் குளித்து, பாரிஜாதம் சூடி வருவதுதான் கவிதை என்று சிலர் நினைக்கிற போது நமது மண்ணுக்குத் தொடர்பற்ற மேல்நாட்டு 'இச' மொன்றிற்கு ஆட்பட்டு, முகமழிந்து, வார்த்தைகள் சிதைந்து போவது தான் கவிதை என வாதிடுவோரும் இருக்கிறார்கள். ஆனால் கவிஞர் பழமலய் இவர்களைப் பற்றி எல்லாம் அதிகம் கவலைப்பட்டதாகத் தெரியவில்லை. இப்படி, கவிதைக்கென்று பரவலாக இருக்கும் புரிதல்களையே இவரும் கொண்டிருப்பாரெனில் இவரால் இப்படைப்புகளைச் செய்ய முடியாமலே கூடப் போயிருக்கும் என்று தோன்றுகிறது.

இத்தொகுப்பில் இருக்கும் எல்லாக் கவிதைகளுமே எந்தவித வெட்கமோ, குற்ற உணர்ச்சியோ இல்லாமல் தனது சுயத்தைத் தேடி அதனைக் கௌரவிக்க முனைபவை. காலம் காலமாக இருந்து வரும் எதிர்பார்ப்புகளையும் விருப்பு வெறுப்புகளையும் கடந்த நிலையில், தமக்கென ஒரு அர்த்தமுள்ள அடையாளத்தைத் தேடி நீள்பவை.

கவிஞனின் இந்த சுயத்தன்மை என்பது தனக்கு முன்னாலிருந்த கவிஞர்களிடமிருந்து சற்றே மாறுபட்டு விடுவதனாலேயே கிடைத்து விடுவது அல்ல. தனக்கு மட்டுமே சொந்தமான, தன் கவிதைக்கான விதையைத் தேடிக் கண்டுபிடித்து, அதைத் தனக்குள்ளேயே விதைத்து, துளிர்த்த அதனைப் படிப்பு எனும் ஆடு வந்து மேய்ந்துவிடாமல் காப்பாற்றி

இந்திரன்

வளர்த்தால் மட்டுமே கிடைக்கக் கூடிய அபூர்வ மலர்தான் அது. இதனை இவர் நன்கு உணர்ந்து பயில்கிறவர் என்பதனாலேயே இவர் கவிதைகளில் ஒரு 'மூலசக்தியை' நாம் காண முடிகிறது.

மற்றொரு செயல்பாட்டினாலும், பழமலய், தனது சிறப்பான குரலைக் காப்பாற்றிக் கொள்கிறார். அதுதான் இவர் கையாளும் மொழிநடை. "கவிஞன் அவனது கவிதையின் தந்தை. மொழிதான் அக்கவிதையின் தாய்" (Poet is the father of his poem, it's mother is a language) என்று குறிப்பிடுவார் டபிள்யூ எச்.ஆடன்.

மோந்து, கண்டு, கேட்டு, தொட்டு உணர்ந்த தனி அனுபவங்களினால் நிரம்பி இருக்கும் கவிஞன். அவற்றை மொழியின் கருப்பையிலேயே இட வேண்டியவனாகிறான். வாழ்க்கை அனுவபங்களினால் நிரம்பி இருக்கும் கவிஞன் மொழியை முயங்குகிற போது, மொழி அவனது கருவைத் தாங்குகிறது. அவனது உள் உலகங்களை வெளியிலிருப்பவர்களுடன் பகிர்ந்து கொள்ளக் கூடிய வகையில், படைப்புகளாய் பிரசவிக்கும் பொறுப்பு மொழியினிடமே ஒப்படைக்கப்படுகிறது.

இங்கு தான் பிரச்சினை எழுகிறது. அனுபவங்கள் பழமலயின் தனிச்சொத்தாக இருக்கிற போது, மொழி எல்லோரும் கையாளக் கூடிய பொதுச் சொத்தாக இருப்பதைக் காண்கிறார். சமுதாயத்தின் பல்வேறு அங்கத்தினர்களால் பல்வேறு காரணங்களுக்காகப் பயன்படுத்தப்படும் மொழியையே தானும் தன் சுயத்தன்மையை நிலைநாட்டிக் கொள்ளப் பயன்படுத்த வேண்டி இருக்கிறது. இங்கே குழூமூர், கிளியப்பட்டு போன்ற சிற்றூர்களின் திண்ணைகளிலும், வயல்களிலும், தோட்டங்களிலும், சந்தைகளிலும் சாதாரணமாக நடமாடும் விவசாய மக்களின் அனுபவங்களைச் சொல்ல இலக்கிய மொழியைக் காட்டிலும் பேச்சு மொழியே சிறந்தெனத் தேர்ந்தெடுக்கிறார். இதனாலேயே பழமலயின் கவிதைகள் அனுபவங்களின் போலியாக இல்லாமல் அவற்றின் அசலாக உள்ளன.

மேலும் இந்த அனுபவங்கள், ஒரு காலத்தில் ஒரு கவிஞனின் சொற்களால் கௌரவிக்கப்படலாம் என்பதைப் பற்றிய எந்த வித அக்கறையுமின்றி நிகழ்ந்தவை. எப்படி ஒரு கவிஞன் பாடுவான் என்பதற்காக ஒரு மலர் மலர்வதில்லையோ, ஒரு நிலவு தோன்றுவதில்லையோ அப்படியே நிகழ்ந்தவை. வாழ்க்கையின் குறிக்கோள் கலையின் கருப்பொருளாக மாறுவது அல்ல. ஆனால்

பழமலய், வாழ்க்கை அனுபவங்களை வகுத்தும் தொகுத்தும் அதிலிருந்து ஏதேனும் ஒன்றைப் பெற முயன்றிருக்கிறார். எனவே தான் இக்கவிதைகளில் அனுபவங்கள் முதலிடம் பெறுகின்றன. சொற்கள் இரண்டாம் இடத்தைப் பெறுகின்றன. பல இடங்களில் கவிதை வெறும் உரைநடையாகவே அமைந்து விடுவது பற்றிக் கூட அக்கறை எடுத்துக் கொள்ளப் படவில்லை

ஆனால், இவர் காட்டும் மனிதர்களின் அவலமான வாழ்க்கை குறித்து ஏராளமான அக்கறை எடுத்துக் கொள்ளப்பட்டிருக்கிறது. சாம்பல் மேடுகளாய்த் தெரியும் இந்த கிராமத்து மக்களின் அடித்தளத்தில், வறுமைத்தீயின் தீக்கங்குகளைக் காட்டுகிறார். 'பட்டிக்காடுகள்' என்று உதாசீனப்படுத்தப்படுபவர்களுக்குள் தனிசிறந்த நாகரிகங்களைக் காட்டுகிறார். தேள்களையும், கிளிகளையும் பச்சை குத்திக் கொண்டிருக்கும் மாமாவின் மார்புக்குள் உலகங்களைக் காட்டுகிறார். நாம் இதுவரையிலும், தமக்கெனத் தனி ஆளுமையற்ற, கீழே தள்ளப்பட்ட நிழல்களாகக் கருதி வந்த மனிதர்கள் கவிஞனின் கைபட்டு, இங்கே தேர்போல் உயர்ந்து நிற்கிறார்கள்!

சுருங்கச் சொல்வதெனில், பழமலயின் கவிதை, கிராம மக்களின் மதிப்பீடுகளைப் புதிய கண்டுபிடிப்புக்கு உள்ளாக்கி அவற்றை எடை போடுகிறது. உழைக்கும் விவசாய மக்களின் வறுமையையும் மீறி, உயர்ந்து நிற்கும் அவர்களது ஆளுமையின் பெருமையை உயர்த்திப் பிடிக்கிறது. மேலும், சாதாரண மக்களின் பேச்சு நடையையும், உரை நடையையும் கவிதைக்கான கருவிகளாக்குகிறது.

இது, வெளியிலிருந்து நம்மீது வந்து போதும் ஏதோ ஒரு காற்றை எதிர்த்து நிற்கிறது.

புலன் வேட்டை / கரிகாலன்

முன்னுரை

வவ்வாலை வெட்டி வீழ்த்தும் மின்விசிறி

கவிஞனுக்குள் சேமித்து வைக்கப்பட்டிருக்கும் ரகசியமான தனிப்பட்ட புராணிகம் அவனது கவிதை நடையை நிர்ணயிக்கிறது. உயிரியல் ரீதியான நோக்குகளும், சுயசரிதைத் தொனியை, செய்தியை, வடிவத்தை, படிமத்தை எல்லாவற்றையும் முடிவு செய்கின்றன.

யதார்த்தம் அவனுக்குள் சொற்களுடன் கலந்து புரண்டு, எழுதப்பட்ட மொழியாய் மேலெழுந்து இறுகி உறைந்து விடுகிறது. காகிதத்தில் கவிஞனின் கவிதை இந்த நேரத்தில் தான் வரலாற்றையும் சமூகத்தையும் பற்றிக் கவலை கொள்ளத் தொடங்குகிறது. ஒரு சடங்கின் அந்தரங்கமான ஒரு பகுதியாகத் தோன்றிய கவிதை அந்தச் சடங்கின் சமூகச்சார்பான ஒரு பகுதியை இங்கே தான் சந்திக்கிறது.

உண்மையான கவிதைகள், வாழ்க்கையின் சிக்கல் மிகுந்த நுட்பங்களைப் புரிந்து கொள்ளும் ஒரு பயிற்சியாகவே எழுதப்படுகின்றன. கவிஞன் இந்த வாழ்க்கைச் சிக்கல்களைத் தீர்க்கிறானோ, இல்லையோ, வாழ்தலின் நுட்பங்களைப் புரிந்து கொள்கிறானோ இல்லையோ, அவன் இந்த சிக்கல்களையும் நுட்பங்களையும் சக மனிதர்களான வாசகர்களுடன் பகிர்ந்து கொள்ளத் தயாராகிவிடுகிறான். கரிகாலனும் இந்த வகையைச் சேர்ந்தவராகத் தான் தெரிகிறார். அதனால் தான் அறம், பொருள், இன்பம், ஆகிய அனைத்தையும் தனது கவிதைத் தொகுதியின் மூலம் பகிர்ந்து கொள்ள முற்படுகிறார். விருத்தாசலத்திற்கு பக்கத்திலிருக்கும் மருங்கூர் எனும் சிற்றூரைச் சேர்ந்தவரான கரிகாலன், தனது வாழ்க்கை அனுபவங்களை அது காமமானாலும், கோபமானாலும், பஞ்சம், வெள்ளம்.

சூழலியல் சீர்குலைவு, என்று எதுவானாலும் தனது கவிதைகளில் பதிவு செய்யத் தயங்கவில்லை.

வாழ்க்கையில் ஒரு அனுபவத்தை நாம் பெறுகிற போது சிந்தனை பூர்வமாகவும், உணர்ச்சிபூர்வமாகவும் அதனைப் பெறுகிறோம். இப்படி சிந்தனையையும் உணர்வெழுச்சியையும் ஒரே நேரத்தில் எந்த அளவுக்குத் தரக்கூடியதாக ஒரு கவிதை இருக்கிறதோ அந்த அளவுக்கு அது சிறப்புடையதாகிறது. கரிகாலனின் கவிதைகள் இந்தத் திசையில் தான் செல்கின்றன. வாசகனுக்கும், கவிஞனுக்கும் இடையில் இருக்கும் ஒளி ஊடுருவும் மெல்லிய திசையை முற்றாக நீக்கிவிடுகிறார் கரிகாலன்.

அவரது கவிதைகளில் காணப்படும் சுயசரிதைத் தனமான தொனி வாசகனுடன் அவரை மிகவும் நெருக்கமாக்கி விடுகிறது. எனக்குள் இருவர் உண்டு என்னும் கவிதையில் கரிகாலன் என்கிற தனது பெயரையே பயன்படுத்துகிறார். அவரது குழந்தையின் பெயர். இன்றைய தமிழ் விமர்சகர்கள் சிலரின் உண்மைப் பெயர்கள். ஆகியவற்றை அப்படியே பயன்படுத்துவதினால் அவரது கவிதைகளில் சுயசரிதையின் தொனி தென்படுகிறது.

கவிதை எப்போதும் எதையாவது தெரிவிக்கவே முயல்கிறது. இதற்காக கவிஞன் பல்வேறு உத்தி முறைகளைக் கைக்கொள்கிறான். இருப்பினும் பலநேரங்களில் கவிஞன் தெரிவிக்க நினைத்திராத வேறொன்றைக் கவிதை தெரிவித்து விடுகிறது. ஒரு வேட்டைக்காரன் ஒரு விலங்கைப் பிடிப்பதற்குப் பல்வேறு வழிமுறைகளைக் கையாள்கிறான். அதே நேரத்தில் விலங்கும் அவனிடமிருந்து தப்பிப்பதற்குப் பல்வேறு வழி முறைகளைக் கையாளவே செய்கிறது. இதுபோலத்தான் கவிஞன் தனது வார்த்தைகளில் பல்வறு அர்த்த நுட்ப வண்ண வேறுபாடுகளைக் கொண்டு வந்து விடுகிறது. இது குறித்து கவிஞனோ, வாசகனோ அழுது புலம்புவதற்கு ஏதுமில்லை. ஏனெனில் கவிதையில் பயிலப்படும் பல்வேறு வார்த்தைகளின் பல்வேறு அர்த்தங்கள் அந்த கவிதையின் மொத்த அர்த்தத்தின் மிக முக்கியமான பகுதிகளாக அமைந்து விடுகிற வாய்ப்பு இருக்கிறது.

'புலன்வேட்டை' எனும் கவிதையில் கரிகாலன் சொல்கிறார். "எதிரிக்காகவும் சேர்த்து காய் நகர்த்தும் ஆட்டம் இது". சுயமைதுனம் குறித்து கவிதையில் பேச முயலும் (இதுவரையிலும் யாரேனும் பேசி இருக்கிறார்களா என்று தெரியவில்லை)

கவிதையில் மேற்கொண்டு முன்னேறுகிற போது சொல்கிறார்.

**“சேதமின்றி அவளெதிர்ப்படுகையில்
அடர் கானகத்தில் ஏவாள் தீண்டிய
கனிக்குப் பின்னால்
தெரிகிறதென் நிர்வாணம்
வெட்கம் பிடுங்க”**

கவிதை அந்தரங்கமாக உருவாகத் தொடங்கும் போது எல்லாமே ஒரு விளையாட்டு தான் என்று ஆரோக்கியமாகக் காய் நகர்த்தத் தொடங்கி, முடியும் போது ‘வெட்கம் பிடுங்குகிறது’ அவருக்கு. இங்கே தான் கவிதை சமூக விழுமியங்களைச் சந்தித்து, வீணாகக் குற்ற உணர்ச்சிக்கு ஆளாகிவிடுகிறது. எதிராளிக்கும் சேர்த்து காய் நகர்த்தும் ஆட்டத்தில் வெட்கப்படுவதற்கோ, பசுத்தோல் போர்த்திய புலிமுகம் கிழிபடுவதற்கோ என்ன இருக்கிறது?

இங்கே தான் அந்தரங்கக் கவிதையும் கூட சமூகக் கவிதை தான் என்பதை நாம் புரிந்து கொள்ள வேண்டும். பொதுவாக, கவிதைகளை அந்தரங்கக் கவிதை (Private poetry) சமூகக் கவிதை (Public Poetry) என்று பிரிக்கிறவர்கள் இதை கவனிக்க வேண்டும். சில நேரங்களில் ஒரு தனிமனிதன் சொந்த ஆசாபாசங்களைப் பொதுவானவர்களுடன் பகிர்ந்து கொள்ளத் தகுந்ததாகி விடுகிறது. இது ஒன்றும் தமிழுக்குப் புதிதல்ல...வள்ளுவரின் குறள் அறத்துப்பால், பொருட்பால், காமத்துப்பால் என்று பிரிக்கப்பட்ட போதே தமிழில் காணப்பட்ட ஒன்று தான். ஒரே வேற்றுமை திருவள்ளுவரின் காமத்துப்பால் சுயசரிதைத் தன்மை கொண்டது அல்ல. ஆனால் கரிகாலனின் கவிதைகள் சுயசரிதைத் தன்மை கொண்டவை. இவர் வாழ்வின் உண்மையான அனுபவங்களைக் கவிதையாக்குகிற போது, சமூகம் சார்ந்த பாலியல் கட்டுப்பாடுகளை புறமொதுக்கி தனிமனித வெளிப்பாட்டின் சுதந்திரத்தைத் தேடி அலைகிறார்.

**‘நான் என் உடம்பின்
மகத்துவத்தை அறிந்தேன்.
அது உன் உடம்போடு இருக்கிற போது’**

என்று அமெரிக்கக் கவிஞன் ஈ.ஈ.கம்மிங்ஸ் (E.E. Cummings) பேசுகிற போது பாலியல் என்னும் உயிரியல் உண்மை இது இயல்பாக வந்து கவிதையில் இடம் பிடிக்கிறது. “காதலின்றேல் இவ்வுலகம்

சாகும்" எனும் பாரதியின் வாக்கை டி.எச். லாரன்ஸ் மிக நுட்பமாக வேறு விதமாகச் சொல்கிறார்.

'நீயும் நானும்
இந்த கருப்பு இரவும்,
ஒரு பழத்தின் நடுவில்
சேமித்து வைக்கப்பட்டிருக்கும்
இரண்டு முதிர்ந்த விதைகள்"

கரிகாலனின் கவிதையும் கூட இப்படித்தான் நுட்பமான மொழியைக் கையாள்கிறது. உதாரணமாக அவரது 'வீடு சில குறிப்புகள்' எனும் கவிதையில் சொல்கிறார்.

'வீடு ஒரு நாளில் மிகக் காலையில்
நமக்கு அறிமுகப்படுத்துவது
மின்விசிறியால் வீழ்த்தப்பட்ட வவ்வாலை'

என்று அவர் பேசுகிற போது இயற்கையிலிருந்து பிரிந்து இயற்கைக்கு எதிராக இருக்கும் நமது வாழ்க்கை முறை அபூர்வமான முறையில் உயிர்ப்புறுகிறது.

பாப்லோ நெருடா மனிதச் செயல்பாடுகள் அனைத்தின் (அனுமதிக்கப்பட்டவை மட்டுமின்றி, தடை செய்யப்பட்டவையும் கூட) கைரேகைகளும் பதிந்த கவிதை வேண்டுமென பேசினார். வியர்வையும், புகையும் படிந்த, மூத்திர நாற்றமும், லில்லிமலர் வாசமும் கலந்து வீசும் ஒன்றாகக் கவிதை இருக்க வேண்டுமென வாதிட்டார். சொல்லப் போனால், கரிகாலன் கவிதைகளும் இதையே தான் செயல்படுத்துகின்றன எந்த வித ஆர்ப்பாட்டமும், பிரகடணமுமின்றி.

டிசம்பர் 1998

அபி

காரைக்குடி

அன்புள்ள இந்திரன்,

வணக்கம் நலம்தானே,

சென்னையிலிருந்து திரும்பிய வேகத்தில் எழுத நினைத்தது. நேரங்கள் கிடைத்தும் ஓர்மைப்படும் நேரங்கள் கிடைப்பது அரிது. உங்கள் தஞ்சை வாசகர் விமர்சனம் அது உங்களை அசைத்தமை என் நினைவில் இருந்ததனால் மறுபடி அந்நியனையும் மூ. நகரத்தையும் ஒப்பீட்டுப் பார்வையோடு படித்தேன். அவருடைய நியாயமும் என் நியாயமும் ஒன்றியும் விலகியும் நிற்கின்றன.

நீங்கள் அதிகம் Prose எழுதுவதற்கு முன்னர் எழுதிய அந்நியன் கவிதைகளில் வெளியீட்டளவில் ஒரு கூர்மை இருக்கிறது. விளக்க விரும்பாமை (விளக்கம் இருப்பினும்) தெரிகிறது. மூ. நகரக் கவிதைகளின் வெளிப்பாடு விளக்கங்களுடன் சேர்ந்த Prose தனத்துடன் அமைகிறது. தஞ்சைக்காரர் இந்த அடிப்படையில் அந்நியனைச் சிலாகித்திருப்பார் என்று நினைக்கிறேன். என்னால் அந்த அளவில் நின்று விட முடியாது. ஒன்பதாண்டு இடைவெளிக்குரிய வளர்ச்சிகளும் என் கண்ணில் படுகின்றன. 'கவிதை' என்பதன் மீதே தோன்றும் பிரமிப்பு, வார்த்தைகளை விசாரித்துத் தடவி அடையும் சுகம், தத்துவத்தை நோக்கிய சாய்வு (அதற்கு அவசியமில்லாத இடங்களிலும்) தேடுதலின் குறுகுறுப்பு இவை எவருடைய ஆரம்பகாலக் கவிதைகளிலும் காணப்படுவன. அனுபவம் கூர்மை கொள்ளும் போது களிப்பு, வியப்பு, பிரமிப்பு, துடிப்பு இவைகள் தம் அர்த்தம் என்பதே 'மிகை' எனக் காட்டி நிற்கும். அனுபவத்தின் செறிவில் அகராதிகளுக்கு இடமிராது. இரைச்சல் ஓய்ந்து போகும். 'எதுவும் எவ்வாறும் இல்லை' (கோடு 'என்று

ஒன்று') என்பது எதிர்ப்படுகிறது. நம் இருப்பு, உருவம் கலைந்து, உன்னதங்களுக்கு உட்படாத நிலையை நோக்குகிறது. ' என் மூடிய கைகளுள்/என் இல்லாமை/ புதிதெனத் தோன்றாது/ புகுந்திருப்பதைக் கண்டால்/ (சூத்திரர்கள் என்ற ஒன்று) நம் இல்லாமையும் நம் கையில். இது மாதிரியாக அனுபவம் செறிவும் கூர்மையும் கொள்ளும் போது கவிதை பேச்சைக் குறைக்கிறது/ பேச்சை நிறுத்துகிறது/ பேச்சை மறுக்கிறது.

ஒன்பது வருஷங்களில் இது மாதிரியான அனுபவச் செறிவும், உணர்ச்சிச் சமன்படுதலும் உங்களிடமும் உண்டாகியிருக்கின்றன. வெளியீட்டுச் செய்நேர்த்தி பற்றிக் கவனம் கொள்ளாதிருந்து விட்டீர்கள் என எனக்குத் தோன்றுகிறது.

அத்துடன் சில இடங்களில் பழையவற்றின் மிச்ச சொச்சங்கள் என்னை வழிமறித்தன என்பதையும் குறிப்பிட வேண்டும். 'மிதித்துப் பிசைந்த களிமண்ணாய் இருக்கிறது வாழ்க்கை' எனத் தத்துவப்படுத்துவது ஓர் உதாரணம். நான் 'களிமண் சித்திரம்' எழுதியிருந்தால் முதல் நான்கு, கடைசி மூன்று வரிகளை வெட்டி விடுவதில் எனக்குத் தயக்கம் இருந்திராது. 'தொலையும் கைக்குட்டை' நன்றாக வந்து கொண்டிருந்தது. 'நண்பர்கள், நனிநாகரிகம்' நுழைந்தவுடன் சிதைகிறது. வேறு வார்த்தைகளில் அந்தப் பாராவின் விஷயம் வந்திருக்கலாம் இப்படிச் சில..

என் பார்வையில் நல்ல கவிதைகளாக முழுமையடைந்திருப்பவை எலிப்பந்தயம், முதுமக்கள் தாழிகளில் எதிர்காலம், சிட்டுக் குருவியின் மரணம், ஒற்றைப் புள்ளிக்குள், பாண்டிச்சேரி கடல், அந்தரங்க வளையம்... பிறகு, தொலையும் கைக்குட்டை, மூன்றாவது குரல், ஆடுகள், விரோதி...

தார்ப்பாம்பு, நகரத்தில் இரவு, சிமெண்டு பிரேதங்கள் தலைப்பிலிருந்தே பொழிப்புரை பதவுரை, தொடங்குகின்றன என நினைக்கிறேன். உங்களுக்குள் கவிதை அரும்பியவுடன் அதுவாக வெளியேற அவகாசமின்றி, ஏதோ ஒரு அவசரம் அவைகளை இப்படி வெளிக் கொணர்ந்திருக்க வேண்டும் என நினைக்கிறேன். முதுமக்கள் தாழிகளில் விஷயம் விஷயமேயாக வெளிப்பட்டது போல இவைகளில் வெளிப்படவில்லை. நிகழ்ச்சிக்கு, நீங்கள் ஏற்றாமல் தானே ஏறியுள்ள படிம கனம் சிட்டுக்குருவியின் மரணத்தைக் கவிதையாக்குகிறது. வாழ்வின் முன்/பின் பாதைகளை வெளிச்சமடித்தும் இருளடித்தும் காட்டுகிறது. இந்த நல்ல

கவிதைகளிலும் நகரச் சூழல் சாயல் காட்டத்தானே செய்கின்றன?

மூவர் விமர்சனம் உங்கள் உரை :

ஞா.கூ. படிமங்களின் திகிலில் *(அப்படியென்ன திகில் இருக்கிறது!)* நின்றுவிட்டார். படிமங்களுக்கான விளக்கம் இரண்டு பக்கங்களில், பெருந்தேவனார் பாட்டு மேற்கோள் தன் சம்மதமின்றித் திணிக்கப்பட்டதாகக் காட்டி நிற்கிறது. வார்த்தைகளை விலக்கி உள்ளே புக முயற்சி எதுவும் நடைபெறவில்லை.

சுகுமாரன், கவிதை தளர்வாக இருப்பதாக ஒரு மனஸ்தாபத்துடன் படிக்கிறார். ஜடத்தன்மையும் உயிர்ப்பும் இயைந்த இயைபாக நகர வாழ்க்கையை இக்கவிதை மூலம் பார்க்கிறார். கவிதையின் படிமமோ, நோக்கோ எங்கும் ஜடத்தன்மையை உணர்த்தவில்லை என்றே உறுதிப்படுகிறேன் நான். 'ஜடம்' என்ற ஒன்று இல்லை என்ற என் முடிவுக்குக் கவிதை ஒத்துவருகிறது. பகலில் விழித்து இயங்கி, இரவில் நம்போல் உறங்கும் சாலை எப்படி ஜடமாகும்? கருவிலிருந்தும் முட்டைக்குள்ளிருந்தும் வந்தால் தான் உயிரா? பாண்டிச்சேரி கடலுக்கு மற்ற கடல்களை விட உயிர் கொஞ்சம் அதிகம் போல் இருக்கிறதே. போடிநாயக்கனூரில் எங்கள் வீட்டுக்கு எதிரே தோன்றும் மலை என் நினைவு தெரிந்த நாளிலிருந்து என்னோடு எவ்வளவு பேச்சுப் பேசியிருக்கிறது! அப்படியானால், ஜடம் என்பதே இல்லையா? 'ஜடத்தன்மை' தான் உண்டு. அது உயிர்/உயிர்களிடம் தற்காலிகமாக இருந்து விலகுவது. 'எல்லாப் பொருள்களுக்கும் உயிர் உண்டு; அவை நினைக்கும், பேசும், இறைவனைச் சிந்தித்திருக்கும்' என்னும் திருக்குரான் மொழியை நான் கவித்துவ வாக்கியமாகக் கொள்ள மாட்டேன். உண்மையில் 'ஜடம்' எனச் சொல்லப்படுகின்றவற்றிடம் தான் உண்மையை அதிக நெருக்கத்தில் தரிசிக்க முடிகிறது. மற்றபடி எல்லாப் பொருள்களும் உயிருள்ளவைதான் என விஞ்ஞானம் உறுதி செய்வதற்காக நான் எவ்வளவு காலமும் காத்திருக்கத் தயார்.

'சொற்சிக்கனமும் எளிமையும்' ஒன்றுக்கொன்று எதிரானவை என நினைக்கிறார் சுகுமாரன். அது ஒரு பொது நினைப்பு. சிக்கனம்தான் எளிமையைச் சாதிக்கும் என்பது என் எண்ணம். 'அதை' 'அது'வாகவே தர 'வேறெது'வும் 'அதில்' கலந்து வராத சிக்கனத்தைக் கையாண்டால் விருட்டென்று 'அது' பாய்ந்து உள்ளோடும் அதுவே எளிமை. சிக்கனமான அமைப்பில் தெரியும் எளிமையைப் புரிந்து கொள்ள, வார்த்தைகளின் மீது

சவாரி செய்யும் பழக்கத்தை வாசகன் நிறுத்திக் கொண்டால் போதுமானது.

இன்குலாப் மிகை குறையின்றி, பாவனைகள் இன்றி தன் வாழ்வு நோக்கிற்கேற்ப நேர்மையாகப் பார்த்திருக்கிறார். இயற்கை, மனிதனுக்கு அந்நியமாகி விடும் அவலத்தை நகரச் சூழலின் எந்த அம்சத்திலும் உணரலாம். குருவியும் தும்பியும் மனிதனைத் தவிர வேறில்லை என அவர் காண்பது எவ்வளவு சுத்தமும் சத்தியமும் ஆனது!

மூவரில் படித்தவர் இருவர்; பார்த்தவர் இன்குலாப்.

உங்கள் உரையில் நீங்கள் வெளிப்படுத்தியுள்ள எண்ணங்கள் சம்பந்தமாக நிறைய நிறையப் பேச வேண்டியிருக்கிறது; சந்திப்பில் விரிவாகப் பேசலாம்.

திறந்து வைக்கப்பட்ட மொழி பல்வேறு அர்த்த பாவங்களுக்கும் இடம் கொடுக்கும் இயற்கையை நீங்கள் உணர்ந்திருக்கிறீர்கள். பின், கவிஞன் நினைத்திராத ஒன்றை மொழி சுட்டுவது பற்றியும், வெவ்வேறு வாசகரிடம் வெவ்வேறு அதிர்வுகளை ஏற்படுத்துவது பற்றியும் உங்களுக்கு விமர்சனம் ஏன்? நீங்கள் விரும்பும் அதிர்வுகளை வாசகனிடம் உண்டாக்க முடியுமா? உங்கள் மொழியில் வெளி வந்திருப்பது உங்கள் அதிர்வு தான் என்று உறுதி கூற முடியுமா?

மணிவாசகர் பதிப்ப வெளியீடான 'நாவல் வளர்ச்சி' என்ற தொகுப்பு நூலில் உள்ள 'அபிதா' நாவல் பற்றிய என் கட்டுரையை நீங்கள் படிக்க விரும்புகிறேன். புத்தகம் அங்கே யாரிடமாவது கிடைக்குமோ? கிடைக்காதென்றால் தெரிவியுங்கள். என்னிடம் Typed Copy ஒன்று இருக்கிறது, தேடிப் பார்த்து அனுப்பி வைக்கிறேன்.

நீங்கள் இந்திரன்; இவர் கதிர்வேலன் என்று இருந்தாலும் உங்கள் இருவருக்கும் ரூபமெடுக்கிற சந்தர்ப்பங்கள் உண்டு அல்லவா! மொழியும் ரூபங்கள் எடுக்கிறது; அந்த சந்தர்ப்பங்களில் கவிதையாகிறது. ரூபங்களில் சில தத்துவம், வரலாறு, விஞ்ஞானம் என்று எல்லாவற்றிலும் மின்னி மறையலாம். கவிஞன் கைப்படும் போது மட்டும் செயற்கையாக உறைய வைக்கப்படுகிறது. விஞ்ஞானி / தத்துவஞானி / கவிஞர் உமர்கயாம் தனக்குக் கிடைத்த ரூபங்களை உறைய வைத்தார். உறைநிலையில் தான் மொழி மூச்சு விடும் அழகை நாம் காண முடிகிறது.

நீங்கள் செய்தது சரிதான். கவிதையின் மொழி பிரத்தியேகமானதன்று; மொழியின் பிரத்தியேக ரூபம் தான் கவிதை.

சரி, பனிக்காலம் உடல் நிலையைச் சற்றுப் பாதித்திருக்கிறது. உங்களைச் சந்தித்துத் திரும்பிய உத்வேகத்தில் அர்த்தமில்லாத நிர்வாகப் பொறுப்புகளினின்று வெளிவந்தேன். படிக்க, எழுத அவகாசம் உருவாக்கிக் கொண்டேன். அடிக்கடி சந்திக்க முடியாது போனாலும் கடிதப் பரிமாற்றம் என் மூலையிலிருந்து வெளியேற்ற உதவும் என நினைக்கிறேன். நீங்கள் எழுதுங்கள்.

நீங்களும் கதிர்வேலனும் 'என்ற ஒன்று' தொடர்பான உங்கள் எண்ணங்களை எழுதினால் மிகவும் ஆறுதலாக இருக்கும். 'அந்தர நடையும்', 'என்ற ஒன்றும்' எந்தச் சிறு வட்டாரத்திலும் நுழைய முடியவில்லை; யாரும் கண்டு கொள்ளவேயில்லை. தமிழ்க் கவிதைப் பரப்பு முழுமைக்கும் பொறுப்பேற்றுக் கொண்டு கட்டுரைகள், புத்தகங்கள் எழுதுகிறவர்கள், மற்றுமுள்ள கவிஞர்கள் அபி என்பவன் இல்லையென்பதான பாவனை மேற்கொள்கிறார்கள். வார்த்தையும் படிமமும் அபியிடம் எடுத்துக் கொண்டு திருட்டு பல்லிளிக்கும்படியான அபத்தங்களைக் குவித்து வருகிற ஒருவரை மகோன்னதமான படைப்பாளி என்று போட்டி போட்டுக் கொண்டு எழுதுகிறார்கள். விசித்திரமான காஃப்காவியச் சூழலில் இருப்பதாக நான் உணர்வதுண்டு.

கதிர்வேலன். பழநிபாரதி, அரசு மற்றும் நண்பர்களுக்கு என் அன்பு தெரிவியுங்கள்.

சி.நாராயண ரெட்டி

தெலுங்குக் கவிஞர்

ஹைதராபாத்தில் வெய்யில் வீசும் காலை நேரம் 10 மணி. ஒரு கோயிலைப் போன்ற அமைப்பில் உள்ள அழகிய கட்டடம் ஒன்றில் அமைந்துள்ளது. தெலுங்குப் பல்கலைக் கழகம். அதன் விசாலமான அறை ஒன்றில் ஒரு பல்கலைக்கழகத் துணைவேந்தருக்கான தோரணைகள் ஏதுமற்ற புன்சிரிப்புடன் வரவேற்கிறார் தெலுங்கு மொழியின் முக்கிய கவியான சி. நாராயண ரெட்டி. 1988ம் ஆண்டுக்கான ஞானபீடப் பரிசைப் தனது கவிதைகளுக்காகப் பெற்ற இவர், ஒரு கவிஞர், விமர்சகர், பாடலாசிரியர், நாடகாசிரியர், கல்வியாளர் என்று பன்முக ஆளுமை கொண்டவர். இதுவரையிலும் ஏழுக்கு மேற்பட்ட நீண்ட கவிதை நூல்கள், எட்டுக்கு மேற்பட்ட வசன கவிதை நூல்கள், மூன்று கவிதை நாடகங்கள், மூன்று விமர்சன நூல்கள் ஆகியவற்றுடன் பல மொழிபெயர்ப்புகளும் செய்துள்ளவர். இவரது 'விஸ்வம்பரா' எனும் வசன கவிதை குமாரன் ஆசான் விருது பெற்றது.

அண்மையில் 'பத்மபூஷண்' விருது பெற்ற இவரை ஹைதராபாத்தில் சந்தித்த போது, பல்கலைக்கழகக் கமிட்டிக் கூட்டம் ஒன்றில் கலந்து கொள்ள வேண்டிய பரபரப்பு இன்றி உரையாடினார். உரையாடலின் இயல்பான தொடர்ச்சியாக நேர்காணல் அமைந்தது.

- **உங்களது இன்றைய கவிதைகளின் நோக்கும் போக்கும் எந்தத் திசையில் பயணப்படுகின்றன?**

என்றுமே எனது கவிதைகள் அவை மரபுக் கவிதைகளாக இருந்த போதும் சரி, நவீன வடிவக் கவிதைகளாக இருந்த போதும் சரி மனித குலத்தின் மீதான ஆழமான அன்பு ஒன்றே என் கவிதைகளை இயக்கி வருகிறது. அதிலும்

குறிப்பாக, கீழ்த்தட்டு மனிதர்களின் அவலங்களைப் போக்க வேண்டும் என்பது என் கவிதைகளின் அடிநாதமாக இருந்து வந்திருக்கிறது.

- **நவீன கவிதை வடிவங்கள் என்று நீங்கள் குறிப்பிடுவது வசன கவிதைகளையா? உங்களது இன்றைய கவிதைகள் வசன கவிதைகள்தானா?**

நான் சுமார் 7 கவிதை நூல்களை மரபுக் கவிதைகளாக எழுதி இருக்கிறேன். இன்றைக்கும் கூட நான் மரபு சார்ந்த யாப்புகளில் எழுதியிருக்கிறேன். அதே நேரத்தில் 'பிரபஞ்சபதி' எனும் 5 அடிகளைக் கொண்ட ஒரு புதிய பாவினத்தை உருவாக்கி இருக்கிறேன். அங்கதத் தொனியில் அமைந்த 108 கவிதைகள் நான் எழுதியுள்ளேன்.

- **இதைத் தான் நீங்கள் நவீன கவிதை வடிவம் என்று குறிப்பிட்டீர்களா?**

இல்லை. நான் யாப்பின் கட்டுப்பாடற்ற, சுதந்திரமான கவிதைகளையே நவீன கவிதை வடிவம் என்று குறிப்பிட்டேன். ஆனால், என்னைப் பொறுத்தமட்டிலும் எனது வசன கவிதைகளும் கூட முழுக்க முழுக்க ஓசை அழகின் பிடியிலிருந்து நழுவியவை அல்ல. அவை யாப்பின் கட்டுப்பாடான இறுகிப் போன பிடியிலிருந்து விடுதலை அடைந்தவை என்ற அளவுக்கே சொல்ல முடியும். எனது வசன கவிதைகளிலும் கூட – உள்ளுக்குள் இழைந்தோடும் ஓர் அந்தரலயம் உண்டு.

- **கவிதைகளில் வெற்றுக் கோணல்களையே கவிதையாக்குவது பற்றி என்ன நினைக்கிறீர்கள்?**

எனது இன்றைய கவிதை, குறிப்புப் பொருளாக உள்கருத்தைத் தெரிவிக்கும் பாணியைப் பின்பற்றுகிறது. குறியீடுகள், படிமங்கள், மூலமாகச் சிறந்த கருத்துக்களை வெளியிட வேண்டும் என்று நான் நம்புகிறேன். இங்கு ஒன்றை வலியுறுத்த விரும்புகிறேன். வெற்றுக் கோணல்களுக்காக மட்டுமே கவிதை எழுதுவது எவ்வளவு தவறோ, அதே அளவுக்குத் தவறு குறியீடுகளுக்காக மட்டும் கவிதை எழுதுவது ஆகும். வெறும் காட்சிப் படிமங்களை உருவாக்கிக் காட்டுவது ஓவியர்களின் வேலை; கவிஞனின் வேலை அல்ல.

- **குறியீடுகள், குறிப்புப் பொருள்கள் என்று நீங்கள் சொல்கிற போது, அரூப வெளிப்பாடுகள் பற்றி என்ன நினைக்கிறீர்கள்?**

அரூபமான வெளிப்பாடுகளில் எனக்கு நம்பிக்கை இல்லை, கவிதையில் புரியாத்தனத்தை ஏன் சேர்க்க வேண்டும்?

- இது மேலை இலக்கியங்களின் பாதிப்பாக இருக்கலாம் அல்லவா?

நான் விவசாயக் குடும்பத்தில் பிறந்து, கிராமத்துத் தெருப் பள்ளிக்கூடத்தில் படித்து இயற்கையோடு இணைந்து வளர்ந்தவன். உங்கள் கேள்விக்கு எனது கிராமம் சார்ந்த உதாரணம் ஒன்றையே காட்ட விரும்புகிறேன். பசு எல்லாவிதமான இலை, தழைகளையும் தான் தின்கிறது. பசுமையான இலைகள், காய்ந்து போன வைக்கோல் என்று விதவிதமான வண்ணங்களில் உள்ளவற்றை உட்கொள்கிறது. ஆனால் அது பச்சையாய்ப் பால் சுரப்பதில்லை. வைக்கோல் தின்ற பசு மஞ்சள் பால் சுரப்பதில்லை. அது அவற்றை ஜீரணித்து வெண்மை நிறமான பாலைத்தான் கொடுக்கிறது. இது போலத்தான் நாம் பலவிதமான வெளிப்பாட்டு இலக்கியங்களைப் படித்தாலும் அவற்றை அப்படியே இறக்குமதி செய்துவிடக்கூடாது. மேலை இலக்கியங்களை அப்படியே கண்மூடித்தனமாகப் பின்பற்றக் கூடாது. அவற்றை நமக்குள் வாங்கி, செரித்துக் கொண்ட பிறகு நமக்கேயான புது வடிவத்தை உண்டாக்கலாம்.

- அப்படியானால் கவிதைக்கு அடிப்படை எது?

நமக்கான அனுபவங்களையும், கற்பனைகளையும் சிறப்பான முறையில் வெளிப்பாடு செய்வது முக்கியமானது. கவிதைக்குத் தெளிவு என்பது மிகவும் அவசியம். இந்தத் தெளிவு என்பது இல்லை என்றால் கவிதையின் நோக்கமே புறக்கணிக்கப்பட்டு விடும்.

- தெலுங்கு மொழியில் முக்கிய கவிஞர்கள் யார் யார் என்று பெயர் குறிப்பிட்டுச் சொல்ல முடியுமா?

கே.சிவா ரெட்டி, டாக்டர் கோபி, தேவிப்ரியா ஆகியோரைச் சொல்லலாம். கே. சிவாரெட்டி ஒரு நக்சலைட் கவிஞர்.

- இன்றைய தெலுங்குக் கவிதைகளின் போக்கு எப்படி உள்ளது?

இன்றைய தெலுங்குக் கவிஞர்களில் சில இளைஞர்களிடம் புரியாத்தன்மை, மயக்கம் ஆகியவை உள்ளன. நாம் வாழும் காலத்தின் சிக்கல் தன்மை தங்கள் கவிதைகளில் வந்து விடுவதாக இவர்கள் குறிப்பிடுகிறார்கள். சமூகத்தில் உள்ள குழப்பத்தை வெளிப்படுத்த உனது கவிதையும் குழம்பிப் போய் இருக்க வேண்டும் என்பது கட்டாயம் அல்ல

- கவிதை செத்து விட்டது என்று குறிப்பிடப்படுவது குறித்து...?

அறிவியல் தொழில்நுட்ப வளர்ச்சிக்குப் பிறகும், இதயத் துடிப்பு இருக்கும் வரையிலும் கவிதையும் இருக்கவே செய்யும். அறிவியல் வளர்ச்சி கவிதைகளைச் சாகடித்து விடும் என்று சொல்ல முடியாது. அறிவியல் அறிஞர்கள் கூடத் தங்களது கண்டுபிடிப்புகளை நிகழ்த்தவும் விளக்கக் காட்டவும் உவமை, உருவகம் ஆகியவற்றைப் பயன்படுத்தவே செய்கின்றனர். நல்ல கவிதை என்றைக்கும் சாவதில்லை. அது பொய் சொல்வதில்லை. அது உண்மையே பேசுகிறது.

தினமணி.

கி.ராஜ நாராயணன்

இடைசெவல்

17.9.1983

அன்பார்ந்த இந்திரன் அவர்களுக்கு,

நமஸ்காரம்.

நீங்கள் நேசத்துடன் கொடுத்தனுப்பிய ‘அந்நியன்’ கவிதைத் தொகுப்பும், ‘அறைக்குள் வந்த ஆப்பிரிக்க வானம்’ புத்தகங்கள் கிடைக்கப் பெற்றேன். நன்றி. அந்தச் சூழலிலும், சந்தடியிலும் வாசிக்க முடியவில்லை. இங்கே வந்து தான் முடிந்தது. ரொம்ப அற்புதமான ஒரு காரியம் பண்ணியிருக்கிறீர்கள். தமிழுக்கு, இன்னுங் கொஞ்சம் காத்திருந்து, கொஞ்சம் பெரிசாவே பண்ணியிருக்கலாம் ஆப்பிரிக்க வானத்தை.

இப்படி ஒரு தொகுதி வந்தது எனக்குத் தெரியாது. ஒருநாள் திரு. விமலாதித்த மாமல்லன் இடைசெவல் வந்திருந்தார். ‘வண்டியில் பூட்ட முடியாத வரிக்குதிரை’ கதையை, ஒரு குழந்தைக்கு தாத்தா கதை சொல்வது போல எனக்குக் கதையாகச் சொன்னார். அடடா என்றிருந்தது.

அந்த சொகம் கதையைப் படித்த போது கிடைக்கவில்லை எனக்கு. இந்தத் தொகுப்பை தமிழுக்குக் கொண்டு வந்ததுக்காக உங்களுக்கு ஒரு பாராட்டு விழாவே நடத்தலாம். மிகையான வார்த்தையில்லை இது.

இப்படி ஒரு தொகுப்பு வந்திருக்கிறது. அதை எனக்கு வேண்டிய மீராவே கொண்டு வந்திருக்கிறார். ஆனாலும் என் கண்ணில் படவில்லை.

நான் ஒரு குக்கிராமத்தில் அகப்பட்டுக் கொண்டேன். எங்கேயும் ஓடியாடித் திரிந்து வரமுடியாத ‘முடவனாக’

இருக்கிறேன். என்மீது ஏதோ ஒன்று இரக்கப்பட்டு இத்தொகுதியை என்னிடம் சேர்த்திருக்கிறது என்று தான் சொல்ல வேண்டும்.

பிரசித்தி பெற்ற நீக்ரோ பாடகர் பால்ரோப்ஸன் பாடிய "தாயில்லா அனாதைக் குழந்தையின் உணர்வு என்னை வாட்டுகிறதே" என்ற பாடலையும், "தண்ணீர் சுமக்கும் சிறுவன்" என்கிற பாடலையும் ரெக்கார்டில் கேட்கும் வாய்ப்பு எனக்கு நேர்ந்தது. நெஞ்சைப் பிழியும் அந்தச் சோகம் என்னை நீண்ட நாள் வாட்டியது; "கரும்புத் தோட்டத்திலே "என்கிற பாரதியின் பாடலைப் போல.

நீக்ரோ மக்களின் சோகம் என்னை ரொம்பவும் பாதிக்கக் காரணம் எனது கரிசல் மக்களின் நிலையும் கிட்டத்தட்ட அதே போல் இருப்பதுவும் இருக்கலாம்.

இப்பொழுது நான் கரிசல் சிறுகதைத் திரட்டு ஒன்றைப் பெரிய அளவில் தயாரிப்பதில் ஈடுபட்டிருக்கிறேன். என்னுடைய 60வது வயதை இந்தப் புத்தகத்தைக் கொண்டு வருவதன் மூலம் கொண்டாட விரும்புகிறேன். இதற்கு எல்லாக் கரிசல் எழுத்தாளர்களும் சிறுகதைகள் தந்து உதவுகிறார்கள்.

இதனால் யாவருக்கும் / ரவிக்குமார்

ஒரு புழுக்கமான மாலை நேரத்தில் ரவிக்குமார் தனது வசன கவிதைகளை என்னிடம் கொண்டு வந்து கொடுத்தார். பழகும் போதெல்லாம் ஆஹாஹா என்று கள்ளமற்று வாய் பிளந்து சிரிக்கும் அந்த இளைஞரின் கவியுலகு இப்படித்தான் இருக்கும் என்று முன்கூட்டியே அனுமானிக்கும் அளவுக்கு நான் அவரை அறிந்தவனில்லை. எனவே, அதை அறிந்து கொள்ளும் ஆவல் கிளர்ந்தெழ அவர் கவிதைகளைப் படித்தேன்.

ஈழப் போராளியின் சுவரொட்டியிலிருந்து, இன்றைய புதிய கல்வித் திட்டம் வரை அனைத்தும் அவரது கவியுலக வாழ்க்கையில் இடம் பெறுவதினால் ரவிக்குமாரின் எழுத்துலகம் இன்றைய எதார்த்த உலகை விட்டு விலகாமல் ஒன்றுபோலவே நகர்ந்து வருவதைக் கண்டேன். அதே நேரத்தில் தான் தீட்டிக் கொண்டிருக்கும் ஓவியத்தைச் சற்றுத் தள்ளி நின்று ரசித்து, மீண்டும் படைப்பில் ஈடுபடும் ஓர் ஓவியனைப் போல் எதார்த்த உலகை விட்டு விலகி நின்று அதன் குறை நிறைகளை எடை போடும் தன்மை கொண்டவையாக இருப்பதையும் உணர்ந்தேன்.

சலிப்பூட்டும் அளவுக்குச் சிக்கலாக்கப்பட்டு, புரிந்து கொள்ள முடியாத அளவுக்குக் குழப்பி விடப்பட்டுள்ள பிரச்சினைகளின் தீவிரத்தைக் காணும் இன்றைய தமிழ்க் கவிஞர்கள் தங்களது தனி மனித சோகங்களை மட்டுமே கவிதைகளாகப் பாடிச் சோர்ந்து போகிறார்கள். இல்லையெனில் பிரச்சினைகளின் ஆழ, அகலங்களை ஆராயும் பொறுப்பிலிருந்து தப்பிக்க வழிதேடி, படிம தியானங்களையும், பத்தாம்பசலித் தத்துவ விசாரங்களையும் சரணடைகிறார்கள். இன்னும் சிலரோ புரிதல் அடிப்படையில் அமையாத வெற்றுக் கோஷங்களை

எழுப்பித் தாங்களும் பிரச்சினைகளைச் சந்தித்ததாக மார்தட்டிக் கொள்கிறார்கள். ரவிக்குமார் இத்தகைய சூழல்கள் எதிலும் சிக்கவில்லை என்பதறிந்து மகிழ்ந்தேன். இவர் தனது பாதை எது என்ற தெளிவுடன் தன் படைப்புகளைச் செய்திருக்கிறார்.

பொதுவாக இத்தொகுப்பிலுள்ள இவரது கவிதைகள் மூன்று தளங்களில் இருக்கின்றன.

1 தனது அந்தரங்க அனுபவங்களை மற்றவர்களுடன் பகிர்ந்து கொள்வது.

2 அந்த தனிப்பட்ட அந்தரங்க அனுபவங்களுடன் இழை சேர்ந்திருக்கும் பொதுப் பிரச்சினைகளை அடையாளம் கண்டு மற்றவர்கட்கும் காட்டுவது.

3 சமூதாயத்தின் ஊழல் சக்திகளையும் அவற்றின் போலித்தனங்களையும் இனங்கண்டு, அவற்றின் முகமூடிகளுக்குப் பின் இருக்கும் குரூரமான நிஜ முகங்களை விளையாட்டாக மற்றவர்களுக்கு தரிசனப்படுத்துவது.

இந்த மூன்றையும் சாதிப்பதற்கு அவர் கவிதை எனும் வடிவத்தைக் கையாண்டிருக்கிறார். ஒரு கலைப் படைப்பில் ஈடுபட்டிருக்கும் கலைஞன் சில நேரங்களில் தன்னை அறியாமலேயே ஒரு புரட்சிகரமான கருத்தைத் தன் கலைப் படைப்பின் மூலமாகச் சொல்ல நேரிடலாம். ரவிக்குமாரின் கவிதைகள் இவ்வாறு அவரது விருப்பம் அல்லது விருப்பமின்மையை மீறிய நிலையில், ஒரு விபத்தாக, சமுதாயப் பிரச்சினையைச் சொல்ல நேர்ந்தவை அல்ல. தன்னை, தன் மக்களை அன்றாடம் அலைக்கழிக்கும் பிரச்சினைகளைப் பற்றிய புரிதலை ஏற்படுத்தியே தீர வேண்டும் என்ற தீர்க்கமான முடிவுடன் செய்யப்பட்டிருக்கின்றன அவர் கவிதைகள். இதை வேறுவிதமாகச் சொல்வதெனில், ஒரு செய்தியைச் சொல்லக் கூடிய ஆற்றலைத் தன்னுள் புதைத்து வைத்திருக்கும் படைப்புகளைச் செய்ய வேண்டும் எனும் நோக்கத்துடன் செய்யப்பட்டவை அவை என்றும் சொல்லலாம்.

இத்தகைய குறிக்கோளைக் கொண்டிருப்பதனால்தான் இவர் கவிதைகள் மிகவும் எளிமையாக உள்ளன. மற்றவர்க்குப் புரியாத விதத்தில் விடுகதைத்தனமாக இருப்பது தான் கவிதை அழகியல்

என்று நம்பப்படுகிற இன்றைய நவீன தமிழிலக்கிய உலகில் ரவிக்குமாரின் எளிமை பாராட்டப்பட வேண்டியது.

அவர் கவிதைகள்

"அது போன்றே கடும்பனி
அது போன்றே நிலவொளி
அதுபோன்றே
தவளைகள்
அழைத்திடும் வயல்வெளி
ஆனாலும்கூட
இதுவேறு ராத்திரி"

என்று மிகவும் இயல்பாகப் பேசிக் கொண்டு போகின்றன.

இங்கு நாம் ஒன்றை நன்கு உணர்ந்து கொள்ள வேண்டும். வெறும் சொல் கவிதையாவதில்லை. சொல்லுக்குப் பின்னால் நிற்கும் அனுபவம் அதை கவிதையாக்குகிறது.

பிரெஞ்சு இலக்கிய மேதை ழான் பால் சார்த்தர் சொல்கிறார், "கவிஞர்கள் என்பவர்கள் சொற்களைப் 'பயன்படுத்த' மறுப்பவர்கள்" (Poets are men who refuse to 'UTILLISE' language) இங்கு கவிஞர்களின் பாடு மிகவும் திண்டாட்டமாகி விடுகிறது. ஒரு ஓவியனுக்கு வண்ணங்கள் எவ்வளவு முக்கியமோ அவ்வளவு முக்கியம் கவிஞனுக்குச் சொல். சொற்களின்றி கவிஞன் ஏதும் செய்ய இயலாதவனாகிறான். அதே நேரத்தில் சொற்களால் தான் ஏமாற்றப்படாமல் இருக்க மிகவும் விழிப்பாகவும் இருக்க வேண்டியவனாகிறான்.

தமிழ் மொழியின் செழிப்பான இலக்கியப் பாரம்பரியம் அதன் சொற்களை அதிக சக்தி மிக்கவைகளாக ஆக்கி உள்ளது. புதிய கவிதை அனுபவத்தைச் சித்தரிக்கச் செய்ய முயலும் கவிஞனுக்கு இதுவே ஒரு இடையூறாக அமைந்து விடுகிறது. நிலவு எனும் ஒரு சொல்லை நாம் சொன்னவுடனேயே பழைய சங்கப் பாடலிலிருந்து இன்றையத் திரைப்பாடல் வரை நிலவு பற்றிச் சொன்னவை எல்லாம் அந்தச் சொல்லின் பின்னால் வந்து நின்றுவிடுகின்றன. எனவே நிலவு எனும் சொல்லைப் பயன்படுத்தி விட்டாலே கவிதை அனுபவத்தைச் சாதித்து விட்டதாக ஒரு மயக்கத்தை அது ஏற்படுத்தி விடுகிறது. இதனால் வெற்றுச் சொல் அடுக்குகளையே கவிதையெனப் பெற்றெடுக்கும் அபாயம் நேருகிறது. இப்படி வெற்றுச்சொல்

அடுக்குகளைத் தவிர்ப்பதைத் தான் சார்த்தர் 'மொழியைப் பயன்படுத்த மறுப்பது' என்று குறிப்பிடுகிறார்.

இந்த அபாயத்திலிருந்து தப்பிப்பதற்கு ஓர் எளிமையான வழி இருக்கிறது. உண்மையான அனுபவங்களின் அடிப்படையில் கவிதைகளைப் படைப்பது தான் அது. இதைத்தான் ரவிக்குமார் செய்திருக்கிறார்.

உண்மையின் பக்கமான ரவிக்குமாரின் இந்தச் சார்புதான் இத்தொகுதியிலுள்ள கவிதைகளை ஒளியுடையனவாக்குகிறது; மின்போல் அடிக்கச் செய்கிறது; அக்கறையுடன் கூடிய அன்னியோன்னியமான குரலில் இதயம் உள்ள எந்த வாசகனையும் கவர்ந்து விடுகிறது.

ஜுன் 1986

முன்னுரை

அகதி / கௌரி

ஈழத்து கவிதையில் நவீனத்துவம்

ஈழத்தின் நவீன தமிழ்க் கவிதை இன்றடைந்துள்ள புதிய பரிமாணங்கள் அதன் இன்றைய அரசியல் வரலாற்றின் பின்னணியில் இருந்து பெறப்பட்டவை. அத்தீவில் வாழும் மக்களின் உயிர் மீதும் மனச்சாட்சி மீதும் கை வைத்து உலுக்கும் அரசியல் நிகழ்வுகள் அக்கவிஞர்கள் உதிர்க்கும் ஒவ்வொரு சொல்லையும் மனித சுதந்திரம் குறித்த ஆவணங்களாக்கி விட்டன.

1940களில் முளையிட்டு வளரத் தொடங்கிய ஈழத்து நவீன தமிழ்க் கவிதை அம்மண்ணின் மக்களை இயந்திரத் துப்பாக்கிகளும், போர் விமானங்களும், பலி கொள்ளத் தொடங்கிய போது தனது அலங்கார உத்திகள் அனைத்தையும் கீழே போட்டு விட்டு திட்டவட்டமான மொழியைக் கையாளத் தொடங்கிவிட்டது. அது தவிர அழகை மட்டுமே சாதிக்க ஆசைப்பட்டுக் கொண்ட கவிதையின் பண்டிதத்தனம் முகம் குலைந்து அழகை இரண்டாம் பட்சமாக்கி வாழ்க்கையைப் பேசத் தொடங்கிய உடனேயே பெரிதும் சமூகச் சார்புடையதாகவும் மாறிப் போனது. ஈழத்து நவீன தமிழ்க் கவிதையின் பிரதான பண்பே அதன் சமூகச் சார்புதான் என்று குறிப்பிடுவார் ஈழத்து திறனாய்வாளர் எம்.ஏ.நுஃமான், “மௌனத்தின் குடியரசு” (Republic of Silence) எனும் கட்டுரையில் பிரஞ்சுத் தத்துவவாதியனா ழான் பால் சாத்தர் (Jean Paul Satre) ஜெர்மன் ஒடுக்கு முறையை எதிர்த்துரைத்த காலங்களில் எழுதிய வரிகள் இன்றைய ஈழத்துக்குப் பெரிதும் பொருந்தும்.

“நாடு கடத்துதல், கைது, குறிப்பாக மரணம், (மகிழ்ச்சி நிறைந்த நாட்களில் இவற்றை எதிர்கொள்வதில் இருந்து நாம் சுருங்கிக் கொள்வோம்) என்பவை நமது அக்கறைக்குரிய வழக்கமான பொருட்களாகி விட்டன. ஒவ்வொரு கணமும் மிகச் சாதாரணமாக எல்லாருக்கும் தெரிந்த உண்மையான “மனிதன் நிலையற்றவன்” என்பதை நமது வாழ்க்கையில் முழுமையாக உணர்ந்தோம், நம்மில் ஒவ்வொருவரும் அவரது வாழ்க்கையில் இருந்து மேற்கொண்ட தேர்வு அசலான தேர்வாகும். ஏனெனில் அது மரணத்தின் முகதுக்கு நேருக்கு நேர் எடுக்கப்பட்டதொன்றாகும்.”

இப்படித்தான் ஈழத்து தமிழ்க்கவிதை மொழி, தொனி, வடிவம், ஓசை, கரு ஆகியவற்றை மரணத்தின் முகத்துக்கு நேருக்கு நேர் தேர்ந்தெடுக்கிறது.

1988இல் வெளி வந்த ‘சோகங்களிலும் துயரமானது’ என்ற கவிதைத் தொகுதி மூலமாக இந்திய, இலங்கை முற்போக்கு அரசியல், இலக்கியவாதிகள், பலரது கவனத்தை கவர்ந்த கௌரி, அகதி என்னும் இந்த நீள் கவிதையின் மூலமாகத் தமிழில் தனக்கென ஒரு இடத்தை தேர்வு செய்திருக்கிறார்.

தமிழில் இதுவரை யாருமே பதிவு செய்திராத அனுபவத்தை ‘அகதி’ எனும் நிலையை ஒரு சுயசித்திரமாய் இக்கவிதையில் அமைத்திருக்கிறார். அடியாழத்தில் அமைந்த ஒரே சீரான அகவல் ஓசையுடன் நகரும் கவிதை ஏராளமான விமர்சனங்களை, சிங்கள அரசு பற்றிய, அரசை எதிர்க்கும் போராளிக் குழுக்கள் பற்றிய, உலகினைப் பல நாடுகளாகப் பிரித்து எல்லைச்சுவர் எழுப்பியது பற்றிய, ஒன்றிணைந்து இயங்க வேண்டிய நேரத்தில் அகதிகளின் தனியான, சுயநலமான சந்தர்ப்பவாதப் போக்குகள் பற்றிய விமர்சனங்களை முன் வைக்கிறது.

தாயக மண்ணின் வேர்களை அறுத்துக் கொண்டு வேறு நாடுகளில் அகதியாக அடைக்கலம் தேடும் ஒரு மனிதனின் வேதனை கவிந்த ஒரு வாக்குமூலம் தான் இக்கவிதை. இங்கு எழுத்தைக் கவிதையாக்கி விட வேண்டுமென்பதற்கான தனியான முயற்சிகள் எதுவும் காணமுடியாது. மற்றவர்களின் அளவுகோலின்படி இது கவிதைதான் என்பதற்கான முகாந்திரங்கள் கூட இல்லை.

தாயக மண்ணின் அரசியல் நிகழ்வுகளினால் உயிரினை இழப்பதை அறவே வெறுத்த அப்பாவி மனிதன் ஒருவன் தன் உயிரினைக் காப்பாற்றிக் கொள்ளும் பொருட்டு பிற நாடுகளில் அகதியாகத் தஞ்சம் அடைகிற போது அவன் படும் வேதனைகளை விமர்சனங்களுடன் விவரிக்கிறது கவிதை.

நான் எந்தன் உயிருடன்
நாறிட மட்டும்
இடம் ஒன்று தாருங்கள்

எனக் கேட்கும் அகதிகளுக்கு அவர்கள் கூறும் பதில் இதுதான்:

அடிமைகளாய் அங்கு நீ
அழிவது உன் விதி
அழுக்கு மூட்டை நீ
அழகிய எங்களின்
நாட்டுக்குள் வந்து
அமர்வது இயலுமோ
காட்டுமிராண்டி
நாட்டிலிருந்து
களவாய் வந்த நீ
திரும்பப் போய் விடு

என்று அவர்கள் ஏசுகிறார்கள். கையில் விலங்கினை இடுகிறார்கள். விலங்கறுத்து தப்பித்து ஓடலாம் என்று நினைக்கையில் அந்த விலங்கு தரத்தினில் மிக உயர்ந்த மிகவும் பலமான ஒன்று என்று தெரிய வருகிறது. கவிஞன் ஒரு விரக்தியான விமர்சனத்தை அங்கதத் தொனியுடன் முன்வைக்கிறான்.

இந்த உலகினில்
இருக்கின்ற பொருட்களில்
உற்பத்தித் தரத்தினில்
உயர்ந்த ஓர் பொருள்
புரிந்து நீ சொல்லென்றால்
உடனே சொல்லுவேன்
கை விலங்கென்று
....
வாழ்க, வளர்க

என்று விலங்கைப் பற்றி பேசுகிறார் கௌரி. பிரெஞ்சு, ஓவியர் மார்ஷல் டுஷம்ப் (Marshal Duchamp) உலகின் முட்டாள்தனமான, குற்றமிக்க செயல்களையும், தனது செயல்களையும் கூட கண்டு சிரிக்கும் வகையில் தன் படைப்புகளை உருவாக்கியது போல, கௌரி தனது விமர்சனங்களை வைக்கிறார். இடையில் நாம் இழந்து விட்ட சங்க காலத்துத் தமிழ்ப் புலவர்கள் கொண்ட அரசர்கள் தவறு செய்யும் போது இடித்துரைக்கும் நேர்மையை கௌரி மீண்டும் புதுப்பிக்கிறார்.

இந்த இருபதாம் நூற்றாண்டு, ஜனநாயகத்துக்கு உகந்ததாக இல்லை. அழகியல் சற்றும் யாருக்கும் சொந்தமில்லாத இடத்தில் சென்று அமர்ந்து கொண்டுள்ளது. உள்ளீடற்ற நீர்க்குமிழி போலிருக்கும் ஒரு அபாயகரமான கால கட்டத்தில் நாம் வாழ்கிறோம். இந்தக் காலக் கட்டத்தில் அறிவு ஜீவிகளுக்கும் ஒரு கடமை முன்னெழுந்து நிற்கிறது. அரசியல்வாதிகள் தங்களுக்கென்று இலட்சியங்களைப் போலன்றி மிக உண்மையான நேர்மையான இலட்சியப் பிடிப்புள்ள அரசியல்வாதிகளுக்குத் தான் ஆபத்து நிறைய உள்ளது. அவர்கள் தங்கள் இலட்சியத்தின் மீதுள்ள அளவற்ற பாசத்தின் காரணமாக அந்த இலட்சியங்கள் செயற்படுத்தப்படும் போது ஏற்பட்டு விடக் கூடிய அந்த இலட்சியத்துக்கே கூட எதிர்ப்பான தீய விளைவுகள் குறித்த அபாயத்தை சில நேரங்களில் கவனிக்கத் தவறி விடலாம். இந்த நேரத்தில் எந்தவித அச்சமும் இன்றி இயல்பான பகுத்தறிவைப் பயன்படுத்துமாறு அரசியல்வாதிகளைக் தூண்ட வேண்டியது அறிவு ஜீவிகளின் கடமை.

மனிதனுக்கு சாரமாக இருக்கிற சுதந்திரத்தையும், சுயமரியாதையையும் எதன் பேராலும் அரசியல்வாதிகளும் சரி அரசுகளும் சரி, அழித்து விடாமல் அவர்களை விழிப்படையச் செய்ய வேண்டியது கவிஞனின் கடமை. இந்த நீள் கவிதை இக்கடமையை மிகச் சிறப்பாக நிறைவேற்றி இருக்கிறது.

"சோகங்களிலும் துயரமானது" எனும் தனது கவிதை நூலில் கண்ட மயக்கம் கொண்ட இளைஞனான கௌரியை மிகவும் முதிர்ந்த நிலையில் நான் 'அகதி'யில் காண்கிறோம்.

நான் சிலாகித்து பேசக்கூடிய கவிதைக் கலையின் தொழில் தேர்ச்சியின் உன்னதங்களை கௌரி ஏதும் தொட்டு விடவில்லை தான். ஆனால் அவர் மனசாட்சிக்கு வேதனை தராத வகையில்

உண்மைகளைத் தொட்டிருக்கிறார். தனது கவிதைக் கலை பற்றியே கூட தனது நண்பனின் வார்த்தைகளாக இடையில் செருகியிருக்கிறார்.

கவித்துவம் நிறைந்து
கவிதை எழுதிட
ஆயிரம் கவிஞர்கள்
எம்மிடை உள்ளனர்
ஆயினும் என்றும்
உண்மை ஒன்றையே
உருவமாய்த் தாங்கிய
உங்களின் கவிதைகள்
உயர்ந்தவை என்றான்.

இந்தக் கவிதையில் முடிந்த முடிவாக ஏதும் சொல்லப்படவில்லை. தமிழன் ஒரு அகதியாக இருப்பதின் அவலத்தைப் பேசியது தவிர தீர்வுகள் என்பதையும், தீர்ப்புகள் எதையும் தரவில்லை கௌரி.

கனவினில் கூட
இனிமையை இழந்து
கரையும் என் வாழ்வின்
இன்னொரு கணமாய்
இன்றைய விடியல்
இல்லாதிருந்து
காலைக் கதிரவனின் கைகளில் வரவும்
வாழ்க்கையோ வேறோர்
வடிவமாய்த் திகழ்ந்தது.

என்ற ஒரு திறந்த முடிவை முன் வைக்கிறார் கௌரி. இதுவே இந்நூலின் மிகப் பெரிய சிறப்பு என நான் கருதுகிறேன்.

இந்த நூற்றாண்டின் அரசியல் வல்லுனர்களுக்குத் தெரிந்திருக்கக் கூடிய மிகப் பெரிய உண்மை இதுதான். எதுவும் அது எத்துனை உயரிய இலட்சியமாக இருந்தாலும் அது முடிந்த முடிவு அல்ல. அதை மனித குலத்தை மென்மேலும் உயர்த்திப் பிடித்துச் செல்ல வேண்டியதாக மாற்றியாக வேண்டும்.

ஆக்டேவிய பாஸ் என்னும் மெக்சிகோ நாட்டின் உன்னதமான எழுத்தாளனின் வார்த்தைகள் இங்கு மிகவும் கருதத்தக்கவை.

"முடிந்த முடிவுகள் எதனையும் நாங்கள் கொண்டிருக்கவில்லை என்பதையும் எல்லா உண்மைகளும்.... குறிப்பாக அரசியல் உண்மைகள் மாறும் தன்மை கொண்டவை என்பதையும் மக்கள் புரிந்து கொள்கிற போது மற்றவர்களை நோக்கிய, தங்களை நோக்கிய வஞ்சகப் புகழ்ச்சிக்கும், இரக்கத்திற்கும் இடங்கிடைக்கும். இந்த நூற்றாண்டின் மிகப் பெரிய தேவை இதுதான். இரக்கத்தின் மறு உயிர்ப்பு.

ஆ. மாதவன்
திருவனந்தபுரம்

10.5.1983

அன்பு நண்பர் இந்திரன்,

"அந்நியன்" வந்தான். (முற்றிலும் இவன் அந்நியனே அல்ல. நம்மவன்.) என்ன இது? நீங்கள் இத்தனை மாய்மாலங்கள் செய்யும் வித்தகன் என்று நான் இதுகாறும் அறிந்தேனில்லையே. அட கவிஞனாகிய நண்பனே, நீ இந்த தேனடையின் சாற்றறைகளை எந்த உச்சாணிக் கொம்பில் மறைத்து வைத்திருந்தாய்? இந்த 'அந்நியன் அத்தனையையும் பிழிந்தெடுத்து என் நெஞ்ச முலைகளில் தடவுகிறான். ஒப்பனை உரைகளே அல்ல. இந்திரனே, நீ கள்ளம் தெரிந்தவன். உன்னிடம் நான் விலைக்கு விற்க வருவேனா?

அறிக இந்திரன். நான் அனேகமாக, கவிதைகளைப் படித்துவிட்டு எறிபவன். ஆனால் அந்நியன் பூக்கூடையிலிருந்து அத்தனை பூக்களையும் எடுத்துப் பத்திரப்படுத்திக் கொண்டேன். பூக்களை குழந்தைகள் மிதிக்காமல் இருக்கட்டும். ஆமாம். தெருக்குழந்தைகள்!

மரணத்தின் நட்சத்திரங்கள் / இளையபாரதி

திமிங்கல வேட்டை

தாறுமாறான, முரட்டுத் துணியிலான தொள தொளத்த நவீனமான சட்டையுடன் முகத்தில் ஒழுங்கு செய்யப்படாத நிழல்களைப் பூசிக் கொண்டு, ஓவியக் கண்காட்சி ஒன்றில் (கோமல் சுவாமிநாதனுடன்) நான் சந்தித்த இளையபாரதி கவிதை எழுதுவார் என்பது மட்டுமே எனக்குத் தெரியும். இன்று "மரணத்தின் நட்சத்திரங்கள்" எனும் கவிதைத் தொகுதியுடன் அவரது பிம்பத்தைப் பொருத்திப் பார்க்கிற போது எனக்குள் ஒருவிதமான வியப்பு மேலிடுகிறது. மருத்துவக் கல்லூரிகளில் நடைபெறும் கண்காட்சிகளில் நமது உடம்பிற்குள் இத்தனை அதிசயங்கள் என்று வியந்து பார்க்கிற மாதிரி இளையபாரதிக்குள் இத்தனை உலகங்களா என்று அதிசயிக்க வைக்கிறது இத்தொகுதி.

"மரணத்தின் முந்திய நிமிஷத்தில்
சொல்லத் துடித்த தொண்டைக்குள் சிக்கிய
கடைசிச் சொல்லாய் இருந்துவிட்டுப் போகட்டும்
என் கவிதை"

என்று இளையபாரதி பேசுகிற போது அவரது கவிதை, இருத்தல் குறித்த வினாக்களை எழுப்பியபடி உள்ளதைப் புரிந்து கொள்ள முடிகிறது. 'மரணம்' என்பதை கவிதைக்கான ஒரு உத்தியாக அவர் பயன்படுத்தி இருக்கிறாரோ என்று அவரது தலைப்பைப் பார்த்த உடனேயே தோன்றிய சந்தேகம் தீர்ந்து விடுகிறது.

"மரணத்தின் அழைப்பைக்
கேட்டவர்களுக்குத் தெரியும்
வாழ்வின் வசீகரங்கள்"

என்கிற வார்த்தைக்குள் இருக்கும் சத்தியத்தின் வெளிச்சம் இளையபாரதி எனும் இளம்கவியின் நிழலை பூதாகரமாக்கிச் சுவற்றில் தள்ளுகிறது.

"கவிதைகள் என்பவை புகைப்படங்கள் அச்சிடப்பட்ட அஞ்சல் அட்டைகள் (Picture Post Card) அல்ல" என்று குறிப்பிடுவார். ராபர்ட் க்ரீலி. அவர் சொன்னார். "ஜாக்சன் போலாக்கின் ஓவியங்களைப் பார்க்கிற போது நமது கவனம் எப்படி வண்ணங்களின் செயல்பாட்டில் ஈர்க்கப்படுகிறதோ, அதே போன்று கவிதைகளில் நமது கவனம் வார்த்தைகளின் செயல்பாட்டில் ஈர்க்கப்பட வேண்டும்."

இளையபாரதியின் கவிதைகளில் அது நிகழ்கிறது. தமிழைச் சரிவர எழுதத் தெரியாதவர்கள் தாங்கள் எழுதும் பிழைகள் மலிந்த தமிழை நவீனத்துவம் என்று சொல்லும் மோசடி நிறைந்துள்ள இன்றைய தமிழ்க் கவிதை உலகில் இளையபாரதிக்கு ஒரு மொழி ஆளுமை இருக்கிறது. இந்த மொழி ஆட்சியே இவரது கவிதைகளுக்கு தேவைப்படுகிற தொனி வேறுபாடுகளை நிகழ்த்துகிறது

"சாதகத்தில் கழியவே ஜாதகம்" எனும் இவரது கவிதையை சாதகம், ஜாதகம் என்கிற பழம்மரபு வார்த்தை விளையாட்டு எனப் புறம் தள்ள முடியவில்லை. தயாரிப்புகளிலேயே வாழ்க்கை கழிந்து விடுகிற சோகமான மனிதர்களைச் சந்தித்த போது அவர்களது சோகத்தை இதைக் காட்டிலும் சுருக்கமாக, செறிவாகச் சொல்ல முடியுமா என்று தோன்றுகிறது. சோகத்தில் தெறிக்கிற விரக்தியான சிரிப்பு தான் 'சாதகமும்' 'ஜாதகமும்'.

வாழ்க்கையின் ஏராளமான கவனிப்புகளும், அனுபவத்தெறிப்புகளும் ஒரு திரவமாகப் பெருக்கெடுக்கிற போதெல்லாம், அவற்றைக் கையில் கிடைக்கும் பாத்திரங்கள் சிறிய வடிவ பாத்திரங்களாக இருந்தாலும், பெரிய வடிவ பாத்திரங்களாக இருந்தாலும் நிரப்பி வைத்து விடுகிறார். பாத்திரம் எந்த வடிவினதாக இருந்ததோ அந்த வடிவத்தை அந்த அனுபவ வெளிப்பாடு அடைந்து விடுகிறது. இவற்றை குறுங்கவிதைகள், நெடுங்கவிதைகள் என்றெல்லாம் வகைபிரித்துக் கொண்டிருப்பது விமர்சகரின் வேலை. கவிஞனின் வேலை இல்லை இது.

இவரது கவிதைகள் சூரியனுக்கு கீழே இருக்கும் அனைத்தைப் பற்றியும் பேச ஆசைப்படுகின்றன. மரம், சிலந்தி, காதல், பசி,

யானை, சீருடை, ரயில் பயணம், முத்தம், வான்கோ, ஒப்பனை, வாசன், லூயிபுனுவல் என்று பல்வேறு விஷயங்களைப் பற்றி பல்வேறு மனநிலைகளில் இவர் எழுதி இருக்கிறார். இவற்றைப் பற்றியெல்லாம் இவர் என்ன சொல்லியிருக்கிறார் என்பதை விடவும், சொல்லப் பட்டிருக்கிற விதம் கவர்ச்சியுடையதாக இருக்கிறது. கவிதை நகர்வின் துரிதகதியில் அவர் தான் பேசியிருக்கிற விஷயங்களைக் காட்டிலும் அவற்றைப் பற்றி பேசியிருக்கிற விதத்தில் அவற்றைத் தன்னுடையதாக மாற்றிக் கொள்கிற விந்தை நிகழ்ந்துள்ளது. இத்தகைய தனக்கேயுரித்தான வெளிப்பாடுகளை முறையை உருவாக்கிக் கொள்ள இவர் தன்னை முழுமையாகத் திறந்து வைத்துள்ளதே காரணம்.

மேலை இசை மேதை மோசார்ட் பற்றிய 'அமேதியஸ்ய என்கிற திரைப்படத்திலிருந்து குருதத், ரித்வித் கட்டாக், லூயிபுனுவெல், குருசோவா ஆகிய உலக சினிமா மேதைகளும், வின்சென்ட் வான்கோ போன்ற ஓவிய மேதைகளும் கூட இவரது கவிதை வெளிப்பாட்டுக்கான மொழியின் தயாரிப்பில் தங்களது விரல் ரேகைகளை விட்டுச் சென்றிருக்கிறார்கள். இவ்வாறு நிகழ்ந்துள்ளது என்பதை நாம் கவிதை நூலுக்குப் புறத்தே நின்று துப்பறியும் வேலை செய்து கண்டுபிடிக்க வேண்டியதில்லை. அவரே தனது நூலில் குறிப்புகளாக விட்டுச் செல்கிறார். இவரது கவிதைகள் ஓவியம், திரைப்படம் என்று பிறதுறைகளின் பாதிப்புகள் கொண்ட ஆரோக்கியமான திசையில் பயணப்படுகிறது.

ஒரு மலரைப் பார்த்து உணர்ச்சி வேகமடைந்து ஒரு கவிதை செய்ய முடியுமானால் கலைநேர்த்தி மிக்க ஒரு திரைப்படத்தை பார்த்து ஒரு கவிதையை ஏன் எழுத முடியாது? உண்மையில் இளையபாரதியின் புறத்தே இருந்து அவரை அன்றாடம் பாதிக்கும் உலகத்தைப் பற்றியதல்ல இக்கவிதைகள். தன் கவிதையில் பேசியுள்ள விஷயங்களை இளையபாரதி என்கிற தஞ்சை மாவட்டத்து நல்லுச்சேரி கிராமத்தில் பிறந்த ஒரு தனிமனிதன் எந்தவிதமான வரிசைக் கிரமத்தில், எந்தவிதமான கோணத்தில் உள்வாங்கி, தனது மனசின் அந்தரங்க அறையில் எந்த குறிப்பிட்ட மூலையைக் கொடுத்து வைத்திருக்கிறார் என்பதை இக்கவிதைகள் காட்டுகின்றன. ஒவ்வொரு மனிதனின் உடம்பிலும் அவனுவனுக்கென்று தனியானதொரு வாசனை இருப்பது மாதிரி

இளையபாரதியின் கவிதைகளுக்கு ஒரு அடையாளத்தை இவையே ஏற்படுத்திக் கொடுக்கின்றன.

ஒரு புறச்செய்தியை ஒரு கவிஞன் எந்தவிதமாகப் புரிந்து கொள்கிறான் என்பது அவனது தனியான ஆளுமையைக் காட்டுகிறது. "கொத்தும் மரணக்குருவியின் அலகிலிருந்து தப்பிய தானியம் நான்", என்று இளையபாரதி தன்னை வர்ணித்துக் கொள்ளும் போது கூட அவர் பேசியிருக்கிற 'மரணம்' என்பதைவிடவும் மரணத்தை ஒரு குருவியாக நினைக்கிற மனம் என்னைக் கவர்கிறது.

மரணம் கொடூரமானது. பிரெஞ்சு எழுத்தாளர் ஹில்லர் பெல்லாக்கின் வார்த்தைகளில் சொல்வதானால் மரணம் என்பது கதிர் அறுக்கும் அரிவாளைப் போன்றது அல்ல. அது புல்வெட்டும் கத்தியைப் போன்றது. பயிர் செழித்து வளர்ந்து, கதிர் விட்டு, பால்பிடித்து, முற்றித் தலை சாய்த்து நிற்கிற தருணம் வரையிலும் காத்திருந்து அதன் பிறகே அறுவடை செய்யும் அரிவாள். ஆனால் புல்வெட்டும் கத்திக்கு இந்த பொறுமை கிடையாது. அது முதிர்ந்தது, பூவிட்டது, நேற்று தான் தளிர்த்தது என்று பேதம் பார்ப்பதில்லை. மரணமும் இவ்வாறுதான். எந்த விதக் கரிசனமும் இன்றி அனைத்தையும் வெட்டிச் சாய்த்து விடும் கொடூரம் கொண்டது. இத்தகைய மரணத்தைத்தான் இளையபாரதி குருவி என்று புரிந்து கொள்கிறார். "முற்றத்திலேயும், கழனி வெளியிலும் முன் கண்ட தானியம் தன்னைக் கொணர்ந்துண்டு, மற்றைப் பொழுது கதை சொல்லித் தூங்கிப் பின் வைகறை ஆகுமுன் பாடி விழிப்புறும்" மகாகவி பாரதியின் குருவிக்கும் இளையபாரதியின் "தன்னையே தானியமாகத் தின்னக் காத்திருக்கும்" மரணக் குருவிக்கும் தான் எத்தனை வேறுபாடு. ஆனால் இந்த அபூர்வமான புரிதல் தான் இளையபாரதிக்கு நம் இதயத்தில் இடம் பிடித்துக் கொடுக்கிறது. இதுதான் கவிதையின் சாதனையும் கூட. உலகில் நாம் இதுவரை கொண்டிராத ஒரு பார்வையை கவிதை ஏற்படுத்துகிற போது அது வெற்றியடைகிறது.

"Pain is a Flower" என்று பேசுவார் ராபர்ட் க்ரீலி. "வலியை ஒரு மலர் என்று வர்ணிக்கத் தூண்டிய கவிமனத்தைப் போன்ற ஒரு தனித்துவமான கவிமனம்தான் இளையபாரதியையும் மரணத்தைக் குருவி என்று வர்ணிக்க அனுமதிக்கிறது. இளையபாரதியின்

கவிதைகளில் செயல்படுகின்ற மொழி அவரது மொழி ஆட்சி 'பேச்சு' ஒன்று உருவாவதற்கு வழி திறந்து வைக்கிறது. சொல்லப் போனால் 'பேச்சு' ஒன்றைப் பிரசவிக்கிறது. அதே நேரத்தில் பல தருணங்களில் அவரது மொழிச் செயல்பாடே மொழியையே ஒரு பொருளாக மாற்றி விடுகிறது. "தந்தங்களும்.. ரோமங்களும்" எனும் கவிதையில் யானையைப் பற்றி

"தந்தங்களை உடையதே தவிர; நரிபோலத்
தந்திரங்கள் உடையது அல்ல"

என்று பேசுகிற போதும், யானையை 'சைவப்புதிர்', 'கருப்பு கம்பீரம்' என்றெல்லாம் சொல்கிற போதும் தமிழின் முன்னோடிக் கவிதை உத்திகள், சிலவற்றுக்கு ஆட்பட்டு ஏற்கனவே கட்டமைக்கப்பட்டிருக்கும் ஒரு பண்பாட்டு உடம்பை அவர் கவிதை வரிகள் பெற்றுவிட நேர்கிறது. இத்தகைய தருணங்களில் பழைய உவமைக் கவிஞர்களைப் போல் பட்டியல் போடும் உத்திமுறையையும் கைக் கொண்டு விடுகிறார்.

கவிதையைப் பிரளயத்திலிருந்து தப்பித்து வருவதற்கான ஆலிலையாகக் கருதுகிற இளையபாரதியின் கவிதைத் தரிசனங்கள் பல வாசகனை பல்வேறு அர்த்த தளங்களுக்கு அழைத்துச் செல்பவை.

"உங்களது
உணவுப் பட்டியல்களில்
எழுதப்பட்டிருப்பது
எங்களது பசிகள்"

என்றும் பேசும் கவிஞரின் வரிகளில் சிறுமைக் கண்டு எழும் சினம் தீக்கங்குகளை போல் அமைதியாகச் சாம்பல் பூத்துக் காணப்படுகிறது. இவரது சூரியன் வயோதிகத்தால் இருளையே பொழிகிறான். சதா சள்ளைப்படுத்தும் சலிப்பூட்டும் இந்த வாழ்க்கையைப் பற்றி எழுதும்போது

"தீக்குளித்து மரித்த இளம் சுமங்கலியின்
சிதையில் எரிந்து
கருகும் முகூர்த்தப் பட்டின் வாசனையாய்
மூச்சுத்திணற வைக்கிறது வாழ்வு"

என்று புதுமையாக, அதே நேரத்தில் மிகவும் தற்காலத் தன்மை கொண்ட, தர்மாவேசம் கொண்ட விமர்சன தொனியுடன் அமைகின்றன கவிதை வரிகள்.

இவரது ‘எனது கடவுள்’ எனும் கவிதை இத்தொகுதியின் முக்கிய கவிதை என்பது மட்டுமல்ல. தற்கால தமிழ்க்கவிதை உலகில் இளையபாரதிக்கு என்று தனியான ஓர் இடத்தை ஏற்படுத்திக் கொடுக்கக் கூடியதாகும். ஒரு மீனிடம் சென்று உன்னுடைய கடவுள் எப்படி இருப்பார் என்று கேட்டால் அது பளபளக்கும் பலவண்ண உடல் கொண்ட தங்க மீனாக இருப்பார் எனது கடவுள் என்று தான் சொல்லும். அதே போல் கடவுள் என்பதை உருவாக்க மனிதன் தன் கையிலுள்ள வண்ணங்கள் அனைத்தையும் செலவழித்து விட்டிருக்கிறான்.

வாழ்க்கையில் தயையும், கொடையும், மறைந்து போய் கொடூரமும், வன்முறையும் நிறைந்து விட்டது குறித்து கடவுளை சாட்சியாக வைத்த எழுதிய இக்கவிதையில் இளையபாரதி நிறைய சாதித்து இருக்கிறார். இதே போல் ‘மனக்கடல்’ ‘யானைக்கால் தேசம்’ ‘செங்கல் கூட்டங்கள்’ ஆகிய கவிதைகளில் “பார்க்கும் பொருளிலெல்லாம் படிமங்கள் தேடும் கவியின் மனசு” நமக்கும் தெரிய வருகிறது.

இந்த விந்தையான காட்சி ரீதியான படிமங்களை இளையபாரதியின் கவிதைகளில் படிக்கிற போது அவை செலுலாய்டில் அவர் எழுதப் போகிற கவிதைக்கான முன் தயாரிப்புகளாகத் தோன்றுகின்றன.

“என் கிழிசலின் வழியே
பார்க்கிறேன்
ஆகாயத்தை
அதில் பிரகாசிக்கும்
நட்சத்திரங்களையும்“

இதில் ஒரு காமிராவைக் கோணம் பார்த்து வைக்கிற அவரது தொழில் புக்தி தெரிய வருகிறது.

“முத்தமிடும் நம்
உதடுகளுக்கிடையே
ஒளியும்
மாலைச் சூரியன்”

என்பது முழுமையான ஒரு செலுலாய்ட் காட்சி. இத்தகைய பார்வை ரீதியான படிமங்கள் இளையபாரதிக்கு சுவாசிப்பது மாதிரி மிகவும் இயல்பாக வருகின்றன.

கவிதைத் தொகுப்பின் பிற்பகுதியில் இருக்கும் காதல் கவிதைகளைத் தவிர இதன் பெரும்பாலான கவிதைகள் சமூகம் குறித்து அக்கறை கொள்வது கலையைக் காயப்படுத்தி விடாது என்பதைக் காட்டுபவை.

வாழ்க்கை எனும் கொந்தளிக்கும் கடலில் திமிங்கில வேட்டை ஆடியே தீருவதென முடிவு செய்து விட்டவர்கள் வெற்றி தோல்வி பற்றிக் கணக்குப் போட முடியாது. இளையபாரதியின் 'மரணத்தின் நட்சத்திரங்கள்' எனும் இக்கவிதைத் தொகுதி நிச்சயமாக ஒரு திமிங்கில வேட்டை தான். இதில் இளையபாரதியின் கைக்குள் சிக்காமல் இருப்பதற்கு கவிதை எனும் திமிங்கலம் என்னென்ன வழிமுறைகளை கையாள்கிறதோ அதை விட திமிங்கிலத்தை மடக்கிக் கைப்பற்றுவதற்கான வழிமுறைகள் இளையபாரதிக்குத் தெரிந்திருக்கிறது.

டிசம்பர் 2000

சூ யூச்சு
சீனத்துப் பெண் கவிஞர்

சென்னையில் சீனத்துக் கலைவிழா, சீனத்து மேதைகளின் கைவினைப் பொருள்களின் கண்காட்சியில் தான் சந்தித்தேன். அந்த சீனத்துப் பெண் கவிஞரை. சென்னைக்கு வந்திருந்த சீனத்துக் கலை மேதைகளின் கூட்டத்தில் சூ யூச்சு எனும் பெயர் கொண்ட அந்த பெண்மணி ஆங்கிலம் அறிந்தவராக இருந்தது இன்றைய சீனக்கவியுலகம் பற்றி நான் நன்கு அறிந்து கொள்ள வசதி செய்வதாக இருந்தது. எனது உரையாடல் சீனாவைப் பற்றிய எனது பல ஐயங்களை மிகவும் தெளிவிப்பதாக இருந்தது. ஒல்லியான உடலும், களைத்த முகமும், மிகவும் நவீனமான மேலை நாட்டுத்தன உடையுடனுமிருந்த அந்த கவிஞரின் ஒவ்வொரு பதிலிலும் தத்துவப் பிடிப்பும், தெளிவும் இருந்தது.

சென்னை மியூசியத்தின் படிகளில் அமர்ந்தபடி தொடங்கிய எங்கள் உரையாடல் ஊர் சுற்றுவது பற்றி இருந்தது.

* சீனாவிலிருந்து இந்தியாவின் பல பகுதிகளைச் சுற்றி வந்திருக்கிறீர்கள். இது பல புதிய அனுபவங்களை உள்ளடக்கியதாக இருக்குமென்றாலும் இதை உண்மையிலேயே நீங்கள் விரும்புகிறீர்களா?

ஊர் சுற்றுவது என்பது எனக்கு மட்டுமல்ல, மனித குலத்திற்கே மகிழ்ச்சியான ஒன்று தான். ஆனால் இன்று ஊர் சுற்றுவது என்பது கூட ஒரு நிறுவனம் ஆகிவிட்டது. பயணம் என்பது ஒரு தொழில்துறை ஆகிவிட்டது. பல ஆண்டுகளுக்கு முன்னர் இருந்ததை விட பயணம் செய்வது சுலபமாகி விட்டது இன்று. அரசாங்கங்கள் பயணத்தை ஒரு தொழில் துறையாக வளர்க்க விரும்புவதால் இன்றைய மனிதன் அவனது பாட்டனை விட அதிகமாகப் பயணம் செய்கிறான். ஆனால் சீனாவின் பயணம் செய்வதைக் கூட

ஒரு கலையாகப் பயின்று இருக்கிறார்கள். அந்த கலை அம்சம் எங்களது இந்தப் பயணத்தில் இல்லை. ஏனெனில் இது நேரம் எனும் கட்டுப்பாட்டைக் கொண்டதாக இருக்கிறது. சொல்லப் போனால் சீனாவின் பழைய அர்த்தத்தில் இது பயணமே இல்லை.

- **பயணம் என்பது பற்றிய சீனாவின் பழைய அர்த்தம் என்ன என்று சொல்ல முடியுமா?**

பயணம் என்பது எந்த நேரம் எந்த இடம் என்ற முடிவு செய்யாமல் ஒரு வெள்ளை மேகம் காற்று அடிக்கும் திசையில் நகர்வது போல திரிதல் தான் என்று நம்பினார்கள் பழைய சீனர்கள். இப்படி இல்லாதவை அனைத்தும் போலியான பயணங்கள் என்று சொன்னார்கள். சென்னையில் இருக்கும் வெகுசில சீனக் குடும்பங்களைக் கூட சென்று சந்திக்க முடியவில்லை எங்களால். ஹுபாவ் எனும் இடம் தேனீருக்காகவும், ஊற்று நீருக்காகவும் பெயர் போனது. இந்த இடத்தில் வருகிற வெளிநாட்டுப் பயணிகள் தேனீர் கோப்பையை வாயருகில் வைத்துக் கொண்டு தேனீர் பருகுவது போல புகைப்படம் எடுத்துக் கொள்வது உண்டு. ஹுபாவில் தேனீர் பருகும் காட்சி கவிதைத்தனமானதுதான். ஆனால், அந்த பயணி அந்த தேனீரை சுவைப்பதை விட்டு விட்டு புகைப்படத்திற்கு காட்சி தருவதில் அதிக கவலை கொண்டு விடுகிறார் (சிரிக்கிறார்).

- **நீங்கள் சொல்லும் இந்த கருத்தே மிகவும் சீனத்தனமானதாக எனக்குத் தெரிகிறது. இன்றைய சீனக் கவியுலகில் உங்களது இடம் என்ன?**

இரண்டு கவிதைக் தொகுதிகள் வந்துள்ளன. என்னைப் பொறுத்த மட்டிலும் சீனாவின் கவியுலகக் கடற்கரை ஓரத்தில் கிளிஞ்சல் பொறுக்கும் சிறுமி என்று தான் என்னை வர்ணித்துக் கொள்ள முடியும். அதுவும் சீனாவின் மாபெரும் கவிப் பாரம்பரியத்தை எடுத்துக் கொண்டால் அதைக் கூட நான் மறுபரிசீலனை செய்ய வேண்டி இருக்கும்.

- **இளம் வயதினராகத் தெரியும் உங்கள் பேச்சில் தத்துவார்த்தமான தொனி அதிகமாகத் தெரிவதாக உணர்கிறேன். இது பற்றி என்ன நினைக்கிறீர்கள்?**

எனக்கு திருமணமாகி இரண்டு குழந்தைகள் உள்ளனர். என்னை இளம் வயதினள் என்று சொன்னதற்கு நன்றி. (சிரிக்கிறார்) தத்துவம், கவிதை இரண்டும், அது சீனாவாக இருந்தாலும்,

இந்தியாவாக இருந்தாலும், ஐரோப்பாவாக இருந்தாலும் இணைந்தே இருக்க முடியும் என்று நான் நம்புகிறேன். 'ச்சுவாங்ட்சே' ஒரு அபூர்வமான அனுபவத்தைக் குறிப்பிட்டார். ச்சுவாங்ட்சே ஒருமுறை தன்னை ஒரு பட்டாம்பூச்சியாகக் கற்பனை செய்து கொண்டார். தனது சிறகை அடித்துக் கொண்டு பறந்து செல்வது என்பது உண்மையாகத் தெரிந்தது அவருக்கு. திடீரென்று விழிப்பு வந்து கனவு கலைந்து விட்டது. அப்போது மீண்டும் தான் ச்சுவாங்ட்சே ஆகிவிட்டதாகவும் ச்சுவாங்கட்சேதான் நிஜமென்றும் தெரிந்தது. நிலையற்ற வாழ்க்கை எனும் ஆற்றில் சில நேரம் நீருக்கு அடியில் நீச்சல் அடிக்கிறோம். சில நேரம் நீருக்கு மேலே நீச்சல் அடிக்கிறோம். வாழ்க்கை நிலையற்றது என்பதை உணராவிடில் வாழ்க்கையின் பாதி கவிதை காணாமல் போய்விடும்.

- **சீனத்துக் கவிதை உலகில் மேலை உலக இலக்கியத்தின் பாதிப்பு இருக்கிறதா? அது எந்த அளவுக்கு உங்கள் கவிதையைப் பாதித்து இருக்கிறது?**

என்னைப் பொறுத்தமட்டிலும் நான் மீண்டும் வலியுறுத்த விரும்புவது இதுதான். நான் சாதனை படைத்தவள் அல்ல. ஆனால் சீனக் கவியுலகம் நிச்சயமாக மேலைக் கவியுலகினால் பாதிப்புக்கு உள்ளாகி இருக்கிறது என்பதை ஒப்புக் கொண்டே தீரவேண்டும். லியாங் ட்சாங் டாய் ஆங்கிலக் கவி வடிவமான 'சானட்' (Sonnet) வடிவத்தை சீனாவில் பரிசோதித்து பார்த்தார். அது சீனக் கவியுலகில் ஒப்புக் கொள்ளப்பட்ட ஒன்றாகி விட்டது. டாக்டர் ஹ்யூ ஷி, பிரௌனிங் கவிதைகளில் ஈடுபாடு கொண்டிருந்தார். ஹசுயூச்சீ மோ பைரனைப் போன்ற கவிதைகள் எழுதினார். இவர் கீட்ஸ், வாட்ஸ்வொர்த் போன்ற கவிஞர்களால் அதிகம் பாதிக்கப்பட்டிருந்தார்.

- **உங்கள் கவிதை எப்படிப்பட்டது? உங்களது கவிதைகள் கம்யூனிச கருத்துக்களைப் பேசுகின்றனவா?**

'கவிதை என்பது படிப்பினை' என்று குறிப்பிடுகிறார் கம்ஃப்யூசியஸ். மயகோவ்ஸ்கியின் கவிதைகளில் எனக்கு ஈடுபாடு உண்டு. ஆனால் மயகோவ்ஸ்கியின் பல கவிதைகளில் உயர்வு நவிற்சி அதிகம் இருப்பதாக எனக்கு தற்போது தோன்றுகிறது. எனது கவிதைகள் எந்த ஒரு குறிப்பிட்ட வடிவத்திலும் சிக்கிக் கொள்ளாதவை. சாதாரண விஷயங்களில் இருக்கும் எளிமையில் இருக்கும் ஆழ்ந்த அர்த்தங்களை நான் என் கவிதைகளில் கையாள விரும்புகிறேன். எனது இளமைக்கால கவிதைகளில் பிரச்சாரம் கொஞ்சம்

அதிகமாக இருந்தது. இப்போது எனது கவிதைகளில் பல அன்றாட வாழ்க்கை அனுபவங்கள் பற்றியவையாக உள்ளன. தனிமனித அனுபவங்களை அதிகமாகத்தான் கையாளுகிறேன்.

- பொதுவாக இன்றைய சீனத்துக் கவிதைகளில் அதிகம் கையாளப்படும் கரு எதுவாக இருக்கிறது?

சீனாவில் நாங்கள் இயற்கையை அதிகம் நேசிக்கிறோம். இப்போது கூட எங்களுடன் வந்திருக்கும் கைவினைப் கலைஞர்களை எடுத்துக் கொண்டால் அவர்கள் மீண்டும் மீண்டும் இயற்கை காட்சிகளையே தங்கள் கருப்பொருளாக எடுத்துக் கொள்கிறார்கள். அது எம்பிராய்டரியாக இருந்தாலும், சிற்றோவியமாக இருந்தாலும் இயற்கை காட்சியே அவர்களுக்குப் பிடித்தமானது. இதே தான் கவிதையிலும் மரபு ரீதியாகவே கவிதையும் ஓவியமும் சீனாவில் ஒன்றிலிருந்து ஒன்று பிரிக்க முடியாதவை. எனது சமீபத்திய காதல் கவிதை ஒன்றில் நான் குறிப்பிடுகிறேன்.

"நீ ஆகாய விமானத்தில் வந்து இறங்கிய
அந்தநாளில்
ஏராளமாக மழை பெய்தது"

இன்றைய கவிதை என்று இல்லை. சீனாவில் எல்லா கவிதைகளிலும் மீண்டும் மீண்டும் இயற்கையே வந்து நிற்கிறது. சீனாவின் நிலக்காட்சி ஓவியங்களில் நீங்கள் பார்த்து இருப்பீர்கள். ஓவியத்திலேயே ஒரு பக்கத்தில் கவிதையும் இருக்கும்.

- இந்தியாவின் கவிதைகளைப் படித்து இருக்கிறீர்களா? இந்தியக் கவிஞர்களில் யாருடைய கவிதைகள் உங்களுக்குப் பிடிக்கும்?

இந்தியக் கவிதைகள் நான் அதிகம் படித்தது இல்லை. நான் நாகூரைப் படித்து இருக்கிறேன். அவரது கவிதைகள் எனக்கு பிடித்து இருக்கின்றன. மிகவும் அற்புதமானவை அவை.

(நான் கொடுத்த எனது ஆங்கிலக் கவிதைகளின் தொகுப்பு நூலான 'Syllables of Silence' லிருந்து 'First Love' எனும் கவிதையில் சில வரிகளைக் காட்டிச் சொல்கிறார்)

தோல்வியடைந்த முதல் காதல் மெதுவாக நகரும் ஆற்று நீரில் மிதக்கும் பிணம் போல இருக்கிறது என்ற உங்களது கவிதை வரிகள் எனக்கு பிடித்து இருக்கின்றன. இதற்குக்கூட உங்களது கருத்தை நீங்கள் ஒரு இயற்கையின் பிண்ணனியில் வைத்திருப்பது தான் காரணமோ என்று எனக்குத் தோன்றுகிறது. மேலும் அது

ஊதிப்பருத்து, சற்று அழுகிப் போயும் இருப்பதாகச் சொல்வது அதை விகாரப்படுத்துகிற அதே நேரத்தில் மனதைக் கவரவும் செய்கிறது.

- **சீனாவில் கவிதைகள் அதிகம் படிக்கப்படுகின்றனவா?**

இன்றைய சீனாவில் கவிதைகளைக் காட்டிலும் நாவல்கள் அதிகம் படிக்கப்படுகின்றன. சொல்லப் போனால் நாவல்களைக் காட்டிலும் அதிகமாக மக்களைக் கவர்வது தொலைக்காட்சி நாடகங்கள். ஒரு நாவல் தொலைக்காட்சி நாடகமாக மாற்றப்படும் போது அது அதிகமான மக்களைக் கவர்கிறது.

- **ஒரு பெண் என்ற முறையில் உங்களது எழுத்தில் 'பெண் விடுதலை' கருத்துக்களை நீங்கள் வைக்கிறீர்களா?**

இந்த கேள்வி எனக்கு அதிக சங்கடத்தைக் கொடுக்கிறது. ஒரு பெண் என்ற முறையில் அல்லாமல் மனித குலத்தில் ஒருத்தி என்கிற வகையிலேயே எனக்கு இந்தியாவுக்கு வந்து இவற்றை நடத்த உதவும் பொறுப்பு கொடுக்கப்பட்டு இருக்கிறது. ஒன்றை மட்டும் நிச்சயமாகச் சொல்வேன். நான் பெண்களுக்காக மட்டும் எழுதும் எழுத்தாளி அல்ல. மேலும் சீனாவில் பெண்களின் நிலையையும், பெண் விடுதலை பேசும் மேல் நாடுகளில் பெண்களின் நிலையும் முற்றிலும் வேறுபட்டவை என்று கூட நினைக்கிறேன். எழுத்தாளர் என்று வந்து விட்ட பிறகு ஆண் என்ன, பெண் என்ன? நீங்கள் இந்த கேள்வியை தவிர்த்து இருக்கலாமோ என்று தோன்றுகிறது (சிரிக்கிறார்)

(உரையாடலை முடித்துக் கொள்ளலாம் என்ற
ஒரு பக்க தலைசாய்த்தலுடன் சிரித்தபடி எழுகிறார்.
மேலை நாட்டு முறைப்படி கைகுலுக்கி விடை பெறுகிறார்)
புதிய நம்பிக்கை

ந பழமலய்

விழுப்புரம்

29.8.1989

அன்புள்ள நண்பருக்கு, வணக்கம்

இப்பொழுது தான் மீட்சியில், முன்னுரையின் குத்தல் என்னும் பக்கத்தைப் படித்தேன்.

சந்தேகத்திற்கு இடமில்லாமல் ‘மீட்சி’ (பிரம்மராஜன்) ‘மண்’ணை (இந்திரன்) ஒரு விவாதத்திற்கு இழுத்துள்ளது. என் கடிதம், கட்டுரை எல்லாம் போதாமை உடையவை. தாங்கள் தான் நேரடியாகச் சரியானபடி எதிர் கொள்ள வேண்டும். இதனைத் தாங்கள் சிறப்பாகச் செய்ய முடியும். தேவையானால் பயணத்தைக் கலந்து கொண்டு செய்யலாம். செய்ய ‘மண்’வேண்டும்.

தங்கள் எழுத்துக்களை இந்தியன் எக்ஸ்பிரஸ்ஸில் அடிக்கடி பார்க்கிறேன். மகிழ்ச்சியும் பெருமிதமும் அடைகிறேன். தொடர்ந்து எழுதி வாருங்கள். குற்றாலம் கவிதைப்பட்டறைக்கு (2,3,4 தேதிகளில்) அக்னியும் வரவார். ரவிக்குமாருக்கும் எழுதுகிறேன். நானும் போவது பற்றி, தாங்களும் வரலாம்.

குரோட்டன்சு அனுபவங்கள் பற்றி 40க்கு மேல் கவிதைகள் எழுதியுள்ளேன். தங்களிடம் காட்ட வேண்டும். தொகுத்த பிறகு அனுப்பி வைக்கிறேன். தங்களை இங்கு நண்பர்கள் நேரிலும் கடிதங்களிலும் குறிப்பிடாமல் பேச முடிவதில்லை.

கவி முகம்

அபி

எங்காவது புள்ளி ஒன்றைப் பார்க்க நேரிட்டால் நாம் என்ன செய்கிறோம்? அதைச் சுற்றி வருவோம். வட்டங்கள் வரைவோம். அந்தப் புள்ளியை வைத்து கோலங்கள் போடத் தொடங்கி விடுவோம். ஆனால் இப்படி "குறுக்கும் நெடுக்குமாய்ப் புள்ளியின் வழியே பரபரத்துத் திரியும் வழக்கத்தை விட்டுவிடு" என்று சொல்கிறார் அபி.

"புள்ளியைத் தொட்டுத் தடவி
அதன் மூடியைத் திறந்து
உள்நுழைந்து
விடு"

இப்படி மூடி திறந்து உள்நுழைவோர்க்கு அபியின் கவிதைகள் புதையல். வாழை இலை போட்டு எடுத்துப் பரிமாறினால் அன்றி உண்ணமாட்டேன் என்போருக்கு..?

அபியிடம் ஒருமுறை நான் இது பற்றி கேட்ட போது அவர் சொன்னார் "மற்றவர்களுக்கு புரியவே கூடாது என்று எழுதுவதற்கு நான் என்ன வக்கரித்துப் போனவனா?"

"அர்த்தங்களின் பளுவினால்
ஆன்மாவினுள் ஆழப் புதைந்த கவிதைகளை
நாக்குத் திரைகளில்
ஓவியமாக்கிக் கொண்டு"

பயணம் செய்கிற அபியின் கவிதைகள், தன் சுய அனுபவங்களை மற்றவர்களுடன் பகிர்ந்து கொள்ள வேண்டும் எனும் ஆசையின் வெளிப்பாடுகள். சொல்லப் போனால், இப்படி மற்றவர்களுக்குப் புரிய வேண்டும் எனும் ஆசையினாலேயே, அவரது கவிதைகள் சற்று இளகிய வடிவமும், நீளமும் கொண்டுள்ளன.

தன் கவிதைகளை வாசகர்களிடம் அனுப்புமுன் அவர் தன் கவிதைகளிடம் சொல்கிறார் :

“உங்கள் நாக்குகளை
நான்
கொலம்பசின் திசைகாட்டி முள்ளினால்
செய்யவில்லை.
கண்டுபிடிக்க அல்ல
காட்டிக் கொள்ளவே
உங்களை நான் அனுப்புவது”

என்று அவர் சொல்கிற போதே அவரது எழுத்தின் குறிக்கோள் நமக்குப் புரிந்து விடுகிறது.

“மௌனத்தின் நாவுகள்” (1974), “அந்தர நடை” (1979)] ஆகிய இரண்டு கவிதைத் தொகுதிகளின் வாயிலாக அபி ஒரு அபூர்வப் பறவை என்று நிரூபித்திருக்கிறார்.

‘கொட்டாவி விட்டதெல்லாம் கூறு தமிழ்ப் பாட்டாகும் தமிழ்க் கவிதை உலகில், “முண்டியடித்து வெளியேற முயன்றால் நான் கதவு திறக்கமாட்டேன்” என்று தன் கவிதைகளிடம் சொல்பவர் கவிஞர் அபி மட்டும் தான் என்று நினைக்கிறேன்.

தன்னிலிருந்து தொடங்கி தன்னையே தேடிப் புறப்பட்ட உள்முகப் பயணத்தில், தனக்குக் கிடைத்த அபூர்வக் காட்சிகளையும், உணர்வுகளையும், மற்றவர்களுடன் பகிர்ந்து கொள்ள வேண்டும் எனும் வெளிப்பாட்டுத் தாகம் பற்றிப் பிறந்தவையே அவர் கவிதைகள். ஆயினும் யார் போலவும், எது போலவும் இல்லாமல் தனக்கெனத் தனியான குரலும், செய்தியும் கொண்டுள்ளதால் அவரது நடை ‘அந்தரநடை’ என்று சொல்வதில் தவறில்லை.

அவர் படைக்கும் கவியுலகம் “அகம் வெளியாய்ப் புறம் உள்ளாய்” ஆகிப் போன தனியுலகம். “கனவில் இட்ட முட்டைகளை நனவில் அடை காக்கும்“ கவி முயற்சி அவர் எழுத்துக்கள். நனவில் மனதில் நாட்டியமாடும் உணர்வுகளை வெளியுலகின் வெளிச்சத்துக்கு கொண்டு வருபவை அவர் கவிதைகள்.

பொதுவாக தமிழ்க் கவிதை உலகில் இன்று நடக்கும் பரிசோதனைகள் தமிழுக்கே சோதனையாக (ஆங்கிலத்திற்கு வேதனையாகவும் கூட!) அமைந்து விடுவதும் உண்டு. ஆனால்

அபியின் கவிதைகளில் காணப்படும் மொழி நடை தமிழுக்குப் புதிய பரிமாணம் தரக்கூடியது. தந்திமொழித் தமிழில் எழுதி, சாதாரண செய்திகளையும் மொழிக் குளறுபடியால் புரியாமல் ஆக்கி உள்ளே ஏதோ ஒளிந்திருப்பது போலக் காட்டும் பாவனை அபியின் எழுத்தில் கிடையாது. அவை காட்டும் புதிய காட்சிகள், நமக்கு வியப்பையும், பிரமிப்பையும் உண்டாக்கி, ஆழ மூழ்கினால் மேலும் புதிய சிந்தனைகள் உண்டாக்கும் விசாலம் கொண்டவை.

"தன் அடர்த்திக்குத் தானே திகைக்கும் இருளும்",
"சுவர் விலகி வழி விடினும் கதவு விலகாது" இருக்கும் நிலையும்,
"விதை மரமாக வளராமல் விதையாகவே பெரிதாக வளரும்" காட்சியும் நம் அதிர்ச்சியை அதிகரிக்கச் செய்பவை.

இப்படி தனக்கு மட்டுமே கிடைத்த அபூர்வக்காட்சிகளை, தனிப்பட்ட அனுபவங்களை மற்றவர்களுடன் பகிர்ந்து கொள்ள வேண்டுமெனில் அதற்கு மொழியைத் தான் நம்பி இருக்க வேண்டிய துரதிருஷ்டநிலை மற்ற கவிஞர்களைப் போலவே, அபிக்கும் வாய்க்கிறது. இதற்கு மொழி சரியான ஊடகம் இல்லைதான் எனினும், வெளிப்படுத்தியே தீர வேண்டும் எனும் தாகம் மேலிட்ட நிலையில் கவிஞன் தன் கைக்குப் பக்கத்தில் இருந்து மொழியை எடுத்துக் கையாளத் தொடங்கி விடுகிறான். இந்த இடத்தில் அவரவர்க்கு மொழியின் மீதுள்ள ஆட்சியைப் பொறுத்து அவர்களது கவிதை தெளிவு அல்லது தெளிவின்மையைப் பெறுகிறது.

இன்று கல்லூரித் தமிழ்ப் பேராசிரியராக பணியாற்றும் அபி, கல்லூரி நாட்களில் பலமான மரபுக் கவிஞர் என்னும் செய்தி நமக்கு வியப்பூட்டலாம்.

அவர் அண்மையில் லா.சா. ராமாமிர்தத்தின் படைப்புகளை ஆராய்ச்சி செய்து டாக்டர் பட்டம் பெற்றுள்ளார் என்பது ஒரு புறச் செய்தி. ஆயினும் அபியின் கவிமுகத்தை மேலும் நல்ல வெளிச்சத்தில் பார்க்க இது உதவும்.

லா.சா. ராவின் எழுத்துக்களைப் போலவே அபியின் கவிதைகளை தத்துவ விசாரம் கொண்டவை. 'தத்துவம்' என்பது தமிழில் சொன்னவுடனேயே அது "காயமே இது பொய்யடா" தத்துவத்தைக்

குறித்துவிடும் அபாயம் இங்கு உண்டு. இங்கு நான் 'தத்துவம்' என்று குறிப்பிடுவது சில அடிப்படை வினாக்களினால் அவதிப்படும் நிலையைத்தான். இதற்கு மிக நல்ல உதாரணம், அபியின் 'அதுதான் சரி' எனும் கவிதை.

இந்தப் பின்னணியில் அபியின் கவிதையினைத் தொட்டுத் தடவி, அதன் மூடியைத் திறந்து உள் நுழைய முயற்சிப்போம்!

அன்னம் விடு தூது ஜனவரி 1984

எண்ணப் பறவைகள் / த கோவேந்தன்

பருவத்துக்குப் பருவம் இடம் பெயரும் நாடோடிப் பறவைகளா பாவலர்கள்? இல்லை. தனக்கென்று உரிமையாக ஒரு நாடும் மண்ணும், விண்ணும், அடுப்பும், இல்லாத பாட்டு வேரில்லாத மரம்; கூடில்லாத பறவை.

பாரதிதாசனாரையும், இரசூல் கம்சுதோவையும் படிக்கும் எவரும் இதனை நன்குணர முடியும். இவர்கள் இருவருமே, தங்கள் மண்ணில் காலூன்றி நின்று கொண்டு, நீளுலகத்தையும் நீலவானத்தையும் கூர்ந்து நிமிர்ந்து நோக்கியவர்கள்.

உருசியாவிலுள்ள காகசிய மலைத்தொடர்களில் ஓர் உச்சியில் அமைந்துள்ள மலைநாடு தான் தாகெசுதான். இம் மலைநாட்டின் பாவலன் தான் இரசூல் கம்சுதோவு. தனது 12ஆம் அகவையிலேயே பாட்டு எழுதத் தொடங்கிய இரசூலின் பாடல்களைப் பற்றி, மக்கள் பாவலரான அவனின் தந்தை ஒருமுறை கூறினார், “உனது பாடல்களில் ஒரே ஒரு சுருட்டைப் பற்றவைக்கும் அளவுக்குத்தான் நெருப்பு இருக்கிறது” என்று.

இன்றைக்கு ஐம்பது அகவை நிரம்பியுள்ள இரசூலின் பாடல்களில் ஒரு சுருட்டை மட்டுமன்று, இவ்வுலகிலுள்ள பொய்மைகள், தீமைகள், அத்தனையையும் பொசுக்கி விடக் கூடிய அளவுக்கு நெருப்பு இருக்கிறது.

பாரதிதாசனைப் போலவே மொழி அவனுக்குப் விழி, “எனது தாய்மொழி நாளை இறந்து விடுமென்றால், நான் இன்றைக்கே இறந்து போகிறேன்,“ என்னும் அவனது வரிகளைப் படிக்கும் யாரும் அவனை “சோவியத்தின் பாரதிதாசன்” என்று தான் சொல்வார்கள்.

நாட்டுப் பாடல்களும், பேச்சு வழக்குகளும், பழமொழிகளும், மார்க்சியமும், பாரதிதாசன் பாடல்களுக்கு எப்படி

உரமூட்டினவோ, அதே போன்று தான் இரசூலின் பாடல்களுக்கும் அவை புதிய சிறகுகளைக் கொடுத்தன.

இருவரின் பாடல்களும் குழந்தைகளைப் போல அன்பானவை, உண்மையானவை, அறிஞர்களைப் போல உலகிலுள்ள அனைத்தைப் பற்றியும் பேசுபவை.

ஆனால் பாரதிதாசனோ, அறியாமை, மண்டிய தமிழகத்தில் பிறந்தவர். அவர் புரட்சிக்குப் போடப்பட்ட ஒரு விதை! இரசூலோ புதிய விடியலைக் கண்ட சோவியத்து நாட்டில் பிறந்தவன். அவன் புரட்சியென்னும் செடியிலே பூத்த மலர். மலருக்கும் விதைக்குமுள்ள வேறுபாடு இரசூலுக்கும், பாரதிதாசனுக்கும் என்றைக்கும் உண்டு.

தாகசுதானில் நிலநடுக்கம் கண்ட நாள்களில் கூட இரசூலின் பாடல்களைக் கேட்பதற்காகக் கூட்டம் திரண்டதாம். அவனது பாடல்கள் 27 மொழிகளில் பெயர்க்கப்பட்டுள்ளன. இதுவரையில் ஏறத்தாழ அறுபது இலக்கம் (60,00,000) படிகள் விற்பனையாகி உள்ளன.

ஆனால், பாரதிதாசன் பாடல்கள்?

29.6.1975
இந்திரனின் திருமணத்தில்
வெளியிட்ட நூல்

நா கதிர்வேலன்

ஹைதராபாத்

20.1.1985

பிப்ரவரி மத்தியில் ஊர் வர உத்தேசம். இன்னும் தீர்மானமாக வில்லை. வாழ்க்கை ரொம்ப போர். அபத்தமாக இருக்கிறது. உங்களை மாதிரியானவர்களின் கடிதங்கள் வரும் பொழுது ரொம்பவும் சுவாரஸ்யமாக உணர்கிறேன். தினம் ஒரு கடிதம் வந்தால் கூட நல்லது. (ஆசை, ஆசை) இங்கே மீண்டும் பனிநாட்கள். வெளியே போனால் ஐஸ் தடவின காற்று காத்திருக்கும். மரங்கள் இலைகள் உதிர்த்து விட்டு, (தேர்ந்தெடுத்த, விசுவாசமிக்க சிலதைத் தவிர) சிறு பூக்களை மட்டும் வைத்திருக்கின்றன.

வருகிறதுக்கு முன்னாடி கவிஞர் மீரா அவர்களைப் பார்த்தேன். ரொம்ப நேரம் பேசிக் கொண்டு இருந்தேன். கவிதைகளையும், கதைகளையும் படித்துத் தேர்வு செய்யச் சொன்னார். ஏறக்குறைய 300 கவிதைகளை(!) படிக்க முடிந்ததில் 30 வரையில் கவிதையாயிருந்தது. எல்லோரும் கவிதை எழுத முடிகிறது. சில கவிதைப் புத்தகங்களுக்கு (வசீகரன் பாப்ரியா, கெ. ஜெகதீசன், கிவி) சின்னதாய் விமர்சனம் செய்தேன். அன்றைக்கு ராத்ரி அறிவுமதி வந்தார். ரொம்ப நேரம் தூங்காமல் நானும் கவிஞரும், அறிவும் பேசிக் கொண்டு இருந்தோம். உரையாடல்களில் கவிஞர் ரொம்பவும் சுவாரஸ்யமாய் இருக்கிறார். ஆத்மாநாம் புத்தகத்திற்கு விமர்சனம் எழுதிக் கொடுத்தேன். (இடம் கருதி கொஞ்சம் எடிட் ஆகி விட்டது) ரொம்பவும் நல்ல புத்தகம். அப்புறம் பூமா ஈஸ்வரமூர்த்தியின் (காதலை காதலென்றும் சொல்லலாம்) கவிதைத் தொகுப்பு படித்தேன். சமீபத்திய கவிதைத் தொகுப்புகளில் ரொம்பவும் நன்றாகயிருந்தது இது. சின்ன சின்னதாக கவிதைகள். ஆனால் அபூர்வமான விதத்தில்.

பெய்யெனப் பெய்யும் மழை / வைரமுத்து

அழுத்தமான தமிழ் அடையாளம் கொண்ட தற்காலக் கவிதைகள்

தமிழகம் பருவமழையை நம்பி வான் பார்த்து வாழும் பூமி. இங்கு மழையும் மழை சார்ந்த வாழ்க்கையும் தான் விவசாயிகளுக்கு வாய்த்திருகிறது. இந்த வாழ்க்கையைத் தனது 17 வயது வரை வாழ்ந்ததாக வைரமுத்து தனது முன்னுரையில் குறிப்பிட்டிருந்தாலும், அவர் இன்னமும் அதைத்தான் தனக்குள் வாழ்ந்து வருகிறார் என்பதை அவரது கவிதைகள் காட்டுகின்றன. "பெய்யனெப் பெய்யும் மழை" என்பதைத் தனது கவிதை நூலுக்கான தலைப்பாகத் தேர்ந்தெடுக்கிற போதே அது தெரிந்து விடுகிறது.

இயற்கை குறித்த வியப்பு, இழந்து போன வாழ்க்கை குறித்த ஏக்கம், தனது வாழ்க்கையை எல்லோரிடமும் பகிர்ந்து கொள்கிற ஆசையினால் நேர்கிற சுயசரிதத் தன்மை, சமூக வாழ்க்கையின் அவலங்களினால் எழுகிற பிரகடனங்கள் என்று இவரது கவிதைகள் தற்கால வாழ்க்கையின் பல்வேறு பரிமாணங்களைப் பேசுகின்றன. இந்நூலின் தலைப்பிலிருந்து தொடங்கி உள்ளிருக்கும் கவிதைகளில் வைரமுத்துவுக்கு என்று ஸ்தாபிக்கப்பட்டிருக்கும் ஒரு பாணியையும் மீறி, மீண்டும் மீண்டும் நிரூபிக்கப்படுவது ஒன்று தான். வைரமுத்துவின் கவிதைகள் விவசாயம் சார்ந்த ஒரு பண்பாட்டின் குரல்.

இலக்கிய மொழி எனும் ஒரு கலாச்சார ஊடகத்தை அவர் கைக்கொண்டாலும் கூட அதன் உள்ளீடாக இருந்து செயல்படுவது இதுவே தான். இதனால் தான் நகரத்தின் மத்திய தர வர்க்கத்திற்கேயுரிய ஒதுங்கிய, மெலிதான

தொனியில், தனக்குத்தானே முணுமுணுத்துக் கொள்வதான ஒரு பாணியை இக்கவிதைகளில் காண முடிவதில்லை. வைரமுத்துவின் இக்கவிதைகள் ஒரு பெருங்கூட்டத்தை விளித்துப் பேசுவது போன்ற தோரணை கொண்டவையாக உள்ளன. கவிஞன் தனக்குத் தானே பேசிக் கொள்வதாக அமைந்துள்ள "உள்முகம்" எனும் கவிதையில் கூட ஒரு அந்தரங்கமான தொனியைக் காண முடிவதில்லை. இதற்கு அடிப்படையான காரணம் வைரமுத்துவின் கவிதைகள் அந்தரங்கமான கவிதைகள் அல்ல; சமூகக் கவிதைகள் என்பது தான்.

இத்தொகுப்பில் இலக்கிய வழக்கு, பேச்சு வழக்கு ஆகிய இரண்டிலும் அமைந்துள்ள கவிதைகள் உள்ளன. தான் கற்ற கல்வியினால் தனக்கு வசப்பட்டிருக்கும் செவ்வியல் இலக்கிய மொழியின் படிதாண்டி, கிராமத்து மக்களின் வாய்மொழி வழக்கை அவர் கைக்கொள்கிற போது, அவரது கவிதைகள் மின் போலடிக்கின்றன.

பேச்சு மொழி தண்ணீர் போன்ற ஒரு திரவம் என்றால் எழுத்து மொழி அதன் இறுகிய வடிவமான ஒரு பனிக்கட்டி. இந்த இறுக்கத்தையும் மீறி வைரமுத்து பேச்சு மொழியில் தன் முத்திரையைப் பதிக்கிறார்.

"காலந்தோறும் காதல்" எனும் கவிதை, வைரமுத்து தனது மொழி ஆற்றலை, வாசகனுக்குக் காட்டும் ஆசை பற்றி அறையலுற்ற ஒரு முயற்சி எனத் தோன்றுகிறது. பழந்தமிழ் இலக்கியப் பயிற்சி அற்றவர்களும், பாரதியைக் கூடச் சரிவரப் பயிலாதவர்களும், தங்களது பிழை மலிந்த தமிழை "நவீனத்துவம்" என்று நம்மை நம்பச் செய்து வருகிற மோசடி புதுக்கவிதை உலகை ஆட்டிப் படைத்து வருகிற தற்காலத்தில், வைரமுத்துவின் மொழித்திட்பம் வாசகனை நிமிரச்செய்கிறது.

"மனிதனை வியக்க வைப்பதற்கு இயற்கை சிறப்பு ஏற்பாடுகளைச் செய்து வைத்திருக்கிறது" என்று வைரமுத்து தனது முன்னுரையில் சொல்லும் வார்த்தைகளை அவர் உண்மையான அனுபவ சத்தியமாகவே சொல்லியிருக்கிறார் என்பதை இந்தத் தொகுப்பிலுள்ள கவிதைகள் அடிக்கடி நிரூபிக்கின்றன.

இக்கவிதைகள் கம்பிச்சுருள் ஒன்றைப் போல முறுக்கி முறுக்கி விசை ஏற்றப்பட்டவை அல்ல. அவை தளர்வாகக் கட்டப்பட்டவை. ஒளி ஊடுருவும் சொற்களால் ஆனவை. ஜனநாயகத் தன்மை

கொண்டவை. தமிழ் அடையாளத்தைப் புறக்கணிக்காத தற்காலத்தன்மை கொண்டவை

இக்கவிதைகள் தமது வார்த்தைகளை உருட்டிக் கொண்டு இருளும் மர்மமும் நிறைந்த இடங்களைத் தேடிச் செல்வதில்லை. மாறாக, காற்றும் வெளிச்சமும் நிறைந்த இடங்களைத் தேடி செல்கின்றன.

இந்தியா டுடே - அக்டோபர், 1999

இரு நீண்ட கவிதைகள் / நகுலன்

மூத்த எழுத்தாளரான நகுலனின் 'அஞ்சலி', 'மழை..மரம்.. காற்று' எனும் இரண்டு நீண்ட கவிதைகளைத் தொகுத்து வழங்குகிறது இந்நூல். இவை முறையே 'நீலக்குயில்' 'கொல்லிப்பாவை' ஆகிய இதழ்களில் வெளிவந்தவை

இதிலுள்ள இரண்டு கவிதைகளும் தத்துவ விசாரத்தை சுவாசிப்பவை. புதுக்கவிதை முன்னோடிகளான பாரதி, ந.பிச்சமூர்த்தி ஆகியவர்களின் வசன கவிதைகளில் பரவலாகக் காணக் கிடைக்கும் தத்துவ ஏடு இவர் கவிதைகளிலும் காணப்படுகிறது.

இதில் முதல் கவிதையான 'அஞ்சலி'

'ஆகாய ஸ்தலமான
உன்னை நான்
ஊழிதோறும் தேடி
நின்றேன்'

என்று தொடங்குகையில் வாசகர்களின் மனதில் ஏற்படுத்தும் எதிர்பார்ப்புகளை கவிதை தன் வளர்ச்சிப் போக்கில் உடைத்துப் போடுகிறது. கவிதை நெடுக கவிதைப் பொறிகள் காணப்பட்டாலும் கடினம் அதிகம் கலந்திருப்பதாகத் தெரிகிறது. இதன் தொடக்கப் பகுதி இவ்வாறு செல்கிறது.

'காலையில் ககனத்தில்
காய்கதிர்ச் செல்வன்
கடுகிப்பாய
டிவியில்
வெண்ணிற வெயில்
தீயென
பற்றியெறியும்'

நீண்டு செல்லும் இது போன்ற பகுதியில் பழைய பண்டித செய்யுள்களில் காணப்படும் வெற்று சொல்லடுக்கு தவிர வேறேதும் இல்லை. இந்தோ–ஆங்கில கவி நிசிம் எசிகீல் கருத்துப்படி ஒரு கவிதை வெளியிடத் தகுந்ததா இல்லையா என்பதைக் கணிப்பதற்கான முதல் தேர்வு ஒன்று உண்டு. ஒரு கவிதை புதுமையாக எதையாவது சொல்கிறதா? என்று பார்க்க வேண்டும். அந்த வரிகளில் அப்படி ஏதேனும் இல்லையெனில் அவற்றைத் தள்ளி விட வேண்டுமே தவிர அவற்றை வெளியிட்டு வாசகர்களுக்கு தொல்லை தருதல் கூடாது. புதுமை என்பதை இவர் வேறு விதமாகச் சொல்கிறார்.

'எல்லாம் பல பல
பப்பல பலபல
எல்லாம் சலசல
சஞ்சல சலசல
வா வா வா
வா வா வா
போ போ போ
போ போ போ (பக்கம் 15)

இது போன்ற வார்த்தை விளையாட்டுகளுக்கு மிக நல்ல அறிவாளித்தனமான காரணங்கள் கொடுக்கப்படலாம். இதற்கான பாண்டித்யம் நகுலனுக்கு உண்டு. அதை நம்பிவிடுகிற தாழ்வு மனப்பான்மை நேற்றைய தமிழ் வாசகனுக்கு இருந்திருக்கலாம். இன்றைய தமிழ் வாசகன் உமியையும், நெல்லையும் இனங்கண்டு கொள்ளக் கூடியவன் என்பதை பேனா பிடிக்கும் அனைவரும் நினைவில் வைத்துக் கொள்ள வேண்டும்.

அதே நேரத்தில் இரண்டாவது கவிதையான 'மழை.. மரம்.. காற்று' எனும் கவிதை மிகவும் புதுமையான வடிவ அமைதியைக் கொண்டிருக்கிறது. ஒரே சாய்வு நாற்காலியில் ஒரே இடத்தில் வெவ்வேறு காலங்களில் அமரும் ஒருவரை சாட்சியாக வைத்து மிகவும் கட்டுக் கோப்பாக தொடங்கி, கட்டுக்கோப்பாக முடிக்கிறார். இதில் கையாளப்பட்டிருக்கும் இயல்பான தொனி பாராட்டத்தக்கது.

இது 'கணையாழி'யில் வெளி வந்த க.நா.சு.வின் சுயசரிதையைப் பின்பற்றி எழுதப்பட்டதாக நகுலன் தனது 'அவதாரிகை'யில் குறிப்பிடுகிறார்.

இதில் சில சோதனை முயற்சிகளை மேற்கொண்டிருக்கிறார். பாதலேர், லோர்கா, ஃப்ராஸ்ட், ரில்கே, எமிலி டிக்கின்சன் போன்ற கவிஞர்களின் மொழிபெயர்ப்பு வரிகளையும் இடை இடையே சேர்த்திருக்கிறார். இதுபற்றி பொதுகுறிப்பு ஒன்று கொடுக்கப்பட்டிருந்தாலும் எந்த வரி எந்த கவிஞனுடையது என்று குறிப்பு இல்லை. எனவே எவை எவை நகுலனின் வரிகள், எவை எவை வெளிநாட்டுக் கவிஞர்களின் வரிகள் என்று புரியாமல் வாசகன் திண்டாடுகிறான்.

"கோட்ஸ்டான்ட் கவிதை"களில் காணப்பட்ட சொற் சிக்கனம் நீண்ட கவிதைகளில் இல்லை. மொழிப் பரிசோதனையில் தொடர்ந்து சலிப்பின்றி ஈடுபட்டு வரும் நகுலனின் பண்டிதம், அவரது கவிதைக்கு அதிக இடையூறு செய்வதாகத் தெரிகிறது. இனி, "போர் வாளால் சவரம் செய்யும்' (தாகூர்) அபாயத்தைத் தவிர்க்கும் கவனத்துடன் நகுலன் செயல்பட வேண்டும்.

சுபமங்களா.

வெளியில் இருந்து வந்தவன் / உமாபதி

'தெறிகள்'இலக்கிய இதழின் ஆசிரியராகப் பெயர் பெற்ற உமாபதியின் கவிதைகள் இப்படி ஒரு நூலாகத் தொகுக்கப்பட்ட பிறகு தான் அவரது கவி ஆளுமையை நாம் உணர முடிகிறது. இத்தொகுப்பின் மூலமாக நல்ல அச்சில், ஓவியர் பாஸ்கரனின் சித்திரங்களுடன் தமிழ் கவி உலகிற்கு மிக நல்ல பங்களிப்பைச் செய்திருக்கிறார் உமாபதி.

எளிய நடையில் வாழ்க்கைக் கடலின் கரையில் ஒதுங்கும் கிளிஞ்சல்களையும் கடந்து ஆழ்கடல் முத்துக்களையும் கொண்டு வந்து தருகிறார். இவர் கவிதைகளில் காணக் கிடைக்கும் மிக அதிசயமான கற்பனை விந்தைகளை அவர் படைத்துக் காட்டும் போது அதிசயத்தக்க முறையில் அவை அன்றாட வாழ்க்கையில் இருந்து விலகிப் போவதற்கு பதிலாக மிகவும் நெருங்கி வந்து விடுகின்றன. இவர் எழுத்தில் கவிதையும் வாழ்க்கையைப் போலவே சுவாரஸ்யமாகி விடுகிறது.

காரணம் என்னவென்று யோசிக்கையில் தான் தெரிகிறது. உமாபதியின் மொழி, அனுபவங்களைக் களிமண்ணாய் குழைத்து புதிய அச்சுக்களில் வார்த்து தருகிறது என்று. மரணம், முதுமை, கழிந்து போன இளமை, பாசம், தோன்றிய குழிகள், கொல்லைப்புறத்து மாதுளையும் அணிலும் என்று எல்லாவற்றையும் தன்னை சாட்சியாக வைத்து பேசுகின்ற இவரது கவிதைகளில் அதீதமான கற்பனைக் காட்சிகள் விரிந்து, சொல்ல வந்ததை மிக எளிதாக விளக்கி விடுகின்றன. இதனை இந்நூலின் முன்னுரையில் சுந்தர ராமசாமி கீழ்க்கண்டவாறு குறிப்பிடுகிறார். “நம் எதிர்பார்ப்புகள் அவை இல்லை என்று எண்ணி ஒதுங்காமல் இருந்தால் நாம் எதிர்பாராதவற்றைத் தர அவற்றுக்கு வலிமை உண்டு”

சுபமங்களா.

கடிதம்

அ. அருள்மொழி

சேலம்

31.1.1983

திரு இந்திரன் அவர்களுக்கு,

என் அறிமுக வணக்கங்கள். முன் அறிமுகம் இன்றி கடிதம் எழுதுவதற்குக் கொஞ்சம் தயக்கமாகத்தான் இருக்கிறது. ஆனாலும் உங்கள் உயர்ந்த, உயிருள்ள இலக்கியத்தைப் படித்த போது ஒரே நாளில் அந்நூலை மூன்று முறை படிக்க வைத்த தங்களின் எழுத்தாற்றலைப் பற்றிய என் மலைப்பின் முன்னே இந்தத் தயக்கம் பனிப்படலமாய் மறைந்து போகிறது.

அண்ணனின் துயரத்தில் பங்கு கொள்வதற்காக கண்டர மாணிக்கம் வந்த போது "அறைக்குள் வந்த ஆப்பிரிக்க வானத்தை" எனக்குத் தன் அன்புப் பரிசாகக் கொடுத்தார். கதிர்வேல் அண்ணன். எனக்கு அது ஒரு மொழிபெயர்ப்பு இலக்கியமாகவே தோன்றவில்லை. கருப்பர்களோடு சிரித்து, நடனமாடி, காதல் பற்றிப் பேசி, உழைத்து, கவலைப்பட்டு, கனவுகளோடு உறங்கப் போவது போன்ற உணர்வே தோன்றியது.

ஞான ராஜசேகரன்
சென்னை

23.1.1982

அன்புள்ள ராஜேந்திரனுக்கு,

வணக்கம், கடிதம் எழுதுவதில் ஏற்பட்ட தாமதத்தைத் தங்கள் கடிதம் குத்திக் காட்டி என்னை எழுதவே செய்துவிட்டது. அக்கடிதம் வாழ்க. எனக்கு இங்கே சிலப் பிரச்னைகள். ஐந்தாண்டுகளுக்குப் பின் சென்னை வந்து சேர்ந்த சந்தோஷம். மிலிட்டிரிக்காரன் நீண்ட காலத்துக்குப் பின் கிடைத்த விடுமுறையில் பெஞ்சாதியை அணைத்துப் பிடித்து கொஞ்சுவது மாதிரி. பயிற்சிக்காலம் தொடர்வதால் அலுவலகத்தில் சற்று அதிகமான வேலை. வீட்டு முனையிலும் நான் ஆற்ற வேண்டிய பணிகள் இருப்பதால் அடிக்கடி ஊர் செல்ல வேண்டிய தேவை. சென்னையில் குறிப்பாக நாடகத்துறையில் காலூன்றி ஏதேனும் செய்தாக வேண்டும் என்ற வெறியில் நடக்கின்ற காரியங்களை பொறுமையாக கவனிக்க வேண்டிய நிர்ப்பந்தம்... இப்படித்தான் நாட்கள் இங்கு நடக்கின்றன. பல சமயம் ஓடுகின்றன. தங்களது கவிதைத் தொகுப்பு அமைப்பில் என்னை மிகவும் கவர்ந்தது. முக்கியமாக மேலட்டை நன்றாக வந்துள்ளது. தங்களது Non - Fiction எழுத்துக்களை, கவிதைகளோடு ஒப்பிட்டுப் பார்க்கும் போது தங்கள் கட்டுரைகள் முதலானவற்றில் ஆளுமை, ஆழம், உலகளாவிய நோக்கு இவை காணப்படும். கவிதை காட்டும் இந்திரன் கட்டுரைகள் காட்டும் இந்திரனை விட விஸ்தீரணத்தில் குறைவானவனே என்பது என் மதிப்பீடு. சில கவிதைகள் நன்றாக வந்திருக்கின்றன. இக்கருத்துக்களையே நான் தங்களிடம் தெரிவிக்க விரும்பினேன். நான், நாஞ்சில் நாடன், ஞானம்பாடி பம்பாயில் அமைந்த இச்சிறுவட்டம் விமர்சனத்தை நன்றாகவே அணுகும் என்ற நம்பிக்கை எனக்கு உண்டு.

எதிர்ப்புகளின் திசை கிழக்கு / சேந்தன்

எறும்புப் புற்றுக்குள் சுரங்கப் பாதைகள் ஏராளம். இப்படித்தான் ஒவ்வொரு சொல்லுக்குள்ளும் அவை பயிலப்பட்டு வந்த இடம், பொருள், ஏவல் கருதி எண்ணற்ற கண்ணுக்குப் புலப்படாத சுரங்கப்பாதைகள் தோண்டப்பட்டு விடுகின்றன. இதனை அறிந்து கொண்டவர்கள், தான் சொல்ல வந்த எந்தச் செய்தியையும் புதினப்படுத்திடும் நேர்த்தி தெரிந்தவர்களாகி விடுகிறார்கள்.

'எதிர்ப்புகளின் திசை கிழக்கு' என்ற தனது கவிதைத் தொகுதியை நண்பர் சேந்தன் என்னிடம் கொண்டு வந்து கொடுத்த போது, நூல் தலைப்பிலேயே சிந்தனைகளைப் புதினப்படுத்தும் கலையைப் பற்றிய இவரது கவனம் தெரிய வந்தது. இத்தொகுதி முழுவதிலும் நாம் கண்டு அனுபவிக்கும் தன்னம்பிக்கை மிக்க ஒரு குரலை இத்தலைப்பிலேயே கண்டு கொள்ள முடிந்தது. எதிர்ப்புகளை இடைஞ்சல்களாகக் கொள்ளாமல், அந்த எதிர்ப்புகளில் தான் ஒருவனின் முன்னேற்றத்திற்கான வாய்ப்புகள் உதிக்கும் நிலை உள்ளது என்பதை எதிர்ப்புகளின் திசை கிழக்கு என்று சொல்வதின் மூலமாகச் சாதிக்கிறார்.

சேந்தன் மரபு ரீதியான மொழியை அறிந்தவர். கட்டுக் கோப்பான இசை லயத்துடன் கூடிய கவிதை வடிவங்களைக் கையாளத் தெரிந்தவர். கவியரங்கள் பல கண்டவர். தமிழ் அறிஞரும்., மதுரைப் பல்கலைக்கழக முன்னாள் துணை வேந்தருமான டாக்டர், வ.சுப. மாணிக்கம் அவர்களின் புதல்வரான இவர் மரபுக் கவிதையின் மண் பார்த்து, புதுக்கவிதையின் விண் பார்க்கப் புறப்பட்ட புதிய விதை புதிய மொழி அமைப்பில் தனிமனித வெளிப்பாடாகத் தனது கவிதைகளைச் செதுக்கத் தொடங்கி இருக்கும் இவரது கவிதைகள். அன்றாட வாழ்க்கையின் பல்வேறு

பரிமாணங்களைச் சமூக அக்கறையுடன் கூடிய விமர்சனப் பார்வையுடன் பார்ப்பவை.

சேந்தனைப் போன்று, எல்லாக் கருமேகங்களிலும் வெள்ளி ரேகைகளைக் கண்டு ரசிக்கத் தயாராகி விட்டவர்களுக்கு, சூரியன் உதிக்கும் திசை கிழக்கு மட்டுமல்ல. அது வடக்கு, தெற்கு, கிழக்கு, மேற்கென்று இவர் சொல்லும் திசையெல்லாம் உதிப்பதற்குச் சூரியன் தயாராகிவிடுகிறது.

ஜூலை 2000

தேனருவி இரண்டாம் பதிப்பு / பாரதிதாசன்

விடியல் தோன்றுவதற்கு மிக முன்னரே, வானத்தில் இருள் மண்டிக் கிடந்த இரவு நேரத்திலேயே, கண் விழித்து விட்டார் பாவேந்தர். எப்போது விடியும் என்று கண் விழித்துக் காத்திருந்த அந்தப் பாவலர்க்கு இரவு முடிவுற்றதாகத் தோன்றியது. நமக்கு முன்னால் உலகைக் கவ்வியிருந்த இருள், அவருக்குப் பொறுக்க முடியாத அளவுக்குச் சலிப்பூட்டுவதாக இருந்தது. அவர் அதனைச் சாடினார். வைகறையை வரவேற்றுப் பாடினார்.

மளிகைப் பெரும் வணிகர் ஒருவரின் மகனாகத் தோன்றி, பண்டைத் தமிழ் இலக்கண, இலக்கியங்களைக் கற்றுத் தேர்ந்த ஒரு பண்டிதராகத் தமது வாழ்வைத் தொடங்கிய, இந்தக் கனக சுப்புரத்தினத்தைப் புதுவைத் தெருக்களில் ஓர் இயக்கமாகவே உலா வந்த சுப்ரமணிய பாரதி, தம் வசம் ஈர்ந்தார். தமது சிந்தனைப் பள்ளியில் சேர்ந்தார். அன்று தொட்டு புலவர் கனக சுப்புரத்தினம் புரட்சிப் பாவலர் பாரதிதாசன் ஆனார்.

பாரதிதாசனார் தாம் வாழ்ந்த காலத்தின் எல்லாத் தாக்கங்களுக்கும் தன்னை ஆட்படுத்திக் கொண்டார். விடுதலை இயக்கமும், தமிழ் உணர்வும், பகுத்தறிவு இயக்கமும், பொதுவுடமைப் புதுமைகளும் அவரை வெகுவாகத் தாக்கின. இழந்து கொண்டிருக்கும் தமது நாட்டையும், மொழியையும், பண்பாட்டையும், உடனடியாகக் காப்பாற்றித் தீர வேண்டிய ஒரு கட்டாயம் அவரை நெருக்கத் தொடங்கியது. சுருங்கச் சொன்னால், அவர் வாழ்ந்த காலம், 'சுப்பிரமணியர் துதியமுது' பாடிக் கொண்டிருந்த அவரைத் தாக்கி, தனது தேவைக்கேற்ற புரட்சிப் பாவலராக வார்த்தெடுத்துக் கொண்டது.

இவ்வாறு காலத்தின் தாக்கத்தினால் பாவலராக மாறிய பாரதிதாசனார், தாம் வாழ்ந்த காலத்தை, தமது பாடல்களால் திருப்பித் தாக்கத் தொடங்கினார்.

'புதியதோர் உலகம் செய்வோம்-. கெட்டப் போரிடும் உலகத்தை வேரோடும் சாய்ப்போம்' என்று ஒளிமயமான வருங்காலத்தைச் சமைப்பதற்காக, நிகழ்காலத்துடன் போர் தொடுக்கத் தொடங்கினார். இந்தப் போருக்கு அவரது பாடல்கள், இசையோடு சுழலும் அந்த வைரம் பாய்ந்த சொற்களை வாளாகவும், வேலாகவும், எளிமை என்னும் சாணைக் கல்லில் இட்டு மேலும் கூர்மையாக்கினார். அவரது பாடல்கள், உரையாசிரியர்களின் உதவியுடன், உறவாடி வந்த பாடல்களிலிருந்து மாறுபட்டன. வீறு கொட்டின.

பாவேந்தர் தமது பாடுபொருளில் மட்டுமல்லாமல், அவற்றின் உருவங்களிலும் புதுமை தேடினார். பேச்சு மொழியைக் காட்டிலும், இசை மொழியை விசையுடையதாகவும், அதே நேரத்தில் இலக்கிய மணம் கமழக் கூடியதாக உள்ள வடிவங்களைச் செவியிலும், சிந்தையிலும் குடியேற்றினார். புதிய திருப்பங்களையும் தமக்கே உரிய நையாண்டி கலந்த அவலங்களையும் காட்டக் கூடிய அதே நேரத்தில் தமது விருப்பங்களையும், உணர்வுகளையும் எதிரொலிக்கக் கூடியவையாகவும், பல்வேறு பொருள்களைப் பற்றி, பல்வேறு முறைகளில், துறைகளில் பாடினார்.

தாங்கள் இழந்து கொண்டிருக்கும் எதைப் பற்றியும் கவலையுறாமல், வெந்துப் போன மீன்களைப் போல வாழ்ந்த மக்களைத் தட்டி எழுப்ப, பழந்தமிழ் இலக்கியங்களிலிருந்து, மக்களின் அன்றாட பேச்சு வழக்குகள், பழமொழிகள், நாட்டுப் பாடல்கள் ஆகிய அனைத்தையும் அவர் கையாண்டார். அவர், கண்ட வெற்றியை இந்நூலில் உள்ள பாடல்களில் பரக்கக் காணலாம்.

இந்நூலில் உள்ள இசைப் பாடல்கள், பாவலரின் பண்பட்ட நிலையில் அவருக்குச் சுமார் 65 வயது இருக்கும் போது பாடப்பட்டவை. ஆனால் இவை, அவரது வயதைக் காட்டக் கூடியவை அல்ல. அவர் வாழ்ந்த காலத்தின் வயதைக் காட்டுபவை. அவர் தமது தொட்ட நாள்களில் பாட, சாடத் தொடங்கிய அனைத்தையும், இறுதிக் காலம் வரையிலும் பாடிக் கொண்டே இருக்க நேரிட்டது. இது மேனிலை நோக்கி மாறத் துடிக்காத, தொடங்காத நமது நாட்டின் அவல நிலைமைக்குச் சான்று.

அவர் சாடியவை அனைத்தும், பாதியிலேயே ஒழிந்து போயிருக்குமானால், அவர் கடைசி நாள் வரையிலும் தாம் பெரிதும் போற்றிய, எண்ணிய புதுமையும், பொதுமையும், பாழான அரசியல் தலைவர்களால் சிதைக்கப்படாமல் முழுமை பெற்றிருந்தால், உலக உடன் பிறப்பாண்மைக்கும், தோழமைக்கும் அவரின் பாட்டுணர்வுக் களஞ்சியத்தின் உணர்ச்சியூற்று ஓருலகப் படைப்புக்கு மேலும் ஊட்டம் மிகுத்திருக்கும், வகுத்திருக்கும், பாவேந்தரின் வாழ்க்கையும், பாடு பொருளும் மக்கள் மனப்பாங்கை வளர்த்து வாழ்வைச் செழிப்புறச் செய்யும் பண் சுமந்தெழுந்த பன்முகப் பாடல்களின் வன்மையைக் கண்டு வியப்பில் ஆழ்கிறோம்.

உலகத்தின் உணர்ச்சிப் பாவலர்களில் (Lyrics Posts) பாவேந்தரின் இடம் தனிச்சிறப்புடையது. ஓசை இனிமை, தீவிர உணர்ச்சி, மாந்தனுக்கும் இயற்கைக்கும் உள்ள ஒருமைப்பாடு, சான்றோர் அருமை, காதல், பரிவு, வீரம் ஆகிய வேறு எம்மொழிக்கும் உள்ள சிறப்பினும் தனிச்சிறப்பின் ஓட்டம் இம்மண் மீது கொண்ட அன்பினால் பாவேந்தருக்கு வாய்ந்தவை.

நாம் பெற்ற பாடல்கள் அனைத்தும் பன்மணிக்குவை.அவற்றைப் பேணிக் காப்போம். போற்றிப் பயனடைவோம். முன் வந்தவற்றையும் வராதனவற்றையும் தொகுத்துப் பாவேந்தரின் நூல்களை நம் காலத்திலேயே ஒருங்கிணைக்கும் பணியில் ஈடுபட்டுள்ள த. கோவேந்தன் அவர்களை வாழ்த்துகிறேன்.

நவம்பர், 1977

குடையில் கேட்ட பேச்சு / மித்ரா

அகராதிகளில் பதிவு செய்யப்பட்டிராத அர்த்தங்கள் வார்த்தைகளில் சாதிப்பது கவிதை. ஹைகூவாக இருந்தாலும் அறுசீர் கழிநெடிலடி ஆசிரிய விருத்தமாக இருந்தாலும் இது தான் கவிதையின் சாரம்.

புதிதாக பிடித்த மீனை எண்ணெய் இடாமலும், மஞ்சள் உப்புத்தூள் இடாமலும் கூட வறுத்து விடலாம். அது வறுபடுவதற்கான எண்ணெய் அந்த மீனிலிருந்தே கிடைத்து விடும். பிடித்து பலநாள் கழித்து. குளிர்சாதனப் பெட்டியில் பத்திரப்படுத்தப்பட்ட மீனை வறுப்பதற்கு ஏராளமான மசாலா சேர்த்தாக வேண்டும் இதுவே தான் கவிதைக்கும். கவிதை எழுதுவது என்பது தொழில் தேர்ச்சி சம்பந்தப்பட்டதுதான். ஆனால் கவிதையின் சாரம் தொழில் தேர்ச்சியிலுருந்து பெறப்படுவது அல்ல. மாறாக அந்த கவிதையைச் செய்பவனின் ஆளுமையிலிருந்து பெறப்படுவது.

'பாணியே மனிதன்' என்பது பைரனின் வார்த்தை, நடை அல்லது பாணி என்பது ஒரு வழி முறையோ, ஓர் அமைப்போ அல்லது ஓர் அலங்காரமோ கூட அல்ல. பாணி என்பது அந்தக் கவிஞனின் ஆளுமை. இந்தக்கவி ஆளுமை ஒருவனுக்கு இருக்குமானால் பிற தொழில் நேர்த்தி தொடர்பானவை தானே பின் தொடர வாய்ப்புகள் அதிகம். தச்சர்கள் கட்டில் செய்வது பற்றிப் பேசுவது போல அல்ல கவிதை செய்வது பற்றிப் பேசுவது. மல்பரி இலைகளைத் தின்ற பட்டுப்பூச்சி இலைகளையே மறு உற்பத்தி செய்வது இல்லை; பட்டை உற்பத்தி செய்கிறது.

சூரியனைத் தின்ற மலர்கள், வண்ணங்களை உற்பத்தி செய்கின்றன.

இப்படித்தான் வாழ்க்கை அனுபவங்களால் நிரம்பி இருக்கும் கவிஞன் கவிதையை உற்பத்தி செய்கிறான். நண்பர்

அறிவுமதி, மித்ராவின் கவிதைகள் அடங்கிய அழகிய சிறு நோட்டுப் புத்தகத்தை என்னிடம் கொடுத்தார். அணிந்துரை ஒன்று வேண்டுமென்று கூறினார். மித்ராவின் 'ஹைகூ கவிதைகள்' என்ற தொகுதி ஒன்று 1999ல் முன்னரே வெளிவந்திருக்கிறது. அண்ணாமலைப் பல்கலைக் கழகத்தில் பேராசிரியையாகப் பணியாற்றும் இவரது இந்தத் தொகுதியின் முதல் கவிதையை நான் பார்த்திருக்கிறேன்.

"மூங்கில் காடே! மன்னித்து விடு!
நான் ஹைகூ எழுத
ஆரம்பித்து விட்டேன்".

'ஹைகூ' என்கிற ஜப்பானிய கவிதை வகைக்கு தமிழில் நேர்ந்து விட்ட விபத்துக்களை அறிந்தவராக இவரை எனக்குக் காட்டின இந்த வரிகள். இயல்பாகவே சோம்பல் மிகுந்த தமிழ்க் கவிஞர்களுக்கு இரண்டு, மூன்று வரிகள் எழுதிவிட்டாலே கவிஞர் பட்டம் கிடைத்து விடும் என்கிற வசதி ஹைகூவை மிகவும் பிரபலப்படுத்தி விட்டது. பத்திரிகைகளில் இடங்களை நிரப்புதவற்கான துணுக்குகளும் கூட, 'ஹைகூ' என்று வேஷங்கட்டத் தொடங்கி விட்டது சோகமானது. மித்ரா இதனை உணர்ந்திருப்பவராகத் தெரிந்தார் தன் முதல் தொகுதியில்.

ஹைகூவின் தவறுதலான புரிதலை தவிர்ப்பதற்குத் தமிழில் பலர் – அப்துல் ரகுமான், லீலாவதி, அறிவுமதி, சுஜாதா முயன்றிருக்கிறார்கள். பல நூல்கள் ஹைகூவைப் பற்றி வெளிவந்து விட்டன. இருப்பினும் ஹைகூவின் அடிப்படையக இருக்கும் தத்துவார்த்தமான ஜென் சிந்தனை பலருக்கு இன்னமும் பிடிபடவில்லை.

ஒரு குடம் நிரம்பி இருந்தால் அதனை 'நிறைகுடம்' என்று பாராட்டும் சிந்தனைப் போக்கைக் கொண்டவர்கள் நாம். ஆனால் ஒரு பாத்திரம் எவ்வளவுக்கெவ்வளவு காலியாக இருக்கிறதோ அவ்வளவுக்கெவ்வளவு அது பயனுள்ளது என்று பேசுகிறது ஜென். ஒரு கவிதையில் சொல்லப்படாமல் விடப்பட்ட, சூட்சுமமாக குறிக்கப்படுகிற பொருளின் சிறப்பை முதுகெலும்பாகக் கொண்டது 'ஹைகூ'. தமிழிலும் இது போன்ற சிந்தனை ஓட்டங்கள் உண்டு. 'இறைச்சிப் பொருள்', 'உள்ளுறை உவமம்' போன்றவை இது போன்ற மறை பொருளை உணர்த்துபவைதாம்.

ஜப்பானில் கவிதையும், ஓவியமும் மிகமிக நெருங்கியவை. சூமீ ஈ (Sumi E) ஓவியங்களில் மலை, நீரோட்டம், மேகம், பாறை, மரங்கள், பறவைகள் என்று அனைத்தையும் ஓவியமாகத்

தீட்டினார்கள். இவற்றில் ஓவியக் கித்தானில் தூரிகையால் தொடப்பட்ட பகுதிகளைக் காட்டிலும், தூரிகையால் தொடப்படாத பகுதிகளே அதிக அர்த்தம் கொண்டவை என்கிற புரிதல் உண்டு. இந்த ஓவியங்கள் உருவாக்கிக் காட்டும் உலகம் மனிதனால் அடக்கி ஆளப்படுகிற உலகம் அல்ல. மாறாக மனிதனுக்கும் ஓர் இடம் கொடுத்திருக்கிற பிரபஞ்சத்தின் ஒரு பகுதியே இந்த ஓவியங்கள். இந்த ஓவியங்களில் கவிதை வரிகள் தீட்டப்படுவதுண்டு. கவிதை வரிகளற்ற ஓவியங்களைக் காண்பது அரிது.

'மாயூலான்' எனும் ஓவியமேதை ஓவியக் கித்தானில் ஒரு மூலையில் வண்ணத்தை வைப்பது மூலமாக மற்ற நான்கு மூலைகளையும் ஒளிபெறச் செய்து விடுகிறார். இந்த முறையை இவர் "ஓவியம் தீட்டாமல் இருப்பதின் மூலமாக ஓவியம் தீட்டுதல்" என்று குறிப்பிடுகிறார். 'மித்ரா' இந்த நுட்பத்தைப் புரிந்து கொண்டிருக்கிறார். இதனால் தான் இவரது கவிதைகளில் ஜப்பானிய சூமீ ஈ ஓவியங்களில் காணப்படும் இயற்கையோடு இணைந்த ஒரு வெளிப்பாடு சாத்தியமாகி இருக்கிறது. ஹைகூ கவிதைகளின் கதாநாயகன் இயற்கைதான். இயற்கையிலிருந்தும், இயல்பாக இருத்தலினின்று விலகிப் போய்விட்ட வாழ்முறை கொண்ட நமக்கு இக்கவிதைகள் மருந்து போல் பயன்படுபவை.

"மின்விளக்குகளை அணையுங்கள்
மௌனமாய் இரசிக்கலாம்
நிலா நிழல்"

தொழில்நுட்ப அறிவியல் சில நேரங்களில் மனிதனின் குறுக்கே வருகிற போது அபூர்வமான இந்தக் குரலை நாம் கேட்கிறோம்.

மித்ராவின் கவிதைகளில் இயற்கையை நாசப்படுத்தி விடக்கூடாது என்கிற அக்கறை ஓங்கி ஒலிக்கிறது. இயற்கையின் மீதான மித்ராவின் இரக்கம் என்று கூட இதனைச் சொல்லலாம்.

"குளம்
முகம்பார்க்கும் நிலா
குளிக்காமல் திரும்பினேன்".

குளத்தின் நிலா நிழலை கலக்கவிடக்கூடாது என்கிற கவனத்துடன் குளிக்காமல் திரும்பினேன் என்று கூறுகிறார் கவிஞர். இதனை தாயுமானவர் வேறு விதமாகப் பாடுவார்.

"பார்க்கின்ற மலரூடு நீயே இருத்தி
அப்பனிமலர் எடுக்கவும் மனமும்
நன்னேன்.."

இறைவனை வழிபட மலர்பறிக்கச் செல்கிறார் தாயுமானவர். எல்லா மலர்களிலும் இறைவனைக் காண்கிறார். எனவே மலர்களைப் பறிக்காமலேயே திரும்பி விடுகிறார்.

"மெதுவாக வீசு காற்றே
கிளைகளில்
பறவை முட்டை"

மித்ராவின் இயற்கை மீதான அக்கறை. இது தாய்மை நிறைந்த ஒரு பெண் குரலாகவே எனக்குக் கேட்கிறது.

"மழையின் பாராட்டு
அவரைப் பந்தலில்
புடலம் பூக்கள்"

இயற்கையைக் கண்டு குதூகலிக்கும் தன்மையை இழந்து மரத்துப் போய்விட்ட நமக்கு கவிஞரின் இந்த குதூகலிப்பு தனி மகிழ்ச்சியைத் தருகிறது. இத் தொகுப்பிலுள்ள சில கவிதைகள் மிக ஆழமான சமூக விமர்சனங்கள்.

"தலைமுறை கோபம்
அடிவிழ அடிவிழ
அதிரும் பறை"

இதனை இத்தொகுப்பின் உன்னதமான ஒரு கவிதை என்று குறிப்பிடுவேன். பறை அதிர்கிறது. அதை இசைக்கிறவனின் கை ஓங்கி ஒலிக்கிறது. மித்ராவுக்கு இதன் காரணம் என்ன என்று மனம் துழாவுகிற போது, அந்தப் பறை அறைபவனுக்கு இழைக்கப்பட்ட சாதிக் கொடுமைகளின் தீவிரம் பறையொலியாக எழுவதாகத் தெரிகிறது. ஜென் கலை தத்துவத்தின் அடிப்படை, குறிக்கோளற்ற வாழ்க்கை. இதையே ஹைகூ, கவிதைகள் மீண்டும் மீண்டும் வலியுறுத்துகின்றன.

"காட்டு வாத்துக்கு தன் நிழலை
நீரில் பதுக்கும் நோக்கம் இல்லை
அதன் உருவத்தைப் பிரதிபலிக்கும் எண்ணம்
நீருக்கு இல்லை"

இப்படித்தான் நகர்கிறது ஹைகூ. கவிஞர் மித்ராவின் எழுத்தில் 'ஹைகூ' தமிழ்ச் சூழலுக்குத் தகுந்தபடி ஒரு புதிய பரிமாணத்தை அடைகிறது.

"மழைவலுத்த பாதையில்
ஆறுதலாய் இருந்தது
குடையில் கேட்ட பேச்சு."

வெளி நடப்பு / பழநிபாரதி

'தூய கலை' 'தூய கவிதை' போன்றவற்றைத் தாங்களும், தங்கள் வாழ்க்கையும் மிகத் தூய்மையானவை தான் என்று நம்புகிறவர்கள் வைத்துக் கொள்ளட்டும். நமக்கு வாழ்க்கை அப்படி அளிக்கப்படவில்லை. அது அழுகிப்போய் நாறுகிறது.

இந்த அழுக்குப் பூமியில், காற்று ஊதியெழுப்பும் தூசு நமது மூச்சுச் குழலை நிறைக்கும் என்று நாம் அறிந்தே இருக்கிறோம். எனவே நாம் தூசு படியாத தூய கலையைச் சாதிக்க ஆசைப்படத் தேவையில்லை. ஆனால் இந்தத் தரங்கெட்ட வாழ்க்கையை அப்படியே ஏற்றுக் கொள்ள மறுக்கிறவர்கள் என்ற வகையில் கலையைச் சாதிக்க ஆசைப்பட்டே தீர வேண்டும். சுமார் பத்து ஆண்டுகளாகத் தமிழ் எழுத்துலகில் இயங்கி வரும் பழநிபாரதியும் இதற்கு ஆசைப்பட்டிருக்கிறார்.

அன்றாட வாழ்க்கையின் குழப்பத்திலிருந்து காட்சிகளைத் தேர்ந்தெடுத்து, அவற்றைக் கவிதைகளில் கண்ணாடிகள் போல பதிப்பதின் மூலமாக வாழ்க்கையைப் பேசியிருக்கிறார்.

ஏதியோப்பியாவிலிருந்து ஈழம்வரை, மோட்சம் தியேட்டரிலிருந்து சிதம்பரம் போலீஸ் ஸ்டேஷன் வரை உலகின் எல்லா மூலை முடுக்குகளையும் உற்று நோக்கியிருக்கின்றன இவரது ஒரு ஜோடி கண்கள். அங்கு புரளும் இருண்ட வாழ்க்கையைப் பேசுகிறார். இடை இடையே நம்பிக்கை வெளிச்சங்களைக் கொட்டி நம்மை நிமிர வைக்கிறார்.

இந்த நம்பிக்கை வார்த்தைகள் அவற்றின் இலக்கிய நயத்திற்காக என்னை ஆசை கொள்ள வைக்கின்றன.

ஆனால் வாழ்க்கை குறித்த ஆறுதலை அவை தரவில்லை. அந்த நம்பிக்கை வார்த்தைகளுக்குப் பின்னால் மறைந்திருக்கும் சோகம் எப்படியும் முகம் காட்டியே விடுகிறது. சில இடங்களில் தலைகாட்டி இருக்கும் உரத்த கோஷங்கள், அவநம்பிக்கையின் எல்லைக்குப் போய்விட்ட நிலையில், நம்மை நாமே தைரியப்படுத்திக் கொள்வதற்காக, நமக்குநாமே சொல்லிக் கொள்ளும் ஆறுதல் வார்த்தைகளாகக் கூட தோன்றி விடுகின்றன.

கடந்த காலத்தின் மொத்த முழுமையும் இந்த நிகழ்கால நிமிஷத்தில் வாழ்வதை (சிலர் இதைப் பொய்யென்று மறுப்பார்கள்) பற்றிய விழிப்புணர்ச்சி இவருக்கு இருக்கிறது. இதனால் தான், பானை வனையும் குயவனின் விரல்கள் களிமண்ணை அறிந்திருக்கிற அளவுக்கு இவரது பேனா தமிழ்மொழியின் நுட்பதிட்பங்களை அறிந்திருக்கிறது. எனவே தான் இந்தக் கவிதைகளில் கற்பனை அழகில் மட்டுமல்லாமல், கருத்துப் பரிமாறலிலும் எந்தவிதச் சிக்கலுமில்லை.

அழகையும், உண்மையையும் இவரது கவிதைகள் ஓயாது தேடுகின்றன. இன்றைய நகரச்சந்தடியில் இவை இரண்டும் வெவ்வேறானவைகளாக இருக்கின்றன. அழகாயிருப்பவை அனைத்தும் உண்மையாய் இருப்பதில்லை. உண்மையாய் இருப்பவை அனைத்தும் அழகாய் இருப்பதில்லை. இதைப் புரிந்து கொண்ட சோகம் இவரது கவிதைகளின் அடிநாதமாய் ஓடுகின்றது.

போரின் அபாயம் பற்றி எழுதுகிற போது பழநிபாரதி எழுதுகிறார்

"மீன்களுக்குப் பொரி போட்டு
விளையாடுகையில்
தடாகத்தில்
சிறகடிக்கும்
கழுகின் நிழல்"

தடாகத்தில் சிறகடிக்கும் நிழல்போல் தொடர்கிறது. இந்தக் கவிதைகளின் அடியாழத்தில் ஓடும் உண்மையானவற்றை தேடுகிறது இவரது சோகம் நிரம்பிய பேனா.

புன்னகையை வெளிக்காட்டிவிட்டால் எங்கே தங்கள் சக மனிதர்களே தங்களைச் சூறையாடி விடுவார்களோ என்று அஞ்சுகிறார்கள் நகரத்து மனிதர்கள். எனவே அவற்றை ஒவ்வொருவரும் ஒவ்வோரிடத்தில் ஒளித்து வைத்திருக்கிறார்கள்.

பிளாஸ்டிக் பூஜாடியில், சட்டை பாக்கெட்டில், பெருங்காய டப்பாவில், கிலுகிலுப்பைக்குள், திருஷ்டி பொம்மையில், படுக்கை அறை தலையணைக்கடியில் என்று பலரும் பல இடங்களில் அதை ஒளித்து வைத்திருக்கிறார்கள். உண்மையான புன்னகையின் மூலப் பிரதியைத் தேடி அலுத்த கவிஞன் சொல்லுகிறான்;

"இன்னும் கிடைக்கவில்லை
வாசம் கண்ணில் தவழ
வேர்கள் இதயத்திலும்
பூக்கள் உதட்டிலுமாக நிகழும்
அகராதி வேண்டாத
அதன் மூலப்
பிரதி!"

கவிதைகளைப் படிப்பவர்களானாலும் படிக்காதவர்களானாலும், வாழ்க்கையை விசாரிக்கிறவர்கள் அனைவரும் இரண்டு வினாக்களுக்கு சதா விடை தேடுகிறார்கள்.

ஒன்று, நான் யார்? இந்த உலகில் என் நிலைமை என்ன? எவ்வெவற்றை நான் எனது தலைவிதி என்று சகித்துக் கொள்ள வேண்டும்?

மற்றது; நான் யாராக மாற வேண்டும்? நான் எத்தகைய வாழ்க்கையை எனக்காகக் கட்ட வேண்டும்?

இந்த இரண்டு வினாக்களும் பழநிபாரதியையும் தொல்லைப்படுத்துகின்றன. இதனாலேயே இவரது கவிதைகள் இரண்டு வெவ்வேறு உலகங்களைப் பேசுகின்றன

இவரைச் சுற்றி இருக்கும் சதா சள்ளைப்படுத்தும் இன்றைய உலகம் மெதுவாக இடிந்து கொண்டிருப்பதையும் பார்க்கிறார். இன்னொரு உலகம் புதிதாக, பழைய உலகின் குறைகள் ஏதுமற்றதாக கட்டப்பட்டு வருவதையும் காண்கிறார். பழைய உலகைத் தனது பேனாவை கடப்பாரையாக்கி இடிக்க முயலும் அதே நேரத்தில் புதிய உலகத்தைக் கட்டும் பொறுப்பையும் தன்தோள் மீது தாங்குகிறார். இதனாலேயே அதிகமாக சோகத்தில் உழலும் இவரது கவிதைகள், சில நேரங்களில் அதி உன்னதமான தெம்போடும் பேசுகின்றன.

"உன்னால் இன்று கால்களில் காயம்பட்ட
எம் சூரியன்

நாளை
சிறகுகளோடு வரும்"

கடவுளற்ற, இந்த மயான உலகத்தில் பழநிபாரதி அன்பெனும் பயிரைத் தழைக்க வைப்பதின் மூலமாக, மானுடத்தைக் காப்பாற்ற முடியும் என்று நம்புகிறார். இந்த நம்பிக்கைதான் இவர் கவிதையின் பிற மேல் தோல் அம்சங்களைக் காட்டிலும் முக்கியமானது என்று நான் நம்புகிறேன்.

கெடாத்தொங்கு / ஏக்நாத்

எழுத்து மணலில் முட்டையிடும் ஞாபக ஆமைகள்

ஏக்நாத்தை எனக்குத் தெரியும் என்றுதான் நான் நினைத்துக் கொண்டிருக்கிறேன். பேசும்போது ஏதோ வியப்பில் இருப்பது போல மூக்குக் கண்ணாடிக்குள்ளிருந்து விரியும் அவரது கண்கள் நகரத்துத் தெருக்களில் பாதாளச் சாக்கடைகள் ஏதெனும் திறந்து கிடக்குமோ என்று பார்த்துக் கொண்டிருக்கின்றன என்று நான் நினைத்துக் கொண்டிருக்கையில் அவரது கண்கள் அவர் பிறந்த கீழாம்பூர் கிராமத்தில் மிதிக்கிற தெருக்களில் நடக்கிற பாதையில் ஒரு போர்வீரனின், மன்னனின், சாமான்யனின், அடிமையின் காலடித்தடம் கண்ட வியப்பில் விரிந்து கொண்டிருக்கின்றன என்று இப்போதுதான் தெரிய வருகிறது.

அவரது 'கெடாத்தொங்கு (கவிதைகள்), 'பூடம்', (சிறுகதைகள்), "குள்ராட்டி" (சிறுகதைகள்) காலத்திலிருந்தே அவரை கவனித்து வருகிறேன். ஞாபகங்களின் பனி மூட்டத்தில் சிக்கிக் கொண்டு தனது வழியை அடிக்கடி தொலைத்துவிடுகிற கோட்டிக்காரத் தனம் அவரிடம் ஒட்டிக் கொள்வதுண்டு. இந்த நூலில் உள்ள எழுத்துக்களை படிக்கிறபோதுதான் தெரிகிறது, ஞாபகங்களின் பனிமூட்டத்திலிருந்து நூல் நூற்பவர் என்று. ஏக்நாத்துக்கு எழுத்து என்பது தவிப்பு. பிறந்து வளர்ந்து விழுந்து எழுந்து விளையாடிய கிராமத்தை ருசித்து விட்ட நாக்கின் தவிப்பு. ஏக்நாத்தை ஒரு ஓவியன் என்று நாம் கருதுவோமானால் அவர் கையிலிருக்கும் வண்ணங்கள்தான் ஞாபகங்கள். ஆனால் இந்த ஞாபகங்களை வண்ணங்களாகப் பயன்படுத்த வேண்டுமானால் அந்த எழுத்தாளன்

உண்மை என்னும் தூரிகையைத் தனது கையில் ஏந்த வேண்டும். அப்போதுதான் வண்ணங்கள் பிசிரடிக்காமல் இருக்கும். வங்கிக் காசாளர்கள் ரூபாய் நோட்டை எண்ணுகிறபோது அவர்களின் விரல் தொடுதலில் காகிதத்தின் சொரசொரப்பிலேயே அது கள்ளநோட்டா நல்ல நோட்டா என்று கண்டு பிடித்து விடுவது போல, ஞாபகம் என்ற பெயரில் உருவாக்கப் படும் பொய்ச் சித்திரங்களை ஓரத்து வாசகன் எளிதில் கண்டுபிடித்து விடுவான். எனவே உண்மை எனும் தூரிகையின் தொடுதலில்தான் ஞாபகம் எனும் வண்ணங்கள் பிரகாசிக்கும். இக்கட்டுரைகளில் இதை அறிந்தவராகச் செயல்படுகிறார் ஏக்நாத்.

அடுத்ததாக இந்த எழுத்துக்களில் ஞாபகங்களை நேசித்துத் தள்ளுகிறார். ஞாபகங்களை நேசிப்பது என்பதின் முதல் நிபந்தனை என்ன தெரியுமா? ஞாபகங்களை நேசிக்கத் தொடங்குவதற்கு முன்னால் உன்னை நீயே நேசிக்கத் தொடங்க வேண்டும். உனது மார்பில் அணிந்த பதக்கங்களை நேசிக்கிறபோது அந்த பதக்கங்களை உனது சட்டையில் குத்துகிறபோது கை தவறி உனது மார்பிலும் கொஞ்சம் குத்தி கசிந்த ரத்தத்தையும் நேசிக்கத் தெரிந்திருக்க வேண்டும். உனது குற்றம் குறைகளோடு, உனது மாசு மறுக்களோடு, உனது தோல்விகளோடு, உனது ரணங்களோடு, உனது வெற்றிகளோடு, உனது பதக்கங்களோடு, உனது பரிவட்டங்களோடு எந்தவித நிபந்தனையுமற்று உன்னை நீயே நேசிக்கத் தொடங்க வேண்டும்.

இந்த நேசிப்பு வந்து விட்டால் எல்லாம் சாத்தியப்பட்டு விடும். காலையில் பார்த்தும்கூட மாலையில் மீண்டும் ஒரு முறை நலம் விசாரிக்கும் பாம்படப் பாட்டியின் பெயர் என்ன என்று ஏக்நாத்துக்கு மறந்து போயிருக்கிறது. லக்ஷ்மி பாட்டி என்றோ ராக்காயிப் பாட்டியென்றோ ஒரு பெயர் ஜோடிக்கத் தெரியாதா அவருக்கு? ஆனால் அப்படி ஒரு பொய் ஜோடனை செய்ய மறுக்கிறார் அவர். அதனால்தான் அவள் வெறுமனே 'பாம்படப் பாட்டி' ஆகி விடுகிறாள்.

காது வளர்த்து அதில் கனமான பாம்படம் எனும் அணிகலனை அணிந்து, காதாட்டிப் பேசும் மூதாட்டியை நம் கண் முன் கொண்டு வந்து நிறுத்த அவரால் முடிகிறது. தகவல்கள் மறந்து போயிருக்கலாம். ஆனால் காலையில் விசாரித்தும் கூட மாலையிலும் ஒரு முறை விசாரிக்கும் பாட்டியின் அன்பு எனும் அனுபவம் அவள் பெயர் எனும் தகவலை விட முக்கியமானது என்பது அவருக்குத் தெரியும்.

அவரது எழுத்துச் சித்திரத்தில் வரும் பல கதாபாத்திரங்களின் பெயர்களை மறந்து போயிருக்கிறார் ஏக்நாத். கால வெள்ளம் எனும் காட்டாற்றில் எதிர் நீச்சல் போட்டுக் கரையேறுகிறபோது இப்படி இடுப்பு வேட்டிகளை இழந்து போக நேர்வது இயல்புதான். வாழ்க்கை என்பது சதுரங்க விளையாட்டு அல்ல. அது பில்லியர்ட்ஸ் விளையாட்டு. எந்த பந்தை அடித்தால் எந்த பந்து, பாக்கெட்டுக்கள் போய் விழும் என்று நமக்குத் தெரியாது. நாம் மறக்க வேண்டும் என்று நினைப்பவற்றை அக்கு வேறாக ஆணிவேறாகப் பிரித்து நினைவில் வைத்திருந்து மனதை ஆறாத ரணமாகி வைத்து விடும். நாம் நினைவில் வைத்திருக்க வேண்டும் என்று ஆசைப்படுபவற்றை மறக்கடித்து அதை உருத்தெரியாமல் ஆக்கி அதை தொலைவில் கேட்கும் கீதமாக்கி விடும்.

பெயர்களை மறந்தால் என்ன குடி முழுகியா போய் விடும்? அதுதான் அந்த கதாபாத்திரங்களின் செல்லப் பெயர்கள், அவர்களின் மீதான அன்பின் வாசனை அல்லது பகைமையின் முடை நாற்றத்தொடு மனதில் தங்கி நிற்கிறதே. இது போதாதா? பட்டாணிக் குருவி, பாம்படப் பாட்டி, குடலு தாத்தா, மூக்காண்டி, சடையன் என்று செல்லப் பெயர்களோடு ஏக்நாத்தின் ஞாபகத் தெருக்களில் நடந்து செல்லும் அல்லது உருண்டு புரண்டு புழுதியோடு கிடக்கும் கதாபாத்திரங்கள் எல்லாம் வாசகன் மனதில் ஒரு மூலையில் துண்டு விரித்து நிம்மதியான இடத்தைப் பிடித்து விடுகின்றனவே.

என் மனசில் அடிக்கடி இரண்டு கேள்விகள் எழுவதுண்டு: கடலை நேசித்து காலம் காலமாய் கடலில் வாழும் கடல் ஆமைகள் கடலுக்குள்ளேயே முட்டையிடாமல், கரையேறி வந்து மணலில் பள்ளம் தோண்டி முட்டைகளை இடுவது எதனால்? அடுத்த கேள்வி: மார்கழி மாசத்துப் பனி போல மனசுக்குள் புரளும் ஞாபக அலைகளை எழுத்தில் இறக்கி வைத்து வாசகனின் முகம் பார்த்து நிற்பது எதனால்? இது ஆமைகளுக்கும் ஏக்நாத்துக்கும்தான் வெளிச்சம்.

ஓவியம்

கட்டுரை

நமக்கென்று ஒரு அழகியல்

இன்றைய தேவை

தமிழனின் இரட்டை முகம் திடீரென்று அவன் இரவு படுக்கையில் இருக்கும் போது முளைத்து விட்டது அல்ல. வரலாற்று ரீதியான வாழ்நிலை அவரை இரட்டை முகம் கொண்ட பிறவி ஆக்கி விட்டது. அவன் பல நேரங்களில் தமிழ் மரபுக்கு உள்ளே இருக்கிறான். பல நேரங்களில் வெளியே இருக்கிறான்.

பல்லாயிரக்கணக்கான ஆண்டுகளாகத் தொடர்ந்து, வளர்ந்து இன்னும் வாழ்ந்து வரும் ஒரு செழிப்பான பண்பாட்டைத் தன் முதுகில் சுமந்தவனாக இருக்கிறான்; மரபோடு கொண்ட அவனது ரத்தபந்தமான உறவு இன்னமும் அவனை விட்டு விடவில்லை.

அதே நேரத்தில் தனது பண்பாட்டுக்கு முற்றிலும் தொடர்பற்ற ஒரு வாழ்நிலையைக் கொண்டவனாகவும் இருக்கிறான். தனது பண்பாடு தனக்கே அர்த்தமற்ற ஒன்றாகத் தெரிகிற, பண்பாட்டு அந்நியனாகவும் அவன் வாழ வேண்டி இருக்கிறது

இந்த இரண்டில் எது உண்மை, எது பொய் என்பதைத் தீர்மானிக்க இயலாதவனாக அவனது இரட்டை முக வாழ்க்கை தொடர்கிறது.

தமிழ்ச் சமூக உளவியலில் ஆழமான பாதிப்புகளை ஏற்படுத்திய பிரிட்டிஷ் காலனி ஆதிக்கம், நமது அரசியல் எஜமானனாக இருந்தது என்பதினால் மட்டுமே நமது பண்பாட்டைத் தாக்கியது என்று சொல்ல முடியாது. உலகை மாற்றிய தொழில் புரட்சியுகத்தின் நேரிடை வாரிசுகள் என்ற விதத்தில் அவர்கள் நமது அன்றாட

இந்திரன்

வாழ்க்கையின் மீது நேரிடையாக கைவைத்ததின் மூலமாகவும். தொழில்நுட்ப, சமூக சக்திகளின் தாக்குதலினால் நமக்கு ஒரு புதிய சமூகப் பிரச்சினையை அவர்கள் ஏற்படுத்தினார்கள். அன்றாட வாழ்க்கையின் மீது அவர்கள் ஏற்படுத்திய தாக்கம் நமது பழைய பண்பாட்டின் இன்றைய காலத்திற்குப் பொருந்தும் தன்மை குறித்து நம்மை சந்தேகப்பட வைத்து விட்டது.

அதுமட்டுமின்றி, காலனி ஆதிக்கத்திலிருந்து அரசியல் விடுதலை பெற்ற பிறகும் கூட மேலை நாட்டினரே நமது சிந்தனை எஜமானர்களாகத் தொடர்கிறார்கள். மேலைப் பண்பாடு தனது பலமான தகவல் தொடர்புகளின் மூலமாகவும், அரசியல் பலத்தினாலும் தமது பண்பாட்டு விதைகளை நம்மிடையே விதைத்துக் கொண்டே இருக்கிறது. தமிழனின் இரண்டு முகங்களில் ஒன்று இதனை சிரித்த முகத்துடன் வரவேற்கிறது. ஆனால் அவனது இரண்டாவது முகம் இது குறித்த வேதனையை வெளிப்படுத்துவதாகவும் இருக்கிறது.

தமிழனின் அன்றாட பிரச்சினை இதுதான்: மேலைநாடுகளிலிருந்து நமது மண்ணில் வந்திறங்கும் தொழில்நுட்ப அறிவியல் வளர்ச்சி நமது வாழ்க்கையை வசதி மிக்கதாக, இன்பம் மிக்கதாக மாற்றுகிறது. கிரகம் தழுவிய ஒரு பண்பாட்டின் பங்காளிகளாக இருக்கிறோம் என்கிற பெருமிதத்தை நமக்குக் கொடுக்கிறது. ஆனால் அதே மேலை பண்பாடுதான் நமது நிம்மதியான அன்றாட வாழ்க்கையில் ஏராளமான மாற்றங்களைத் திடீரென்று திணித்து நம்மைத் திக்குமுக்காடச் செய்கிறது. ஆண்டாண்டு காலமாக நமக்கு மிகவும் உவப்பானதாக இருந்து வந்த நமது பண்பாட்டினைச் சிதறடித்து நாசம் செய்கிறது. எனவேதான் மேலை நாட்டு தொழில்நுட்ப நாகரிகத்தை நம்மால் தள்ளி விட முடியவில்லை. அதே நேரத்தில் அது செய்யும் பண்பாட்டு நாசங்களையும் ஏற்றுக் கொள்ள முடியவில்லை.

இன்றைய தமிழன் எதிர்கொள்ளும் இன்னொரு முக்கிய சிக்கல் அடையாளச் சிக்கல். தன்னைச் சுற்றி நிகழ்பவைகளோடு, சகமனிதர்களோடும். உரையாடல்களை நிகழ்த்துகிற அவன் தன்னோடும் உரையாடிக் கொள்ளும் தேவை உளவியல் ரீதியாகவே இருக்கிறது. தமிழன் தன்னிடம் ஒரு வினாவை எழுப்பிக் கொள்கிறான். நான் யார்? இதற்கு அவனிடமிருந்து இரண்டு விடைகள் கிடைக்கின்றன. 1) நீ உலகம் முழுமைக்கும் சொந்தமான உலக மனிதன். 2) நீ உன்னைச் சுற்றி அன்றாடம் உறவாடும்

சமூகத்துக்கும் அதன் பண்பாட்டுக்கும் உரிய தமிழன். இவை இரண்டில் எதைத் தேர்ந்தெடுத்தாலும் அவனுக்குச் சிக்கல். அவன் தன்னை ஒரு சர்வதேச மனிதனாகத் தேர்ந்து கொண்டு 'எம்.டிவி'யும் ஸ்டார் டிவியும் காட்டும் உலகத்தில் வாழத் துணிந்தால் அவனது அன்றாட வாழ்க்கைக்கும் அதற்கும் எந்தவிதத் தொடர்புமற்றவனாக இருக்கிறான். எனவே சர்வதேச மனிதனாகத் தன்னைத் தேரந்து கொள்கிற போதும் அவன் அந்நியனாகி விடுகிறான். சரி என்று தன்னை ஒரு தமிழன் என்று தேர்ந்து கொள்கிற போதும் தான் இந்தக் காலத்திற்குப் பின் தங்கியவனாகப் போய்விட்டோமோ என்கிற சுய இரக்கம் அவனைக் கவ்விக் கொள்கிறது.

இரண்டாவது தொழில்நுட்ப யுகம் வந்துவிட்டது என்று பேசப்படுகிற இன்றைய காலக்கட்டத்தில் இந்தச் சோகத்தின் தீவிரம் இன்னமும் ஆழமடைந்து விடுகிறது.

இத்தகைய ஒரு காலகட்டத்தில் வாழும் ஓவியனும், சிற்பியும இசைக் கலைஞனும், நடனமாடுபவனும் தனது கலை ஆளுமையில் ஒரு மாபெரும் விரிசல் ஏற்படுவதைக் காண நேருகிறது. நமது மரபு ரீதியான கலைகளுடன் புதிய தொழில் நுட்பம் மோதி ஒரு புதிய கலை வெளிப்பாட்டைச் செய்யுமாறு கலைஞனைக் கட்டாயப்படுத்துகிறது. இந்தக் கட்டாயத்தை சமாளிப்பதற்குக் கலைஞன் தன்னைத் தத்துவார்த்தமாகவே தயார்படுத்திக் கொள்ள வேண்டியவனாகிறான்.

இன்றைய தமிழனின் வாழ்வில் தமிழ்ப் பண்பாட்டுக் கூறுகள் குறைந்து கொண்டு போகிற போது, அவனது கலைப் படைப்பில் மட்டும் அது எவ்வாறு வந்து அமைய முடியும்?

ஓவிய, சிற்பக் கலைகள் என்று வருகிற போது அவை நாடு, இனம், மொழி ஆகியவற்றைக் கடந்த ஒரு சர்வதேச பார்வை மொழியில் பேசுபவை? அவற்றைத் தமிழ் எனும் சிமிழுக்குள் அடைப்பது என்ன நியாயம்?

தமிழ் அழகியல் என்கிற கருத்தை முன் வைக்கிற போதே இத்தகைய எண்ணற்ற வினாக்கள் எழவே செய்யும்.

கலையில் இன, பண்பாட்டு அடையாளங்களைத் தேடுவது என்பது பிற்போக்கானது என்று நினைக்கும் தமிழர்கள் இங்கு ஏராளமாகவே இருக்கிறார்கள். ஏனெனில் அவர்கள் பெற்றிருக்கும் கல்வி அவர்களை அந்த அளவுக்கு மூளைச் சலவை செய்திருக்கிறது.

இத்தகைய வினா எழுப்புகிறவர்களுக்காக நான் பாரீஸ் பல்கலைக் கழகத் தத்துவப் பேராசிரியரான மைக்கேல் டப்ரேன் என்பவரின் வார்த்தைகளை எடுத்துக்காட்ட வேண்டி இருக்கிறது.

"கான்ஸாஸ் கணிதம் என்றோ, சோவியத் உயிரியல் என்றோ எதுவும் இல்லையென்று சொல்ல முடியும். ஆனால் பாலினீசிய நம்பிக்கை, ஸ்பானிய கலைப்போக்கு என்று ஒன்றும் இல்லை என்று நாம் கூற முடியுமா? கவிதையை உண்மையில் மொழிபெயர்க்க முடியாது என்று நமக்குத் தெரியுமல்லவா?"

சர்வதேசக் கலை என்பதின் பொருளை நாம் தவறுதலாகப் புரிந்து கொள்கிறோம். சர்வதேசக் கலை என்பது எல்லாத் தேசங்களுக்கும் உரியது என்று பொருள்படுவது அல்ல. அது ஒரு குறிப்பிட்ட நாடு, இனம் மொழி ஆகியவற்றைச் சேர்ந்த தனி பண்பாட்டு அடையாளம் கொண்டது தான். ஆனால் சர்வதேச அளவில் அனைவரின் உணர்வுகளுடனும் உறவாடும் கலைரீதியான கிளர்ச்சி மிக்கது என்பது தான் அதன் பொருள்.

உலகப் பண்பாடு என்பதை தீர்மானிக்க, இந்த உலகில் இருக்கும் எல்லா இன, மொழி, பண்பாட்டு வண்ணங்களையும் துறந்து அனைவரும் நிறமற்றவர்களாகி விட வேண்டும் என்பது பொருள் அல்ல. மாறாக ஒவ்வொருவரும் அவரவர்களுக்குள்ளேயே தோண்டிச் சென்று, தங்களுக்குள் இருக்கும் சிறப்பான பண்பாட்டுக் கூறுகளைக் கண்டறிந்து உலகப் பண்பாட்டிற்கு அவற்றைத் தங்களது பண்பாட்டின் சார்பிலான ஒரு பரிசாக அளிக்க வேண்டும். இந்தப் பங்களிப்பு நடைபெற வேண்டுமானால் ஒவ்வொரு மொழி, இனம், நாட்டைச் சேர்ந்தவர்களும் அவர்களது சிறப்பான அம்சங்களாக அடைந்த அடையாளங்களை இழந்துவிடாமல் காப்பாற்றிக் கொள்ள வேண்டும்.

இன்றைய நவீன கலைகளைப் படைப்பவர்கள் புதிய போக்குகளை உண்டாக்க, நம்மைச் சுற்றி வாழும் மக்களை நிறைய படிக்க வேண்டும். மேல்நாட்டு புத்தகங்களைக் காட்டிலும் இன்றைக்கு வாழும் நமது மக்கள் நம் கலைஞனுக்கு அரிய பாடங்கள் பலவற்றைக் கற்றுக் கொடுப்பார்கள். பண்பாட்டு அடையாளங்களின் வேர்களை இலக்கியங்களைக் காட்டிலும் மக்களின் வாழ்க்கையே சிறப்பாகக் காப்பாற்றி வருகிறது.

ஆப்பிரிக்க நாட்டுக் கவிஞனும், நாடகாசிரியருமான நோபல் பரிசு பெற்ற வோல்லே சொயின்கா தனது நாடகங்களை ஆங்கிலத்தில்

பிரிட்டனில் அரங்கேற்றி வெற்றி காண்கிறார். அவர் நிச்சயமாக ஒரு சர்வதேச நாடகாசிரியர். ஆனால் அவர் அவரது சொந்த மண்ணான நைஜீரியாவில் தான் சேர்ந்திருக்கும் ஒரு குறிப்பிட்ட குழுவுக்கு மட்டுமே சொந்தமான பண்பாட்டு அடையாங்களுடன் தான் தனது நாடகங்களைத் தயாரிக்கிறார்.

இதே போன்று தான் ஐசக் பெஷ்விஸ் சிங்கர் எனும் யூத எழுத்தாளர் அமெரிக்காவில் கடந்த முப்பது ஆண்டுகளாகக் குடியேறி வாழ்ந்து வருகிறார். அவர் அமெரிக்காவின் குடிமகன். ஆனால் இன்னமும் அவரது எழுத்துக்களின் அடிப்படை, தான் ஒரு காலத்தில் கூடி வாழ்ந்த, இன்று இல்லாமல் போய்க் கொண்டிருக்கும் யூத சமூகம் பற்றியதாகவே இருக்கிறது.

நமது இன்றைய வாழ்க்கையில் தொடர்பற்றுப் போய்விட்ட பழங்கால சிற்பம், ஓவியம் ஆகியவற்றை நாம் மறுபடியும் இங்குச் செய்யத் தொடங்கிவிடுவது என்பது பொருளற்ற செயல். நமது அன்றாட வாழ்வில் தமிழ்ப் பண்பாட்டுக் கூறுகள் அதிகம் இல்லை என்பதினால் நாம் மீண்டும் பழமைக்குத் திரும்பி விடவேண்டும் என்பதும் தேவையில்லை. நமது பழம் மரபுகள் இன்றைய தேவையின் ஒரு பகுதியாக மாறினாலன்றி அவை தற்காலத் தமிழ்க் கலையின் ஒரு அங்கமாக மறுஉயிர்ப்பு அடைய முடியாது.

தற்கால ஓவியர்களில் சிலர் தங்களது தமிழ் அடையாளம் குறித்த உணர்வின் காரணமாக, மேல்நாட்டு, முறையிலான பாணியில் இன்றைய நடைமுறைக் காட்சிகளை படைக்கிறார்கள். மூக்கையா எனும் தமிழகத்துச் சிற்பி, பறை அறைதல், காவடி ஆட்டம் போன்ற காட்சிகளை பிக்காசோ, ஹென்றி மூர் போன்றவர்களின் பாணியிலும், பி. பெருமாள் எனும் சென்னை ஓவியக் கல்லூரியின் பேராசிரியர் ஃபாவிஸ்டுகளின் பாணியில் நாட்டுப்புற மக்களையும், முத்துசாமி ‘கொல்லாஜ்’ எனும் கலவை ஓவிய பாணியில் கிராமக் காட்சிகளையும் படைக்கின்றனர். இவர்கள் நல்ல திசையில் பயணப்படுகிறார்கள் என்றாலும் மேலும் தீவிரமான கலைப் பரிசோதனைகளை இவர்கள் மேற்கொள்ளலாம். அப்போது தமிழ் அழகியலும் தமிழ்க் கலையும் மிக உன்னதமான ஓர் இடத்தைப் பிடிக்கும் என்பது நிச்சயம்.

தமிழ் அழகியல்
ஞானி

இந்திரன் தமிழாய்வில் ஒரு புதிய களத்தைத் திறந்து வைத்திருக்கிறார். தமிழ் அழகியல், தமிழரின் அழகியல் என்று ஒரு பத்து அல்லது பதினைந்து ஆண்டுகளாக அங்கங்கே சிலர் பேசியிருந்தாலும் அநேகமாக இப்பொழுது இந்திரனின் இந்த நூல் மூலம் தமிழ் அழகியல் பற்றிய ஆய்வு தீவிர முனைப்பைப் பெற்றுள்ளது என்று நாம் உறுதியாகச் சொல்லலாம்.

திராவிட அழகியல் என்று கேரளாவில் பணிக்கர் முன்பே பேசியிருந்தார். தமிழர் நாகரீகம், தமிழர் கலை என புலவர்கள் தொடர்ந்து பேசியிருக்கிறார்கள். இவர்களின் கட்டுரைகளில் கலையியல் நோக்கு மையப்படவில்லை. தெ.பொ.மீ ஒரு சிறு முயற்சியைத் தொடங்கி வைத்தார். அம்முயற்சி தீவிரப்படவில்லை. தமிழவன், தான் கண்டு விரித்துரைக்கும் அமைப்பியல் அணுகுமுறையின் வழியே தொல் காப்பியரின் திணைக் கோட்பாட்டை தமிழின் முதல் அழகியல் கோட்பாடாகக் கண்டுபிடித்தார். அதனுள் சென்று அதன் பரிமாணங்களை அவர் இன்னும் விளக்கவில்லை. சுமார் ஒரு நூற்றாண்டு கால அளவில் தமிழ் நாகரீகம், தமிழ் இலக்கியம் என்று நாம் அழுத்தம் கொடுத்துப் பேசுகிறோம். தமிழர்க்கு தனிநாடு தேவை என்ற அளவில் இயக்கங்கள் எழுச்சி பெற்று பின் ஓய்ந்து மீண்டும் எழுச்சி பெறும் சூழலில் வரலாற்றிலிருந்து தமிழனை அகற்றி வைக்க முடியும் என்று முறையிலான முயற்சிகள் தீவிரப்பட்டுள்ளன.

தமிழன் தன்னைத் தற்காத்துக் கொள்ளும் நெருக்கடி சூழலில் இன்று இருக்கிறான். இன்று மீண்டும் தன் வரலாற்றை பெருமிதம் என்ற உணர்வு படியாமல் தோண்டி எடுத்து ஆய்வு செய்கிறான். மேற்கத்திய உலகோடு தன்னை

உரசிப் பார்த்துக் கொள்வதன் மூலம் நிகழ்காலத்தில் தன்னைத் தக்க வைத்துக் கொள்ள முடியுமா என்றெல்லாம் சிந்திக்கிறான்.

தனக்குள் முடங்கியிருக்கும் போது ஆய்வுக்கு வாய்ப்பு கிட்டுவதில்லை. தன்னிலிருந்து சற்றேனும் வெளியேறி இடையில் கொஞ்சம் தொலைவை ஏற்படுத்திக் கொண்டு பார்க்கிற போது தான் ஆய்வு நோக்கு வாய்க்கிறது. வரலாற்றிலிருந்து தமிழன் இன்று துரத்தப்படுகிறான் என்ற நிலவரம் கூட இந்த ஆய்வு நோக்கைத் தூண்டுவதற்கான வாய்ப்பாக இருக்க முடியும். இந்திரனிடம் இடம் பெற்றிருப்பது இத்தகைய ஆய்வு நோக்கு என நாம் புரிந்து கொள்ளலாம்.

தமிழ் அழகியலை முதன்மைப்படுத்தி, இதற்குள் ஒரு பார்வை தேடும் இத்தகைய முயற்சிக்கு ஒரு நூற்றாண்டு காலம் தேவைப்பட்டிருக்கும் போலவும் தெரிகிறது. இம்முறையில் இது ஒரு அவலம் என்றாலும் இப்பொழுதேனும் இந்த ஆய்வில் நம்மை ஈடுபடித்திக் கொண்டிருப்பது வரவேற்கத்தக்கது. ஜெயந்தன், ஞாநி, அ.ராமசாமி முதலியவர்களும் தமிழ் அழகியல் தேடும் முயற்சியில் சில கேள்விகளை முன் வைத்திருக்கிறார்கள் என்பதையும் நாம் இங்கு குறிப்பிடுவது வழக்கம்.

பல்வேறு சந்தர்ப்பங்களில் எழுதிய கட்டுரைகள் பலவற்றை இந்த நூலில் இந்திரன் தொகுத்திருக்கிறார். தமிழ் அழகியல் என்று பெயரிட்டிருக்கிற இந்த நூல் தமிழ் இலக்கியத்திற்குள் செயல்படும் அழகியல் பற்றி இவர் பேசவில்லை. தொல்காப்பியம், சிலப்பதிகாமர், திருமந்திரம் என்று சில நூல்களிலிருது சில குறிப்புகள் இந்த நூலில் இடம் பெறுகின்றன. இந்திரனைப் பொறுத்தவரை தமிழ் நிலத்தின் ஓவியம், சிற்பம், நாட்டார் கலைகள், நவீன கால ஓவியங்கள் ஆகியவற்றில் கவனம் செலுத்தி இவற்றின் வழியே தெரிகிற அழகியலைத்தான் இந்த நூலில் எடுத்துச் சொல்கிறார். தமிழகத்துக் கைவினைகள் பற்றி விரிவான ஆய்வுக்கு இடமிருப்பதை நாம் புரிந்து கொள்கிறோம். மேற்கத்திய நவீன கலை இயல் என்ற நோக்கு நிலை தான் இந்திரனின் பார்வையாக இருக்கிறது. இந்த நோக்கு நிலையின் சாதகம் மற்றும் பாதகமான நிறைகள் மற்றும் குறைகள் கட்டுரைகளில் தெரிகின்றன.

மேறகத்திய நவீனத்துவப் பார்வை, மதம், என்பதை மறுத்து விடுகிறது. இந்திய / தமிழ் வாழ்க்கையில் மதம் ஓர் அடிப்படையான

அல்லது முக்கியமான கூறு / ஆக்கம், மதத்திற்குள்ளும் அதன் அடிப்படையிலும் கலையியல் செயல்படுவதை நாம் ஆழ்ந்து புரிந்து கொள்ள முடியும். இது பற்றி பிறகு பார்க்கலாம்.

தமிழர்களின் ஓவியங்கள், சிற்பங்கள் பற்றிய ஆய்வில் கோடு, வெளி என்ற முறையிலான சில உத்திகளைத் தொடக்கக் கட்டுரைகளில் குறிப்பிடுகிறார். ஓவியங்களில் குறியீடு இடம் பெறுவது பற்றிச் சொல்லுகிறார். குறியீடு இல்லாமல் கலைக்கு இயக்கம் இல்லை என்பதை உடனே சொல்லி விடுகிறார். புறத்தில் தென்படும் காட்சிகளை அப்படியே கலைஞன் ஓவியத்தில் பதிவு செய்வதில்லை. புறம் கலைஞனுக்குள் சென்று, அவனுக்குள்ளிருந்து எழும் அகவடிவம் தான் கலையாகிறது. இதுதான் கலைப்பார்வை என்கிறார். கலை பற்றிய இத்தகைய கருத்துக்கள் மேற்கிலிருந்து நாம் பெற்றவை. குறிப்பாக மேற்கத்திய நவீனத்துவத்தின் மூலம் இத்தகைய பார்வையைக் கடந்த சில பத்தாண்டுகளில் நாம் வரித்துக் கொண்டோம். இலக்கியம் முதலிய எல்லாக் கலைகளுக்கும் இந்தப் பார்வையைத்தான் நாம் பயன்படுத்துகிறோம்.

இந்திரனின் நோக்கம் மேற்கத்திய கலைப்பார்வையோடு உரசிப் பார்த்து, தமிழ்க் கலையின் தகுதியை தீர்மானிப்பது குகை ஓவியங்கள் தொடங்கி இன்றிய நவீன ஓவியங்கள் வரையிலான கலை இயல் வரலாற்றில் மேற்கத்தியர் கண்டுரைத்த கலைப்பார்வை. தமிழர்க்குள்ளும் சிறப்பாகவே இருந்திருக்கிறது என்பதை மெய்ப்பிக்கிறார். தமிழ்க் கலைக்கு இது வெற்றியா. இது ஒரு அவலமல்லவா, என்றெல்லாம் நமக்குள் பெருமூச்சு விட்டுக் கொள்கிறோம்.

ஐயாயிரம் ஆண்டு வரலாறுடையவன் ஐநூறு ஆண்டுக்கால வரலாறு உடையவன் முன் தனக்கென தகுதியை மெய்ப்பித்துக் கொள்ளும் முறையில் நிற்பது ஓர் அவலமின்றி வேறென்ன? ஆனால் இந்த மெய்ப்பித்தலை இந்திரன் வெற்றிகரமாகத்தான் செய்திருக்கிறார்.

தீக்கதிர்
12-5-2000

சுபமங்களாவில் ஓவியம்

நான் கோமல் சுவாமிநாதன் ஆசிரியராகக் கொண்டு வெளிவந்த 'சுபமங்களா'வில் ஓவியம் பற்றிய எனது கட்டுரையை எழுதினேன். 1991ல் 'தைல வண்ணமும், நீர் வண்ணமும்' எனும் எனது கட்டுரை ஓவியர்கள் கே.சீனிவாசன், ஏ. நாகராஜன் ஆகியவர்களின் படைப்புகளைப் பற்றி விவரிக்கும் விதமான வண்ணப் படங்களுடன் வெளியிடப்பட்டது.

'சுபமங்களா'வில் ஓவியம், சிற்பம் குறித்து எழுதத் தொடங்குவதற்கு முன்னரே, ஏப்ரல் 1991ல் சுபமங்களா, சோழ மண்டல ஓவியர் சேனாதிபதியைப் பற்றிய கட்டுரை ஒன்றை வெளியிட்டிருந்தது. அதே இதழில் மூத்த கலை விமர்சகரும், 'இல்லஸ்ட்ரேடட் வீக்லி'யின் முதல் இந்திய ஆசிரியருமான ஏ.எஸ். ராமன் எழுதிய 'கியூபிசம்' பற்றிய கட்டுரை ஒன்றையும் வெளியிட்டிருந்தது.

ஓவியம், சிற்பம் குறித்த அக்கறை, சுபமங்களாவில் கோமலுடன் இணைந்து பணியாற்றிய கீதப்ரியன், அண்ணாமலை, இளையபாரதி, வண்ணநிலவன் ஆகிய பலருக்கும் இருந்த காரணத்தினால் இந்த இதழ், இவை குறித்து தனி அக்கறை எடுத்துக் கொண்டது. எனது கவிதை, மொழிபெயர்ப்பு, கட்டுரை ஆகியவற்றைச் சுபமங்களா தொடர்ந்து வெளியிட்டு வந்த போதிலும் என்னை நேரில் சந்திக்கும் போதெல்லாம் கோமல் ஓவிய – சிற்பக் கலைகள் குறித்த கட்டுரைகள் எழுதுமாறு உற்சாகப்படுத்தினார்.

சுபமங்களா இயல், இசை, நாடகம் ஆகிய முத்தமிழைப் பற்றியும் அக்கறை எடுத்துக் கொண்ட அதே வேளையில் ஓவிய– சிற்பக் கலைகள் குறித்த பல கட்டுரைகளை அது வெளியிட்டு வந்தது. குறிப்பாக என். ரவீந்திரன்,

விஜயகுமார் மேனன் எழுதிய கட்டுரைகளை ஆதாரமாக வைத்து எழுதிய, ‘அபனீந்திரநாத் தாகூரின் ஓவியங்கள்’ (செப்டம்பர் 1995), ‘இந்திய ஓவியக் கலையில் தேசியத் தன்மை பற்றிய தேடல்கள் வங்க மறுமலர்ச்சி’ (ஜூலை 1995), ‘இந்தியக் கலை மரபும் ஆனந்த குமாரசாமியும்’ (ஜூலை 1995) ஆகிய கட்டுரைகள் சிறந்த முறையில் படங்களுடன் வெளியிடப்பட்டன. இது மட்டுமின்றி, மலையாளத்தில் நித்ய சைதன்ய யதி எழுதிய கட்டுரைகளை நிர்மால்யாவின் தமிழ் மொழி பெயர்ப்பில், ‘செசானின் ஓவிய உலகம்’ (மே 1993) ‘ஷகால்’ – சர்ரியலிசத்தின் முதல் வேர் போன்ற கட்டுரைகளையும் வெளியிட்டது. வண்ணப்படங்களுடன் இந்த மேல்நாட்டு ஓவிய மேதைகளின் ஆளுமை விளக்கப்படும் போது, தமிழகத்தில் கலை குறித்த கல்விக்குச் சுபமங்களா பெரும்பணி ஆற்றியிருக்கிறது என்று புரிந்து கொள்ள முடியும்.

கோமல் எனது கருத்துகளுக்கு மதிப்பளிப்பவராக இருந்தார். என்னைச் சுபமங்களாவில முழு உரிமை எடுத்துக் கொண்டு எழுத உற்சாகப்படுத்தினார். நான் சோழ மண்டல ஓவியர் கிராமத்தைச் சேர்ந்த மூத்த ஓவியர், கே. எம் கோபால் குறித்த கட்டுரை ஒன்றை எழுதினேன். கே.எம். கோபாலின் நவீன உலோகச் சிற்பம் ஒன்றின் படத்தை அட்டையில் வெளியிட்டு அவரைக் கௌரவித்தது சுபமங்களா.

மூத்த பிரபல ஓவியர்களைத் தவிர, அப்போது பிரபலமடைந்திராத பல ஓவியர்களைப் பற்றிய கட்டுரைகளையும் சுபமங்களா வெளியிட்டது. இளம் ஓவியர் விஸ்வம் ஒருமுறை அவரது படைப்புகளை எனது வீட்டிற்குக் கொண்டு வந்திருந்தார். அவரது திறமையைக் கண்ட நான், அவரைக் கோமலின் வீட்டிற்கு அழைத்துச் சென்று அறிமுகப்படுத்தி ஓவியப் படைப்புகளின் புகைப்படங்களைக் காண்பித்து அவரை வளர்த்தெடுக்க வேண்டிய கடமை சுபமங்களாவுக்கு இருப்பதாகச் சொன்னேன். கோமல் உடனே ஓவியர் விஸ்வத்தின் வண்ண ஓவியம் ஒன்றை 1994 தீபாவளி சிறப்பிதழின் அட்டையில் வெளியிட்டு, ‘வண்ணப் பிரபஞ்சத்தில் மனிதனின் மூலை’ எனும் விஸ்வம் பற்றிய எனது கட்டுரையையும் இடம் பெறச் செய்தார்.

இளம் ஓவியர்களை வெளிச்சத்துக்கு கொண்டு வந்ததில் சுபமங்களாவின் பங்கு மறுக்க முடியாதது. ஓவியர் விஸ்வத்தை மட்டுமின்றி, ‘தீரும் வண்ணங்களும், தீராத வேட்கையும்’ (ஜனவரி 95) எனும் முரளி அரூபன் கட்டுரை மூலம் இளம் ஓவியர்

பாலா, மதுரையைச் சேர்ந்த இளம் ஓவியர் 'உலகநாதனின் ஓவியங்களுக்குள்' (செப்டம்பர் 1994) எனும் அருண் சிவா எழுதிய கட்டுரை, 'முப்பரிமாண நகரம் இருபரிமாண சித்திரம்' (நவம்பர் 93) எனும் எனது கட்டுரை மூலம் கோட்டுச் சித்திரங்களில் திறன் பெற்ற ஓவியர் காந்தன், 'மக்களிடம் சென்றடையவே கலை' (ஜுன் 92) எனும் ஆர்.பி.எஸ்.. எழுதிய கட்டுரை மூலம் தஞ்சாவூரைச் சேர்ந்த கு.புகழேந்தி ஆகியோரை சுபமங்களா வெளிச்சம் போட்டுக் காண்பித்தது.

இவை மட்டுமின்றி மூத்த ஓவியரும், சென்னை ஓவியக் கல்லூரியின் முதல்வருமான ஓவியர் கிருஷ்ணராவ் பற்றி 'பழமைக்குள் ஒரு பயணம்' (அக்டோபர் 95) எனும் எனது கட்டுரையையும், அவரது ஓவியத்தை அட்டையிலும் வெளியிட்டது. 1993 ஆம் ஆண்டின் தீபாவளிச் சிறப்பிதழின் அட்டையை பிரபல ஓவியர் கே.எம். ஆதிமூலத்தின் ஓவியம் மூலம் அலங்கரிக்கச் செய்தார் கோமல். சென்னை ஓவியக் கல்லூரியின் ஆசிரியரான (தற்போது குடந்தை) சத்ருவின் நேர்காணலையும் வெளியிட்டது.

தற்காலக் கலை – அகமும் புறமும்

விட்டல்ராவ்

சமகால கலைகள் பற்றிய நூல்களில் முக்கியமான வரவு

தற்காலக் கலை குறித்து விலாவாரியாகச் சொல்ல வரும் ஒருநூல், வெவ்வேறு சந்தர்ப்பங்களில் எழுதப்பட்ட கட்டுரைகளின் கோர்வையான தொகுப்பாக இருப்பினும், கலை, சமூகம், சார்ந்த வரலாற்றை உள்ளடக்கியதாக இருந்தால்தான் முழுமையானதாக இருக்கும். தற்காலக் கலை என்கிற போது முன்னும் பின்னுமாய் சஞ்சரித்தாக வேண்டும். கிராமிய மற்றும் பழங்குடிகளின் கலை, கைவினைக் கொள்கை, செயல்பாடுகளிலிருந்தும் ஆய்ந்து சொல்ல வேண்டியிருக்கிறது. அந்த வகையில், கலை குறித்து சமீபத்தில் வெளி வந்திருக்கும் இந்திரனின்'தற்காலக் கலை – அகமும் புறமும்' என்ற நூலைக் குறிப்பிட்டுச் சொல்லியாக வேண்டும். இந்திரன் கலை சமூக நடப்புகளில் வரலாற்றுப் பிரக்ஞை மிக்கவர். தமிழ்க் கலை மரபின் வேர்களை ஆய்ந்து தமிழ் ஓவியம், தமிழ்ச் சிற்பம் என்று எடுத்துச் சொல்வதில் பாடுபட்டு வருபவர்.

இந்தியாவின் கலை மரபு என்பது கைவினை மரபு தான் என்று தம் முன்னுரையில் குறிப்பிடும் இந்திரன் இக்கருத்தை நூலின் மற்ற கட்டுரைகளில் மேலும் வலுவாக விளக்கியுள்ளார். சிக்கனமான சொற்களின் இடையிடையே பிக்காசோவின் ஓவியம் ஒன்றின் கண்கள், சித்தனவாசல் ஓவியம் ஆகியவற்றுடன் ராய் சவுத்திரி, பணிக்கர், தனபால், சீனிவாசலு, ஜானகிராம், ராமானுஜம், சுல்தான் அலி ஆகியோரின் ஓவிய சிற்பங்களையும் சேர்த்திருப்பது இந்திரனின் சிறப்பு.

இந்தியக் கலையில் இடையறாது நடந்து வரும் மாற்றத்தை வரலாற்றுப் பின்னணி கொண்டு ஆசிரியர் விவரிக்கிறார். இம்மண்ணின் மரபுகளிடம் ஓவியர்கள் மற்றும் சிற்பிகளின் கவனம் செல்லும் அதே நேரம் இங்கு புகுந்துள்ள சர்வதேச தொழில்நுட்ப பண்பாட்டின் மரபுகளையும் சந்திக்க வேண்டியிருப்பதை இந்திரன் தம் கலை அடையாளம் எனும் கட்டுரையில் சொல்கிறார். தமிழ் ஓவியம், சிற்பம் குறித்த கட்டுரையில், தமிழ் மக்களிடையே உள்ள கலை வெளிப்பாடுகளை இனங்காணத் தவறியதற்கான காரணத்தையும் ஆராய்ந்து சொல்கிறார்.

'மக்கள் கலை ஒரு மறு கண்டுபிடிப்பு' எனும் கட்டுரையில், வரலாற்று ரீதியாகத் தொழில்நுட்ப அறிவியல் தாக்கத்தில் இந்தியக் கலைஞர்களின் செயல்பாட்டை அலசுகிறார். ஆனந்தகுமாரசாமியையும் ஜெயா அப்பாசாமியையும் தேவையான அளவுக்குத் துணை சேர்த்துக் கொள்கிறார்.

இரு கட்டுரைகளில், 'கலை விடுதலைக்கு முன்னும், பின்னும்' கலையும் காலமும் குறித்து வரலாற்றுப் பின்னணியில் விவரித்துள்ளார். ஓரிடத்தில் வரலாற்றுத் தகவல் தவறாக உள்ளது. சிப்பாய்க் கலகம் நிகழ்ந்த பின், "அன்று இங்கிலாந்தின் அரசியாக இருந்த எலிசபெத் மகாராணி இந்தியாவுக்கு பேராசியானார்" என்று எழுதியுள்ளது தவறு. விக்டோரியா மகாராணி என்று இருக்க வேண்டும்.

இங்கு 1782 காலகட்டத்தில் சென்னை கலை மற்றும் கைவினைக் கல்லூரியின் அச்சுப்பதிவுக் கலைக்கான பட்டறை (Print Making Workshop) நடத்தப்பட்டதைக் குறிப்பிடும் ஆசிரியர் இதை இன்னும் விவரமாய் எழுதியிருக்க வேண்டும். அச்சுப் பதிவுகள் இந்திய மக்களிடம் இந்நூற்றாண்டின் தொடக்கம் முதலே அறிமுகமாகி, பூஜை அறைகள் முதல், முடிதிருத்தகங்களின் சுவர்கள் வரை பிரபலமாகி விளங்கி வருபவை. ரவிவர்மா போன்றோரின் ஓவியங்கள் மக்களைச் சென்றடைந்து ஓவியப் பிரக்ஞையை ஏதோ ஒரு அளவுக்கு ஏற்படுத்தியதிலும் அன்றைக்கு சுவிஸ், ஜெர்மனி நாடுகளிலிருந்து வார்னிஷ் தாளில் வண்ணப் பதிவாக வந்த அச்சுப் பதிவுகளுக்கு முக்கிய இடமிருக்கிறது.

விடுதலைக்குப் பின் தமிழ்நாட்டு ஓவிய இயக்கத்தின் முக்கிய பண்புக்கூறாக அதன் வலிமை மிக்க கோட்டோவிய மரபை மிகச் சுருக்கமாய்ப் பேசும் ஆசிரியர் அதையும் சற்று விவரமாய்ச்

சொல்லியிருக்க வேண்டும். இறுதியாக வரும் இரு கட்டுரைகளில் தற்காலத் தமிழக ஓவியர்கள், சிற்பிகள் குறித்து அவசியமான குறிப்புகளுடன் நன்றாக எழுதியுள்ளார்.

அச்சுப் பிழைகள் அங்கங்கு இருப்பினும் படங்கள் தெளிவாகப் பதிவாகியுள்ளன. நல்ல முகப்பு. தமிழில் வெளிவந்து கொண்டிருக்கும் கலை நூல்களின் வரிசையில் மற்றொரு முக்கியமானதும் அவசியமானதுமான சிறந்த தொகுப்பு நூல்.

இந்தியா டுடே,
டிசம்பர் 10 1997

வண்ணங்களின் வாழ்க்கை / சுந்தரபுத்தன்

மனம் திறந்த பேச்சு

பாரத் பவனில் ஒரு மாலை நேரம். தலையும் தாடியும் நரைத்துப்போன மூத்த ஓவியர் மஞ்சித்பாவாவுடன் உரையாடிக்கொண்டிருந்தேன். அப்போது நான் கேட்டேன்.

"நீங்கள் ஏன் ஓவியராக இருக்கிறீர்கள்?"

அவர் ஒரு மாதிரியாகத் தயங்கிவிட்டார். நீண்ட தயக்கத்துக்குப் பிறகு சொன்னார்:

"எனக்குத் தெரியாது நான் ஏன் ஓவியனாக இருக்கிறேன் என்று, ஆனால் எதனாலோ நான் எப்போதும் ஓவியனாகவே இருந்து வந்திருக்கிறேன்."

சுந்தரபுத்தன் தற்கால ஓவியர்கள் குறித்து எழுதிய கட்டுரைகளின் தொகுப்பை நான் படித்தபோது எனக்கு இந்த நிகழ்ச்சி நினைவுக்கு வந்தது. காரணத்தைப் பிறகு சொல்கிறேன்.

சுந்தரபுத்தன் ஒரு அலாதியான மனிதர். எதிலும் தன்னைப் பெரிதும் முன்னிறுத்திக் கொள்ளாமல் நல்ல விஷயங்களைத் தேடிக் கண்டுபிடித்து அவற்றை நோக்கித் தன் எழுத்தின் மூலம் வெளிச்சம் பாய்ச்சி மகிழ்கிறவர். அவரது இந்தப் பண்பின் காரணமாகத்தான் தமிழகத்து தற்கால ஓவியர்களை, மூத்த தலைமுறை ஓவியர்கள் சுரேந்திரநாத், வித்யாஷங்கர் ஸ்தபதி முதற்கொண்டு இன்றைக்கு இளைய தலைமுறைக்கு கிரியா ஊக்கிகளாக இருக்கும் ஓவியர்களான ஜெயராமன், மனோகர் போன்றோரையும் உள்ளடக்கிய பின் நவீன ஓவியர்ளைச் சந்தித்து நான் மஞ்சித் பாவாவைக் கேட்டது போன்ற

கேள்விகளைத் தொகுத்து அவற்றின் பதில்களை சுவையாக கட்டுரைகளாக எழுதியிருக்கிறார்.

இந்நூலில் சுந்தரபுத்தன் எழுதியிருக்கிற எல்லா ஓவியர்களையும் எனது கடந்த 30 ஆண்டுகால கலை இலக்கிய விமர்சன வாழ்க்கையில் அறிந்திருக்கிறேன். கலந்து பேசிப் பழகியிருக்கிறேன். ஆனால் இதுநாள் வரையிலும் என்னிடம் மனநம் திறந்து பேசாத பல விஷயங்களை இந்த ஓவியர்கள் இவரிடம் சொல்லியிருக்கிறார்கள். இங்கேதான் சுந்தரபுத்தனின் வெற்றி ஒளிர்கிறது.

“எனது சுவாசம் ஓவியமாக இருக்கிறது” என்று பி.ஜி.மகேந்திரன் சொல்கிறபோதும், “தேடல் முடியவில்லை” என்று வில்லேஜ் மூக்கையா சொல்கிறபோதும், “வண்ணங்களோடு வாழ்கிறேன்” என்ற நெல்சன்கென்னடி சொல்கிறபோதும் “ஆனந்தமே கலை” என்று கே. பாலசுப்ரமணியனஅ சொல்கிறபோதும் “ஓவியத்தில் சலியாது இயங்கிவருகிறேன்” என்று பிரபுராம் சொல்கிறபோதும், “இலக்குகளோடு வாழவில்லை” என்று ரஞ் சித் சொல்கிறபோதும் சுந்தரபுத்தன் இவர்களை எல்லாம் தனது எளிமையும் நட்பும் கலந்து குணத்தால் உற்சாகப்படுத்தி நிறைய பேசவைத்திருக்கிறார் என்பது தெரிகிறது. இதனால் தற்கால ஓவியர்களின் வாக்குமூலங்களைச் சேகரித்துக்கொடுத்திருக்கிறார்.

இப்போது இந்த வாக்குமூலங்கள் என் மனதில் ஏற்படுத்திய சில சிந்தனைகள் பகிர்ந்துகொள்வதில் தவறில்லை என்று நினைக்கிறேன். இப்போது நான் மஞ்சித் பாவாவிடம் பல ஆண்டுகளுக்கு முன் கேட்ட கேள்விக்கு வருகிறேன்.

“நீங்கள் ஏன் ஓவியராக இருக்கிறீர்கள்?”

பதில் சொல்வதற்கு மிகவும் கடினமான கேள்வி இது. “நீங்கள் ஏன் வழக்கறிஞராக இருக்கிறீர்கள்?” என்ற கேள்விக்கு பதில் சொல்லிவிடலாம். “நீதியைக் காப்பாற்ற” என்கிற பதில் பொய்போலத் தெரிந்தாலும் இது உடனடியாகக் கொடுக்கப்பட்ட ஒரு நல்ல பதில்தான். ஒரு வழக்கறிஞராக இருப்பதற்கு இதைவிட உயரிய நோக்கம் இருக்கமுடியாதுதான். இதேபோலத்தான் இந்த நூலில் சுந்தரபுத்தன் எழுதியிருக்கிற ஓவியர்கள் தங்கள் கலை வாழ்க்கைக்கான உயரிய நோக்கங்களைச் சொல்லியிருக்கிறார்கள்.

இவர்களில் பெரும்பாலானவர்கள் ஓவியக்கலையை ஒரு சுகமான அனுபவமாகச் தேர்ந்தெடுத்து வாழ்வதாகத் தெரிவிக்கிறார்கள். ஆனால் தமிழ்ச்சூழலில் தற்கால ஓவியர்களின் வாழ்க்கை ரோஜாமலர்கள் தூவப்பட்ட மெத்தென்ற பாதையாக இருப்பது இல்லை. ஓவிய, சிற்பக் கலைஞர்களுக்கு என்று இன்றைய தமிழ்ச் சமூகத்தில் ஒரு உன்னதமான இடம் கொடுக்கப்பட்டிருக்கவில்லை. இதை மிகவும் வெற்றிபெற்ற சிற்பியான வித்யாஷங்கர் போன்றவர்கள்கூட அனுபவிக்கிறார்கள் என்பது சுந்தரபுத்தனின் எழுத்தின் மூலம் தெரிய வருகிறது. இது மிகவும் வேதனையான விஷயம்.

திரை நட்சத்திரங்களின் அந்தர வாழ்க்கை முதற்கொண்டு அறிந்துவைத்திருக்கிற தமிழனுக்கு தற்கால ஓவியர்களின் இருப்பது தெரியாது. இத்தகைய நம்பிக்கை வறட்சி மிகுந்த ஒரு சூழலில்தான் இந்நூலில் சுந்தரபுத்தன் எழுதியுள்ள ஓவியர்கள், தங்கள் வாழ்க்கையில் ஓவியத்தை ஒரு சுகமான அனுபவமாக உணர்கிறார்கள். இதுதான் இவர்களது பலம். சொல்லப்போனால் இது ஒரு வகையான நகைமுரண்.

பிரபல ஓவியர் மஞ்சித் பாவா ஏன் என் நினைவுக்கு வந்தார் என்பதை இப்போது சொல்கிறேன். மஞ்சித் பாவை என்கிற ஓவியருக்கு பல ஆப்பிள் தோட்டங்கள் சொந்தமாக உள்ளன. அவரது கலை வாழ்க்கையை பொருளாதாரம் எந்த விதத்திலும் துவம்சம் செய்துவிடாது. ஆனால் தமிழகத்து ஓவியர்கள் அப்படி இல்லை. உள் கிராமங்களில் இருந்து ஓவியக்கலையின் மீதுள்ள காதலால் நகர்தது வாழ்க்கையில் வந்து அல்லல்பட்டுக்கொண்டிருக்கிறவர்கள்.

நாம் வாழும் உலகம் முரண்பாடுகள் நிறைந்தது. போரை நிறுத்துவதற்காக ராணுவ தளவாடங்களை உற்பத்தி செய்யும் உலகில் வாழ்கிறோம் நாம். இந்த உலகில் கலையை தம் வாழ்க்கையாகப் பயிலும் தற்கால ஓவியர்கள் பற்றிய சுந்தரபுத்தனின் கட்டுரைகள் அவர்களின் ஓவிய அனுபவங்களைப் பேசுவது மகிழ்ச்சியாக இருக்கிறது.

வீர. சந்தானம் சொல்லியிருப்பது போல கோயில்களில் பழங்கால சுவரோவியங்கள் செய்த ஓவியர்களின் பெயர் தெரியவில்லை. ஆனால் டியூப் லைட் உபயம் செய்தவரின் பெயர் பளிச்சென எழுதப்பட்டிருக்கிறது. இந்த நிலை இன்று மாறிவருகிறது.

தற்கால ஓவியனின் வாழ்க்கையும் இன்று பேசப்படுகிறது. இப்படி பேசப்படவேண்டும் என்று கடந்த 30 ஆண்டுகளாக பாடுபட்டுவருகிறத எனக்கு சுந்தரபுத்தனின் இந்தப் புத்தகம் மகிழ்ச்சி அளிக்கிறது. இத்தகைய முயற்சியில் இறங்கியமைக்காக அவருக்கு எனது வாழ்த்துகள்.

பயணம்

கொதுலுப் : கரீபியன் தீவில்

கொதுலுப் என்பது பிரெஞ்சு மொழி பேசும் கருப்பினம் வாழும் ஒரு கரீபியத் தீவு...

ஆறு தலை முறைகளுக்கு முன்னரே தமிழினம் அங்கே வேர் பதித்திருக்கிறது.

இன்று ஆப்பிரிக்க, ஐரோப்பிய பண்பாட்டுக் கலப்புகளோடு தனது தமிழ்ப் பண்பாட்டு அடையாளத்தைத் தொலைத்து விடாமல் போராடி வாழ்கிறது.

கொலம்பஸ் சுத்தமான குடிநீர் தேடி கரீபியக் கடலில் அலைந்தபோது 1493இல் கண்டுபிடித்த தீவுகள்தான் "கொதுலுப்" (Guadeloupe) தீவுகள்.

இந்தத் தீவின் பிரெஞ்சு சுற்றுலாத் துறையும், இந்திய வம்சா வழியினரின் உலக அமைப்பான "கோபியோ"வும் (Global Organisation of People of Indian Origin) ஒரு இந்திய எழுத்தாளன் என்ற வகையில் எனக்கு அனுப்பிய அழைப்பினை ஏற்று நான் இத்தீவுக்குப் பறந்தேன். என்னுடன் வங்காளியான சயந்தன் சக்கரவர்த்தி, இந்தி எழுத்தாளரான ராம்குமார் ஆகியோரும் அழைக்கப்படிருந்தனர்.

வண்ணமயமான கடைகள், வெள்ளைப் பாய்மரம் விரிக்கும் கப்பல்கள், நீந்துபவர்களைத் தாலாட்டும் கடல்கள், கடற்கரைகள், எரிமலைத் தொடர்கள், அவற்றின் வெந்நீர் ஊற்றுக்கள், வித விதமான மீன் உணவுகள், இரவு விடுதிகள், சூதாட்ட அரங்குகள் என்று எதற்கும் குறை வைக்காத தீவில் இன்று செல்வாக்கோடு வாழ்கிறார்கள் தமிழ் வம்சா வழியினர்.

"கோபியோ" அமைப்பின் இன்றைய தலைவராக இருக்கும் மிஷல் நாராயணின்சாமி உட்பட இங்குள்ள தமிழர்கள்

யாருக்குமே தமிழ் தெரியாது. பிரெஞ்சு மொழிதான் தெரியும். அவர்களது பெயர்களில் மட்டும் தமிழ் வாழ்வதைக் கண்டேன். ஆனாலும் தமிழ்ப் பண்பாட்டை அவர்கள் மறக்கவில்லை. கத்தோலிக்கக் கிருத்துவர்களாக மாறி விட்ட அவர்கள் இன்னமும் காவடி எடுக்கிறார்கள். தீ மிதிக்கிறார்கள். வாழையிலையில் உணவு சாப்பிடுகிறாகள். சுடலை மாடன் வழிபாடு செய்கிறார்கள். மாரியம்மன் கோயில் கட்டி கும்பிடுகிறார்கள். இந்திய மண்ணில் தங்களின் வேர்களைத் தேடத் துடிக்கிறார்கள்.

"இந்திய வம்சா வழியினர் என்கிற அடையாள அட்டை ஒன்றை (Pio Card) இந்திய அரசு எங்களுக்கு வழங்க வேண்டும். நாங்கள் இழந்த எங்கள் மொழியையும், பண்பாட்டையும் எங்களது வருங்கால சந்ததியினராவது பெற வழி செய்ய வேண்டும்", என்று ஆதங்கப் பட்டுப் பேசுகிறார் "கோபியோ" அமைப்பின் தலைவர் மிஷெல் நாராயணின்சாமி.

தமிழ்ப் பாரம்பரிய நாட்டியக் குழு ஒன்றின் நிகழ்ச்சியில் பிரெஞ்சு உச்சரிப்பில் ஏதோ பாடினார்கள் . அந்த பாட்டை டேப் ரிகார்டரில் பதிவு செய்து பார்த்தேன். அது "மதுரை வீரன் அந்தாதி" எனும் தமிழ் நாட்டுப்பாடல் என்பதை அறிந்து ஆச்சரியப்பட்டேன். தமிழ் மண்ணில் வழக்கொழிந்து போன பாடல் ஒன்று கொதுலுப் தீவில் தமிழர்களின் நாவில் இன்றும் வாழ்கிறது.

தமிழ்ச் சடங்குகளும், சம்பிரதாயங்களும், நிகழ்கலைகளும் உயிர்த் துடிப்போடு வாழ்கிற வரையிலும் தமிழ் அவற்றின் உள்ளே ஒளிந்து கொண்டு காலம் காலமாக உயிர் வாழும் என்பதற்கு கொதுலுப் தமிழர்கள் சாட்சி.

"இந்திய அரசாங்கம் கொதுலுப்பில் இந்தியப் பண்பாட்டு மையங்களை நிறுவி, அதில் தாங்கள் மறந்த மொழிகளையும் நாட்டியம், இசை போன்றவற்றையும் கற்றுக் கொடுக்க ஏற்பாடுகளைச் செய்ய வேண்டும்." என்று கோரிக்கை வைக்கிறார் கோபியோ அமைப்பின் துணைத் தலைவர் ரெஜிஸ் ராம்சாமி.

இந்திய அரசாங்கம் இந்த குரல்களுக்கு காதுகளைத் திறந்து வைத்திருப்பதாக ஏனோ எனக்கொரு பிரம்மை தோன்றுகிறது.

எரிமலை தீவில் எட்டு நாள்கள்

தட்டு நிறைய ஆச்சரியங்களை எனக்காக வைத்து காத்திருந்தது ரீயூனியன் தீவு.

எரிமலைகள் லாவா எனும் நெருப்புக் குழம்பை இன்றும் கக்கியபடி இருக்கும் சின்னஞ் சிறு தீவின் பிரெஞ்சு சுற்றுலாத்துறை (Reunion Island Tourism) ஒரு எழுத்தாளன் என்ற வகையில் என்னை அழைத்திருந்தது

ரீயூனியன் தீவு ஐரோப்பாவில் இல்லை. இத்தீவு இந்து மகா சமுத்திரத்தில் ஆப்பிரிக்காவுக்கும் , மதகஸ்கரும் அருகில் மிதந்தபடி இருக்கிறது. ஆனாலும் இது ஐரோப்பாவில் இருக்கும் பிரான்சு நாட்டின் ஒரு மாநிலம். பிரான்சு நாட்டின் நாணயமான ஈரோதான் இந்தத் தீவிலும் புழங்குகிறது.

பிரெஞ்சு மொழிதான் இங்கு எல்லோரும் பேசும் மொழி. இதுதவிர பிரெஞ்சு, மதகஸ்கரியன், சீனம், தமிழ் ஆகிய மொழிகளின் வார்த்தைகள கலந்த ஒரு கிரயோல் மொழியையும் இந்தத் தீவின் மக்கள் பேசுகிறார்கள்.

ஏர் ஆஸ்டரால் (Air Austral) எனும் இது வரை நான் கேள்விப் பட்டிராத பிரெஞ்சு விமான சர்வீஸ் என்னை சென்னையிலிருந்து ரீயூனியன் தீவுக்கு நேரிடையாகக் கொண்டு இறக்கியது. அப்போது இரவு பத்து மணி. ரோலண்ட் கேரோஸ் விமான நிலையத்தின் வெளியே தீவின் தூய்மையான குளிர் காற்று. நான் எனது காருக்காக காத்திருந்தேன். கார் வரவில்லை. விழித்தேன். நல்ல வேளையாக ரீயூனியன் தீவின் தமிழ் வம்சாவழியினரான நண்பர் டாக்டர் செல்வம் ஷன்முகம் அங்கே வந்திருந்தார். அவரது தமிழ்ப் பெயர் பிரெஞ்சு முறையில் செல்வம்

ஷனேமுகேம் (Selvam Chanemougame) என்று வேடிக்கையாக ஒலித்தது. எனக்காக சுற்றுலாத்துறை ஏற்பாடு செய்திருந்த ஐந்து நட்சத்திர ஓட்டலுக்கு என்னை அவர் அழைத்துச் சென்றார்.

இரவின் தனிமையில், மிக அருகில் கடலும், அமைதி துயிலும் நேர்க்கோடான தெருக்களுமாக இருந்த செயிண்ட் தெனிஸ் நகரம்... நான் பிறந்த நகரமான பாண்டிச்சேரியை நினைவு படுத்தியது.. இந்நகரில். பாண்டிச்சேரியின் "மேரி" என்று அழைக்கப்படும் நகராண்மைக் கழகக் கட்டடத்தை அப்படியே நினைவு படுத்தும் கட்டடம் ஒன்று அத்தீவில் இருப்பதை போகிற வழியில் எனக்குக் காட்டினார்.

தீவின் 8 லட்சத்து 50 ஆயிரம் மக்கள் தொகையில் 2 லட்சத்து 50 ஆயிரம் பேர் இந்தியாவிலிருந்து குறிப்பாக பாண்டிச்சேரி, காரைக்கால் பகுதிகளிலிருந்து பல தலைமுறைகளுக்கு முன்னர் இத்தீவுக்குச் சென்ற தமிழ் வம்சா வழியினர் ஆவார்.. கருப்பு அடிமை முறை உலகம் முழுவதும் ஒழிக்கப்பட்டு விட்ட பிறகு 1848இல் இருந்து 1860 வரை சுமார் 38000 தமிழர்கள் இங்குள்ள கரும்புத் தோட்டங்களில் கூலி வேலை செய்வதற்காக பக்கப்லில் சென்ப்று இறங்கினர். இவர்களின் வழித்தோன்றல்களான இவர்களுக்கு இன்று யாருக்கும் தமிழ் தெரியாது. ஆனால் தமிழ் மொழிதான் தங்கள் மூதாதையரின் மொழி என்ற பெருமிதம் அவர்களுக்கு நிறையவே இருக்கிறது.

இங்குள்ள தமிழர்கள் பிரெஞ்சு பாஸ்போர்ட்தான் வைத்து இருக்கிறார்கள். ஆனால் இவர்கள் சொல்கிறார்கள்: "நாங்கள் குடியுரிமையால் பிரெஞ்சுக்காரர்கள். ஆனால் எங்கள் ஆன்மா தமிழ்ப் பண்பாட்டின் செங்கல் கொண்டு நிர்மாணிக்கப்பட்டு இருக்கிறது." என்று பால் கனகு (Paul Canaguy) எனும் கோபியோ (GOPIO - The Global Organization of People of Indian Origin in Reunion) அமைப்பின் தலைவர் கூறுகிறார். நான் பல்வேறு நாடுகள் சுற்றி இருந்தபோதிலும் பல பண்பாடுகள் ஒன்றிணைந்த சமூகம் என்பது தனது உண்மையான அர்த்தத்தில் ரீயூனியன் தீவில்தான் இருப்பதாக உணர்ந்தேன்.

தமிழ் படிக்கத் தெரியாத இந்தியாவின் பூர்வகுடிகளான இவர்கள் தமிழ்ச் சங்கம் ஒன்றை நிறுவி இருக்கிறார்கள். இதனை மிக வெற்றிகரமாக நடத்தி வருகிறார்கள் என்று சொன்னால் நம்புவதற்குக் கடினமாகத்தான் இருக்கும்.. பிரெஞ்சு மொழியில்

தமிழுக்கு என்று “சங்கம்” எனும் பெயரில் பத்திரிகை ஒன்றை நடத்தி வருகிறார்கள்.

நான் ரீயூனியன் தீவுக்குச் சென்றபோது ஒரு அதிசயத்தைப் பார்த்தேன். ரீயூனியன் தீவில் இந்தியப் பண்டிகையான தீபாவளி பண்டிகை தேசிய பண்டிகையாக அறிவிக்கப்பட்டிருக்கிறது. தீபாவளி இந்தத் தீவின் அரசாங்கப் பண்டிகையாக நவம்பர் 11 இலிருந்து 15 வரை கொண்டாடப்படுகிறது. தீபாவளி இந்நாட்டின் தேசிய விழாவாக கொண்டாடப்பட்டபோது நான் அதில் பங்கு கொண்டேன்.

இதற்கென தீபாவளி கண்காட்சி ஒன்று ஏற்பாடு செய்யப்பட்டிருந்தது. இந்த கண்காட்சியில் பெரிய பெரிய சாமி சிலைகளிலிருந்து, கோயில்களில் வைக்கப்படும், சூலம், பிரபைகள், செப்புக் குடங்கள், தொம்பைகள், மரப்பாச்சி பொம்மைகளிலிருந்து, தாரை, தப்பட்டை போன்ற இசைக்கருவிகள வரை தமிழர்களின் கலை, பண்பாட்டு பொருள்கள் விற்கப்படுவதைக் கண்டு ஆச்சரியப் பட்டுப் போனேன்.

இந்தத் தீவின் மேயர் தமிழ் வம்சா வழியினர். இவர் மாபெரும் தீபாவளிப் பொது நிகழ்ச்சியை விளக்குகள் ஏற்றித் தொடங்கி வைத்தார். நமது ஊர்களில் வருவது போல அலங்கார வண்டிகளில் இந்துப் புராணக் கதை நிகழ்வுகள் மிக அழகான அலங்கார வண்டிகளில் ஜோடிக்கடிக்கப்பட்டு வலம் வந்ததைப் பார்த்து அசந்து போனேன். தீபாவளியைப் பொது இடங்களில் சீனர்கள், மதகஸ்கரியர்கள், பிரெஞ்சுக்காரர்கள், ஆப்பிரிக்கர்கள் ஆகியோர் சகோதர, சகோதரிகளாக தமிழர்களோடு சேர்ந்து கொண்டாடுகிறார்கள். இங்கு இருந்த எல்லா உணவு விடுதிகளும் அன்றைக்கு தமிழர் முறையில் அலங்காரம் செய்திருந்தது என்னை ஆச்சரியப் படுத்தியது.

இந்தியாவில் இருப்பவர்களைக் காட்டிலும் காந்தியின் மீது இங்குள்ள தமிழர்களுக்கு பற்றுதல் அதிகம். இதனாலேயே டாக்டர் செல்வம் சண்முகத்தின் வழி காட்டுதலில் அனைவரும் சேர்ந்து காந்தியடிகளுக்கு ஒரு சிலையெடுத்திருக்கிறார்கள்.

நான் இத்தீவுக்குச் சென்ற முதல் நாளே சுற்றுலாத்துறை அதிகாரி சாரா ஹூகன் மேங்லூ என்னை எரிமலைகளைப் பார்க்க அனுப்பி விட்டார். உலகிலேயே இன்னமும் உயிர்த்துடிப்புடன் நெருப்புக் குழம்புகளை வெளியே வழிய விட்டுக் கொண்டிருக்கும்

எரிமலைகளை வானத்திலிருந்து காட்டுவதற்காக ஒரு ஹெலிகாப்டரில் ஏற்றி அழைத்துப் போனார்கள். உயிரைக் கையில் பிடித்துக் கொண்டு போனபோது எரிமலைகள் நெருப்பைக் கக்குவதை மிக அருகில் ஹெலிகாப்டரில் கொண்டு காண்பித்தபோது எனது அடிவயிறு கலங்கிப் போனது.

உலகில் எரிமலைகள் இவ்வாறு உயிர்த்துடிப்புடன் இருப்பது என்பது ஜப்பான், இத்தாலி, தான்சானியா, பிலிப்பைன்ஸ், கோஸ்ட ரிக்கா போன்ற நாடுகளைல் மட்டுமே. இவற்றில் மிகவும் முக்கியமான "அடுப்பின் சிகரம்" என்று அழைக்கப்படும் எரிமலைகள். ரீயூனியன் தீவில்தான் உள்ளன.

ரீயூனியன் தீவின் இத்தனை இயற்கை எழில் கொஞ்சும் கடற்கரைகள், எரிமலைகள், பூங்காக்கள ஆகிய நைத்தையும் மீறி என்னைக் கவர்ந்தது அந்த நாட்டின் மொழி, இன அடையாளங்களைக் கடந்த சகோரத்துவமான வாழ்க்கை முறை. நான் உலகம் முழுவதும் சுற்றி இருக்கிறேன். ஆனால் ரீயூனியன் தீவில் இருப்பது போன்ற ஒரு உலகப் பண்பாட்டை எந்த நாட்டிலும் நான் கண்டதில்லை. நாளை வரப்போகிற அனபெளம் நம்பிக்கையும் கொண்ட அற்புதமான உலகத்தை இன்றே காண வேண்டுமா? ரீயூனியன் தீவுக்கு உடனே செல்லுங்கள்.

மிக அருகில் கடல்

கடலின் பாஷை

கடலுக்கு மிக அருகில்தான் நான் பிறந்தேன்..... புதுச்சேரியில் எனது வீட்டில் நான் சிறுவனாக இருந்தபோது நடுநிசியில் கேட்கும் கடல் புரளும் ஓசையை இன்னமும் என்னால் மறக்க முடியவில்லை..... என்னுடைய பெரும்பாலான கனவுகள் கடலிடம் யாசித்துப் பெற்றவைதான்..... என் உடம்பின் உள்ளே கட்டப் பட்டிருக்கும் எலும்புகள் கடல் உப்பு கொண்டுதான் உருவாக்கப்பட்டவையோ என்று எனக்கு அடிக்கடி சந்தேகம்கூட வருவதுண்டு.

கடலை நான் அறிவேன். அதன் பாஷை எனக்குப் புரியும்..... எனக்கு நான்கு மொழிகள் தெரியும்..... தமிழ், ஆங்கிலம், இந்தி, கடல் மொழி..... நான் வாழ்வதோ இந்தியாவில்..... பல்வேறு மொழிகள் பேசும் நகரங்களிலும், சிற்றூர்களிலும், கிராமங்களிலும் நான் வாழ்ந்திருக்கிறேன்..... ஆனால் கொதுலோப் எனும் இந்த சின்னஞ்சிறிய தீவுகளின் கடலோரங்களில் நான் திரிகிறபோது கடல் வானத்தின் மொழியையும் கலந்து ஒரு கிரயோல் மொழி பேசுவதாக எனக்குத் தோன்றுகிறது..... எரிமலைகள் பசுமை போர்த்தியபடி சிகரங்களில் கனலும் நெருப்பை அடக்கி புகையை மேகங்களுக்குத் தூதனுப்பும் போதுகூட கடல் மொழிதான்..... இருளும் ஈரமுமாய் என்னை வரவேற்கும் மழைக்காடுகள், கடலோர தென்னை மரங்கள், கரும்புத் தோட்டங்கள், வாழைத் தோப்புகள், காபி தோட்டங்கள், தானிய வயல்கள் என்று எல்லாமே இங்கு கடலின் பாஷையைத்தான் பேசுகின்றன..... பஸ்சே-டெர்ரே (BASSE-TERRE), கிராண்ட்-டெர்ரே (GRANDE-TERRE), லா டெசிரேட் (LA DESIRADE), லே

செய்ண்ட்டெஸ் (LES SAINTES, மேரி–கலண்ட் (MARIE- GALANTE) ஆகிய பெயர்களோடு மிதக்கும் தீவுகளின் மீது பறந்து கொண்டிருக்கும் பறவைகள் கூட கடலின் மொழியைத்தான் பேசுகின்றன..... அவ்வளவு ஏன்? டெர்ரி–டி–ஹாட் (TERRE-DE-HAUT) எனும் ஐந்து சதுர கிலோ மீட்டர் தீவு ஒன்று கடல் மொழியில்தான் கனவு காண்கிறது என்றால் பார்த்துக் கொள்ளுங்களேன்.

நான் இப்போது தினந்தோறும் கடலிடம் மொழி இலக்கணம் கற்றுக் கொள்ளத் தொடங்கி இருக்கிறேன். வார்த்தைகளுக்கும் அனுபவங்களுக்கும் இடையிலிருக்கும் மௌனங்களின் ஆழங்கான முடியாத பள்ளத்தாக்குகளை இப்போது உணரத் தலைப்படுகிறேன்..... தன்னைத் தானே பேசிக் கொள்கிற, உள்ளே ஒரு வானத்தை வைத்திருக்கிற, முடிவற்ற பல்வேறு பாதைகளுக்கு வழி திறக்கிற ஒரு மொழியை கடல் எனக்குக் கற்றுக் கொடுக்க சலியாது முயல்கிறது. நான் கொஞ்சம் சோம்பலானவன் என்பதால் கடலின் பாடங்கள் இலேசில் புரிய மாட்டேன் என்கிறது..... ஆனால் ஒரே ஒரு சந்தோஷம். இப்போது விருந்துக்குப் போகும் பளபளக்கும் உடையுடனேயே படுக்கைக்குப் போகிற கெட்ட பழக்கத்தைக் கை விட்டு விட்டேன்.

வடிவத்தை ஒரு உடையாக அணிந்து கொள்வதில்லை கடலின் மொழி..... அது நிர்வாணத்தையே ஒரு உடையாக அணிந்து கொள்கிறது..... கவிதை எழுதுவதற்கு கடல் தனது பாஷையைப் பயன்படுத்திப் பார்க்குமாறு அடிக்கடி என்னிடம் சொல்கிறது. ஆனால் நானோ தளர்வாகக் கட்டப்பட்ட திறந்த ஒரு கட்டுமானத்தை என் தாய் மொழியிலேயே கொண்டு வரவேண்டும் என்று முயன்றபடி இருக்கிறேன்..... இதற்காக ஒளி ஊடுருவும் கண்ணாடி போன்ற வார்த்தைகள் எனக்குக் கிடைக்காதா என்று ஒவ்வொரு கணமும் காத்திருக்கிறேன்..... கடல் சொல்கிறது:

“நீ ஏன் வார்த்தைகளுக்குப்
பதிலாக மௌனங்களைப்
பயன்படுத்திப் பார்க்கக் கூடாது?”

அறைக்குள் கடல்

விளக்கை அணைத்து விட்டு கட்டிலில் படுத்தேன்
கரீபியக் கடலின் அலை ஒன்று குழந்தைபோல்
தவழ்ந்து வந்து காலைத் தொட்டது அந்நிய நகரத்தின்
ஐந்து நட்சத்திர ஓட்டல் அறைக்குள் காற்றில் பேய்
போல் தலை விரித்தாடின கடலோர தென்னந்
தோப்புகள் குளிரூட்டப்பட்ட அறைக்குள் மணல்
பரப்பில் கழற்றி விடப்பட்ட பூட்சுகளைக் கடலுக்குக்
கவர்ந்திழுத்துச் சென்றன அலைகள் மறுபடி கரை
தொட்ட கண்ணாடி அலைகள் பூட்சுகளைக் கரை
சேர்த்தபோது அதற்குள் இரண்டு ஊதா நண்டுகள்
வெள்ளை வெளேரென்ற என் படுக்கை விரிப்பைத்
தேடி வந்தன இப்போது கடலோரப் பாறைகளை
உப்புக் காற்றின் உளி கொண்டு செதுக்கியது கடல்
செதுக்கிய சிற்பத்தில் பாண்டிச்சேரியிலிருந்து
குவதுலோப்புக்குக் கப்பல் ஏறி வந்த கரும்புத்
தோட்டத்து கூலி அடிமையின் முக ஜாடை திடுக்கிட்டு
எழுந்து விளக்கைப் பொருத்தினேன் கடல் தன்
ஞாபகார்த்தமாக சங்கு ஒன்றை தரை விரிப்பின் மேல்
கிடத்தியிருந்தது.

மிக அருகில் கடல், 2014

மரணத்தைக் கொண்டாடுதல்

"ஆயிரம் ஆண்டுகள் மௌனமாக நின்ற மரம் விழும்போது காடே அதிரும்படி செய்து விடுகிறது... நீ?"
-ரஸ்கின்

ஜூன் 11 எனக்குப் பிறந்த நாள். சுடுகாடு ஒன்றில் எனது பிறந்த நாளைக் கொண்டாடுவது மிகவும் பொருத்தமாக இருக்கும் என்று என் மனசுக்குள் முடிவு செய்து கொண்டேன். அங்கேதான் எனது 68 ஆண்டுக்கால வாழ்க்கையை தவளையை வெட்டி அதன் பாகங்களை ஆராய்வது மாதிரி ஆராய முடியும்.

அயர்லாண்டின் டப்ளின் நகரத்தில் என் பிறந்த நாளை வெகு விசேஷமாக கொண்டாட ஏற்பாடு செய்து கொண்டிருந்த என் மகள் கீதாஞ்சலியிடம் நான் காலையில் என் பிறந்த நாளுக்காக சர்ச்சுக்குப் போய் வருவதாக சொல்லி விட்டு தனியே புறப்பட்டேன். சர்ச்சுக்குப் போகும் வழியில்தான் சுடுகாடு இருக்கிறது.

உண்மையில் சொல்ல வேண்டுமானால் அதனைச் சுடுகாடு என்று சொல்வதைக் காட்டிலும் இடுகாடு என்று சொல்வதுதான் பொருத்தமாக இருக்கும். எனது பிறந்த நாளுக்கான புதுச்சட்டையுடன் குதூகலமாக கிளாஸ்நெவின் இடுகாட்டை நோக்கி நடந்தேன்.

தூரத்திலிருந்து பார்க்கும் போதே வண்ண வண்ணப் பூக்கள் விற்கும் கடையோடும், பச்சைப் பசேலென்ற அழகிய புல் வெளிகளோடும் "கிளாஸ்நெவின் இடுகாடு" என்ற அழகிய பெயர்ப் பலகையோடும் எனது பிறந்தநாளைக் கொண்டாடுவதற்குத் தயாராகி இருப்பது போலத் தெரிந்தது இடுகாடு. நான் மேலும் உற்சாகத்தோடு எனது நடையை இடுகாடு நோக்கி வேகமாகப் போட்டேன்.

199

இடுகாட்டுக்குப் போய் வந்தவுடன் வீட்டுக்குள் நுழையாமல் இடுகாட்டுக்கு அணிந்து சென்ற உடைகளை எல்லாம் வாசலிலேயே கழட்டி விட்டு, உடனே தலையில் தண்ணீர் ஊற்றி குளித்த பிறகுதான் எதையுமே தொட வேண்டும் எனும் நம்பிக்கை உள்ள ஒரு தமிழ்ச் சமூகத்திலிருந்து சென்ற எனக்கு கிளாஸ்நெவின் இடுகாடு பல ஆச்சரியங்களை தனக்குள் வைத்திருந்தது.

முதலில் ஒரு இடுகாட்டுக்குள் ஒரு மியூசியம் இருப்பது கண்டு அதிசயித்தேன். அடுத்ததாக பரிசளிப்புப் பொருட்கள் விற்கும் கடை. மிக அற்புதமான புத்தகக் கடை இந்த இடுகாட்டுக்குள் இருந்தது. இதில் ஜேம்ஸ் ஜாய்ஸ் எழுதிய அதியற்புதமான நுலான யுலிசஸ் நாவலில் ”ஹேட்ஸ்” எனும் அதிகாரம் இந்த கிளாஸ்நெவின் சுடுகாடு பற்றிப் பேசும் பகுதியைத் தனி புத்தகமாக விற்கிறார்கள்.

1904 ஜூலை மாதம் ஜேம்ஸ் ஜாய்ஸ் அந்த கிளாஸ்நேவின் இடுகாட்டுக்கு தனது நண்பன் மாத்தியூ கேன் என்பவருக்காக வந்திருந்தார் என்பதையும், இந்த அனுபவத்தைத்தான் தனது யுலிசஸ் நாவலில் ஒரு பகுதியாக எழுதியிருக்கிறார் என்பதையும் அநத புத்தகத்தின் மூலமாகத் தெரிந்து கொண்டேன். துறைமுகம் இருந்த பகுதியில் குளிக்கப் போன கேன் தண்ணீரிலேயே மாரடைப்பு வந்து இறந்து போனதால் ஜேம்ஸ் ஜாய்ஸ் மிகவும் நொந்து போயிருக்கிறார். இந்த திடீர் மரணம் ஜாய்ஸை மிகவும் பாதித்து தனது நாவலில் ஒரு பகுதியை இதன் நினைவாக உருவாக்கச் செய்திருக்கிறது. இவரது கல்லறையில் இங்கே உறங்கும் மனிதன் ஜேம்ஸ் ஜாய்ஸ் யுலிசசின் கதாபாத்திரமான மார்ட்டின் கன்னிங்காமின் மாடலாக அமைந்தவர் என்பதைக் குறிப்பாக எழுதி வைத்திருக்கிறார்கள். இலக்கியத்தையும் அதன் கதாபாத்திரங்களையும் கொண்டாடுவதில் ஐரிஷ்காரர்கள் அலாதியானவர்கள்.

இங்கே இருந்த பளிங்கில் இறந்தவர்களின் நினைவாக வைக்கப்படும் சிற்பங்கள் விற்கும் கடை என்னைக் கவர்ந்தது. இதில் இருந்த பல பளிங்கு சிற்பங்கள் சீனத்து சிற்பிகளால் செய்யப்பட்டு இருந்தன. இப்படி அடுக்கடுக்காக அதிர்ச்சிகளைக் கொடுத்த இடுகாட்டுக்குள் இருந்த அழகிய ரெஸ்டாரண்ட் ஒன்றில் எல்லோரும் சுவையான உணவு வகைகளைச் சுவைத்துக் கொண்டும் ஐரிஷ் காபி அருந்திக் கொண்டும் உற்சாகமாக உரையாடிக் கொண்டு இருந்ததைப் பார்த்து அசந்து போனேன். இடுகாட்டுக்குள் நவீனமான ரெஸ்டாரண்டா? அப்போதுதான் எனக்குப் புரிந்தது இடுகாடு

என்பதை ஐரிஷ்காரர்கள் ஒரு வரலாற்று முக்கியத்துவம் வாய்ந்த இடமாகக் கருதுகிறார்கள் என்பதை.

கிளாஸ்நெவின் இடுகாடு என்பதின் வரலாற்றை அதிசயிக்கத் தக்க முறையில் ஆவணப்படுத்தியிருக்கிறார்கள். கிளாஸ்நெவின் இடுகாடு 1832ஆம் ஆண்டு பிப்ரவரி 21ஆம் ஆண்டு திறக்கப்பட்டிருக்கிறது. இந்த இடுகாட்டில் புதைக்கப்பட்ட முதல் பிணம் எது என்பதைக்கூட பதிவு செய்து வைத்திருக்கிறார்கள். . அதன் முதல் பிணமாக டப்ளினில் பிரான்சிஸ் தெருவில் வசித்து 11 வயதில் மரித்துப் போன மைக்கேல் கேரி என்பவரின் பிணம்தான் இங்கு புதைக்கப்பட்ட முதல் பிணம் என்கிற அளவுக்கு இந்த இடுகாட்டைப் பற்றிய வரலாற்றை உருவாக்கி வைத்திருக்கிறார்கள்

தொடக்கத்தில் 9 ஏக்கரில் தொடங்கப்பட்ட இந்த இடுகாடு இன்று சுமார் 124 ஏக்கர் பரப்பளவு கொண்டதாக விரிவடைந்து இருக்கிறது. இங்கு சென்றால் கடந்த 200 ஆண்டுக்காலத்தில் கல்லறை கட்டும் கலையில் எத்தகைய மாற்றங்கள் ஏற்பட்டுள்ளன என்று ஆராய்ந்து விடலாம். கெல்டிக் சிலுவைகளில் எத்தனை விதமான சிலுவைகள் உள்ளன என்றும் ஆராயலாம். அவற்றின் கலை நேர்த்தி குறித்தும் அவற்றின் அழகியல் குறித்தும் புத்தகங்கள் விற்கப்படுகின்றன.

இந்த மியூசியத்தில் உள்ள புத்தகக் கடையில் ஒரு சுவாரஸ்யமான புத்தகத்தைப் பார்த்தேன். "GRAVE MATTERS" என்ற தலைப்பில் 16ஆம் நூற்றாண்டிலிருந்து மரணம் எனும் அனுபவம், சவ ஊர்வலத்தின் இறுதிச் சடங்குகள் ஆகியவற்றை முன்னிறுத்தி சமூக மாற்றங்களையும், ஐரிஷ்காரர்களின் கெல்டிக் மதம், கிருத்துவ மதம் ஆகியவை காலப்போக்கில் அடைந்த மாற்றங்கள், மரண தண்டனை குறித்த மாற்றங்கள் ஆகியவை குறித்து பலவற்றைப் பேசுகிறது இந்த புத்தகம். பலவேறு புகைப் படங்களோடு சிறப்பாக வெளியிடப்பட்டுள்ள இந்த புத்தகம் தன்னை ஒரு பண்பாட்டுச் சுற்றுலா என்று வர்ணித்துக் கொள்கிறது.

இதனுள்ளே இருக்கும் மியூசியத்தில் மிக அற்புதமான ஒன்றைக் கண்டேன். உலகிலுள்ள இந்து மதம், புத்த மதம், இஸ்லாம் மதம், யூதர்களின் மதம் என்று பல்வேறு மதங்களிலும் மரணம் என்பது எப்படியெல்லாம் கருதப்பட்டிருக்கிறது என்பதை மிக நவீனமான முறையில் காட்சிப் படுத்தி இருக்கிறார்கள். இதன் உச்ச கட்டமாக எல்லா மதங்களின் பிறகு "மனிதநேயம்" என்பதையும்

ஒரு மதமாகக் கருதி மனிதநேயம் மரணத்தை எப்படிக் கருதுகிறது என்பதையும் எழுதி வைத்திருக்கிறார்கள்.

இந்த இடுகாட்டில் "தேவதைகளின் இடம்" என்ற ஒரு பகுதி தனியே உள்ளது. இதில் செத்துப் பிறந்த குழந்தைகளை புதைப்பதற்கு தனியான இடம் உள்ளது. இந்த இடுகாட்டில் புதைக்கப்பட்ட உன்னதமான மனிதர்கள் குறித்து தனித்தனி புத்தகங்கள் எழுதப்பட்டு அவை விற்பனைக்கு வைக்கப்பட்டுள்ளன.

எல்லாவற்றையும் தூக்கி சாப்பிடும் விதமாக இந்த கிளாஸ்நெவின் சுடுகாட்டைச் சுற்றிப் பார்ப்பதற்காக சுற்றுலாப் பயணிகள் வந்து குவிந்தபடி இருக்கிறார்கள். சுற்றுலா வழிகாட்டிகள் இந்த இடுகாட்டை சுற்றிக் காட்டி மரணத்தை எப்படி எதிர் கொளவது என்பது பற்றி விளக்கிப் பேசுவதைப் பார்க்கிறபோது எனக்கு என் பிறந்தநாள் கொண்டாட்டத்தின் மகத்துவம் புரிந்தது.

சுடுகாட்டுக்குள் இருந்த வண்ணப்பூக்கள் விற்கும் கடையில் நின்று ஒரு புகைப்படம் எடுத்துக் கொண்டேன். சாக்ரடீசின் வார்த்தைகளை எனக்குள்ளேயே முணுமுணுத்துக் கொண்டேன்:

"நீ இருக்கும் வரை மரணம் வரப்போவதில்லை. மரணம் வந்த பிறகு நீ இருக்கப் போவது கிடையாது."

இப்போது இடுகாட்டில் இருந்த ரெஸ்டாரண்டின் வெளியே போடப்பட்டிருந்த மேசையில் அமர்ந்து, டப்ளின் நகரத்து இளவெயிலை ரசித்தபடி, என் பிறந்த நாளைக் கொண்டாடுவதற்காக எனக்கு ஒரு ஐரிஷ் காபியைக் கொண்டு வருமாறு பரிசாரகரிடம் சொன்னேன்.

எனது அண்மைக் காலத்து "மிக அருகில் கடல்" தொகுதியின் கவிதை வரி ஒன்று மனசுக்குள் மிதந்தது.

"நாவில் மரணத்தின் சுவை வந்து சேர்ந்த பிறகு
நான் எனது மேசையைக் காலி செய்து விடுவேன்.
அப்போது எனக்கான மதுவை நீங்கள் அருந்த வேண்டும்."

கரீபியன் தீவுகளில் அலையும் தமிழனின் ஆன்மா

கட்டுரை

கரீபியன் கடலில் மிதந்து கொண்டிருக்கும் – இதுவரையிலும் நான் பெயர் கேள்விப்பட்டிராத – ஒரு மர்மத் தீவிலிருந்து அந்தத் தீவிற்கு வருகை தருமாறு எனக்கு ஒரு மின்னஞ்சல் வந்தது. அந்த தீவின் பெயரை எப்படி உச்சரிப்பது என்றுகூட எனக்குத் தெரியவில்லை. எனக்கு வந்த மின்னஞ்சலுக்குப் பதிலிடுவதா வேண்டாமா என்று குழம்பிக் கொண்டிருந்த வேளையில்தான் பாரீசில் வாழும் பிரெஞ்சு பேராசிரியரான தேவகுமாரன் என்னைத் தொலைபேசியில் தொடர்பு கொண்டார்.

அந்தத் தீவின் பெயர் "கொதுலுப்" என்று பிரெஞ்சு உச்சரிப்பில் சொன்னார். "Guadelloupe" என்று எழுதப்படும் அந்த 5 சின்னஞ் சிறு தீவுகளின் கூட்டம் பூகோளரீதியாக ஐரோப்பா கண்டத்தில் இல்லையென்றாலும் அது பிரான்சு நாட்டின் ஒரு மாநிலம்தான் என்றும், அங்கு ஐரோப்பாவில் இருப்பது போன்றே "ஈரோ"தான் புழக்கத்தில் இருக்கும் நாணயம் என்றும் குறிப்பிட்டார். அங்கேயுள்ள "கோபியோ" (Gopio & Global Network for People of Indian Origin) எனும் இந்திய சர்வதேச அமைப்பிற்கு எனது ஆங்கில நூல்களைக் கொடுத்தது அவர்தான் என்றும், தயங்காமல் போய் வாருங்கள் என்றும் வாழ்த்திச் சொன்னார்.

நான் கணிணியில் அந்தத் தீவு குறித்தத் தகவல்களைச் சேகரித்தேன். கரீபியன் கடலில், உலக வரைபடத்தில் கியூபாவுக்குக் கீழே, வெறும் 1628 சதுர கிலோ மீட்டர்கள் மட்டுமே பரப்பளவு கொண்ட ஐந்து தீவுகளின் கூட்டம்தான் அது என்றும், பிரெஞ்சை ஆட்சி மொழியாகக் கொண்ட அதன் மக்கள் தொகை 4 லட்சத்து 60 ஆயிரம் மட்டுமே என்றும் தெரிந்து கொண்டேன். விமானத்திலிருந்து

பார்த்தால் ஒரு பட்டாம்பூச்சியின் வடிவத்தில் அது தெரிவதால் அதற்கு "பட்டாம்பூச்சித் தீவு" எனும் பரவலான பெயரும் இருப்பதாக அறிந்தேன்.

எனது பயண ஏற்பாடுகளை நான் முன்பின் சந்தித்திராத மிஷெல் நாராயணனின்சாமி (Michel Narayaninsamy - The President Gopio, Guadelloupe), ரெஜிஸ் ராம்சாமி (Regis Ramsamy – The President, Gopio, Reunion Island) ஆகியோர் செய்தனர். முன்பின் சந்தித்திராத அவர்களின் பெயர்களில் இருந்த தமிழ் அடையாளத்தைத் தவிர எனக்கு வேறு எதுவும் அவர்களைப் பற்றித் தெரியாது.

சென்னையிலிருந்து புறப்பட்டு பாரீஸ் சார்ல்ஸ் தெகோல் விமான நிலயத்தில் இறங்கினேன். அடுத்த அரை மணி நேரத்துக்குள் பாரீசின் மற்றொரு விமான நிலையமான ஓர்லிக்கு ஓடிப் போய் கொதுலுப் விமானத்தைப் பிடிப்பதற்குள் போதும் போதுமென்றாகிவிட்டது. ஒருவழியாக கொதுலுப்பின் சின்னஞ் சிறிய விமான நிலயத்தில் சென்று இறங்கியபோது பயங்கரமான வரவேற்பு ஏற்பாடுகள் செய்யப்பட்டிருந்தன. அவை எனக்காக அல்ல. கொதுலுப்பின் புகழ்பெற்ற கால் பந்தாட்டக் குழு வெளிநாடு சென்று வெற்றி வாகை சூடி வந்திருக்கிறது. என்னோடு பாரீசிலிருந்து பயணம் செய்து வந்த கொதுலுப் கால்பந்தாட்டக் குழு தனது சிவப்பு வண்ண யூனிஃபார்மினால் விமான நிலயத்தைக் கலக்கியது. அந்த களியாட்டத்தில் கரைந்தது எனது வரவு.

கொதுலுப்பில் இருக்கும் பிரெஞ்சு நாட்டின் சுற்றுலாத்துறை மூன்று இந்திய எழுத்தாளர்களை அழைப்பதாக முடிவெடுத்து என்னை சென்னையிலிருந்தும், சயந்தன் சக்கரபோர்த்தி என்ற வங்காளி எழுத்தாளரை தில்லியிலிருந்தும், அருண்குமார் எனும் இந்தி எழுத்தாளரை வாஷிங்டனிலிருந்தும் அழைத்திருந்தார்கள் என்பதைப் பின்னர் தெரிந்து கொண்டேன். அந்தத் தீவில் எங்களுக்கு எந்த வேலையும் கிடையாது. வெறுமனே ஐந்து நட்சத்திர ஓட்டல்களில் தங்கிக் கொண்டு அந்த நாட்டையும், மக்களையும் சுற்றிப் பார்த்துத் தெரிந்து கொள்ள வேண்டும் என்பதுதான் வேலை. இயற்கை அழகு கொட்டிக் கிடக்கும் அந்தத் தீவின் பின்னணியில் ஏதெனும் படைப்பிலக்கியம் செய்வோம் என்றால் மகிழ்வோம் என்றார் கொதுலுப் தீவின் சுற்றுலாத்துறையின் இயக்குனரான பிரெஞ்சுக்காரர்.

கொதுலுப் எனும் அந்த ஐந்து சின்னஞ் சிறிய தீவுகளில் எரிமலை இருக்கிறது. மழைக்காடுகள் உள்ளன; அற்புதமான அருவிகள் உள்ளன; உலகின் மிகத் தூய்மையான கடற்கரைகள் எங்கு பார்த்தாலும் இதயத்தை வசீகரிக்கின்றன. கரும்பும், வாழையும், அன்னாசியும், அனைத்து தானியங்களுமாய் செழித்துக் குலுங்குகிறது தீவு. கொதுலுப்பில் கரும்புச் சக்கையிலிருந்து தயாராகும் ரம் எனும் மதுபானம் உலகிலேயே பெயற் பெற்று விளங்குகின்றது. அமைதி அங்கே கொள்ளை மலிவு. நான் கவிதைகளை எழுதும் மனநிலைக்குச் சென்றேன். அத்தீவின் இயற்கை அழகு கவிதை எழுதாமல் இருக்க முடியாது என்கிற பித்த மனநிலைக்கு என்னை அழைத்துச் சென்றது. நிறைய கவிதைகளை எழுதினேன். அன்மையில் அத்தீவில் எழுதிய கவிதைகளைத் தொகுத்து "மிக அருகில் கடல்" எனும் பெயரில் ஒரு கவிதைத் தொகுப்பாக வெளியிட்டேன்.

ஊரைச் சுற்றிப் பார்த்தபோது எனக்குத் தெரிய வந்த ஒரு உண்மை என்னை வெகுவாகத் தாக்கியது. இந்தியாவில் பாண்டிச்சேரி, காரைக்கால், மாஹே, ஏனாம், சந்திரநாகூர் ஆகிய பிரெஞ்சு காலனியாதிக்கத்தின் கீழ் இருந்த பல பகுதிகளிலிருந்து இந்தியர்கள் சுமார் ஆறு தலை முறைக்கு முன்னால் கூலித் தொழிலாளிகளாகச் சென்று இத்தீவில் குடியேறி இருக்கிறார்கள். இவர்களின் வம்சாவழியினர் இப்போது இத்தீவின் முக்கிய குடிமக்களாக மாறியிருக்கிறார்கள். செல்வந்தர்களாகவும், பெரும் நிலக்கிழார்களாகவும் உள்ளனர்.

1848இல் கருப்பர்களின் அடிமை முறை உலகெங்கிலும் ஒழிக்கப் பட்ட பிறகு கொதுலுப்பில் இருந்த கரும்புத் தோட்டங்களில் வேலை செய்வதற்கு கருப்பர்கள் யாரும் தயாராக இல்லை. உலகில் அடிமை மனப்பான்மையுடன் கீழ்ப்படிதல் உள்ளவர்கள் யாரென்று பிரெஞ்சுக்காரரகள் தேடியபோது அதற்கு இந்தியர்கள்தான் உகந்தவர்கள் என்று கண்டு பிடித்திருக்கிறார்கள். எனவே இந்தியாவின் பிரெஞ்சுக் காலனிப் பகுதிகளிலிருந்து 40000 கூலித் தொழிலாளிகளைக் கொண்டு சென்றிருக்கிறார்கள். இவர்களில் 70 சதவீதம் பேர் தமிழர்கள்.

அவர்கள் தீவில் சென்று இறங்கியவுடன் அவர்களின் ஆவணங்களைக் கிழித்துப் போட்டு விட்டு அவர்கள் தங்கள் சொந்த மண்ணுக்குத் திரும்பாத வகை செய்து இருக்கிறார்கள். தமிழ் மக்கள் தங்கள் மதத்தின் முறையில் திருமணம் செய்து

கொண்டால் அது சட்டப்படி செல்லாது என்று கூறவே அனைவரும் கிருத்துவ மதத்திற்கு மாறியிருக்கிறார்கள் இன்று இத்தீவில் வாழும் தமிழர்களில் ஒருவருக்குக் கூடத் தமிழ் தெரியாது. அனைவரும் பிரெஞ்சு மொழி பேசுகிறார்கள்.அனைவரும் கிருத்துவர்கள். முழுக்க முழுக்க பிரெஞ்சு கலாசாரத்துக்கு மாறி விட்ட இவர்கள் இன்றைக்குத் தங்களின் வேர்களைத் தேடிப் பயணப்படுகிறார்கள்.

இவர்கள் தமிழ் மொழியை மறந்து விட்டாலும் கூட, தமிழ்ப் பண்பாடு இவர்களை இன்னமும் தனது கைப்பிடிக்குள் வைத்திருக்கவே செய்கிறது என்பதுதான் விந்தையிலும் விந்தை. பொதுவாக அந்தத் தீவில் வாழும் தமிழ் வம்சா வழியினரின் பெயரில் தமிழ் இருக்கும். உதாரணத்துக்கு கோபியோ அமைப்பின் இன்றைய தலைவர் மிஷெல் நாராயணின்சாமி என்பதைச் சொல்லலாம். இதே போன்று ஏராளமான தமிழ்ப் பெயர்கள் கோபர்தன் ழான் மரீ, பெருமாள் ஃபிலிஸ்ட் கோவிந்தின், ஆறுமுகம் தித் அர்மாண்ட் என்று பிரெஞ்சு வேடமிட்டுப் புழங்கி வருகின்றன.

இதேபோல் கடலோரப் பகுதி ஒன்றில் இருக்கும் சந்தை ஒன்றைப் பார்ப்பதற்காகச் சென்ற பாதையில் ஒரு அதிசயத்தைக் கண்டேன். அங்கு திருநெல்வேலிப் பகுதிகளில் காணப்படும் சுடலை மாடன் வழிபாட்டின் தடையம் ஒன்றைக் கண்டேன். மாடம் ஒன்று கட்டப் பட்டு அங்கு தேங்காய் உடைத்து, குங்குமம் போன்று சிவப்பு வண்ணம் பூசப் பட்ட அன்னாசிப் பழம் படைத்து வழிபாடு நிகழ்த்தப் பட்டு வருவதைக் கண்டு அதிசயித்தேன். இதே போன்ற தமிழர்களின் மத ரீதியான தீ மிதித்தல். அலகு குத்துதல் போன்ற பல சரியை கிரியைகள் இங்கே இன்னமும் உயிர்த் துடிப்புடன் நிகழ்த்தப்பட்டு வருகின்றன. ஆனால் தமிழ் மொழி முற்றிலுமாக வேரழிந்து நிற்கிறது.

எங்களுக்காக சிறப்பான நாட்டியம் ஒன்று நிகழ்த்திக் காட்டப் பட்டது. அதனை நிகழ்த்தியவர்கள் நவநாகரீகமான இளம்பெண்களும், இளம் ஆண்களும். இவர்களை வழிகாட்டும் விதமாக சில மூத்த்வர்களும் நாட்டியத்தில் பங்கேற்றனர். இந்நாட்டியத்தின் உடை அலங்காரம் தமிழகத்து தெருக்கூத்து, மலபார் பகுதியில் வழங்கும் கூத்துக்கள் போன்றவற்றின் சாயலுடன் இருந்தது. அருமையான இசைப்பாடலுக்கு ஆடிய

அவர்களின் பாடல்களை ஒலிப்பதிவு செய்து கொண்டு எனது ஓட்டல் அறைக்கு வந்தேன். பிரெஞ்சு மொழியில் பாடப்பட்ட பாடல்கள் என்று நான் கருதிய பாடல்களை அமைதியாக மீண்டும் மீண்டும் கேட்டுப் பார்த்தபோது எனக்கு ஒரு அதிர்ச்சி காத்திருந்தது. அந்தப் பாடல்கள் அனைத்தும் தமிழ் மொழியில் அமைந்திருந்தன. அவற்றை மோசமான உச்சரிப்பில் பாடியதால் என்னால் அடையாளம் காண முடியவில்லை. எனவே பேச்சு வழக்கு அற்றுப் போனதாக இருந்த தமிழ்மொழி கலைகளின் வாயிலாக இன்னமும் திரிபடைந்து ஒலித்து வருகிறது என்பதைக் கண்டேன்.

கூலி அடிமைத் தொழிலாளிகளாக ஆறு தலைமுறைக்கு முன்னால் கொதுலுப் தீவுக்குச் சென்ற தங்கள் முன்னோர்கள் பற்றிய அக்கறை இன்றைய கொதுலொப் தமிழர்களுக்குத் தோன்றியிருக்கிறது அவர்களை ஏற்றிக் கொண்டுச் சென்ற முதல் கப்பலின் வருகையை நினைவு தினமாகக் கொண்டாடுகிறார்கள் இப்போது. அவர்களின் நினைவாக பளிங்கில் ஒரு மணிமாளிகை ஒன்றை கோபியோ எனும் சர்வதேச அமைப்பு நிர்மாணித்து வருகிறது. அதன் திறப்பு விழா மிக விரைவில் நடை பெறப் போகிறது.

கடல் பல கடந்து கரீபியன் கடலும், அட்லாண்டிக் கடலும் கலக்கும் ஒரு இடத்தில் இருக்கும் கொதுலுப் என்னும் சின்னஞ் சிறு தீவுகளில் இன்னமும் அலைபாய்ந்து கொண்டிருக்கிறது தமிழ் மூதாதையர்களின் ஆன்மா.

இதழியல்

வெளிச்சம்

இலக்கியமும் கலைகளும் இங்கே இருண்டு போயுள்ளன என்று குறையும் கோபமும் உள்ள மனிதர்களின் கூட்டு முயற்சிதான் இந்த "வெளிச்சம்".

நமது பண்பாட்டில் கவிந்திருக்கும் இருட்டை இந்த சின்னஞ்சிறிய அகல் விளக்கின் ஒளியினால் ஒழித்து விட முடியும் என்று நாங்கள் மனப்பால் குடிக்கவில்லை. மாறாக எல்லோரையும் போல இருட்டில் எங்களால் முணுமுணுத்துக் கொண்டு இருக்க முடியாது என்பதாலேயே இந்த "வெளிச்சம்" இதழை வெளியிட்டிருக்கிறோம்.

தன்னலத்தைத் தவிர வேறு எதைப்பற்றியும் சிந்திக்க இயலாத "சிந்தனையாளர்களின்" கையில் நமது இலக்கியம், இசை, நாடகம், திரைப்படம், ஓவியம் ஆகிய எல்லாக் கலைகளும் ஒப்புவிக்கப்பட்டுள்ளன என்பது எங்களது குற்றச்சாட்டு.

உண்மையின் ஆன்மாவிலிருந்து பிறந்து, எந்தவித முகமூடியும் அணியாமல் உலாவரும் எழுத்துக்களால்தான் நமது இலக்கியத்தைக் காப்பாற்ற முடியும் என்பது எங்களது நம்பிக்கை. எங்களது எழுத்துக்கள் எங்களிடமிருந்து பிதுக்கி எடுக்கப்பட்டவை அல்ல. ஒரு மலர் மலர்வது போல, ஒரு செடி வளர்வது போல இயல்பாக எழுந்தவை. எங்களின் எழுத்து எங்களைச் சுற்றி உள்ல மக்களின் குரல். நாங்கள் வாழும் காலத்தின் எதிரொலி. இவை உங்களால் வரவேற்கப்படுமானால் மகிழ்ச்சி. வரவேற்கப் படாமல் போனாலும் மகிழ்ச்சியே.

எங்களது நம்பிக்கை எல்லாம் ஒரு சின்ன மெழுகுவர்த்தியின் வெளிச்சத்தை அணைக்கக் கூடிய வலிமை இருட்டுக்கு இல்லை என்பதுதான்.

ஜூன், 1976

காலச்சுவடு – அற்றைத்திங்கள்
காளி மைந்தன்

இந்த ஆண்டு தமிழில் மொழிபெயர்ப்புக்கான சாகித்ய அகாடமி விருது பெற்றிருக்கும் கலைவிமர்சகர் இந்திரன் மதுரை அற்றைத்திங்கள் நிகழ்வில் சிறப்பு விருந்தினராகக் கலந்துகொண்டார். அற்புதமான கதை சொல்லல் பாணியில் தன் இளம்பிராயம் தொடங்கித் தன் பயணத்தை விவரிக்கத் தொடங்கிய தான் ஓவியராகவும் கலைரீதியான செயல்பாட்டாளராகவும் விளங்கியதை அதிகம் விவரித்து முடித்தார்.

குடும்பப் பின்னணியின் காரணமாகக் கலைமீதான ஆர்வம் பெற்றதைக் கூறிய இந்திரன் கறுப்பு இலக்கிய மொழிபெயர்ப்பு, தான் நேரில் சந்தித்துப் பழகிய பெரும் ஆளுமைகள் பற்றியும் பேசினார். மரபுக் கவிதை பாணியில் அவரது முதல் கவிதைத் தொகுப்பான திருவடிமலர்கள் வெளிவந்தது. ஆங்கில வாசிப்பு சார்ந்திருந்தாலும் தமிழறிஞர் ம.லெ. தங்கப்பா போன்றோரிடம் ஆரம்பத்திலிருந்தே தொடர்புகொண்டிருந்தார். இளவயதில் தன் அப்பா ஏ.பி. கஜேந்திரனைச் சுற்றி ஓவியர்கள், சிற்பிகள், கவிஞர்கள், சித்த வைத்தியர்கள் என்றெல்லாம் பலர் இருந்தனர் என்றார். அவர்களுள் பாரதி பூணூல் அணிவித்த கனகலிங்கம், கவிஞர் கம்பதாசன், தலித் அறிஞர் அன்பு பொன்னோவியம் ஆகியோர் முக்கியமானவர்கள் என்றார்.

1976இல் மும்பைவாசியான இந்திரன் அங்கு உருப்பெற்று வந்த தலித் இலக்கிய குழுக்களுடனும் தொடர்புகொண்டிருந்தார். 1980களில் மீரா, 1984 முதல் விழுப்புரம் நண்பர்கள், பிறகு ரவிக்குமார் உள்ளிட்ட பலரிடமும் கொண்ட தொடர்பால் உண்டான சிந்தனைகளையும் உறவுப் பிடிப்புகளையும் குறிப்பிட்டார்.

1980களில் அறைக்குள் வந்த ஆப்பிரிக்க வானம் என்னும்

கருப்பிலக்கிய மொழிபெயர்ப்பு தொடங்கித் தன் எல்லா மொழிபெயர்ப்புகளையும் பற்றிக் கூறினார். அவர் தொடர்ந்து உலகின் பலபாகங்களிலிருந்தும் ஒடுக்குமுறைக்குள்ளான மக்களின் குரல்களையே தமிழுக்குப் பெயர்த்துத் தந்திருப்பது தெரிகிறது. ஆனால் அரசியல்ரீதியான படைப்புகளாக இருந்தபோதும் படைப்புக்குண்டான குணாம்சத்தைக் கொண்டிருக்க வேண்டும் என்பதற்கே தான் முதன்மையிடம் அளிக்க விரும்புவதாகக் குறிப்பிட்டார்.

மொழிபெயர்ப்புக்கான சாகித்ய அகாடமி விருது பெற்ற பறவைகள் ஒருவேளை தூங்கிப்போயிருக்கலாம் என்ற நூல்கூட துப்பாக்கிச் சுடும் பயிற்சிக்களம் உருவாக்குவதற்காக வெளியேற்றப்பட்ட கிராமத்தின் நினைவுகளாக மனோராமா பிஸ்வால் மஹாபத்ர எழுதிய கவிதைகளேயாகும். ஆனால் அது குறித்த பிரகடனங்கள் ஏதும் அவர் பேச்சில் இல்லை. தமிழ் தலித் இலக்கியத்திற்கு ஆப்பிரிக்கக் கவிதைகளின் மொழிபெயர்ப்பு உந்துதலாக இருந்ததா என்ற வாசகர் ஒருவரின் கேள்விக்கு அவர் பதிலளித்தாலும் அதைப் பற்றிய சொந்தம் கொண்டாடும் தன்மை அவர் பேச்சில் வெளிப்படவில்லை.

கருப்புக் கவிதைகளையும் தலித் கவிதைகளையும் ஒப்பிட்டுக் கேட்கப்பட்ட கேள்வியொன்றிற்குத் தலித் ஒருவரால் படைக்கப்படுவதைப் போல அது படைப்பு சார்ந்த பலத்தைப் பெற்றிருக்க வேண்டும் என்றார். அதற்குக் கருப்பினப் படைப்புகள் சார்ந்த உதாரணங்களையும் சொன்னார். தமிழில் நிலவும் கோஷம் சார்ந்த பண்பாட்டுக்கு எதிராக ஆக்கப்பூர்வமான செயல்பாடாக உலக இலக்கியத்தை மொழி பெயர்த்ததாகச் சொன்னார். அதே போலத் தலித் படைப்புகள் சுய அனுபவங்களைத் தாண்டி வேறுபல அம்சங்களையும் பேச வேண்டும் என்றார்.

தொடர்ந்து கடவுளுக்கு முன் பிறந்தவர்கள் என்ற ஆதிவாசிக் கவிதைகளின் மொழிபெயர்ப்பு பற்றியும் ஆதிவாசிக் குழுக்களின் ஓவிய பாணி குறித்தும் விவரித்தார். ஒரு மணிநேரத்திற்கும் மேலாக இந்திரனின் பேச்சு நிதானமாகவும் அழுத்தமாகவும் பயணித்தது.

இறுதியில் ஓராண்டு காலமாக மதுரையில் நடந்து வந்த அற்றைத் திங்கள் நிகழ்வு ஸ்டாலின் ராஜாங்கத்தின் தொகுப்பான நன்றியுரையோடு நிறைவுபெற்றது.

காலச்சுவடு
ஜனவரி, 2013

புனைகதை

சிறுகதை

இயலாதவன்

1

பஸ்ஸை விட்டு இறங்கும் போதே அவன் பார்வை வானத்தின் மீது இருந்தது. வண்டிக்குள் புழுங்கி வந்த அவன், அதை விட்டு இறங்கியதும் விசாலமான சாந்தோம் சாலையில் வீசிய கடலின் ஈரக்காற்றைப் புத்துணர்ச்சியோடு சுவாசித்தான். கடலை நோக்கி நடந்தான்.

மீனவர் குடிசைகள். கவிச்சி நாறும் கட்டு மரங்களின் மீது காயும் மீன் வலைகள். சிறு குழந்தைகளைப் போல கவலையின்றி, கடலை வேடிக்கை பார்த்துக் கொண்டே மலம் கழிக்கும் மனிதர்கள். அவன் இவற்றை எல்லாம் கவனிக்கவில்லை. கொந்தளிக்கும் கடலுக்கு மேல் அமைதியாக இருந்த மாலை வானத்தில் கூடியிருந்த கருமேகங்களைப் பார்த்தபடியே அவன் நடந்தான்.

சட்டென்று அவன் உணர்ந்தான், தன்னை விட்டு சற்று தள்ளி மணலில் இரண்டு இளம் பெண்கள், தன்னைப் போலவே வானத்தின் அமைதியில் மனதைப் பறிகொடுத்தபடி நடந்து வந்து கொண்டிருந்தனர்.

சோவென்று அருவி ஒன்று கொட்டுவது போல, இரண்டு கருமேகங்களுக்கு இடையிலே மஞ்சள் வெளிச்சம்.

2

அவன் அலைகளைக் கவனித்துக் கொண்டிருந்தான். அலைகள். அலைகள். அலை அலையாக அலைகள்.

அவனுக்குச் சற்று தொலைவிலே, ஆனால் அவன் கூடவே அந்தப் பெண்கள் வந்து கொண்டிருந்ததை அவன் இப்போது அடிக்கடி திரும்பிக் கவனித்தான்.

அவர்களில் ஒருத்தி மாநிறம். மற்றவள் கருப்பு. ஒல்லியாக இருந்த அந்த இருவரும் எளிமையாக இருந்தனர். அவர்களின் எளிமை அவர்கள் மீதான மதிப்பை அவனுக்குள் அதிகப்படுத்தியது.

அவன் பெண்களைப் பார்ப்பதற்காகக் கடற்கரைக்கு வந்தவன் அல்லன். ஞாயிற்றுக்கிழமை முழுவதும் தனது லாட்ஜின் அறையில் கழித்த பின்னால், தன்னை அறியாமலேயே தனக்குள் வந்து குவிந்து விட்ட வெறுமையை உதறித் தள்ளி நெஞ்சைச் சிலிர்த்துக் கொள்வதற்காக கடற்கரைக்கு வந்தவன்.

ஆனால் வானையும், கடலையும் போலவே அவன் ஏனோ அந்தப் பெண்களையும் பார்க்க விரும்பினான். தன்னையே ஏன் தொடர்ந்து வரவேண்டும்?

அவனது காலருகில் ஈர மணலில் நண்டு வளைகள், ஓடுவதும், கோலம் போடுவதும், திடீரென்று வளையில் மறைவதுமாகச் சிறு சிறு நண்டுகள்.

அவன் முப்பது வயதை நெருங்கி விட்டவன் என்ற போதிலும், திருமணம் என்பது இப்போது இல்லை.

எதிர்காலப் பொருளாதார நெருக்கடி கருதி அவன் வேலை செய்யும் பெண்ணாக விரும்பினான்.

அவன், முன்னரே கடனாளியாக இருந்ததால் இப்போது திருமணத்திற்காக ஒரு பெரிய கடன்படுவற்கு வசதியற்றவனாக இருந்தான்.

அவனே எதிர்பாராத நிலையில், சளாரென்று ஓர் அவலை வந்து அவனைத் தாக்கி, கால் சட்டையின் பெரும்பகுதியை ஈரமாக்கி விட்டது. அவன் தனக்குள்ளேயே சிரித்துக் கொண்டான்.

3

சிறிது நேரம் கடல் நீரில் கால் வைத்தபடியே நின்று கொண்டிருந்தான்.

திடீரென்று தன் நினைப்பு வந்தவனாக, மணற்பரப்பை திரும்பிப் பார்த்தான். அவன் கண்கள் அந்தப் பெண்களைத் தேடின. அவர்கள் அவனைக் கடந்து சற்று முன்னால் சென்று விட்டிருந்தனர். நீளமான கூந்தலில் இருவரும் மலர்கள் ஏதும் சூடி இருக்கவில்லை.

அவன் இப்போது அவர்கள் சென்ற பக்கமாக வேகமாக நடந்தான். சாந்தோம் கடற்கரையிலிருந்து மெரினா கடற்கரையை நெருங்கி விட்டதை மக்களின் ஆர்ப்பாட்டம் காட்டிக் கொடுத்தது.

அவன் இப்போது கடலை விட்டு விலகி மணற்பரப்பில் காந்தி சிலையை நோக்கித் திரும்பி நடந்தான்.

அந்தப் பெண்களைத் தேடினான். அவர்கள் மக்கள் கூட்டத்தில் கலந்து எங்கேயோ மறைந்து விட்டிருந்தனர்.

அடடா! அப்போதே அவர்கள் அருகில் நடந்து சென்றிருக்கலாம். மாலை வானத்தின் அழகுணர்ச்சிகளை அவர்களோடு பகிர்ந்து கொண்டிருக்கலாம். அவன் நெஞ்சம் ஏங்கியது.

காந்தி சிலைக்கு அருகில் இருந்த பூங்காவின் புல் தரையில் உட்கார்ந்தான்.

குரங்காட்டி ஒருவன் சங்கிலி இட்டிருந்த குரங்குக் குட்டி ஒன்றை எல்லோரிடமும் கொண்டு வந்து, சலாம்போட வைத்துக் கொண்டிருந்தான்.

அது தனக்கு விருப்பம் இல்லாமலேயே சமுதாயத்துக்கு சலாம் போட்டுக் கொண்டிருந்தது.

இப்போது இருள் பரவத் தொடங்கி விட்டது. சற்று நேரம் ஆகிவிட்டாலும், ஓட்டலில் தனக்குச் சாப்பாடு கிடைக்காது என்பது நினைவுக்கு வரவே, எழுந்து வேகமாக பஸ் ஸ்டாண்டை நோக்கி நடந்தான்.

வெளிச்சம் - ஜுன், 1976

ஒன்றும் ஒன்றும் பூஜ்யம்

சிறுகதை

துருவும், தூசியுமாய் கருஞ்சிவப்பு நிறத்தில் அழுக்காக இருந்த அந்த மின்சார ரயிலின் கூரை மீது அமர்ந்து அமர்க்களமாகப் பயணம் செய்து கொண்டிருந்தான் சொறிமுத்து.

பம்பாயின் கூட்ட நெரிசலில் இடித்து முண்டிக் கொண்டு பயணம் செய்வது அவனுக்குப் பிடிக்காத ஒன்று. அவன் டியூட்டியில் இருக்கும் நேரங்களைத்தவிர – அதுதான் பிக்பாக்கட் அடிக்கும் டியூட்டி – அவன் ரயில் கூரை நுனியில் உட்கார்ந்து கொண்டு தான் பயணம் செய்வான்.

தலைக்கு மேல் இருக்கும் மின்சார கம்பிகளில் அவ்வப்போது தீப்பொறி பறக்க ஓடும் ரயிலின் வேகத்திற்கு ஏற்றாற் போல காற்று முகத்தில் அறைந்தது. முரட்டுத் தலை முள்ளம் பன்றியாய்ச் சிலிர்த்துக் கொண்டது.

ரயிலின் வேகம் அதிகமாக இருந்தாலும் அவன் மனம் என்னவோ, எருமை மாட்டின் முதுகில் ஏறிக் கொண்டு ஏரிக்கரையைச் சுற்றும் இடைச்சிறுவனின் வேகத்தில் தான் இருந்தது.

பத்தொன்பது வயதிற்குள் தான் பார்த்துவிட்ட உலகத்தை, வாழ்ந்து விட்ட வாழ்க்கையை, மீண்டும் ஒருமுறை மனதால் வாழ்ந்து கொண்டு போய்க் கொண்டிருந்தான் சொறிமுத்து...

அவன் தன் ஆத்தாளை நினைத்தான். அவனுக்கு ஆசை ஆசையாக சொறிமுத்து என்று பெயர் வைத்தவள் அவள்தான். அழகான பெயராக வைத்தால், சாமி தன் பிள்ளைகளை எடுத்துக் கொண்டு விடுகிறார் என்பதனால், சொறிமுத்து என்று ஒரு 'சொறி'யை அவன் பெயரில்

செருகியவள் அவள்தான். அந்தச் 'சொறி'யை அவன் அதிகமாக நேசித்தான். அதிலே அவன் இவ்வுலகில் நீண்ட நாள் வாழ வேண்டும் என்று விரும்பிய அவன் ஆத்தாளின் அன்பு மணப்பதாக உணர்ந்தான்.

திருநெல்வேலி கயத்தாறுக்குப் பக்கத்தில் இருந்த இலந்தைகுளம் கிராமத்தில் கல்லுடைத்து வாழ்க்கை நடத்தி வந்த அவளுக்கு கை கொடுக்காமல் பம்பாய்க்கு ஓடி வந்து விட்டதை நினைத்த போது அவன் மனம் அவனை இப்போதும் ஏசியது.

ஆமாம், பதிமூன்று வயது பையனாக இருந்த போது அவனுக்கு அவனது இலந்தைக்குளம் எனும் பனங்காடு பிடிக்காமல் போய் விட்டது உண்மைதான். அவன் சினிமாக்களில் பார்த்த பரபரப்பான பம்பாயைப் பார்த்து விட வேண்டும் எனும் ஆசையில் ஓடி வந்து விட்டான்தான். ஆனால் அதற்கு இப்போது என்ன செய்வது?

"சரி, ஆத்தாளைத்தான் கவனிக்கலே. நீ இப்போது செய்யும் தொழில் என்ன? திருட்டு நாய் தானே நீ?"

அவன் மனம் அவன் கன்னத்தில் பளார் என்று அறைந்தது. ஏதோ கெட்ட கனவு கண்டு விழித்தவனைப் போல முகத்தை ஒரு முறை உதறிக் கொண்டான். பிக்பாக்கெட் அடித்து மாட்டிக் கொண்ட போது, அவனை ரெயில்வே தண்டவாளத்தின் மீது தள்ளி, மக்கள் உதைத்த போது வலிக்காத வலி இப்போது மனம் கொடுத்த உதையில் இருந்தது.

அவன் என்ன செய்ய முடியும். அவனிடம் பசி மட்டுமே இருந்த போது மற்றவர்களிடம் பசி தீர்ந்து பாக்கெட்டுகளில் பணமும் இருந்தது அவனைக் கோபப்பட வைத்தது. அவன் தன் பசியைத் தீர்த்துக் கொள்ள துடித்ததோடு மட்டுமல்லாது பணம் வைத்திருந்தவர்களைப் பழிவாங்க வேண்டும் என்றும் விரும்பினான். அதற்கு பிக்பாக்கெட் தொழில் மிகவும் ஏற்றதாகவிருந்தது. கூடிய விரைவில் அவன் நிபுணன் ஆனான்.

இப்போது ரயில் மீதிருந்து அண்ணாந்து பார்த்தான். வானத்தில் ஒரு நட்சத்திரம் கூட இல்லை.

நெருப்பில் வைத்த ஆப்பச் சட்டியின் அடிப்புறத்தைப் போல கரி படிந்து கிடந்தது வானம். தாயினுடைய கருப்பையில் குடியிருந்த போது அவனுடன் துணையிருந்த அதே இருட்டு.

அவனைச் சுற்றியிருந்த இருட்டு மனதுக்கு ஓரளவு நிம்மதியைக் கொடுத்தது.

பொதுவாக இரவில் அவன் ரயில் மீது பயணம் செய்வது கிடையாது. ஆனால் இன்றைக்கு ஏனோ இருட்டி விட்ட பின்னும் கீழே இறங்க மனமில்லை. கீழே இறங்கினால் அவனை துண்டம் துண்டமாகக் கிழித்துப் போட வெறிப்பற்களுடன் ஏராளமான நாய்கள் காத்திருப்பது போல அவனுக்குப் பட்டது.

அப்படியே கையை உயர்த்தி, தலைக்கு மேல் ஓடும் மின்சாரக் கம்பியை அழுந்தப் பற்றிக் கொள்வோமா? மின்சாரக் கம்பிகளின் மின்சாரம் தாக்க, அதிலேயே கால் ஒட்டிக் கொண்டு தலைகீழாகத் தொங்கும் காக்கைகள் அவன் கண்முன்னால் தோன்றின.

சரி, தவறாகத்தான் வாழ்ந்துவிட்டோம். அதற்காக இப்போது தன்னையே தான் தண்டித்துக் கொள்ள முடியுமா? தண்டித்துக் கொண்டு விட்டால், இதுவரை செய்த களவுகளெல்லாம் நியாயமாகி விடுமோ? விஷயங்கள் அவ்வளவு சுலபமானவை அல்ல என்று அவனது அனுபவம் அவனுக்குச் சொல்லியிருந்தது.

அவன் வாழும் ஆசியாவிலேயே தரித்திரத்திற்குப் பெயர் போனதான 'தாராவி' எனும் சேரி அவனுக்கு வாழ்க்கையின் ஒரு குறுக்கு வெட்டுத் தோற்றத்தையே காட்டியிருந்தது.

காற்றில் மிதந்து வந்து மூக்கில் உறைத்த ரப்பர் கருகுவது போன்ற நாற்றம், பம்பாயில் தொழிற்சாலைகள் நிரம்பியிருப்பதை அவனுக்குச் சொல்லியது. தொழிற்சாலை ஒன்றில் வேலைக்குச் சேர்ந்து விடுவோமா?

இதுவரையிலும் கிழிந்து போய்த் தொங்கிக் கொண்டிருந்த கட்சிக் கொடிகள், தேர்தலின் நெருக்கத்தினால் புதுப் பொலிவுடன் இருட்டிலும் பறந்து கொண்டிருந்ததை அவன் ரயிலின் மேலிருந்து பார்க்க முடிந்தது. பேசாமல், பிக்பாக்கெட் தொழிலை விட்டு விட்டு அரசியல் தொண்டனாகி விடுவோமா? கொடி தூக்கி விட்டால் கொள்கை வீரன் என்னும் பட்டம் கிடைத்து விடும். கொள்கைக்கெல்லாம் இங்கே நல்ல கூலி உண்டே என்று ஓர் எண்ணம் கிளை பிரிந்து ஓடியது.

சீ! பிக்பாக்கெட் தொழிலை விட்டு விட்டு அதைவிடக் கேவலமான தொழிலிலா இறங்குவது?

ரயில் மாதுங்கா ஸ்டேஷனில் வந்து நின்ற போது இரண்டு பெட்டிகளின் இடையிலிருந்த இடைவெளியை ஒரு படியைப் போல பயன்படுத்தி கீழிறங்கினான். இருண்ட வானத்தை இன்னும் எத்தனை நாழிக்குத்தான் பார்த்துக் கொண்டிருப்பது. இந்தப் பூமியில் இறங்கித் தான் பார்த்து விடுவோமே! சேறும், சகதியுமான இந்த மண்ணைச் சந்தித்தே விடுவது என்ற எண்ணத்துடன் கீழிறங்கினான்

இப்போது அவன் மனம் ஒரு முடிவுக்கு வந்திருந்தது. நாளையிலிருந்து அவன் பிக்பாக்கெட் தொழிலை மட்டுமல்ல, திருட்டுத் தொழில் எல்லாவற்றையும் கைகழுவி விடுவது என்ற முடிவு செய்திருந்தான்.

அப்படி ஒரு வாழ்க்கையை இந்த போராட்டப் பூமியில் வாழ முடியுமா என்று கருப்புக் கோட்டு போட்ட ஒரு சிந்தனை வாதிட்டது.

தலையில் ஈறும் பேனுமாய் எவ்வளவு தான் இருந்தாலும் கொஞ்சம் வாசனைத் தைலம் போட்டு வாரித்தான் பார்ப்போமே என்பது போன்ற ஓர் ஆசைமட்டும் நெஞ்சில் இருந்தது.

அந்த அற்புதமான வாழ்க்கை வாழ முடிந்து விட்டால்.. என்று ஓர் ஆசைப் பறவை மெதுவாகச் சிறகடித்தது.

கால்சட்டைப் பாக்கெட்டிலிருந்து சீப்பை எடுத்துத் தலையை வாரிக் கொண்டான். பீடி ஒன்றையெடுத்து பற்ற வைத்துக் கொண்டான். "அங்கமுத்து தங்கமுத்து தண்ணிக்குப் போனாளாம்.." என்று அவன் மகிழ்ச்சியாக இருக்கும் போதெல்லாம் அவனிடமிருந்து எழும் பாடல் ஒன்று இப்போதும் எழுந்தது.

தாராவியினுள் நுழைந்து நடக்கத் துவங்கியவன் திடுக்கிட்டான். எந்த நேரத்திலும் தேனீக்கூட்டம் போல தேனீர் கடைகளிலும், நடை பாதைகளிலும் மொய்த்துக் கொண்டிருக்கும் மக்கள் கூட்டமில்லை. கெட்ட வார்த்தைகளில் உரையாடி உவக்கும் அரையாடைச் சிறுவர்கள் யாரும் இருக்கவில்லை. தெரு ஓரக் கடைகளைக் காணவில்லை. வீட்டுக் கதவுகள் மூடியிருந்தன. தெரு ஓரக் கயிற்றுக் கட்டில்கள் காலியாக சாய்த்து வைக்கப்பட்டிருந்தன.

இரண்டு நாளாக அங்கே ஒரு கலவரம் நடந்து கொண்டிருப்பது சொறிமுத்துவுக்கு நினைவு வந்தது. "இந்தக் கும்பல் அந்தக் கும்பலை அடித்தது" "ராமசாமி நாடாரை இரண்டு நாளாகக்

காணோம்." "பிள்ளப் பசங்களை இப்படியே உடக்கூடாதப்பா." "என் ஜாதியான் மட்டும் சும்மா இருப்பானா?" என்ற பேச்சுக்கள் அவன் காதில் விழுந்த போதிலும், சொறிமுத்து இதைப் பற்றி அக்கறை எடுத்துக் கொள்ளவில்லை. அவன் இவற்றுடன் சம்பந்தப்படாதவன் போல இருந்தான்.

அவனது சலிப்பெல்லாம் வேறு; எல்லோருமே ஒரு வயிற்றுச் சோற்றுக்கே தாளம் போடுகிறவர்கள் தான். இவர்களுக்குள்ளாக ஏன் சாதிகளின் பெயரால் தங்களுக்குள்ளேயே அடித்துக் கொள்கிறார்கள். என்ன முட்டாள்தனம் இது என்று அவன் சலித்துக் கொண்டான்

அடுத்ததாக இந்தச் சாதிச் சண்டைகளில் பங்கெடுத்துக் கொள்ள அவனுக்கு முதலாவதாகத் தான் எந்த ஜாதி என்று தெரிந்திருக்க வேண்டுமல்லவா? அதுவே அவனுக்குத் தெரியாது. அவன் தான் ஒரு கீழ்ஜாதியைச் சேர்ந்தவன் என்பதை மட்டுமே அறிந்து கொள்ளும் சந்தர்ப்பங்கள் இருந்தன. அவன் பள்ளிக்கூடம் எதிலும் படிக்கப் போகாததினால், அவன் சாதியைத் தெரிந்து கொள்ள வேண்டிய அவசியம் அவனுக்கு ஏற்படாமலேயே போய்விட்டது.

அவன் அடித்த சீழ்க்கை ஒலி அந்த இரவின் அமைதியில் தனியாகத் தெரிந்தாலும் அவன் அதனை நிறுத்தவில்லை.

அரிசனங்களுக்கும் அவர்களைக் காட்டிலும் உயர்ந்தவர்கள் என்று தங்களை நினைத்துக் கொண்டிருக்கும் மற்ற கீழ் சாதியர்களுக்குமிடையே கொழுந்து விட்ட பகைமையை மனம் அசைபோட, அவன் அது கிடக்கிறது சனியன் என்று ஒரு பக்கம் தள்ளி விட்டான். நாளை தான் தொடங்கப் போகும் புது வாழ்க்கையைப் பற்றி கனவு கண்டபடி அரைகுறை இருளில் புழுதிச் சந்தில் நுழைந்து நடந்தான்.

சந்து திரும்பிய பிறகு தான் ஆயுதங்களுடன் நின்றிருந்த நாலைந்து உருவங்களைக் கண்டான். ஒரு பெரிய ஆபத்து தன்னை எதிர் நோக்குகிறது என்பது புரிந்த உடனேயே, அவனது சீழ்க்கை ஒலி நின்று போயிற்று. பின்வாங்கி, எதிர்த்திசையை நோக்கி கண்மூடித்தனமாக ஓடினான்.

உருவங்களுக்கு அவன் யார் என்பது தெரிந்திருக்கவில்லை தான். ஆனால் அவன் யார்? என்ன ஜாதி? எந்தக் கூட்டம்? என்ற கேள்விகள் அவர்களுக்குத் தேவையற்றவை. அரிசனங்கள்

வாழும் தெருக்களில் யாரேனும் நடமாடினால் அவர்களுக்குத் தண்டனை கொடுக்க வேண்டுமென்று அவர்களது வெறுப்பு வெறி அவர்களுக்குக் கட்டளை இட்டிருந்தது.

சொறிமுத்து திரும்பி ஓடிய திசையிலும் ஒரு கூட்டம் காத்திருந்தது என்பது அவனுக்குப் புரியுமுன்னால் அவன் மண்டையில் பலமாக வீழ்ந்தது ஓர் அடி.

அவன் கழுத்திலிருந்து இரத்த நாளங்கள் வெடித்து விடுவது போல அவன் கத்தினான். மண்டையிலிருந்து அடர்த்தியான குருதி கொப்பளித்தது. உடம்பு முழுவதும் திடீரென்று நமநமவென ஊறத் தொடங்கியது.

நாக்கில் ஏதோ கசந்தது. தொண்டை திடீரென்று பாலைவனமாக உலர்ந்து போனது.

சொறிமுத்து எழுந்து, ஓட முயற்சித்தான். கூட்டம் அவனை இழுத்துப் போட்டு ஏறி மிதித்தது.

காது மடக்கிப் படுத்திருந்த தெருநாய்கள் எழுந்து கும்பலாக எதிரொலி எழக் குரைத்தன. சரமாரியாக வளையம் வளையமாக எழுந்த கெட்ட வார்த்தைகளின் சகதியில் சொறிமுத்து இரத்தக் களரியானான்.

வீடுகளில் கதவு மூடி உள்ளே இருந்தவர்கள் சொறிமுத்துவின் அலறலைக் கேட்டு மேலும் பயந்தவர்களாக வீட்டினுள் ஒடுங்கிக் கொண்டனர்.

சாதிகளற்ற ஒரு சொறிமுத்துவை, சாதிச் சண்டைக்காக, வெறி பிடித்த, முகமற்ற ஒரு கூட்டம் காலில் இட்டுக் கசக்கிக் கொண்டிருந்தது.

இரத்தத்தை உறைய வைக்குமாறு சொறிமுத்து எழுப்பிய ஓலம், வானை நோக்கி எழுந்து, காற்றில் கரைந்து எல்லாத் திசைகளிலும், பரவி இருளில் சென்று பதுங்கியது.

கேரளத் தமிழ் திருவனந்தபுரம் தமிழ்ச் சங்கத்தின்
பரிசு பெற்ற கதை - ஜனவரி, 1977

எஸ்.பொ : ஓர் பன்முகப் பார்வை

எறும்புப் புற்றுக்குள் சுரங்கப் பாதைகள்

"அதிர்ஷ்டமில்லாத காரணத்தால் சுடுகாட்டுக் காவல்கார வேலை கிடைக்கப் பெற்றவர்கள் விமர்சகர்கள்".

பிரெஞ்சு இலக்கிய மேதை ழான் பால் சார்த்ருவின் இந்த சாடல் ஒரு விமர்சகனாகிய என்னைப் புண்படுத்தியதில்லை. சுடுகாடு என்பது பல நேரங்களில் நூல்நிலையங்களைக் காட்டிலும் அமைதியானது என்பது சார்த்ருவுக்குத் தெரியாதிருந்திருக்கலாம்.

ஈழத்து எழுத்தாளர் எஸ்.பொவின் சிறுகதைகளை நான் எடுத்துப் படிக்க நேர்கிறபோதுகூட ஏராளமான நீதி விசாரணைகளும் தீர்ப்புகளும் நிரம்பிய இந்த சமூகத்தை விட்டு அகன்று, குளிர்ந்த கல்லறைகளும், வேப்ப மர நிழலின் காற்றும், அமைதியில் மனித வாழ்க்கையின் அநித்தியத்தைப் பாடும் குயில்களும் நிரம்பிய சுடுகாட்டில் அமர்ந்தபடி இக்கதைகளை வாசிப்பது நல்லது என்றே தோன்றுகிறது.

அபோதுதான் நாம் வாழ்வதின் அர்த்தம் என்ன? நல்லது கெட்டது என்பதற்கு இடையில் உண்மையில் ஏதெனும் வித்தியாசம் இருக்கிறதா? சுதந்திரம் சுதந்திரம் என்று அடிக்கடி பேசுகிறோமே அதன் அர்த்தம் என்ன? எழுத்தாளனுக்கு இருக்க வேண்டிய மன ரதியான, அரசியல் ரீதியான, பாலுணர்வு ரீதியான பொறுப்புகள் என்னென்ன? நாம் சாவை எப்படி எதிர்கொள்ள வேண்டும் போன்ற கேள்விகள் நமக்குள் ஊறி மேலே மிதந்து வரத் தொடங்கும்.

ஆனால் இந்த கேள்விக்கான விடையை நாம் தேர்ந்தெடுக்கிறபோது தனிப்பட்ட மனிதன் என்ற

வகையில் மட்டும் நாம் தேர்ந்தெடுக்க முடியாது. ஒவ்வொரு தனி மனிதனுக்குள்ளும் சமூகம் நுழைந்து அவனது இதயத்துக்குள்ளும் மூளைக்குள்ளும் பாயும் ரத்த ஓட்டத்தில் தானும் கலந்திருக்கிறது. மனிதன் அவனது சம்மதம் அல்லது சம்மதமின்மை குறித்து எந்தவித அக்கறையுமற்ற நிலையில் இந்த தூசு பூமியின் மீது தூக்கி எறியப்பட்டு இருக்கிறான். இப்போது அவன் தனக்கான சுய சித்திரத்தைத் தானே வரையத் தொடங்கி விடுகிறான்.

எஸ்.பொவின் "வீ" எனும் சிறுகதைத் தொகுதியை (1966) எடுத்து ஒரு மறுவாசிப்புக்கு உட்படுத்துகிறபோது எஸ்.பொ தனது எழுத்தின் மூலமாகத் தனது கலை ஆளுமை குறித்த சுய சித்திரத்தை எப்படி உருவாக்கி இருக்கிறார் என்று நினைக்கத் தோன்றுகிறது.

மனிதர்கள் / காவலூர் ஜெகநாதன்

ஈழத்து எழுத்தாளர் எஸ். ஜெகநாதனின் இச்சிறுகதைகளின் மூலஸ்தானத்தில் கொலுவிருப்பவர்கள் மனிதர்கள். ஜெகநாதனும், அவரால் படைக்கப்பட்ட எல்லா கதாபாத்திரங்களும் ஈழத்தின் யாழ்ப்பாணத்துத் தெருக்களில் நடமாடும் தமிழ்ச் சமூகத்தைச் சேர்ந்தவர்கள் தான். எனினும் இச்சிறுகதைகள் மனிதர்களைப் பற்றியவை.

மனிதர்களை, அவர்கள் வேஷம் கட்டி ஆட்டும் மேடைகளில் அல்லாமல், வேஷம் கலைந்த நிலையில் அவர்களது ஒப்பனை அறைகளிலேயே சென்று சந்திக்கிறார் ஜெகநாதன். அவர்களது வாயிலிருந்து வெளிப்படும் வார்த்தைகள் மூலமாகவே, கதை மாந்தர் மீது வண்ணங்கள் பூசி, அடையாளங்களை உணர்த்தும் வகையில் வெளிச்சம் கொட்டி நமக்கு அவர்களை நிதர்சனப்படுத்திவிடுகிறார்.

கலைஞன், தானும் ஒரு பகுதியாக அங்கம் வகிக்கும் சமூகத்தில் அவனது சம்மதம், அல்லது சம்மதமின்மை குறித்து எந்தவித அக்கறையுமின்றி அவலங்கள் நிகழ்கின்றன. இவற்றைத் தன்னால் மாற்றமுடியாத நிலையில், தனது இயலாமையிலிருந்து விடுபடும் ஒரு முயற்சியாக அவன் கதை சொல்லத் தொடங்கி விடுகிறான். ஜெகநாதனின் சிறுகதைகளும் இப்படித்தானோ என்று தோன்றுகிறது.

அதனால் தான் இவர் வெறும் கதை சொல்ல மட்டும் வந்தவராகத் தெரியவில்லை. ஒரு கதாசிரியன் என்பதையும் மீறி (அவருக்குத் தெரிந்தோ, தெரியாமலோ) ஒரு சமூக விமர்சகன் எனும் கூடுதல் பொறுப்பையும் தன் தோள் மீது சுமக்கிறார். குறிப்பாக 'பணம்' சார்ந்த மதிப்பீடுகள் ஆட்சி செய்யும் ஓர் அமைப்பில், மனிதனின் அடிப்படை உணர்வுகள் எப்படி காலில் துவைத்து மிதிக்கப்படுகின்றன

என்று கதையுடன் கூடவே சொல்லிக் கொண்டு போகிறார். "பறப்பள்ளுகள் தேத்தண்ணி விக்கிறதைக் கூட சகியாத சமூக அமைப்பில்", சலிப்பும், "நம்மட மண்ணிலை நாம உழைச்சுப் பொருளைக் கண்டபிறகும் பொசிப்பில்லை எண்டால் இதென்ன விதி" என்று கோபமும் கொண்டு சதா சள்ளைப்படும், சள்ளைப்படுத்தும் கதாப்பாதிரங்களைக் காட்டி, இவர்கள் தான் 'மனிதர்கள்' என்று பேசுகிறார். இச்சிறுகதைகளில் சற்று தூக்கலாகத் தெரியும் சமூக விமர்சனம் எஸ்.ஜெகநாதன் மனிதர்கள் மீது கொண்ட மாறாத அன்பினால் விளைந்தது என்பதைப் புரிந்து கொள்ள வேண்டும்.

மாக்சிம் கோர்க்கி, டால்ஸ்டாய்க்கு ஒரு கடிதத்தில் இப்படி எழுதினார்; "மனிதன் என்பவன் உயிருள்ள கடவுளின் இருப்பிடம்... ஒரு நல்ல புத்தகத்தை விடவும் ஒரு கெட்ட மனிதன் சிறந்தவன்"

எனவேதான் எஸ். ஜெகநாதனின் இச்சிறுகதைகளின் மூலஸ்தானத்தில் கொலுவிருக்கும் மனிதர்கள் கேலிக்குரியவர்களாகவே இருப்பினும் நம் வழிபாட்டுக்குரியவர்களாகிறார்கள்.

ஆகஸ்ட் 1983

காசி ஆனந்தன்

தாழக் கிளையில் பழுத்த கனிகள்

யோசிக்கும் வேளையில் தோன்றுகிறது கவிதை, கதை எழுதுவதெல்லாம் அபத்தமான செயல்கள் தான் என்று. ஆனால், அபத்தமாகக் கழிந்து திடீரென்று மரணத்தின் கையில் ஒப்புக் கொடுக்கப்பட்டு விடுகிற வாழ்க்கையை அர்த்தமுள்ளதாக மாற்றுவதில் கவிதையும் கதையும் முனைந்து விடுகிற போது அவை அற்புதமான செயல்பாடுகளாகி விடுகின்றன.

காசி ஆனந்தனின் எழுத்துக்கள் இத்திறத்தவை. வாழ்க்கையை வாழத் தகுந்ததாக மாற்றுவதில் முன்னிற்பவை. காசி ஆனந்தனும் தான் எழுதும் எழுத்துக்களைக் காட்டிலும் சிறந்தவர். ஏனெனில் அவர் வாழும் இந்தக் காலத்தின் நிகழ்வுகள் அவரது நம்பிக்கைகளின் மீது கால் வைத்து மிதிக்கிற போது கூட மனித சுதந்திரத்தை மீட்டெடுப்பதற்காகப் பலவற்றை இழக்கத் தயாரானவர் அவர்.

கவிஞனின் கசப்பும் இனிப்புமான வாழ்க்கை அனுபவங்கள் தாழக் கிளையில் பழுத்த கனிகள் போல் இந்தக் கதைகளின் முடிவுகள் தோறும் இனிக்கப் பழுத்துள்ளன. இதற்கு அவர் நேசிக்கும் தமிழ் அவருக்குக் கைகொடுத்து உதவுகிறது.

மார்கழி, 1992

ஆனைச்சந்தம் / ஆ.மாதவன்

நகுலன் ஒரு முறை ஆ. மாதவனின் எழுத்தைப் பற்றி எழுதுகிற போது, "இவரது கதைகளின் மேல் தளம் ஒரு திசையில் நகர்வதைப் பார்க்கும் நாம், அதன் அடித்தளம் அதன் எதிர்த்திசையில் நகர்வதை உணரலாம்" என்று குறிப்பிட்டார். மாதவனின் 'ஆனைச்சந்தம்' இந்த வர்ணனையை நன்கு விளக்கும் ஒரு சிறந்த சிறுகதைத் தொகுப்பு தொட முடியாத விஷயங்கள் என்றும், தொட்டால் 'சிருஷ்டி ரகசியத்தை நடுத்தெருவில் போட்டு உடைக்கும் ஆசூசை' ஆகிவிடும் என்றும் மற்றவர்கள் தொட அஞ்சுகிற விஷயங்களை, மிகவும் அநாயாசமாக, தொட்டுக் காட்டி விட்டுப் போய்விடுவார் மாதவன். இத்தொகுப்பில் உள்ள 'காளை' எனும் சிறுகதை இவரது தொழில் தேர்ச்சிக்கு ஓர் உதாரணம்.

இத்தொகுப்பில் உள்ள 'பூனை' சிறுகதையும் ஒரு கண்ணாமூச்சி விளையாட்டுத்தான். ஆசிரியர் எதைச் சொல்ல வருகிறாரோ அதைச் சொல்லாமல், நமக்கு மிகவும் அசிரத்தையான ஒன்றைப் பற்றி மிகவும் பொறுப்புடன் சொல்லிக் கொண்டு போவார். ஆனால் சிறுகதையைப் படித்து முடிக்கும் போது, அந்தச் சிறுகதையின் முழு சாராம்சமும் நம் மனதில் நன்கு ஏறி கனப்பதை உணரலாம்.

'மெல்லிய காலை இருட்டில் கிணற்று நீர், இருட்டில் பூனைக்கண் போலப் பளபளத்தது.' எனும் இவரது வர்ணனை ஒரு கவிதையெனக் காட்டும் இவர் கதையை. திருவனந்தப்புரத்துக்காரரான ஆ. மாதவனின் கேரளத்தமிழ் இவரது தனிநடையைக் காட்டி புதுமை உணர்வை ஊட்டுகிறது.

அன்னம் விடு தூது.

ஜெயகாந்தன்

நேர்காணல்

எல்லாத் திசைகளிலிருந்தும் காற்றும், வெளிச்சமும் நுழைவதற்கு வசதியாகக் கதவுகளும் சன்னல்களும் பரக்கத் திறந்து விடப்பட்ட மாடி அறை. சட்டையில்லாமல் லுங்கி அணிந்த ஜெயகாந்தன் வெறுந்தரையில் படுத்துக் கொண்டிருக்கிறார். சுற்றிலும் நாலைந்து நண்பர்கள் அமர்ந்திருக்கிறார்கள். டேப் ரிக்கார்டருடன் உள்ளே நுழைகிற நாங்கள் ஒரு பாயில் அமர்கிறோம். புதியவர்கள் அறிமுகமாகின்றனர். சற்று நேர மௌனம். இன்றையப் பத்திரிகைகளைப் பற்றி பேச்சை ஆரம்பிக்கிறோம். அவர் அதைத் தொடர விரும்பாதவர் போல, "எனக்கும் பத்திரிகைகளுக்கும் என்ன சம்பந்தம்?" என்று வெட்டுகிறார். சினிமா பற்றி கேட்கிறோம். பார்ப்பதில்லை என்று மறுக்கிறார். 'வெளிச்சம்' இதழ் பற்றிச் சொல்கிறோம். 'வெளிச்சம்' என்ற சொல் அவரை உற்சாகப்படுத்துகிறது. பேசத் தொடங்குகிறார். எங்கள் டேப் ரிக்கார்டரில் பதிவான அந்த உரையாடலை அப்படியே கொடுக்கிறோம் இட நெருக்கடி காரணமாக இடையில் திணிக்கப்பட்ட சில பகுதிகளுக்காக மன்னிக்க வேண்டுகிறோம்.

"வெறும் இருட்டுக்கு வெறும் மெழுகுவர்த்தி போதும். நீங்க சொல்கிற இருட்டு அந்த இருட்டு இல்லையே. இருட்டில்லாமல் வெளிச்சத்துக்கு அர்த்தமே இல்லை. இருட்டும் வெளிச்சமும் முரண்பட்ட விஷயங்கள் அல்ல. உடன்பட்ட விஷயம். எதை எதிர்த்து நீங்க நிஜமா Fight பண்றீங்கன்னு எனக்குத் தெரியலே.

- மெழுகுவர்த்தியைக் கூட அணைக்க வலிமை இல்லாத அந்த இருட்டை எதிர்த்து என்ன பேச்சு? இந்தப்

பத்திரிகைகளை மதித்தால் இருட்டு தான். இருட்டைப் பரப்பும் இந்தப் பத்திரிகைகளைப் பற்றி என்ன கவலை?

ஒரு பண்பாடு அழியுமென்றால் அதை ஒரு பத்திரிகை காப்பாற்றுமோ? இன்னும் சொல்லப் போனால் இந்த நசிவுப் பத்திரிகைகளை அழிக்கும் பண்பாடு ஒன்றை நாம் உருவாக்க வேண்டியிருக்கிறது.

இது, வெறும் சிந்தனையும் மையும், பேனாவும், காகிதமும் கொண்டு மட்டும் நிகழ்வது இல்லை. பண்பாடு என்பது எது? வாழ்க்கை அல்லவா? ரொம்பக் கவலைப்படுவதாகச் சொல்கிறோமே, அதோடு நமக்கிருக்கும் உண்மையான உறவு என்ன? இந்தக் கேள்விக்கே தெளிவான, கறாரான பதில் இல்லையே. பாருங்கள்! இருட்டு எங்கேயிருந்து ஆரம்பமாகிறது! உங்க Concern Deeper ஆக இருக்குமானால் குறை சொல்வது மட்டும் போதாது. யாராவது தீமையே தங்கள் நோக்கம் என்று சொல்லிட்டு எழுத வந்தார்களா இது வரையிலும்? சிந்தனையாளன் கையில் பத்திரிகை இருப்பதாக ஏன் சொல்கிறீர்கள்? நமது பத்திரிகைகள் திருடர்கள் கையில் சிக்கியிருக்கிறது என்று சொல்லுங்கள்

நான் இருக்கும் வரையிலும் என் எழுத்தும் இலக்கியமும் இருண்டு போய்விட்டது என்று நான் எப்படி ஒப்புக் கொள்வேன்? இலக்கியத்தோடு தவிர வேறு சம்பந்தங்களும், வியாபாரச் சம்பந்தங்களும் உடைய அதாவது, இன்றையப் பத்திரிகைகளை இலக்கியம் வளர்ப்பதாக அல்லது இலக்கியத்தோடு சம்பந்தம் உடையதாகக் கருதுகிற நீங்கள் தான் இருட்டின் பகுதிகள்; பத்திரிகைகள் சின்னதாக இருந்தாலும் பெரிசா இருந்தாலும் அவை எல்லாமே சைத்தானின் வாகனமாக மாறிப் போகின்றன.

எல்லோருமே ஒருவரை ஒருவர் குற்றம் சாட்டிக் கொள்கிறார்கள். ஒரு சிறுகதைக்கு 100 ரூபாய் வாங்கணும்னு ஆசைப்பட்டார் புதுமைப்பித்தன். இன்னைக்கு 100 ரூபாய் இல்லே அதைவிடப் பத்து மடங்காக நானே வாங்கியிருக்கிறேன். இதுவா வளர்ச்சி? இது மட்டுமா? இதை ஒரு பெருமைக்காக மட்டும் சொல்லவில்லை. நமது பொருளாதார வளர்ச்சி. மற்ற வளர்ச்சிகளைப் பொருளாதார வளர்ச்சி கெடுக்கலாமா?

- மனுஷன் எப்படி வேணுமானாலும் இருப்பான், பத்திரிகை மட்டும் சுத்தமாக இருக்கணும்னா எப்படி?

"நம்முடைய கோணல் தானே அங்கேயும் இருக்கும் (கோவேந்தன்)

ஒருவர் போய் செக்ரடேரியட்லே கிளார்க் வேலை செய்துகிட்டு பத்திரிகை நடத்தினார்னா அது எப்படி முழுமையான ஒரு பத்திரிகையா இருக்கும்? எப்படி அது யோக்யமா இருக்கும்? நான் வேற, அது வேறேன்னு அவர் சொல்லலாம். ஆனால் உண்மையில் அப்படியில்லாததனாலே காட்டிக் கொடுத்துவிடுமே! அந்தப் பத்திரிகையும் ஒரு படைப்பு அல்லவா? Happy... he is not ready to dedicate himself for that ... why should he claim as a writer?

- **கேள்வி; Livelihood வேணாமா?**

Livelihoodக்காகப் பார்த்துக் கொண்டு போக வேண்டியது தானே. Livelihoodக்காகக் கவலைப்படுகிற ஒருவன் அது நேர்மையாகவும் இருக்கணும்னு கவலைப்பட்டால் அது தகாதே!

நீங்க சொன்னீங்களே தன்னத்துக்காகச் சிந்தனை பண்ணறவன்னு, இவன் இரண்டுங்கெட்ட எழுத்தாளன். பொது நலத்துக்காகச் சிந்தனையும், தன்னலத்துக்காகக் காரியமும் செய்கின்றவன் ஆகிறான். சவுரியமா போய் எங்காவது சலாம் போடுகிறவன் சமூகத்துக்காகவும், நீதிக்காகவும் போராடுவானோ? அவன் உண்மையில் போராடுகிறவனை மறுக்கிறவன். ஒரு கருங்காலி. எழுதுகிறவன் சிறப்பாக இல்லாமல் பத்திரிகைக்காரன் சிறப்பாக இருக்க முடியுமா? அப்படி இருக்க நினைப்பதால் வரும் வினை இது. எழுதுகின்றவன் மீது "தனக்கு எழுதத் தெரியும்", என்று நினைக்கிறவன் எல்லாம் பொறாமைப்படும் நிலை சரியா? இதிலிருந்து எந்தப் பத்திரிகைக்காரன் விடுதலை பெற்றான்? இங்கே யார் இருட்டு, யார் வெளிச்சம் என்பது தீர்மானம் ஆகிவிட்டால் எல்லோரும் விளக்கேற்றும் முயற்சிகளில் ஈடுபட மாட்டார்கள். இவர்கள் விளக்கேற்றி வித்தை காட்டிக் கொண்டிருக்கும் போதே, கரகரன்னு சூரியன் வந்து விடிஞ்சு போகும். எல்லாம் வெளிச்சமாயிடும். உங்களுக்கு மெழுகு வர்த்தி வியாபாரம் நடக்கணும்னா பொழுதே விடியக் கூடாதுன்னு நினைக்கலாமா?

நீங்கள் மிகவும் அதிருப்தி அடைந்திருப்பதாகக் கூறுகிறீர்கள். அதிருப்தி அடையாதீர்கள். நீங்கள் அதிருப்தி அடையும் அளவுக்கு ஒன்றும் நடந்து விடவில்லை. இன்னும் சொல்லப் போனால் அதிருப்தியான நிலைமை மாறி வருகிறது. அதைக் கூர்ந்து கவனியுங்கள். திருப்திப் படுவதற்கு இன்னுமொரு விஷயம் சொல்கிறேன். எழுத்தாளன் இல்லையென்று எண்ணாதீர்கள். உருவாக்க முடியாது என்று சோர்வு அடையாதீர்கள். ஏன் இந்த

அதிருப்தி இருக்கிறது? உண்மையை மறுப்பதால். இதற்காகத் தன்னை அர்ப்பணம் செய்பவர்கள் நீங்கள் ஒன்று சேர்க்காமல் இருப்பதால். அப்படிப்பட்டவர்கள் இருப்பதாக நீங்கள் நம்ப மறுப்பதால் அதிருப்தி அடைந்து விடுகிறீர்கள். பத்திரிகைகளை எழுதுபவர்களிடம் ஒப்படையுங்கள் எழுதுகிறவர்கள் மட்டும் பத்திரிகை நடத்தட்டும். நிர்வாக விஷயங்களை எல்லாம் கணக்குத் தெரிந்தவர்களிடம் விடுங்கள். அது எங்க வேலையில்லை. என் புத்தகம் என்ன விலை என்று கூட எனக்குத் தெரியவே தெரியாது. எனக்கு எழுதத்தான் தெரியும்.

- **இப்ப பாருங்க. நீங்க எழுத்துத் துறையிலே இருந்தீங்க.**

(இடைமறித்து) நான் எங்கே எழுத்துத் துறையிலே இருந்தேன்? மூட்டை தூக்கும் துறையிலே இருந்தேன். என் கருத்துகளுக்குக் கவுரவம் தரப்பட்டது. என் வாழ்க்கை முறை என்னை எழுதுமாறு பிறர்மூலம் தூண்டப்பட்டது. என்னை 'மூட்டை தூக்காதீங்கன்னு' என் எழுத்தை நம்பியவர்கள் கேட்டுக் கொண்டார்கள். இப்பவும் எழுத்துக்குக் கௌரவம் இல்லையென்றால் மறுபடியும் உடல் உழைப்பை மேற்கொள்வேன். இரண்டையும் ஒன்றாகச் செய்யமாட்டேன். செய்ததில்லை.

ஆனா, ஆவன்னா, நீங்க ஆசைப்பட்டா எழுதினீங்க? நறுக்கு நறுக்கென்று தலையிலே குட்டு வாங்கி எழுதினீங்க! அதுமாதிரி பல குட்டுகள் விழுந்துதான் எழுத ஆரம்பிச்சேன். இவ்வளவு நாள் கழிச்சுதான் முடியாது, நான் எழுத மாட்டேன் என்று சொல்கிற தைரியம் வந்திருக்கு. எழுதாமலே இருக்கிற தைரியம் எனக்கு இன்னும் வரலே.

வாழ்க்கையின் தேவை – என்னுடைய வாழ்க்கையின் தேவை இல்லே, பொதுவான வாழ்க்கைக்கு எனது எழுத்து தேவைப்படுவதால், காலிலே விழுகிற மாதிரி, விழுந்தும் பலர் வேண்டியதால்தான் நான் எழுதினேன். அது எந்த மாதிரி கட்டாயம் என்று புரிகிறதா?

இலக்கியத்துக்குச் சம்பந்தம் இல்லாதவர்கள், சம்பந்தம் இருப்பதாகக் காட்டிக் கொள்ளும் மாய்மாலம்தான் மாடர்ன் சொசைட்டியில் நிறைந்து விட்டது. இது நமது பண்பாட்டின் வீழ்ச்சி அன்று. இதைப் புரிந்து கொள்வதிலே தான் நமது பண்பாடு சிறக்கிறது.

பண்பாடு என்பது என்ன? வானத்தில் பிறப்பதா? பண்பாட்டுக்கு ஒரு பெயர் வைக்கணும்னா மொழி தான். ஒரு மொழி மட்டும் அழிவதில்லை. கிரேக்க மொழியும் போச்சு. கிரேக்கக் கலாச்சாரமும்

போச்சு. பிராகிருத மொழியும் போச்சு, அதன் கலாச்சாரமும் போச்சு, இந்தத் தேசத்தில் தான் இப்படி ஒரு மொழியும் உண்டு. இப்படி ஒரு கலாச்சாரமும் உண்டு.

தமிழ்ப் பண்பாடு என்றால் சங்ககாலப் பண்பாடு மட்டும் அன்று. இன்றையத் தமிழர் பண்பாடு சங்ககாலம் தொடங்கி, அதுவே நமது பண்பாடு, எனக்கு நம்முடையது எல்லாமே நன்றாக இருக்கு. என்னமோ வெளித்திசைக் காற்று வந்து மோதுது நம்மோட.. அந்தப் பொய்மை, உலகம் பூரா பரவி இருக்கு. தி என்டையர் அமெரிக்கா அதற்கு இரையாயிடுத்து. நமக்கென்ன, நாம் அவ்வளவு தூரம் பாதிக்கப் படவில்லை. அதுவே நல்லா இருக்குதுன்னு சொல்லிட்டிருக்கான் நம்மூர் அறிவாளி, சிங்கப்பூரையும், அமெரிக்காவையும் பார்த்து திருப்தி அடைகிற இவர்கள் என் தேசத்தைப் பார்த்து எப்படி திருப்தி அடைய முடியும்.

சோவியத் யூனியனின் பொருளாதார சாதனைகளைப் பார்த்து திருப்தி அடைகிறோம். சந்தோஷப்படுகிறோம். அவாவுகிறோம். ஆனால், பண்பாடு நாம் கற்றுத் தருவோமே உலகத்துக்கே. இன்றைய ஆனந்த விகடனைப் பார்த்தா அதிருப்தி அடைவது, இராமாயணம் பிறந்த நாட்டிலே உட்கார்ந்துக் கொண்டு, நான் இருக்கும் தற்காலத்தில் வாழந்து கொண்டு? எதற்கு அதிருப்தி?

இப்ப எல்லாரும் எழுதலாம். அது ஒரு கவர்ச்சிகரமான தொழில் என்று எண்ண வைக்கிற இந்த Forceக்கு நம்மில் எல்லோருமே மாட்டிக் கொள்ளக் கூடாது. இது ஒரு Currupted Force. அதை நீங்க Fight பண்ணனும். இல்லை, நான் வரமாட்டேன் போ என்று சொல்லனும்.

எழுத்தாளன் என்பவனும் எழுத்துக்களை வரைந்து எழுத்தின் மூலமாக எதையோ செய்கிறவன் என்பவனும் வேறு. எல்லாருமே எழுத்தாளர் என்கிறது இந்த Democratic Force. அந்த வியாபார சக்திக்கு அடிமையாவதா? விடுதலை என்பது எல்லா உரிமைகளையும் பயன்படுத்திக் கொள்ளாமையே ஆகும். எல்லா உரிமைகளையும் பயன்படுத்திக் கொள்வதே சுதந்திரம் என்று நினைக்கலாமா?

‘யாதனின் யாதனின் நீங்கியான் நோதல்
அதனின் அதனின் இவன்.

அதனால் தான் சொன்னேன் Negation தான் Freedom என்பதன் ரகசியம்.

இன்றைய மாதிரி திருப்தியான நிலைமை எனக்குக் கிடையாது. இதுவரையிலும் இங்கு ஏமாற்றிக் கொண்டிருந்தவர்கள், இனி ஏமாற்ற முடியாது. அதோ! சூரியன் வந்தாச்சு, மெழுவர்த்தியை மூடி வையுங்கள்.

இந்த நசிவுப் பத்திரிகையெல்லாம் அழியப் போவது, அல்லது அது மேலே ஒரு நல்ல வெளிச்சம் விழப் போறது.

இதை நான் நம்புகிறேன். அதனால பேசாமல் இருக்கேன்.

வெளிச்சம் - ஜுன், 1976

ஐசக் பெஷ்விஸ் சிங்கர்

ஈடிஷ் எழுத்தாளர்

78வயது யூத கதாசிரியர் ஐ.பி.சிங்கர் 1978இல் இலக்கியத்திற்கான நோபெல் பரிசு பெற்றவர்

“போலந்தின் யூத பண்பாட்டு மரபில் வேர் கொண்ட உலக மனித நிலைமைகளை உயிர்பித்துக் கொண்டு வரும் உக்கிரமான கதை சொல்லும் கலை”க்காக இப்பரிசு என நோபெல் கமிட்டி அறிவித்தது. மிகக் குறைந்த வாசகர்களே கொண்ட ஈடிஷ் மொழியில் இன்னமும் எழுதி வரும் ஐ.பி.சிங்கரின் கதைகள் வாசகர்களின் நரம்புகளைக் கையில் பிடித்துக் கொள்பவை. நள்ளிரவில் ஒரு காட்டில் கண் விழித்துப் பார்த்தால், ஒரு வௌவால் கூட்டம் வந்து சூழ்ந்து கொள்வது போல அவரது கதாபாத்திரங்கள் வந்து சூழ்ந்து கொள்ளும் என்று சொல்வது உண்டு. உலகப் போருக்கு முன்னால் இருந்த போலந்து நாட்டின் ஒரு சின்ன யூத மக்கள் கூட்டத்தை மனதில் வைத்து, அவர்கள் இன்னமும் வாழவது போல எழுதி வருகிறார். 1904இல் போலந்தில் ஒரு யூத மதகுருவுக்கு மகனாய்ப் பிறந்த இவர், ஹிட்லர் பதவிக்கு வந்த பிறகு, யூத மக்களுக்கு இழைக்கப்பட்ட கொடுமை தாளாமல் 1935இல் அமெரிக்கா சென்று குடியேறினார். கடந்த 40 ஆண்டுகளுக்கு மேலாக அவர் அமெரிக்காவில் வாழ்ந்து வந்த போதிலும், அவரது கதைகள் அவர் பிரிந்து வந்த போலந்தின் கிராமத்தில் தான் நடக்கின்றன. ‘கிம்பல் என்னும் முட்டாள்’ ‘கோரேவில் சாத்தான், ‘எங்கள் தந்தையர் உலகம்‘ ஆகியவை அவரது பிரபலமான படைப்புகள். எண்ணற்ற சிறுகதைகள் பிறமொழிகளில் மொழி பெயர்க்கப்பட்டுள்ளன. அவரிடம் கேட்ட சில வினாக்களுக்கு அவர் கொடுத்த விடைகள் நாம் அவரை மேலும் புரிந்து கொள்ள உதவும். சந்திக்கலாமா அவரை?

- **உங்கள் முதல் புத்தகம் பற்றிச் சொல்லுங்கள்?**

எனக்கு 26, 27 வயது இருக்கும் போது எனது சிறுகதைகளின் தொகுதி ஒன்று ஈடிஷ் மொழியில் வெளியிட ஒப்புக் கொள்ளப்பட்டது அச்சுக்கோத்து, புரூப் என்னிடம் தரப்பட்டது. படித்துப் பார்த்தேன். அது என்னுடைய புத்தகமாக இருக்கப் போவதில்லை என்ற தோன்றியது. நான் அதை வெளியிட வேண்டாம் என வெளியீட்டாளரிடம் சொன்ன போது அவர் கொதித்தார். அந்த நாளில் ஈடிஷ் வெளியீட்டாளர்கள் கோடிசுவரர்களாக இருந்ததில்லை. அதற்கு நஷ்ட ஈடாக அவருக்கு இரண்டு நூல்களை ஜெர்மனியிலிருந்து மொழி பெயர்த்துக் கொடுத்தேன்.அதன் பிறகு 28 ஆண்டுகள் பொறுத்திருந்த பின்னரே என் முதல் புத்தகத்தை வெளியிட்டேன்.

- **உங்களது அந்தக் காலத்து வாசகர்களைப் பற்றி?**

அப்போது ஈடிஷ் வாசகர்கள், பிற ஆங்கில, பிரெஞ்சு ஹிப்ரு வாசகர்களைப் போல பண்பட்டவர்களாக இல்லை. இருப்பினும் நான் எனக்குள் சொல்லிக் கொண்டேன். வென்றாலும், தோற்றாலும் இது தான் எனது மொழி, தீர்க்கமான முடிவோடு சோர்வின்றி என்ன நடந்தாலும் பரவாயில்லை என்று நான் எழுதக் கொண்டே போனேன்.

- **ஆங்கில வாசகர்களையும், ஈடிஷ் வாசகர்களையும் பற்றி என்ன நினைக்கிறீர்கள்?**

நான் வாசகர்களைப் பற்றி நினைப்பதே இல்லை. கதையைப் பற்றித்தான் நினைக்கிறேன். நான்தான் எனது முதல் வாசகன். என்னைத் திருப்திப்படுத்துவது என்பது மிகவும் கடினமானது. ஒரு கதை என்னை திருப்தி செய்யாவிட்டால் எனக்கொரு நல்ல நண்பர் என் மேசைக்கடியில் இருக்கிறார் அவர் தான் குப்பைக்கூடை.

- **நிறைய கதைகள் அப்படி முடிந்து விடுவது உண்டா?**

நிறைய நிறைய... என் வாசகர்கள் என்னைக் காட்டிலும் புத்திசாலிகள் என்று நான் நம்புகிறேன். எனக்கு வாழ்க்கையைப் பற்றித் தெரிந்ததைக் காட்டிலும் அவர்களுக்கு வாழ்க்கையைப் பற்றித் தெரியும். நான் அவர்களிடம் கீழே குனிந்து பேசுவது இல்லை. நான் அவர்களுக்கு ஏதேனும் சொல்லித் தீர வேண்டும் என்றும் உணர்வதில்லை. நிறைய எழுத்தாளர்கள் தாங்கள் மிக உயர்ந்தவர்கள் என்றும் தாழ்ந்த வாசகர்களினால்

தங்களைப் புரிந்து கொள்ள முடியாமல் போய் விடுமோ என்றும் அஞ்சுகிறார்கள். இந்த மாயை என்னிடம் கொஞ்சமும் கிடையாது.

* ஜே.ம்.ஸ் ஜாய்ஸைப் பற்றி ஒரு முறை நீங்கள் இதைத் தான் சொன்னீர்களா?

இன்று ஹென்றி மில்லரை யதேச்சையாக பிரித்த போது தான் ஜாய்ஸைப் பற்றி என்ன சொன்னேனோ அதையே அவரும் சொல்லியிருப்பது கண்டு பிரமித்தேன். அவர் பேராசியர்களுக்காக எழுதும் எழுத்தாளர், விளக்கம் தரப்படுவதற்காகவும், அடிக்குறிப்பு தரப்படுவதற்காகவும் மேதாவித்தனமான ஆராய்ச்சிகளுக்காகவும் எழுதினார். என்னைப் பொறுத்த மட்டிலும், நல்ல இலக்கியம் போதிக்கத்தான் செய்யும், ஆனால் அதே நேரத்தில் அது உன்னை மகிழ்விக்கவும் செய்யும். உண்மையான எழுத்தாளன் உன்னை ஹிப்னானடைஸ் பண்ணுகிறான். அதனாலேயே நீ அவனைப் படிக்கிறாய். அவனது படைப்பு நீ தொடர்ந்து சாப்பிட்டுக் கொண்டே இருக்கத் தூண்டும் ஒரு சுவையான உணவு. உண்மையில் நல்ல எழுத்தாளனுக்கு விளக்கம் ஏதும் தேவையில்லை. டால்ஸ்டாய், செக்காவ் மாபசான் போன்றவர்களுக்கு விளக்கம் சொல்லும் அறிஞர்கள் யாரும் இல்லை. ஜாய்சின் சீடர்கள் மேதாவித்தனம் மிக்கவர்கள். அல்லது மேதாவியாகப் போகிறவர்கள். இந்த வகை எழுத்து எனக்குப் பிடித்தமானதல்ல.

* ஆனால் உங்கள் கதைகள் வாசகர்களை மகிழ்விப்பதோடு நின்று விடுவது இல்லையா?

வாசகர்களை மகிழ்விப்பது ஒன்று தான் எழுத்தின் குறிக்கோள் என்று நான் என்றைக்கும் சொன்னதில்லை. ஆனால் எழுத்தின் குறிக்கோளில் முதன்மையானது அது. ஒரு ஓட்டலில் முதல் தர முக்கியத்துவம் வாய்ந்தது அங்குள்ள நல்ல உணவு. மற்றவை பின்னால் தான் வருகின்றன. எழுத்தின் குறைந்தபட்ச தேவை மகிழ்விப்பது. அது கட்டாயம் தேவை. அன்னா கரினாவை எடுத்துக் கொண்டால் அதிக சிறப்பான தத்துவம் எதுவும் கிடையாது. ஆனால் அந்தக் கதை மிகவும் உன்னதமானது. அதைப் பொறுத்தே அது நிலைத்து நின்று விடுகிறது. மோசமான கதைகள் தான் தாங்கள் சொல்ல வந்த செய்தியின் மீது சாய்ந்து கொண்டு நிற்கின்றன.

- சாதாரண சலவைத் தொழிலாளிகூட உங்கள் வாசகராக இருப்பதின் காரணம் என்ன?

உண்மை என்னவென்றால் எனக்கு வாழ்க்கையைப் பற்றித் தெரிந்திருக்கிற அளவுக்கு சலவைத் தொழிலாளிக்கும் தெரிந்திருக்கிறது. அவருக்கு ஹீப்ரு தெரியாது. அராபி தெரியாது. ஆனால் வாழ்க்கையைத் தெரியும். உண்மையான எழுத்தாளன் தன் சொற்களால் எல்லோரையுமே தொட முடியும்.

எனது நண்பர் ஒரு முறை சொன்னார் "ஒரு பன்றி குப்பை கூளத்தைத்தான் தின்னும். ஆனால் ஒரு கேக் துண்டை நீங்கள் கொடுத்தால் அதையும் சாப்பிடத்தான் செய்யும்" பன்றியைப் போன்ற ஒன்று நம் ஒவ்வொருவரிடமும் இருக்கிறது.

மாமிசப் படைப்பு / நாஞ்சில் நாடன்

ஒரு கோடைகால இரவில், நானும் நாஞ்சில் நாடனும் பம்பாயிலுள்ள 'மகேஸ்வரி உத்யான்' பூங்காவில் பேசிக் கொண்டிருந்து விட்டு, எதிரில் உள்ள இராணி ஓட்டலுக்கு வந்து தேநீர் அருந்திக் கொண்டிருந்த போது, அவர் இந்த 'மாமிசப் படைப்பின்' பிரசவ வேதனையை உணரத் தலைப்பட்டார்.

கொஞ்ச நாளில் இந்த நாவல் தன் முழுவடிவத்துடன், கழுவிச் சுத்தம் செய்யப்பட்ட பச்சிளம் குழந்தையாக என் கையில் கொடுக்கப்பட்ட போது, இது வரையிலும் நாஞ்சில் நாடனின் உள்ளே இருந்த, ஆனால் என்னால் கண்டுணராப்படாத, ஓர் உள் உலகம் முழு ஜீவத்துடிப்புடன் என் கையில் புரளும் விந்தையில் மயிர்க்கூச்செறிந்தேன்.

கடவுள் மண்ணையும், காற்றையும் ஊதி முதல் மனிதனைப் படைத்தார் என்று சொல்வதுண்டு. நாஞ்சில் நாடன் தனது காலடிக்குக் கீழே உள்ள கன்னியாகுமரி மாவட்டத்திலே மண்ணெடுத்து, நம் உதிரப் புனலிலே உண்மைச் சேர்த்துப் படைத்ததே இந்த நாவல்.

நோபெல் பரிசு பெற்ற 77 வயது ஐ.பி சிங்கரிடம் "நீங்கள் ஏன் எப்போதும் உங்களது சின்னஞ்சிறு வட்டமான யூத மக்களைப் பற்றி மட்டுமே எழுதுகிறீர்கள்?" என்று கேட்கப்பட்ட போது அவர் சொன்னார்.

"உண்மையான கதாபாத்திரங்கள் உண்மையான மக்களிடமிருந்தே பிறக்கின்றன. உண்மையான மக்களுக்கு ஆழமான வேர் உண்டு. வெறுமனே ஒரு பொதுவான மனிதனைப் பற்றி ஒரு நாவல் எழுதிவிட முடியாது. அதற்காக தனக்கென ஒரு முகவரி உள்ள ஓர் ஆணையோ பெண்ணையோ தேர்ந்தெடுக்க வேண்டும். இதனால்

தான், உண்மையான எழுத்தாளர்கள் தங்களுக்குச் சொந்தமான சூழலிலேயே, தங்களுக்குச் சொந்தமான மூலையிலேயே தங்கி விடுகிறார்கள்"

கிட்டத்தட்ட 10 ஆண்டுகளாக பம்பாயில் வாழ்ந்து வரும் நாஞ்சில் நாடன் இதுவரையிலும் பம்பாயின் பின்னணியில் ஒரு கதையாவது எழுதியிருக்கிறாரா என்று தேடித்தான் பார்க்க வேண்டும். தனது கதைக் கருவின் ஆன்மாவை அறிந்திருந்தாலன்றி, அது பற்றி எழுதத் துணியாத ஓர் இலக்கிய நேர்மை அவரிடம் உண்டு. இதனால் தான் இந்த நாவலைப் படித்துச் செல்கிற போது, நாம் நாஞ் சில் மண்ணிலேயே, வயலும் வயல் சார்ந்த மருதநிலத்தில் ஒரு வாழ்க்கை வாழ்ந்து விடுகிறோம். நாஞ்சில் நாடன் இந்த நாவலன் படைப்பாளியா அல்லது பங்காளியா என்ற சந்தேகம் நமக்கு வந்து விடுகிறது .சாமியாடி கண்டதாக இவர் வர்ணிக்கும் கனவைக் கூட உண்மையிலேயே நாஞ்சில் நாடன் தான் கண்டிருப்பாரோ என எண்ணத் தூண்டும் எழுத்துச் சன்னதம்!

இந்த நாவலில் இவர் தொழில் திறமையைக் காட்டுதல் பொருட்டு எந்தவிதத் தனிக் கவனமும் எடுத்துக் கொள்ளவில்லை. இவர் சொல்ல வரும் செய்திக்கு என்ன தொண்டு செய்யலாம் என்று இவரது எழுத்து வித்தை கைகட்டிக் காத்து நிற்கிறது.

தனக்கும், தன் காலத்துக்கும் மண்ணுக்கும் உண்மையாக இருத்தலே தன் வாக்கை ஒளிபெறச் செய்யும் ஒரே உத்தி முறை எனும் நாஞ் சில் நாடனின் நம்பிக்கையின் ஒரு வெளிப்பாடு தான். இவரது வட்டார வழக்கு. தன் எழுத்தில் தனா முழு அடையாளத்துடன் இருக்க வேண்டும் எனும் வைராக்கியம் தான் மழை பெய்ததும் எழும் மண் வாசனை போல இந்நூல் முழுவதும் பரவி இருக்கும் நாஞ்சில் நாட்டு மொழி மணம்.

மானுடத்தின் மீது மாறாத அன்பு எனும் பதாகையின் கீழ் எழுதி வரும் இந்தப் படைப்பாளி, அந்த மனிதனுக்கு ஏதேனும் சோதனைகள் வருமாயின், சாதி, மதம், பணம், படிப்பு, ஒழுக்கம், அரசியல் என்று எதன் பெயராலாயினும் அதை எதிர்த்துக் குரல் கொடுக்கத் தயங்காதவர்.

'போராடும் எழுத்துக்களே நல்ல எழுத்துக்கள்' என்று மூான் பால் சார்த்தச் சொன்னதின் படி பார்த்தால், நாஞ்சில் நாடனின் 'மாமிசப் படைப்பு' ஒரு போராடும் எழுத்து; உயர்ந்த எழுத்து.

நவம்பர் 1981

ஜி.கே எழுதிய மர்ம நாவல் / தமிழவன்

கலை என்பது வெறும் அழகியல் அனுபவம் மட்டுமல்ல. உலகை அறிந்து கொள்ளும் ஒரு செயல்பாடும் கூடத்தான். கதை சொல்லும் கலையிலும் இதுவே தான் நிகழ்கிறது. ஒரு கதை சொல்லப்படுகிற போது கதை சொல்லிக்கென ஒரு இடம் கதை கேட்பவனுக்கென ஒரு இடம், இவ்விருவருக்கும் சமூகத்தில் கொடுக்கப்படும் ஒரு இடம் ஆகியவை ஸ்தாபிக்கப்படுகின்றன. தமிழவன் ஒரு இலக்கிய விமர்சகராக இருந்தாலும், தீவிர வாசகராக இருந்தாலும், ஒரு படைப்பிலக்கியவாதியாக இருந்தாலும் அவரும் இச்சமூகத்தின் ஒரு அங்கமாக இருக்கிற காரணத்தால், அவர் சொல்லுகிற கதை, அவருக்கும், சமூகத்துக்குமிடையே ஒரு உரையாடலை உருவாக்கக் காரணமாகி விடுகிறது.

'ஜி.கே எழுதிய மர்ம நாவல்' வரலாற்றையும் புனைவையும் திட்டமிட்டுக் கலந்து வாசகனைக் கவர முயல்கிறது. சொல்லப் போனால் புனைகதை. வரலாறு, ஆகிய இரண்டுமே தங்களுக்கேயான காலம், இடம், மனிதர்கள் பொருட்கள் ஆகியவற்றைத் தங்களுக்கே உரித்தான வெளிச்சத்தில் உருவாக்கிக் காட்டும் குணாதிசயம் கொண்டவைதான். இரண்டிலுமே ஒரு கதை சொல்லி இருந்துச் செயல்படவே செய்கிறான். தமிழவன் வரலாற்றில் காணக்கிடைக்கும் பெயர்கள், தகவல்கள் ஆகியவற்றை அக்கறையுடன் சேகரித்து படைப்பாளிக்கே உரித்தான கற்பனையின் நீரை ஊற்றிப் பிசைந்து, தனது புனைகதையைக் கட்டி எழுப்புகிற போது அதனூடாகச் சில விழுமியங்களை விமர்சனத்துகுள்ளாக்குகிற, சிலவற்றை உயர்த்திப் பிடிக்கிற செயல்பாடும் நிறைவேறி விடுகிறது.

'ஜி.கே. எழுதிய மர்ம நாவல்' எனும் தலைப்பிலேயே தமிழவன் ஒரு வினாவை வாசகன் எழுப்புமாறு செய்து விடுகிறார்.

“இந்த ஜி.கே. யார்?”

இந்த மொத்தப் புதினத்தையும் ஒரு கனவு என்று எடுத்துக் கொண்டோமென்றால் அந்தக் கனவைக் காண்கிற மனிதன் தான் ஜி.கே. இந்தப் புதினம் ஒரு புனைவென்றால் அந்த ஜி.கே. வும் ஒரு புனைவு தான். ஆனால் கனவு காண்கிற ஜி.கே.வைக் கனவு காண்பவர் தமிழவன். இப்புதினத்தை எழுதியது யார் என்கிற வினாவை வாசகன் மனதில் எழுப்பி, துப்பறியும் செயல்பாட்டில் வாசகனை ஈடுபடுத்தி விடுகிறார் அவர். இந்த முயற்சியில் அவர் எதிரும் புதிருமான இரண்டு வேலைகளைச் செய்கிறார்.

காலவரிசைப்படி அமைந்த நேர்க்கோட்டுக் கதைப் பின்னலை மேற்கொள்ளுவதின் மூலமாக, வாசகனைத் தனது கதையோட்டத்தில் கவர்ந்திழுக்க முயற்சிக்கும் அதே நேரத்தில், தான் சொல்லி வரும் கதையில் வாசகன் தன்னை முழுமையாக ஈடுபடுத்திக் கொள்ள முடியாதவாறும் இடையூறு செய்கிறார். கதையோட்டத்தின் இடைஇடையே ‘குறிப்புகள்’ என்ற பெயரில் பல இடைச் செருகல்களையும் வைத்து புதுக்கதையின் நேர்க்கோட்டுத் தன்மையைச் சிதறடிக்கிறார். புனைகதை முழுவதும் தான் தேர்ந்தெடுத்துக் கொண்ட ஊடகம் குறித்த பிரக்ஞையுடனேயே செயல்படுகிறார். கிரந்தக் கோயிலும், சுருங்கையின் மர்மப் பாதைகளும், அரசர்களும், புத்த பிட்சுகளும் நிறைந்த ஒரு பழங்காலத்தில் கதை நிகழ்கிறதென்றால், அகச்சான்றுகளும், புறச்சான்றுகளும் தேடி அலையும் ஆய்வாளர்கள் மலிந்த நிகழ்காலத்தில் ‘குறிப்புகள்’ இடம் பெறுகின்றுன.

மரங்கள் மனித முகங்கள் போல் தோற்றம் கொள்வதிலும் மனிதர்கள் சிலரின் மூக்கறுபட்டும் கண்கள் அறுபட்டுத் தொங்கியும் காணப்படும் கதையுலகில் தன்னை இழந்து சஞ் சரிக்கும் வாசகனை வேறொரு தளத்திற்குக் கொண்டு வந்து சஞ்சரிக்க வைக்கிறார். எல்லாம் விளையாட்டுத்தனமாகத்தான்

இங்குக் கதை சொல்லி என்பவர், எல்லாவற்றிற்கும் தன்னிடம் விடை வைத்திருக்கிற ஒருவர் என்கிற நிலையிலிருந்து நழுவி நிற்கிறார். தன்னை ஒரு பலவீனன் என்று வர்ணித்துக் கொள்ளும் அவர், பன்முகப் பார்வைகளை வாசகன் முன் வைப்பதின் மூலமாக, முரண்கள் குறித்த முடிவுகளை வாசகனே எடுத்துக் கொள்ளுமாறு விட்டு விடுகிறார்.

ஐஸ் பெட்டிக்குள் எழுத்து

அவர் இறந்து போனபோது அவருக்கு வயது 81. ஐஸ் பெட்டிக்குள் அவரது உடலை வந்து பார்த்தவர் பலர், "அப்படியே தூங்குறா மாதிரி இருக்கிறாரே" என்று ஒருவருக்கொருவர் பேசிக் கொண்டார்கள்.

"காலையிலேதானே பார்த்தேன்; பால் வாங்க வந்திருந்தாரே", என்றும் "பேப்பர் கடையிலே விகடன் வாங்கி அங்கேயே நின்னு படிச்சிட்டிருந்தாரே" என்றும், பலரும் பேசிக் கொண்டிருக்கும்போதே ரோஜா மாலை ஒன்றைத் தூக்கியபடி ஆட்டோ ஸ்டேண்ட்காரர்கள் வந்து விட்டார்கள். கும்பலாகப் போய் மாலை போட்டு மரியாதை செலுத்தி விட்டு வந்தார்கள்.

"தங்கமான மனுஷன் சார்... எங்க கிட்ட பேரமே பேச மாட்டாரு.... நீ என்ன பெருசா கொள்ளையடிச்சிட போற... அதிகம் போனா இருபது ரூபா மேல வாங்கிடுவியான்னு கேப்பாரு.... மருந்துக்கடைக்காரன் கிட்ட நான் ஏமாறுறத விடவா உங்கிட்ட ஏமாந்துடப் போறேன்னு சொல்வாறு... இத போல மனுஷன்லாம் கெடைக்க மாட்டாங்க சார்".

சரி... இப்படிபட்ட அந்த மகான் என்னதான் வேல செஞ் சாரு?

"அவரு வேலைக்கின்னு போனது கிடையாதுங்க......... சதாகாலமும் படிப்பு படிப்பு படிப்பு......தான் ஒரு பெரிய எழுத்தாளர்னு அவருக்குத் தெரியும்......கால நேரம் பாக்காமெ எழுதிகிட்டே கெடப்பாரு மனுஷன்......சில நாள்ள சாயங்காலம் கொஞ்சம் பிராந்தி சாப்பிட்டிட்டு உக்காந்தார்னா.....ராத்திரி முழுக்க எழுதி விடிகாலை அஞ்சுமணிக்கு தூங்கியிருப்பாரு...எங்கக்காதான் டீச்சர் வேலை செஞ்சு காப்பாத்திச்சு அவரை. .....ஆனா

எங்கக்காக்கு அவர ரொம்பப் பிடிக்கும்....அவரோட சமையல்னா அது உசிர விட்டுடும்...அவ்வளோ நல்லா சமைப்பாரு....அக்காவுக்கு பெருமாள் மேல பக்தி அதிகம்......ஆனா அவரு கடவுளாவது மசிராவதுன்னு உதாசீனமா பேசுவாரு...ஆனாலும் அக்காவுக்குக் கோவமே வராது ....அக்கா ரிடயர்மெண்டு வாங்கினப்பறம்கூட அதோட பென்ஷன்லதான் அவரும் வாழ்ந்தாரு..." அவரது மைத்துனன் தன் அலுவலக நண்பர்களிடம் தன் மாமனின் மகாத்மியத்தை உரக்கச் சொல்லிக் கொண்டிருந்தான்.

" ஓ எழுத்தாளரா......அதான் மொகத்தில களை தெரியுது." இதைச் சொன்ன அசடு யாரென்று ஒரு சிலர் திரும்பிப் பார்த்தார்கள்.

ஒரு எழுத்தாளன் செத்துப் போவது ஒன்னும் அவ்வளவு பெரிய காரியமாக அங்கே யாருக்கும் தெரியவில்லை.....குடும்பப் பொறுப்பு இல்லாமல் 81 வயது வரை ஒரு மனிதன் வாழ்ந்து இருக்கிறான் என்றால் அவன் என்னத்த எழுதி , என்ன பிரயோஜனம்? பூமிக்கு பாரம் ...அவ்வளோதான் சொல்ல முடியும். எழுதறதையாவது எதையாவது சுவாரஸ்யமா எழுதித் தொலைச்சாரா? இல்லையே.... இல்லாத ஊர் வம்பையெல்லாம் தன்னோட நாவல்ல கொண்டு வந்து கொட்டிக்குவார். இப்படித்தான் " கல்பனாவின் கனவு"ன்ற நாவல்ல எமெர்ஜென்சிய எக்குத் தப்பா விமர்சனம் செய்து எழுதிவிட்டு உள்ளே தூக்கி வெச்சிட்டாங்க......சரி எல்லாரும் செய்யிறா மாதிரி ஒரு மன்னிப்புக் கடிதம் எழுதிக் கொடுத்து விட்டு வெளியே வருவாரா என்றால் அதுவும் இல்லை...." கிரிமினல்களே மன்னிப்புக் கேட்காத நாட்டில் ஒரு சத்தியத்தை எழுதியதற்காக நல்ல குடிமகனான நான் மன்னிப்பு கேட்க முடியாது", என்று மறுத்து விட்டார்.

அவரது பேரப்பிள்ளைகள் அவரை மதித்ததில்லை....50 பைசா சம்பாதிக்காத ஒரு கிழவனை மதிக்க வேண்டிய கட்டாயம் அவர்களுக்கு இல்லை. சரி அதுதான் போகட்டும்...அவர் ஒரு மகா கலைஞன் என்று சிறுபத்திரிகை உலகிலாவது ஒரு பேச்சு அடிபடுவது உண்டா என்றால் அதுவும் கிடையாது....அவரை திட்டமிட்டு இருட்டடிப்பு செய்கிறார்கள் என்று புலம்புவதற்குக் கூட அவருக்கென்று சீடர்கள் யாரையும் அவர் வைத்துக் கொள்ளவில்லை....தனக்காக சீடர்களைக் கட்டுவதில் அவர் சமர்த்தர் இல்லை.

அது சரி, விருதுகள் ஏதாவது வாங்கியிருக்காறா ?..." விருதுக்கு நம்பளே நம்ம புஸ்தகம் அனுப்பி விருது வாங்கக் கூடாதுன்னு சொல்லுவார்,....நீ ஒரு சிறந்த எழுத்தாளன்யான்னு அவங்களே தேடி வந்து விருது கொடுக்கனும்.....விருது குடுக்கறவனுக்கே நம்மளை தெரியலைனா வெட்கக் கேடு......அவனுக்கு மட்டுமில்லை... எனக்கும்தான்..".

அப்ப எந்த கோட்டைய பிடிக்கறதுக்காக சதா சர்வகாலமும் எழுத்தும் கையுமாக இருந்தார் ?

அவர் அடிக்கடி சொல்லுவார்:

" தெருவுல அலையிற பைத்தியக்காரன், கண்ட குப்பைய எடுத்து ரத்தினக் குவியலா நெனச்சு, மூட்டை கட்டிக்கிட்டு அலைகிறானே....அவன்கிட்ட போய் கேளுங்கையா ஏண்டா இப்படி செய்றேன்னு....அதே போல்தான் நானும்......என்ன அவன் குப்பைய பொருக்கறான்.......நான் வார்த்தைய பொருக்கறேன்."

முதல்நாள் இரவு 8 மணிக்கு இறந்து போனவரின் உடம்பு தாங்காது என்பதால் இன்று இரண்டு மூணு மணிக்கெல்லாம் இறுதி ஊர்வலத்துக்கு ஏற்பாடு செய்து விட்டார்கள். பாடை கட்டுபவர்கள் வந்து விட்டார்கள். ஈமக்கிரியைகளைச் செய்ய பண்டாரமும் சங்கும் கையுமாக வந்து சேர்ந்தாச்சு. எழுத்தாளரின் மகன் மீசை எடுத்து ஈரத்துணியோடு வந்து நின்றாயிற்று. மைத்துனர் முன்னின்று எல்லா சடங்குகளும் சரியாக நடைபெறுகிறதா என்று மேற்பார்வை பார்த்தபடி நிலை கொள்ளாமல் உள்ளேயும் வெளியேயும் அலைந்து கொண்டிருந்தார்.

வாசலில் மரப் பெஞ்சைப் போட்டு விட்டார்கள். அவரைச் சுற்றி அமர்ந்திருந்த பெண்களெல்லாம் புலம்ப உடம்பை தூக்க முடியாமல் தூக்கி வந்து கிடத்தியாயிற்று. அவரது மனைவி தலை நிறைய பூவும் பொட்டுமாய் வந்து உட்கார்ந்தார்கள்.

அவருக்கு குடம் குடமாய் நீர் ஊற்றி சுத்தம் செய்தாகி விட்டது..பண்டாரம் நல்ல கணிர் குரலில் பாடத் தொடங்கி விட்டான். நாமத்தை நன்றாகக் குழைத்து அவர் நெற்றியில் சாத்தினான். நாமம் அவரது நெற்றியில் பளீரெனத் துலங்கியது.

தூரத்தில் மரநிழலில் நின்று கொண்டிருந்த பரம வாசகர் ஒருவர் முகத்தைத் திருப்பிக் கொண்டார். "என்னங்க இது? இந்த அநியாயத்தைக் கேட்க ஆளில்லையா?....தன்னோட கதை

247

முழுக்க கடவுள் இல்லைனும், மதங்களும் கோயிலும் மக்கள ஏமாத்துதுன்னும் சலியாது எழுதி வந்த எழுத்தாளன் செத்துப் போனா நாமம் போட்டுடுவீங்களாயா ? " சவப்பெட்டி " என்ற தனது சிறுகதை ஒன்றில் செத்த பிறகு ஒரு மனிதனுக்கு நேரும் அவமானங்களை நெஞ்சிலே ஆணி இறங்குறா மாதிரி எழுதி இருந்த புரட்சிகர எழுத்தாளனுக்கு செத்த பிறகு ஏன்யா நாமம் போடுறீங்கன்னு கேக்க இங்க ஒரு வாசகன்கூடவா இல்லாம போயிட்டான் ?"

எனக்குப் பிடிக்காத மதச் சின்னத்தை ஏண்டா என் நெத்தியில போடறீங்கன்னு கேட்க எழுத்தாளர் பாடையிலிருந்து எழுந்து வர மாட்டார் என்ற ஒரே தைரியம்தான் எல்லோருக்கும்.

லட்சிய வெறியோடு அவரது புத்தகத்தை வெளியிட்டு கைக்காசை இழந்த பதிப்பாளரும் அங்கே வந்திருந்தார். மாநிறமாய் டயபடீசில் அடிபட்டவர்போல இளைத்து பலகீனமாய்க் காணப்பட்டார் அவர். கண்கள் அழுது அழுது சிவந்திருந்தன. தனக்கு பக்கத்தில் இருந்த *30* ஆண்டுகளாக எழுதி வரும் மூத்த துணுக்கு எழுத்தாளர் ஒருவரிடம் மனம் விட்டு பேசிக் கொண்டிருந்தார்.

" தமிழ் நாட்டோட சல்மான் ருஷ்டீ சார் அவரு...அவரோட நாலு புஸ்தகத்தையும் நாந்தான் வெளியிட்டேன்....ஒவ்வொன்னும் *800* பக்கம்....மகா காவியம் சார் ஒவ்வொன்னும்....தமிழனோட மூட நம்பிக்கையையும், மதம்ன்ற பேர்ல இங்க நடக்கிற முட்டாள்தனத்தையும் கிண்டலடிச்சு சிரிக்கறதுல அவர அடிச்சிக்க முடியாது சார்..... இதெல்லாம் யாருக்கு சார் தெரியும்?... நான் சொல்றேன் பாருங்க..... எழுத்தாளனோட ஆன்மாவைப் புரிஞ்சிக்காத நாட்டில புல் பூண்டு கூட மொளைக்காது சார்."

அவர் கொடுத்த சாபத்தில் அங்கே இஷ்டத்தும் பச்சைப் பசேலென வளர்ந்திருந்த புற்களெல்லாம் ஏனோ கருகிப் போனது போலத் தெரிந்தது.

வைரமுத்து சிறுகதைகள் / வைரமுத்து

இன்று நவீன சிறுகதை எனும் – கண்ணாடிக் குழம்பில் காற்றூதி சிற்பங்கள் செய்யும் – கலை வடிவைக் கையில் எடுத்திருக்கிறார் கவிஞர் வைரமுத்து.

இசைத் தமிழில் சுரம், தாளம், சுருதி, ஸ்தாயி எப்படியோ அப்படித்தான் ஒரு சிறுகதைக்கு கதைக் கரு, வடிவம், வெளிப்பாடு ஆகியவை. வைரமுத்துவின் சிறுகதைகளைப் படிக்கிறபோது அவர் இவை குறித்த கேள்விகளைத் தனக்குள் எழுப்பி, தனது கதைகளில் எழுத்து ரீதியான விடைகளைக் காண முயன்றிருக்கிறார்.

வாழ்க்கை குறித்த நெருக்கடிகளை பல்வேறு கோணங்களில் பேசுவதுதான் சிறுகதைகளின் ஜென்ம ரகசியம். வைரமுத்துவின் கதைகளும் இதையே செய்கின்றன. ஒவ்வொரு கதைக்கும் வித விதமான கதைக் கரு. ஒவ்வொரு கதைக் கருவுக்கும் வித விதமான பிரத்தியேக மொழிநடை. கதைகளுக்குள் பல விழுமியங்களின் போராட்டம் – ஆகியவற்றின் மூலமாக சரி / தவறு என்கிற வாதப் பிரதிவாதங்களை வாசகன் எழுப்ப வழி செய்கிறார்.

நிம்மதியாய் ஓடும் ஆற்றில் நீரள்ளிக் குடிக்கையில் மனிதனின் நிழல் நீரில் தெரிவதுபோல் பல்வேறு மொழிநடைகளை கவனத்தோடு அவர் கையாள்கையிலும் அந்த மொழிநடையில் வைரமுத்து எனும் கவிஞனின் நிழல் படிவதை அவரால் தவிர்க்க முடியவில்லை.

சிற்பம்

நவீன சிற்பம்

நவீனத்துவம் x இந்தியத்தளம்

தற்கால ஓவியன் அல்லது சிற்பி, தனது கலைப் படைப்பில் ஈடுபடுகிற போதே, இந்த மண்ணின் பல்லாயிரக்கணக்கான ஆண்டுகளின் கலை மரபுகள் அவனைச் சூழ்ந்திருந்து, இன்றும் வாழும் கலை மரபுகளாக அவன் மீது ரேகை பதிக்கின்றன. இந்தியக் கலைஞன் தன்னை அறியாமலேயே இந்த மண்ணின் மரபுகளைச் சுவாசிக்கிறான். செவ்வியல் கலை மரபுகள், பழமையான இலக்கியங்கள் பேசும் கலைக் கோட்பாடுகள், இன்றும் வாழும் நாட்டுப்புற மக்கள் கலைகள், இதுவரை அதிகமாக வெளிச்சத்திற்கு வராத மலையின மக்களின் கலைகள் என்று பல்வேறு அகமரபுகள் அவனது கலை வெளிப்பாடுகளை பாதிக்கின்றன.

உதாரணமாக, தற்காலக் கலைஞன் ஒருவன் நவீனமான முறையில் ஒரு மனித வடிவத்தைப் படைக்க முற்படுகிற போது, அவனுக்கு முன்னால், கீழ்வாலை குகை ஓவியங்களின் ஒல்லியான உருவங்கள், தஞ்சாவூரின் சுவரோவியங்களில் வேகம் கூட்டிச் சுழன்றாடும் நடன நங்கை, கூர்மையான நாசியும், நீண்ட முகமும் கொண்ட சமண சிற்றோவிய உருவங்கள், மீன் விழி கொண்ட பஹாரி ஓவியப் பெண்கள், நளினமற்ற உடம்புகளுடன், கை கூப்பி நிற்கும் நாயக்கர் கால ஓவிய நங்கையர் என்று அவனது அகமரபு வந்து நின்று வழி மறிக்கிறது எல்லாவற்றையும் அவனது முன்னோர்கள் சாதித்து முடித்து விட்டார்களோ என்கிற ஐயம் கூட அவனுக்கு வந்துவிடுகிறது.

ஆனால் தற்கால கலைஞனின் மிகப் பெரிய பலமாகிய அவனது தேடல் தாகம் அவனைச் சோர்ந்து போக விடுவதில்லை. இந்தத் தொழில் நுட்பயுகம் அவனுக்கு அளித்த ஒரு ஜோடிக் கண்கள் அவனை இந்த உலகைப் புதிய முறையில் பார்க்க உதவி செய்கின்றன. இது படைப்பு

ரீதியான ஒரு புதிய வரையறைக்கு நான் பார்க்கும் உருவத்தை உட்படுத்துகிறது. வெட்டிப் பிரிக்கிறது. வடிவத்தை வடிகட்டுகிறது. இதனால் காலந்தோறும் மனித வடிவம் மாறாமல் இருந்த வந்த போதிலும் அதனைப் பார்க்கிற கலைஞனின் பார்வை காலந்தோறும் மாறி வந்திருக்கிறது. இந்த மாற்றம் எப்படி அந்த கலைஞனை வந்து தாக்கும் புறமரபுகள் பாதிக்கின்றனவோ, அதே அளவுக்கு அவனது அகமரபுகளும் அவனை பாதிக்கின்றன.

தற்காலச் சிற்ப என்பது பல்வேறு புதிய வரையறைகளையும் பெற்று விடுகிறது. இந்தியாவின் தற்காலச் சிற்ப வெளிப்பாட்டிற்குக் கணிசமான பங்களித்த ராம் கிங்கர் பய்ஜ், தேவி பிரசாத் ராய் சௌதுரி என்று தொடரும் சிற்பிகள் பலரும் இந்தியாவின் தற்காலச் சிற்பத்திற்கு மேலைநாட்டு கலைபாணிகளைப் பயன்படுத்திய போதிலும், அதன் சாரம் இந்தியத்தனமானதாக இருந்து வந்திருக்கிறது. ஹரப்பா காலத்து சுடுமண் சிற்பங்கள் தொட்டு பல்வேறு விதங்களில் வரையறுக்கப்பட்டு வந்த மனித வடிவம் பல்வேறு உருத்திரிபுகளுக்கு உட்பட்டு வந்திருக்கிறது. எஸ். தனபாலின் சிற்பங்கள் பல்வேறு அக மரபுகளின் பாதிப்புகளைப் பெற்றவை. தமிழகத்தைச் சேர்ந்த பி. ஜானகிராம் உலோகத்துண்டுகள், தகரங்கள் ஆகியவற்றைப் பற்ற வைத்து உருவாக்கிய இயேசுநாதர் போன்ற சிற்பங்கள் மிகவும் நவீனமான சிற்பமொழியைப் பேசுபவை. டி.ஆர்.பி மூக்கையாவின் சிற்பங்கள் ஹென்றிமூர் போன்ற மேலைச் சிற்பிகளின் தாக்கம் பெற்றிருக்கும் போதிலும் அதன் சாரம் தமிழ் மண்ணின் மக்கள் வாழ்க்கையோடு நேரிடைத் தொடர்பு கொண்டவை. சோழ மண்டலத்தில் வாழ்ந்த கே.எம்.கோபால், கும்பகோணத்தைச் சேர்ந்த வித்யாஷங்கள் ஸ்தபதி ஆகியோரின் சிற்பங்கள் மிகவும் காவிய நயம் வாய்ந்த தமிழகத்து அகமரபைத் தற்காலத்துக்கு நீட்சிக்கும் முயற்சிகள் தான். ஆனால் அவரை மிகவும் தற்காலத் தன்மை கொண்ட நவீன மொழியையே பேசுகின்றன. இன்று சிற்பம் என்பது நகரும் தன்மை கொண்டதாக மாறியிருக்கிறது. கன்னியாகுமரியில் நிறுவப்பட்டுள்ள கணபதி ஸ்தபதியினால் உருவாக்கப்பட்ட திருவள்ளுவரின் சிற்பம், ஒரு சிற்ப வெளிப்பாடு என்று சொல்வதை விட ஒரு கட்டடக்கலை வெளிப்பாடு என்று சொல்வது கூட பொருத்தமாக இருக்கும்.

இன்றைய நவீன சிற்பம் அருவநிலையையும் அருவுருவ நிலையையும் அதிகம் நேசிப்பதைப் பார்க்கிறோம். இன்றைய சிற்பமொழி நவீன கலையின் புதிய எல்லைகளைத் தேடியபடி இருக்கிறது.

கட்டுரை

தமிழ்ச்சிற்ப மரபு

சிறுகுறிப்பு

சங்க காலத்திலேயே தமிழர்கள் சிற்பக் கலையில் சிறந்திருந்தனர். இதற்கு சங்க இலக்கியம் முழுவதும் சான்றுகள் உள்ளன. வார்த்தைகளின் உதவியின்றி பார்வை மொழி மூலமாகவே உணர்ச்சிகளைத் தெரிவிப்பதில் வல்லவர்கள் தமிழர்கள்.

ஒரு பெண்ணை வர்ணிக்கும் போது மாங்கனி முகம் என்று வர்ணிப்பது உண்டு. அதை ஒரு சித்திரமாக வரைந்து பார்த்தால் எப்படி இருக்கும் என்பதை மகாபலிபுரம் சிற்பி கோ.திருஞானத்திடம்தான் கேட்க வேண்டும்.

மனிதனின் உடம்பு கழுத்திலிருந்து இடை வரை உள்ள பகுதி ஒரு காளையின் முகத்தைப் போல அமைந்திருக்கிறது என்று பேசுகின்றன தமிழனின் சிற்ப நூல்கள்.

பெண்ணின் விழியைக் கயல்விழி என்று சொல்வதுண்டு. மீன் போன்ற கண்கள் என்பதைச் சிற்பி திருஞானம் வரைந்து காட்டுகிற போதுதான் புரிந்து கொள்ள முடிகிறது.

உருவங்களை ‘அருவம்‘, ‘உருவம்‘, ‘அருவுருவம்‘ என்று விவரிப்பதுண்டு. மனித உடம்பைப் போலவே உள்ள உருவத்திற்கு உதாரணம் நடராசர் திருமேனி.

இதனை ‘உருவம்‘ என்று சொல்வதுண்டு. கண்ணுக்குப் புலப்படாத ஆனால் குறியீட்டால் உணர்த்தப்படும் பொருள் ஒன்றை ‘அருவம்‘ என்று சொல்வதுண்டு. இதற்கு உதாரணம் லிங்கம்.

இரண்டும் கலந்த நிலையில் உள்ள ‘லிங்கோ’ திருமேனியை அருவுருவம் என்று சொல்வதுண்டு.

தமிழர்களின் மரபான சிற்பங்களை எடுத்துக் கொண்டால் அவை நடனமாடுபவர்களின் அபிநய மொழியைச் சார்ந்து இயங்குவது மரபு.

உருவச் செயல்முறைகளை மூன்று வகையாகப் பிரித்தனர்.

புடை ஓவியம் – சித்தார்த்தம்.

பட ஓவியம் – சித்திரா பாசம்

உருவங்கள் செய்யப்படும் கலை சாதனங்களைப் பற்றி பிங்கள நிகண்டு கீழ்கண்டவாறு பேசுகிறது.

கல்லும் உலோகமும் செங்கலும் மரமும்
மண்ணும், சுதையும், தந்தமும் வண்ணமும்
கண்ட சருக்கரையும், மெழுகும், இன்றிவை
பத்தும் சிற்பத் தொழிலுக்கு உறுப்பாகும்.

(பிங்கள நிகண்டு 3129)

ஒவ்வோர் உருவம் செதுக்கும் போதும் அதற்கென்று தனித்தனியான தாள அளவுகள் உண்டு. இந்த அளவுகளை மிக நுட்பமாக உருவாக்கியுள்ளனர். ஓர் அணு எவ்வளவு சிறியதாக இருக்குமோ அதன் அடிப்படையில் இருந்து அளவுகளை உருவாக்கியுள்ளார்.

உதாரணமாக எட்டு 'பரமாணு' அளவுகள் ஒரு 'தேர்த்து' ஆகும் இதே போல எட்டு தேர்த்துகள் கொண்டது ஒரு 'மயிர்நுனி' அகலமாகும்.

சோழர்காலச் சிற்பங்கள் இந்தச் சிற்ப அளவுகளைக் கொண்டு உருவமானவை தான்.

இத்தகைய செழிப்பான தமிழ்ச் சிற்ப மரபு உள்ள நமது மண்ணில் தான் தங்களுக்கென்று தனியான ஓவிய மரபு, இருக்கிறதா என்று கேள்வி கேட்டுக் கொண்டிருக்கிறவர்கள் நமது தமிழர்கள்.

இது தான் சோகம்.

ஆறாம் திணை
ஆகஸ்ட் 09,1999

சினிமா

மிருணாள் சென்

வங்காள சினிமா இயக்குநர்

சினிமாவை ரசிக்க ஞானமும் வேண்டும்

மிருணாள் சென் வங்காளத்தின் முக்கிய திரைப்பட இயக்குநர்களில் ஒருவர். இந்தியாவில் புதிய சினிமாவின் முன்னோடி. பல சர்வதேச விருதுகளைப் பெற்றவர். 1981ல் பெர்லின் உலகப்பட விழாவில் இவரது 'ஆகலேகர் சந்தானே' வெள்ளிக் கரடி விருதினைத் தட்டிச் சென்றது. சிறந்த படம், சிறந்த இயக்கம், சிறந்த திரைக்கதை, சிறந்த படத்தொகுப்பு ஆகியவற்றுக்கான தேசிய விருதுகளையும் அப்படம் பெற்றது.

இவர் ஒரிய மொழியில் உருவாக்கிய 'மந்திர மனிஷா' (1966), இந்தியில் படைத்த 'புவன்ஷோம்' (1969), 'மிருகையா (1976), தெலுங்கில் வடித்த ஓக ஊரி கதா' (1977), ஆகிய படங்கள், இவரது சொந்த மாநில எல்லைகளைக் கடந்து சென்று இவரைப் பிற இந்திய மொழிகளில் பேச வைத்தன.

மிருணாள் சென் திரையில் படைத்துக் காட்டும் உலகம் வாழ்க்கைக்கு மிகவும் பொருத்தமானதாக இருக்கிறது. ஆனால் அதே நேரத்தில் யதார்த்தவாத மரபிலிருந்தும், சித்தரிப்பு முறையிலிருந்தும் இவரது படங்கள் துலக்கமாக வேறுபட்டு நிற்கின்றன. இவர் கைதேர்ந்த கலை நுட்ப நிபுணராக விளங்குவதால் சமூக முரண்பாடுகளை மட்டுமல்ல, தனிமனித அவலங்களையும் அழுத்தமாகச் சித்தரித்துக் காட்டி, தனது சமூக பொருளாதார அரசியல் கருத்துக்களை வெற்றிகரமாக முன்வைத்து விடுகிறார்.

சமீபத்தில் மிருணாள் சென் சென்னை வந்திருந்தார். அவரை இந்தியன் எக்ஸ்பிரசின் "வீக்கெண்ட்" வார மலருக்காக கவிஞர் இந்திரன் பேட்டி கண்டார். அந்த பேட்டியிலிருந்து சில பகுதிகள்...

- நீங்கள் திரைப்படம் தயாரிக்கத் தொடங்கியதற்கும், அதையே தொடர்வதற்கும் என்ன காரணம்?

என் சினிமா பிரவேசம் மிகவும் தற்செயலானது. நான் மாணவனாக இருந்த போது அடிக்கடி சினிமாவுக்குப் போகும் பழக்கம் எனக்குக் கிடையாது. நிறைய படிப்பேன். பௌதீக மாணவனாக இருந்த போதிலும் கவிதை, இலக்கியம், தத்துவம் சமூகவியல், அரசியல் தொடர்பான புத்தகங்கள் நிறைய படிப்பேன். எல்லாவற்றையும் படிப்பேன். ஆனால் எதிலும் நிபுணன் அல்ல! (சிரிக்கிறார்)

பின்னர் ஒருநாள் சினிமாவைப் பற்றி ஒரு ஜெர்மன் எழுத்தாளர் எழுதிய சுவையான புத்தகம் ஒன்றைத் தற்செயலாக படிக்க நேர்ந்தது. அந்த எழுத்தாளரை எனக்கு மிகவும் பிடிக்கும். அப்போதிலிருந்து நான் திரைப்படங்களை உன்னிப்பாகப் பார்த்து வருகிறேன்.

சினிமா தொடர்பான புத்தகங்களைத் தேடிப் பிடித்து படிக்கத் தொடங்கினேன். திரைக்கலை பற்றி அந்தப் புத்தகங்களில் நான் படித்தவற்றிற்கும், இங்கு நான் சினிமாவில் பார்த்தவற்றிற்கும் எவ்வித சம்பந்தமும் இல்லாதிருப்பதைக் கண்டேன். இதனால், இந்தியாவில் தயாரிக்கப்பட்ட படங்கள் மீது எனக்கு வெறுப்பு ஏற்பட்டது. புத்தகங்களில் படித்த படங்களின் மீது விருப்பம் வளர்ந்தது. இதைத் தொடர்ந்து திரைப்பட சொசைட்டிக்கான இயக்கத்தில் சேர்ந்தேன். பின்னர் படம் எடுக்கத் தொடங்கினேன். இப்போது வளர்த்துக் கொண்டிருக்கிறேன். பாய்ச்சலாய் முன்னேறுகிறேன். வெறுமனே உட்கார்ந்திருக்கிறேன். முன்னோக்கியும் பின்னோக்கியும் இப்படியும், அப்படியுமாக நடந்து கொண்டிருக்கிறேன். இப்போதும் கூட நான் கற்றுக் கொண்டிருப்பதாகவே உணருகிறேன்.

- வங்காளத்தின் இன்றைய வியாபாரப் படங்கள் பற்றி உங்கள் கருத்து என்ன? பிற மாநிலங்களில் தயாரிக்கப்படும் படங்களோடு ஒப்பிடும் போது அவை எப்படி இருக்கின்றன?

புதிய சினிமா முகிழ்த்தது கல்கத்தாவில்தான். பிறகுதான் அது நாடு முழுவதும் பரவியது. இப்போது பம்பாயிலும், தென்னிந்தியாவிலும், சமூகப் பிரக்ஞையுடன் இலட்சியப் படம் எடுப்பவர்களைப் பார்க்கிறோம். அத்தகைய இயக்குநர்கள் தமிழ்நாட்டில் அதிகம் இல்லை. இப்படிச் சொல்வதற்காக என்னை மன்னிக்க வேண்டும். ஆனால் கேரளாவில் இருக்கிறார்கள். உதாரணமாக அடூர் கோபாலகிருஷ்ணனை எடுத்துக் கொள்ளுங்கள். இந்தியாவின் மிகச் சிறந்த இயக்குநர்களில் அவரும் ஒருவர்.

அப்படித்தான் அரவிந்தனும், முன்னர் கர்நாடகத்தில் நல்ல படங்கள் தயாரிக்கப்பட்டன. இப்படி ஒரு புதிய சினிமாவுக்கு வித்திட்ட வங்காளத்தில் தற்போது பெருமளவுக்கு வியாபாரப் படங்களே தயாரிக்கப்படுகின்றன. அவை மோசம், அரைத்த மாவையே அரைத்துக் கொண்டிருப்பதிலிருந்து அவர்கள் விலகிச் செல்ல வேண்டியது அவசியம். உங்களுக்குத் தெரியுமா? வங்காளத்தில் மிகவும் தவறான காரணங்களுக்காக பல படங்கள் பிரபலமடைந்து கொண்டிருக்கின்றன!

- எங்கள் தமிழ்ப் படங்களைப் போல அவையும் கவர்ச்சியாக இருக்கின்றனவா?

அவை கவர்ச்சி காட்ட முயலுகின்றன. ஆனால் போதுமான அளவு பணம் இல்லாததால் அவர்களால் கிளாமராக எடுக்க முடியவில்லை. குறைந்த செலவில் வங்காளம் இவற்றைத் தயாரிக்க முடியாது. ஆகவே பெரும்பாலான வங்காளப் படங்கள் மோசமாக இருக்கின்றன. உங்களுக்குச் சொல்லுகிறேன். இந்த விஷயத்தில் பெரும்பாலான இந்தியப் படங்கள் படுமட்டமானவை.

- 'பதோ பாஞ்சாலி' அல்லது 'இண்டர்வியூ'வுக்குப் போகலாம். வாருங்கள் என்று என் நண்பர்களை அழைத்தால், "கலைப்படமா? ஐயோ வேண்டாம்! மெதுவாக நகரும். போர்!" என்கிறார்கள் இதுபற்றி உங்கள் கருத்து என்ன?

நீங்கள் கவிஞர் என்பதால் கேட்கிறேன். மற்றவர்களின் விருப்பத்துக்கு ஏற்பவா கவிஞர்கள் கவிதை எழுதுகிறார்கள்? உங்கள் மனச்சாட்சிக்கு ஏற்பத்தானே எழுதுகிறீர்கள்? கவிஞர்களுக்கு இது சரியென்றால், ஒரு திரைப்பட இயக்குநருக்கும் இது சரிதான்.

- கவிதை போல் அல்லாமல், சினிமா வெகுஜன தொடர்பு சாதனத்தின் ஒரு அங்கம் என்பதால், படத்தயாரிப்பில் ஏராளமாகப் பணம் போடப்படுகிறது. இந்நிலையில் காலித் தியேட்டர்களில் கலைப் படங்களைத் திரையிடுவதால் என்ன பயன்?

என் படங்கள் தோல்வியுறும் போது நான் மெய்யாகவே துக்கப்படுகிறேன். என் வாழ்க்கையில் பலமுறை மனமுடைந்து வேதனைப்பட்டிருக்கிறேன். இருந்தும் தொடர்ந்து படம் எடுத்துக் கொண்டிருக்கிறேன். நீங்கள் கையில் எடுத்துள்ள சாதனத்துக்கு சேவை செய்ய சிறந்த வழி, உங்கள் மனசாட்சிக்கு சேவை செய்வது தான். அப்படித்தான் நான் நினைக்கிறேன்.

சேவை செய்யுங்கள். இந்த நிகழ்வுப் போக்கில் நிறைய கற்றுக் கொள்வீர்கள். அதை மக்களிடம் எடுத்துச் செல்கிறீர்கள். அவர்கள் பலதரப்பட்ட கருத்துக்களைச் சொல்லுகிறார்கள். அவைகளுக்கு ஏற்ப உங்களைத் திருத்திக் கொள்ள முடியும். "உன் சொந்த முடிவுகளையே நீ திருத்திக் கொள்ள வேண்டியது அவசியம்" என்றார் வங்களான தத்துவமேதையான ஒருவர். தொடர்ந்து உங்களைத் திருத்திக் கொண்டே இருப்பீர்கள்.

மற்றவர்களின் விருப்பத்திற்கு ஏற்றது போல் நீங்கள் ஆட வேண்டும் என்று இதற்கு அர்த்தம் அல்ல. உங்களைப் பற்றி நீங்களே சிந்திக்க முயல்வீர்கள். உங்கள் ஜனங்களோடு விவாதிப்பீர்கள். உங்களுடனே கூட நீங்கள் விவாதம் நடத்துவீர்கள். எந்த வார்த்தையும் கடைசி வார்த்தை அல்ல. உங்கள் கவிதையை ஒரு வாசகர் நிராகரித்து விட்டால் அவரே உங்களின் கடைசி வாசகர் என்று கருதிவிட மாட்டீர்கள். நேற்று நான் எப்படி இருந்தேனோ, அந்த நாளின் தர்க்கரீதியிலான நீட்சியாகத்தான் இன்று நான் இருக்கிறேன்.

- **அரசியல் சினிமாவை எடுத்து வாதிட்டவர் என்று நீங்கள் முத்திரைக் குத்தப்பட்டு இருக்கிறீர்கள். உங்களுடைய தொடக்க நாட்களில் அரசியல் சினிமா தான் எடுக்க வேண்டும் என்று எப்போதாவது முடிவு செய்து இருக்கிறீர்களா?**

உண்மையில் எனக்குப் புரியவில்லை. ஒரு குறிப்பிட்ட காலக்கட்டதில் நான் வாழும் காலத்தைதான் பிரதிபலிக்க வேண்டும் என்று உணர்ந்தேன். இங்கு சமூக சார்புள்ள எல்லாமும் பரந்துப்பட்ட அர்த்தத்தில் அரசியல் தொடர்புடையதுதான். ஆண், பெண் உறவு முறையில் கூட அதை ஒரு சமூக கோணத்தில் பார்த்தால் அதுவும் கூட ஒரு அரசியலாகத்தான் மாறி விடுகிறது. என்னுடைய புரிதலின் படி ஒரு அரசியல் சினிமா என்பதற்கு ஒரு அரசியல் சூழல் இருக்க வேண்டும் என்பது அவசியமில்லை. நான் அரசியலையோ அல்லது ஒரு கட்சியின் செயல்பாடுகளையோ பேசவில்லை. அந்த வகையில் 1969இல் "புவன்ஷோம்' எனும் சினிமாவை எடுத்த போது நான் கல்கத்தாவை நிலைக்கலனாகக் கொண்டேன்.அங்கு ஏராளமான கலவரங்களை நான் கண்டேன். ஏராளமான கோபத்தைக் கண்டேன். நான் எனது காலத்தை ஆராய முயற்சி செய்தேன். எனவே மற்ற எவரையும் போல நானும் காலத்தால் துரத்தப்பட்டேன். காலமென்பது உனது கழுத்தின் மீது உட்கார்ந்திருக்கிறது. எனது மூளைக்குள் சென்று விடுகிறது.

எனவே நான் மிகமிக வெளிப்படையாக சில வாக்குமூலங்களைக் கொடுத்த காலமாக அது இருந்தது.

- உங்களுடைய "இண்டர்வியூ" எனும் திரைப்படத்தின் முடிவில் கூட உரத்த செய்தி ஒன்றைக் கொடுத்திருக்கிறீர்கள்?

ஆமாம், ஆமாம். நீங்கள் மிகச் சரியாகச் சொன்னீர்கள். நான் ஒரு துண்டு அறிக்கையை விடுபவன் என்று என்னை மற்றவர்கள் அழைப்பதைக் கண்டு நான் வெட்கப்படவில்லை. மக்கள் என்னைத் துண்டறிக்கை விடுபவன் என்று அழைக்கிறார்கள். ஆமாம் நான் ஒரு துண்டறிக்கை விடுபவனாகத்தான் இருந்தேன். அது என்னை உணர்ச்சிபூர்வமாக துடிதுடிப்புள்ளவனாக வைத்துக் கொண்டிருக்கிற வரையில் அப்படியிருப்பதில் எனக்கு அக்கறையில்லை. இடது சாரிக் கட்சிகளின் கூட்டங்கள் நடத்துவதற்கு கூட அனுமதிக்கப்படாத ஒரு காலகட்டத்தில் அந்தப் படம் சுமாராக 1971ல் எடுக்கப்பட்டது. ஒருவகையில் அது மிகவும் வெளிப்படையாக இருந்தது.

ஒருவகையில் அது மிகவும் Deductic ஆனது. மக்கள் அதிகாரத்திற்கு எதிராக குரலெழுப்ப முடியாதவர்களாக இருந்ததினால் அதை அவர்கள் விரும்பினார்கள்

- அந்தத் திரைப்படம் வசூலில் நல்ல சாதனைப் புரிந்ததா?

மக்கள் ஒரு பொதுக்கூட்டத்திற்குப் போவது போல அந்த சினிமாவுக்கு வந்தனர். ஏனெனில் கல்கத்தாவில் வாரத்திற்கு ஒரு பொதுக்கூட்டமாவது இல்லையென்பது இளவரசன் இல்லாத அரண்மனை போன்றதாகும். (சிரிப்பு) எனவே அதை சினிமா மட்டுமே சாத்தியப்படுத்தவில்லை. சினிமாவுடன் சேர்ந்து காலமும் சாத்தியப்படுத்தியிருக்கின்றது. எதிர்க்கட்சி ஆட்சிக்கு வந்த போது அவை சிறிது சுய அக்கறை கொண்டவையாக மாறின. இந்த காலக்கட்டத்தில் நான் எனக்குள் செல்வது நல்லது என்று நினைத்தேன். சமூகத்தின் ஒரு பகுதியாக இருப்பதினால் என்னைப் பற்றி நான் பேசினாலே இந்த மொத்த சமூகத்தைப் பற்றியும் பேசியதாகிவிடுகின்றது. இப்படித்தான் என்னை நானே கேள்விகள் கேட்கத் தொடங்கினேன்.

- திரைப்படம் எடுப்பதன் மூலம் ஒருவர் சமுதாயத்தை மாற்றிவிட முடியும் என்று நீங்கள் நம்புகிறீர்களா?

சினிமா என்பது மாயவித்தை அல்ல. அது கவிதையிலிருந்தோ பிற கலைகளிலிருந்தோ வேறுபட்டது அல்ல. ஒரு ஓவியம் தீட்டுவதை

விட கவிதைப் புத்தகம் ஒன்றை வெளியிடுவதை விட படம் எடுக்க அதிகம் செலவாகிறது என்பது உண்மை

உங்கள் மனச்சாட்சிக்கு செலவாகிறது என்பது உண்மை தான். ஆனால் ஒரு கலையின் முக்கியத்துவம் அதில் எவ்வளவு பணம் போடப்பட்டிருக்கிறது என்பதைப் பொறுத்தது அல்ல.

மக்கள் தியேட்டரை விட்டு வெளியேறுகையில், பார்த்த படத்தினால் பாதிப்புக்கு ஆளாகிறார்கள். சிந்தனா அவஸ்தைக்கு உள்ளாகிறார்கள். ரசிகர்களை சிந்தனா அவஸ்தைக்கு உள்ளாக்க முடிகிறது; ஒரு விவாதத்தை கிளப்பி விட முடிகிறது; அதுதான் இங்கு முக்கியம்.

உங்கள் கவிதையோடு நான் உடன்பட வேண்டும் என்று அவசியம் இல்லை. ஆனால், அது ஒரு விவாதத்துக்கு விருந்தாக அமைந்து விடுமானால், அது போதும் எனக்கு, இந்த வகையில் சரியான வழியில் சிந்திப்பதற்குரிய சரியான சூழ்நிலையை ஒரு திரைப்படம் உருவாக்க முடியும்.

- சமீபகாலமாக இந்தியில் கூட 'மாற்றுசினிமா' இறங்கு முகத்தில் இருப்பதாகவும், 'நடுத்தர சினிமா அலை' ஓங்கி வீசுவதாகவும் கூறப்படுகிறதே?

இதை என்னால் ஏற்றுக் கொள்ள முடியாது. கொஞ்சம் மசாலாவைக் கலந்து 'நடுத்தர சினிமா' என்று நாமகரணம் செய்து வெளியிடப்படும் படங்கள் எனக்கு அறவே பிடிப்பதில்லை. எரிச்சலூட்டும் இந்தக் கலவை ரகம் மிகக் கொடுமையானது. என் படங்களை நிறைய பேர் பார்க்க வேண்டும் என்று நான் விரும்பிய போதிலும், இந்தக் கலவை ரகத்தை மோசமானதாகவே கருதுகிறேன்.

ஒரு வகையில் நானும் கூட வியாபார அமைப்பில் தான் இருக்கிறேன். நான் சிறுபான்மை ரசிகர்களுக்காக படம் எடுக்கிறேன். பெரும்பான்மை ரசிகர்கள் பற்றிக் கவலைப்படவில்லை என்றாலும் நான் ஒரு வியாபார ஏற்பாட்டைச் செய்துதான் ஆக வேண்டும். என் படங்களை நிறையப் பேர் பார்த்தால், நான் போட்ட பணத்தைத் திருப்பி எடுத்து விட முடியும். ஆகவே, அந்த வகையில் நாம் நிறைய ரசிகர்கள் வேண்டும் என்று கவலைப்படுகிறோம். ஆனால் நான் முட்டாள் அல்ல. என் படங்கள் அவ்வளவு பெரிய கூட்டத்தைக் கவர்ந்திழுக்காது என்பது எனக்குத் தெரியும். ஆகவே அத்தகைய கூட்டத்தை நான் விரட்டித் திரிவது இல்லை.

அதே சமயத்தில் என் பணம் சிறிதளவு லாபத்துடன் என்னிடம் திரும்பி வர வேண்டும் என்பதில் நான் கவனமாக இருக்கிறேன். நான் தொடர்ந்து படம் எடுக்க இது அவசியம் இல்லையா? அந்த வகையில் இது ஒரு தொடர் போராட்டம் தான்.

- **சினிமா ஒரு வெகுஜன தொடர்பு சாதனம். அப்படியிருக்கும் போது சிறுபான்மை ரசிகர்களைத் திருப்தி செய்வதோடு நின்று விடுவது சரியா?**

சினிமாவை வெகுஜன தொடர்பு சாதனம் என்று குறிப்பிடுகையில் எனக்கு சற்றுச் சங்கடமாக இருக்கிறது. ஏன் தெரியுமா?

நீங்கள் ஒரு ஓவியர் என்றால் உங்களின் பெரும்பாலான ஓவியங்கள் எளிதில் புரிபடாத வகையில் இருக்கும். ஆகவே உங்களைப் பாராட்டக் கூடியவர்கள் கொஞ்சம் பேர்களே இருப்பார்கள். அதுபோல கவிதையைப் புரிந்து கொள்வதற்கும், கவிஞனைப் பாராட்டுவதற்கும் வாசகர்களுக்கு ஒரு குறிபிட்ட அளவாவது கவிதை பற்றிய ஞானம் இருக்க வேண்டும். நீங்கள் கவிஞர் என்பதால் இது உங்களுக்குத் தெரியும்.

நான் ஒரு நேர்கோட்டைக் கூட வரைய இயலாதவனாக இருந்தாலும், ஓவியத்தை ரசிக்க, அதைப் பற்றிய புரிதல் எனக்கு இருந்தாக வேண்டும். ஓவியப் பள்ளிக்கு போகாமலே ஓவியத்தை ரசிக்கவும் பாராட்டவும் எனக்கு நானே பயிற்சி அளித்திருக்க வேண்டும்.

ஒரு நல்ல வாசகராய்த் திகழ்வதற்கு நீங்கள் சில நிபந்தனைகளை நிறைவேற்றியாக வேண்டும். முதலில் அகரவரிசை உங்களுக்குத் தெரிந்திருக்க வேண்டும் ஆனால் அது மட்டும் போதாது. உதாரணமாக, நீங்கள் பாரதியின் கவிதைகளைப் படிக்க விரும்புகிறீர்கள், அவரது சொற்பிரயோகம் பற்றி பேச விரும்புகிறீர்கள் என்று வைத்துக் கொள்ளுங்கள். அதற்கு அகர வரிசை பற்றிய ஞானம் மட்டும் போதாது. கூடுதலாக ஒரு கலைப் பணியை ரசிக்கவும் பாராட்டவும் உங்கள் மனதை ஒருங்கமைத்திருக்க வேண்டியது அவசியம்.

இதே போல் பார்ப்பதற்கு இரண்டு கண்களும் கேட்பதற்கு இரண்டு காதுகளும் இருப்பதால் மட்டுமே நல்ல சினிமா ரசிகருக்கான தகுதி உங்களுக்கு வந்து விடுவதில்லை. படம் எடுப்பது முக்கியமான பணி. படத்தைப் பார்ப்பதும் அதற்குச் சமமான முக்கியத்துவம் உள்ள அம்சம் தான்.

சினிமா ஒரு வெகுஜன தொடர்பு சாதனம் என்று சொல்லும் போது அது பெரும்பாலான மக்களைச் சென்றடைய வேண்டும். ஆனால் யதார்த்தத்தில் அது அப்படி இல்லை. தான் யாரோடு பேச்சு கொண்டிருக்கிறேன் என்ற புரிதல் எனக்கு வேண்டும். உதாரணமாக இப்போது உங்களுடன் பேசிய இந்த விஷயங்களையெல்லாம் இங்கு உணவு பரிமாறும் சர்வரிடம், நான் பேச இயலாது.

- **இந்தி, ஒரியா, தெலுங்கு போன்ற பிறமொழிகளில் நீங்கள் பணியாற்றும் போது தொடர்பு கொள்வதில் ஏற்படும் பிரச்சினைகளை எப்படி சமாளிக்கிறீர்கள்?**

மிகவும் சிரமம் தான். ஆனால் சமாளித்தாக வேண்டும். வறுமை மற்றும் சுரண்டல் பற்றி ஒரு படம் எடுக்க விரும்பினேன். வறுமையின் கலாசாரமும் சுரண்டலின் கலாசாரமும் உலகம் பூராவும் ஒருமாதிரிதான் இருக்கும். வறுமையின் கதை, உலகம் முழுவதும் ஒரே மாதிரி தான் இருக்கப் போகிறது. எனவே, உத்திரப் பிரதேசத்தில் உள்ள ஒரு கிராமத்தில் கதை நிகழ்வதாக அமைத்துக் கொண்டேன். நான் கதை எழுதும் போது, அதை ஒரு வங்காள கிராமமாக நினைத்துக் கொண்டேன். அதே கதையை தெலுங்கில் படமாக எடுக்க விரும்பினேன். கதையை என் மொழியில் எழுதிய ஐதராபாத்தில் உள்ள ஒரு நாடக ஆசிரியரிடம் கொடுத்து அதை மொழி பெயர்க்கச் செய்தேன்.

பின்னர் நான் நடிகர்களையே பெரிதும் சார்ந்திருக்க வேண்டும். வங்காளத்தில் படம் எடுக்கும் போது, என் மொழியின் நுட்ப வேறுபாடுகள் எனக்குத் தெரியும் என்பதால் இந்தப் பிரச்சினை இருக்காது. ஒரு படத்துக்கு மொழியின் நுட்ப வேறுபாடுகள் மிகவும் முக்கியம். ஆனால் என் நடிகர்கள் அனைவரும் உணர்ச்சிமயமானவர்கள். உதாரணம், ஸ்ரீராம் லாகூ, ஷபனா ஆஸ்மி, அபர்ணாசென் நான் என்ன எதிர்பார்க்கிறேனோ அதை அப்படியே தத்ரூபமாக செய்து விடுவார்கள். எனக்கும் நடிகர்களுக்கும் இடையில் பின்னிய செயல் வளைவில்.. ஒரு பாத்திரத்துக்கும் இன்னொரு பாத்திரத்திற்கும் இடையில் பின்னிய செயல் விளைவில்... என்ன நடக்கும் என்று நமக்கே தெரியாது. ஒருவகை ரசாயனம் நிகழ்கிறது என்று நான் யூகிக்கிறேன்.

- **வெளிநாடுகளில் உங்கள் படங்கள் திரையிடப்படும் போது உங்களின் சித்தரிப்புகளை அதே அர்த்தத்தில் அங்குள்ளவர்கள் புரிந்து கொள்கிறார்கள் என்று நினைக்கிறீர்களா? ஒரு மேற்கத்திய**

விமர்சகர் இந்தியப் படங்களில் உள்ள பாடல்களை பிரெக்ட் பாணியிலான உத்தி என்ற தவறாகப் புரிந்து கொண்டதாக சத்யஜித்ரே ஒருமுறை எழுதியிருந்தாரே?

மிகையாக புரிந்து கொள்ளுதல் என்பது பெரிய பிரச்சினை தான். நான் நினைத்தும் பார்த்திராத விஷயங்களைக் கூட சில சமயங்களில் என் படங்களில் அவர்கள் கண்டுபிடிக்கிறார்கள். (சிரிக்கிறார்) இயக்குனர் குரு தத்தை சில விமர்சகர்கள் 'ஓகோ' என்று புகழ்கிறார்கள். அவர் சிறந்த இயக்குனர் என்பதில் சந்தேகம் இல்லை. ஆனாலும் பிரெஞ்சுக்காரர்கள் அவரை எப்படிப் புரிந்து வைத்திருக்கிறார்களோ அப்படி நான் அவரைப் புரிந்து கொள்ள முடியாது! இது ஒரு நபருக்கு நபர் வேறுபடுகிறது. எனக்கு படம் எடுக்கத் தெரியவில்லை' என்று சிலர் நினைக்கிறார்கள். சிலருக்கு என் படங்கள் பிடித்திருக்கின்றன. அடூர் கோபால கிருஷ்ணனை எடுத்துக் கொள்ளுங்கள். அவர் படங்கள் சிலருக்குப் பிடிக்கிறது. சிலருக்குப் பிடிக்கவில்லை. எனவே தவறாகப் புரிந்து கொள்கிறவர்கள் நம் நாட்டிலும் இருக்கிறார்கள் திரைப்படப் பாடல்களை 'பிரெக்ட் பாணியிலான உத்தி' என்று நினைப்பவர்கள் இருக்கவே செய்கிறார்கள். (சிரிக்கிறார்)

ஒரு சமயம் நானும் பிரெஞ்சு இயக்குனர் ஒருவரும் கல்கத்தா பற்றிய டாகுமெண்டரிப் படம் ஒன்றைப் பார்த்துக் கொண்டிருந்தோம். நிறையப் பேர் கங்கை நதியில் குளிக்கும் காட்சி அதில் இடம் பெற்றிருந்தது. இதைப் பார்த்ததும் அவர், "அடடா.. .இந்தியாவில் அனைவரும் காலையில் எழுந்தவுடன் புனித நீராடிவிட்டுத்தான் பிற வேலைகளைச் செய்யத் தொடங்குகிறார்கள்" என்று கூறினார்கள். நான் சொன்னேன் அப்படிச் சொல்லக் கூடாதென்று. இங்கு குளிப்பவர்களில் 90 சதவிகித மக்களின் வீடுகளில் உள்ள குழாய்களில் தண்ணீர் வருவதில்லை. அவர்களுக்கு குளியலறைகள் ஏதும் கிடையாது. எனவே அவர்கள் திறந்த வெளியில் குளிக்க வேண்டியிருக்கின்றது. அவர்கள் தண்ணீருக்குள் இருக்கின்ற போது நிம்மதியாக சிறுநீர் கழிக்க முடியும். ஆனால் மதரீதியாகப் புனித நீராடுபவர்களும் சிலர் இருக்கவே செய்கிறார்கள். எனவே இதுபோன்ற சுலபமான முடிவுகளுக்கு போவதும் நிகழ்வதுண்டு.

- **நீங்கள் மதராசில் ஏதாவது தமிழ்த் திரைப்படத்தைப் பார்த்திருக்கிறீர்களா? பார்த்திருந்தால் அதுபற்றி உங்கள் கருத்தென்ன?**

ஆமாம். நான் சிலவற்றைப் பார்த்தேன். அவை பற்றி எனக்கு சரியாக நினைவில்லை. நேர்மையாகச் சொல்லப் போனால்

அவற்றினால் நான் அதிகம் கவரப்பட்டதில்லை. விதிவிலக்காக ஒன்றைச் சொல்லலாம். கருப்பு வெள்ளையில் தயாரிக்கப்பட்ட அந்தப் படத்தில் கமலஹாசன் ஒரு புகைப்படக்காரராக நடித்திருக்கின்றார். உண்மையில் கமலஹாசனின் நடிப்பை நான் பெரிதும் விரும்புகின்றவன். அவரை எனக்குப் பிடிக்கும். அவர் மிகப் பெரிய நடிகர். சொல்லப் போனால் என்னுடைய திரைப்படமொன்றில் சாருஹாசனை தந்தை கதாபாத்திரத்தில் நடிக்க வைக்க விரும்பினேன். பிறகு தான் உணர்ந்தேன். அவரது இந்தி மற்றவர்களுடையதளவுக்கு நன்றாக இல்லை என்பதை ஒரு நடிகன் வெளிக் கொண்டு வரும் மொழியின் நுட்பங்களின் மீது நான் அதிகம் சார்ந்திருக்கிறேன். டி.வி-யில் எஸ்.எஸ். வாசனின் "சந்திரலேகா" படத்தைப் பார்த்தேன். இந்த படத்தின் தொழில்நுட்பச் சிறப்பு என்னைக் கவர்ந்தது. இதுவும் கூட ஒரு திரைப்படத்திற்கு மிக முக்கியமானதாகும்.

- சிறுபான்மை பார்வையாளர்களுக்காக படமெடுப்பதாக நீங்கள் சொல்கின்றீர்கள். பணரீதியாக எப்படி சமாளிக்கிறீர்கள்?

நாடு முழுவதும் இருக்கிற சிறுபான்மை பார்வையாளர்களைத் திரட்டினாலே அது கணிசமாகத்தான் இருக்கும். இந்தியாவுக்கு வெளியிலும் கூட இது போன்ற சிறுபான்மைப் பார்வையாளர்கள் இருக்கின்றார்கள். இப்போது உங்களுக்கு பரந்துபட்ட சிறுபான்மை பார்வையாளர்கள் கிடைக்கிறார்கள். பிறகு படமெடுக்கும் செலவென்பது அதிகமாக இருக்காது. பெரும் வியாபாரிகள் நினைப்பது போல சினிமா என்பது அதிக செலவாகும் ஒன்றல்ல. ஒருபக்கத்தில் சிறுமுதலீட்டுப் படங்களை எப்படி எடுப்பது என்று பார்க்கின்ற அதே நேரத்தில் அவை தொழில் நேர்த்தி மிக்கவையாகவும் இருக்க வேண்டும் என்பதையும் கவனித்துக் கொள்ள வேண்டும். திரைப்படத்தின் உள்ளடக்கம் மிகவும் செழிப்பானதாக இருக்க வேண்டும். எனக்கு உண்மையாக இருக்கும் இது எத்தகைய பிற இயக்குனர்களுக்கும் உண்மை தான்.

- நீங்கள் சினிமா எடுப்பதில் படு வேகமானவர் என்று எங்கோ நான் படித்தாக ஞாபகம். அது உண்மையா?

ஆமாம். உதாரணமாக என்னுடைய அண்மைக்கால இந்தி சினிமாவை செப்டம்பரில் எடுக்கத் துவங்கினேன். இப்போது (29.1.89) மெட்ராசில் அதன் படத்தொகுப்பைச் செய்து கொண்டிருக்கின்றேன். பொதுவாக காமிரா வேலைக்காக மூன்று அல்லது நான்கு வாரங்கள் நான் எடுத்துக் கொள்வது வழக்கம்.

தொடர்ச்சியாக காட்சிகளை நான் பதிவு செய்வேன். எல்லா நடிகர்களும் அங்கே இருப்பார்கள். நாங்கள் ஒரு நாளைக்கு பதினான்கு மணிநேரம் வேலை செய்வோம். செப்டம்பர் 4ம் தேதி தொடங்கி செப்டம்பர் 30ம் தேதி ஷூட்டிங்கை முடித்து விட்டோம். எனக்கென தனியான படக்குழு இருக்கின்றது. எனவே பிரச்சினையில்லை.

- **இப்போது எடுத்துக் கொண்டிருக்கும் உங்களுடைய திரைப்படம் பற்றி நீங்கள் சொல்ல முடியுமா?**

இது ஒரு இந்திப்படம். ஸ்ரீராம் லாகு, ஷபனா ஆஸ்மி, அபர்ணா சென் ஆகிய எல்லோரும் நடிக்கின்றார்கள். இது மிக நல்ல கல்வியாளனாகிய ஒரு மனிதனைப் பற்றியது. அவருடைய வேலையிலிருந்து ஓய்வு பெற்ற பிறகு ஒரு நாள் நிறைய மழை பெய்கின்றது. அவர் அதற்கு முன்னால் மழையையே பார்த்திராத மாதிரி அதை ரசித்துக் கொண்டிருக்கின்றார். பிறகு மாலையில் அவர் வெளியில் போவதாகவும் விரைவில் திரும்பி விடுவதாகவும் மனைவியிடம் சொல்லிவிட்டுப் போகிறார். ஆனால் அவர் திரும்பவேயில்லை. நாள்கள் வாரங்களாகின்றன. வாரங்கள் மாதங்களாகின்றன. மாதங்கள் ஆண்டுகளாகின்றன. இப்போது அவரது மனைவியும் குழந்தைகளும் பழையதைப் பற்றி பேசுவது மாதிரி அதைப் பற்றி பேசுகின்றார்கள். எனவே அங்கு கடந்த காலத்திற்கும் நிகழ்காலத்திற்கும் இடையிலே ஒரு உரையாடல் எழுகின்றது. இப்போது தொலைந்து போன மனிதனைத் தற்கால சூழலில் வைத்து புரிந்து கொள்ள முற்படுகிறார்கள். வாழ்க்கையின் மிகப் பெரிய சோகம் என்னவென்றால் வாழ்க்கையை ஒருவன் ஒருமுறை தான் வாழ முடியும் என்பது. உனது வாழ்க்கையை மறுபடியும் ஒருமுறை புதிதாகத் தொடங்கி வாழ முடியும் என்றால் உனது வாழ்க்கையில் நீ செய்த தவறுகளைச் செய்யாமல் தவிர்க்கலாம். ஆனால் இது ஒரு ப்ளாஷ்பேக் அல்ல.

ஆங்கில மூலம் : இந்தியன் எக்ஸ்பிரஸ்

தமிழில் : ஜனசக்தி / மொழிபெயர்ப்பு ராஜய்யா.

தமிழ் சினிமா
ஒரு குறுக்கு விசாரணை

1896 ஜூலை மாதத்தின் ஒரு மழை நாளில் பம்பாயின் ஒரு ஓட்டல் வழியாக இந்தியாவிற்குள் காலடி எடுத்து வைத்தது சினிமா என்னும் இளம் கலை.

"இந்த நூற்றாண்டின் அதிசயம்" "உலகத்தின் ஆச்சரியம்" என்று விளம்பரங்கள் கட்டியம் கூற காட்சி வழங்கிய சினிமாக் கலையைப் பயிலத் துடித்தன சில இந்திய இதயங்கள்.

இதன் விளைவாக 1907இல் இந்திய சினிமாவின் முதல் காட்சி படமாக்கப்பட்டது.

இப்படி நம் கண் முன்னால் எளிமையாக இதழ் விரிக்கத் தொடங்கிய அந்நிய மண்ணின் ஒரு தொழில்நுட்பக் கலையாகிய சினிமா நம் மண்ணிலும் வேர் பிடித்து வேகமாக வளரத் தொடங்கியது. சுமார் 78 ஆண்டுக்கால நீட்சியில், நமது இசை, ஓவியம், நாடகம், நாட்டியம், கவிதை என்று பல நூற்றாண்டுகளாக நம் மண்ணில் தழைத்துச் செழித்த பழம்பெரும் கலைகள் எல்லாவற்றையும் தன் வயிற்றிலிட்டு ஜீரணித்து, அக்கலைகள் எல்லாவற்றையும் விட, பொதுமக்களிடம் அதிக செல்வாக்குப் பெற்று ஒரு கலையாக வளர்ந்து, இன்று விசுவரூபம் எடுத்து நிற்கிறது.

இன்றைய அரசியல் தலைவர்கள், சினிமா என்னும் தொழிற்சாலையில் தான் தயாரிக்கப்படுகிறார்கள் என்று சொல்லும் அளவுக்கு சினிமா தமிழ்ச் சமூகத்தின் மீது, ஏன், மொத்த இந்தியாவின் மீதும் கை வைத்திருக்கிறது. சுமார் 60 சதவீதம் எழுதப் படிக்கத் தெரியாத மக்களைக் கொண்ட நமது நாட்டில், படித்தவன், படிக்காதவன் என்ற வேறுபாடுகள் ஏதுமின்றி, எல்லோருடனும் உறவாடி அவர்களது கனவுகளைப் பகிர்ந்து கொண்ட

காரணத்தினால் சினிமா இன்றைக்கு சக்தி மிக்க மக்கள் கலையாக மலர்ந்திருக்கிறது.

1853இல் நீராவி ரயில் நம் நாட்டில் ஓடத் தொடங்கிய போது அது மக்களை அவர்களது ஜாதி, மதம், இனம், பிரதேசம் என்ற வேறுபாடுகள் ஏதுமின்றி இணைத்தது. அதன்பிறகு நெல்லிக்காய் மூட்டை போல் பிரிந்து கிடந்த மக்களை எந்த வித வேறுபாடும் இன்றி ஓரிடத்தில் கூடச் செய்தது சினிமாதான்.

வறுமைக்குப் பெயர் போன இந்தியாதான், பணக்கார ஹாலிவுட்டிற்கு அடுத்தபடியாக, அதிகமான சினிமா படங்களைத் தயாரிக்கும் ஒரு நாடு என்று சொன்னால் ஆச்சரியமாக இருக்கலாம். ஆனால் இன்று சினிமா இந்தியாவின் பலமான ஒரு தொழில் துறையாகவே இந்தியாவின் 10 பெரும் தொழில் துறைகளில் ஒன்றாக வளர்ந்திருக்கிறது.

1913இல் 'ராஜா அரிச்சந்திரா' எனும் முதல் இந்திய சினிமாவைத் தயாரித்தவரான தாதா சாகெப் ஃபால்கே, சினிமா படச் சுருள்களை மாட்டு வண்டிகளில் ஏற்றிக் கொண்டு கிராமம் கிராமமாகச் சென்று அவற்றைப் பொதுமக்களிடம் காண்பித்தார். அப்போது அவர் கொடுத்த விளம்பரம் இதுதான்.

"57000 புகைப்படங்களைக் கொண்ட நிகழ்ச்சி..ஒரு திரைப்படத்தின் நீளம், 2000 மைல்கள்.. எல்லாம் 3 அணாவுக்கு மட்டுமே."

3 அணா விலையில் தங்கள் வாழ்நாளிலேயே இதுவரை கண்டிராத புதியதோர் உலகத்தில், அழுது சிரித்து.. ஆச்சரியப்பட்டு வாழ்க்கையின் சின்ன சுற்று ஒன்றை வழாந்து விட முடிகிறது என்றால் அதை நழுவ விட முடியுமா? மக்களின் ஒரே மாதிரியான சலிப்பூட்டும் வாழ்க்கையில் சினிமா ஒரு வரப்பிரசாதமாக வருகை தந்தது.

இந்தியாவைப் பொறுத்த மட்டிலும், சினிமா என்பது தங்களைச் சுற்றி இருந்து கொண்டு, ஓயாமல் சள்ளைப்படுத்தும் உண்மை வாழ்க்கையிலிருந்தும், பிரச்சினைகளின் பிடியிலிருந்தும் தப்பித்து, தங்களது உள் மனதுக்குப் பிடித்தமான உலகின் கனவு வாழ்க்கை வாழும் ஒரு உபாயம், ஏழை, பணக்காரன், பழமை, புதுமை, மேல்ஜாதி, கீழ்ஜாதி, நம்பிக்கை, பயம் என்ற உணர்ச்சிக் கொந்தளிப்பு நிறைந்த இந்த வாழ்க்கையிலிருந்து தப்பித்துக் கொள்வதற்கு தகுந்த சாதனம் சினிமா. சினிமா மக்களின் மீது

கொண்டிருக்கும் செல்வாக்கிற்கு முக்கிய காரணம் சினிமா பொய்யான நிழல்களால் உண்மை போல ஜோடித்துக் காட்டும் இன்பமான ஓர் உலகம் தான்.

சினிமா ஜோடித்துக் காட்டும் இந்த உலகம், பொய் உலகம் தான் என்று மக்களுக்குத் தெரியும். ஆனால் பளபளப்பும் பகட்டும், கவர்ச்சியும் மிகுந்த இந்தப் பொய் உலகத்தைக் கை நழுவ விடுவதற்கு இங்கே வாழ்க்கை அதைக் காட்டிலும் கவர்ச்சிகரமாக இல்லை. இந்தப் பொய் உலகத்தை மெய்தான் என்று நம்புவதிலும் அதில் வாழ்வதிலும் எவ்வளவு சுகம் இருக்கிறது என்று நம் மக்களுக்குத் தெரியும். இதனாலேயே சினிமா போன்ற ஒரு அருமையான சாதனம், நமது நாட்டில் நிதர்சனங்களிலிருந்து தப்பித்தலுக்கான ஒரு சாதனமாக துரதிருஷ்டவசமாக இன்னமும் பயன்பட்டு வருகிறது.

ஷோபா என்ற இளம் நடிகை இறந்து போனவுடன் ஒரு ரசிகர் தற்கொலை செய்து கொண்டார் என்று நாம் செய்தித்தாள்களில் படிக்கிறோம் என்றால் அது அந்த ரசிகரின் முட்டாள்தனத்தை மட்டும் காட்டவில்லை. சினிமா நம் ஒவ்வொருவரின் மீதும் வைத்திருக்கிற ஆழமான பாதிப்பையும் காட்டுகிறது.

இதனால்தான் "மானுட பண்பாட்டு வரலாற்றிலேயே இதுவரை கண்டுபிடிக்கப்பட்ட, மக்களைக் கவரும் கருவிகளிலேயே மிக அதிக சக்தி வாய்ந்த கருவி சினிமா தான்" என்று சொல்கிறார் ஹங்கேரிய திரைப்பட விமர்சகர் பெலாபெலாஸ் (Probably greatest instrument of mass influence ever devised in the whole course of Human cultural history-BELA BELAZS) சினிமாவுக்குப் பிறகு கண்டுபிடிக்கப்பட்ட தொலைக்காட்சி சினிமாவுக்குப் போட்டியாக வரும் என்று எதிர்பார்க்கப்பட்டது. பிற நாடுகளில் எப்படியோ, தமிழகத்தின் தொலைக்காட்சி சினிமாவின் வெற்று எதிரொலியாகவே இயங்கி வருகிறது. 1931இல் வெளியிடப்பட்ட முதல் தமிழ்ப் பேசும்படமான 'காளிதாஸ்' திரைப்படத்திலிருந்து இன்று வரை சினிமா தமிழ் மக்களின் மீது கொண்ட பிடியை இன்னமும் தளர்த்தவே இல்லை.

இவ்வாறு அசுர பலத்துடன் வளர்த்து, நம் முன் நின்று ஏவல் கேட்கும் சினிமா என்னும் சாதனத்தைப் பற்றி நாம் ஒவ்வொருவரும் அசட்டையாக இருப்பது மிகவும் அபாயகரமானதாகும். சினிமா முக்கியமான சமுதாய முடிவுகளைக் கூட பகுத்தறிவற்ற முறைகளில் எடுக்கத் தொடங்கி விடுகிறது. இதனால் விளையும் பண்பாட்டு

நாசங்களுக்கு நாம் பிறகு சாட்சியாக நேரிடும். எனவே தான் அந்த சாதனத்தின் இயங்கு முறை, அதன் இலக்கணம், அதைத் தவறாகப் பயன்படுத்தினால் நாம் அதற்குக் கொடுக்க வேண்டிய விலை, சமுதாய மேம்பாட்டுக்கு அதை எப்படிப் பயன்படுத்துவது என்பது பற்றியெல்லாம் அறிந்து கொள்ள வேண்டிய, சிந்திக்க வேண்டிய கடமை நம்மை இன்று எதிர் கொண்டிருக்கிறது. தமிழில் திரைப்படம் தோன்றி அரை நூற்றாண்டுக்கு மேல் ஆகிவிட்ட போதிலும், இன்னமும் நம்மிடத்தில், திரைப்பட இலக்கணங்களையும், அதன் அழகியல் கூறுகளையும் விளக்கும் 'திரைப்படவியல்' ஒன்று உருவாகவில்லை.

சினிமா செய்திகளையே முதலீடாகக் கொண்டு, இன்றைக்குப் புற்றீசல் போல புறப்பட்டிருக்கும் தமிழ் இதழ்களும் கூட பிரபல நடிக, நடிகையரின் அந்தரங்க வாழ்க்கையைப் பற்றி எழுதுவதோடு ஓய்ந்து விடுகின்றன. சினிமா விமர்சனம் என்ற பெயரில் தவறாமல் இடம் பெறும் பகுதியில், சினிமாவின் கதையை எலி கடித்துப் போட்ட கந்தல் துணியைப் போல திருப்பிச் சொல்லி, ஒரு பிரபல நடிகருக்கோ, நடிகைக்கோ ஜே போட்டு முடிப்பதோடு சரி.

இதனால் சினிமாவைத் தயாரித்தவர் உண்மையிலேயே மக்களிடமிருந்து படைப்பு சக்தி மிக்க விமர்சனங்களை எதிர்பார்த்தாலும் கூட அவர் ஏமாற நேரிடுகிறது. ஒரு படம் ஏராளமான வசூலைப் பெற்றாலும் கூட எந்த குறிப்பிட்ட அம்சத்திற்காக மக்களிடம் செல்வாக்குப் பெற்றது என்பது குறித்து படத் தயாரிப்பாளருக்கு, தெளிவாக எதுவும் சொல்லப்படுவதில்லை. இதனால் வசூலையே குறியாகக் கொண்ட தமிழ் சினிமா சந்தையில், வசூல் எடுத்த படங்கள் எவ்வெவற்றைக் காண்பித்தனவோ, அவற்றையே இம்மியும் பிசகாமல் மறுபடியும் காண்பித்து விடுகிறார்கள். நாம் அதிகமாப் பேசி விமர்சிக்கும் 'ஃபார்முலாக்கள்' உருவாவதற்கு இதுவே காரணமாகி விடுகிறது. ஃபார்முலாக்களைப் பற்றி கேலியும் கிண்டலும் செய்யும் தமிழ் அறிவு ஜீவிகள் ஞாயிறு தோறும் தவறாமல் சினிமா பார்க்கிறவர்களாக இருந்த போதிலும், சினிமாவை ஒரு மூன்றாம் தரப் பொழுது போக்கு என்று கருதுவதால் அதை அவர்கள் ஆராய்ச்சி பூர்வமாக அணுகக் கூசுகிறார்கள்.

ஓர் ஓவியமோ, சிற்பமோ, இலக்கியமோ அணுகப்படுவது போல சினிமா இன்னமும் அணுகப்படவில்லை. எனவேதான் தமிழ் சினிமா ஒரு வியாபாரக் கருவி என்ற அளவிலேயே நின்று விட்டது.

பொய் சொல்லத் தெரியாத கிளியை நம் கிளி ஜோஸ்யக்காரர்கள் பொய் சொல்வதற்குப் பயன்படுத்துவது போல, உண்மையை உள்ளபடி எளிமையாகப் பதிவு செய்யும் சாதனமாகிய சினிமாவை, பொய்யான ஓர் உலகத்தைப் படைத்துக் காட்டுவதற்குப் பயன்படுத்தி வருகிறார்கள்.

கறுப்புப் பண முதலாளிகள் தங்கள் கறுப்பை வெளுப்பாக மாற்றும் ஒரு கருவியாக சினிமாவைப் பயன்படுத்தி வருகிறார்கள்.

சினிமாவை இத்தகைய சீரழிவுப் போக்குகளிலிருந்து மீட்டுப் பண்பாட்டைச் செழுமைப்படுத்தக் கூடிய, படைப்புச் சக்தி மிக்க ஒரு கலையாக்கி பயன்படுத்த வேண்டுமானால் இன்றைய நமது தமிழ் சினிமாவை கூண்டிலேற்றி குறுக்கு விசாரணை செய்ய வேண்டியது அவசியமாகிறது.

பூதத்தின் தலையும், சினிமா கலையும்

தமிழ் சினிமா இதுவரையிலும் திறமையான இயக்குனர்களையும், நடிகர்களையும், இசைஞர்களையும் ஏராளமாய்ச் சந்தித்து வந்திருக்கிறது. ஆயினும் அவர்களுக்குள் ஒரு தூய்மையான முழுக்கலைஞனை இதுவரையிலும் சந்திக்கவே இல்லை.

முதல் பார்வையில் கலைஞர்களாகத் தென்படுகிறவர்கள் கூட நம்பிக்கையுடன் அருகில் சென்று பார்க்கிற போது கலை என்ற முகமூடி அணிந்த வியாபாரிகளாக இருக்கிறார்கள். முழுக்க முழுக்கக் கலைஞர்களாக நுழைந்தவர்களைக் கூட முதல் தர வியாபாரிகளாக மாற்றிய பெருமை தமிழ் சினிமாவுக்கு உண்டு.

இந்தக் கேவலமான நிலைமைக்கு யார் காரணம்? இந்த வினாவிற்கு நமக்கு ஒரே ஒரு பதில் தான் தரப்படுவதுண்டு. சினிமா உலகிற்கு வெளியே இருந்து கொண்டு சினிமா உலகின் பொம்மலாட்டக் கயிறுகளைத் தன் கையில் வைத்துக் கொண்டிருக்கும் 'மக்கள் ரசனை'. மிருணாள் சென்னின் வார்த்தையில் சொல்வதானால், 'வெகுஜன ரசனை என்னும் தலையில்லா பூதம்'.

ஆம்.. சினிமா என்பது கூட்டத்தை நோக்கிய கலை. அது கும்பலாக இருந்து களிப்பதற்காக தயாரிக்கப்படும் ஒரு படைப்பு. இந்தக் கும்பல்தனத்தை வரையறுக்க வேண்டும் என்று பலர் முயன்று தோற்றிருக்கிறார்கள். டென்னிஸ் மாக்குவியூல் (Denis Maqauil) தனது கூட்ட கருத்துப் பரிமாறலின் சமூகவியலை நோக்கி (Towards the Socialogy of Mass communication) எனும் நூலில் வெகுவாக முயன்று தோல்வி அடைகிறார்.

கும்பலிடம் பேசும் சினிமாவோ ஒரு தனிப்பட்ட குரல், ஆனால், அதைக் கேட்டு அனுபவிக்கும் கும்பலோ

தனித்துவம் இல்லாத அநாமதேயம். இந்த முரண்பாட்டில் சினிமாவும், கும்பலும் பேசிக் கொள்ள வேண்டுமென்றால் அது எவ்வளவு கடினம் என்று யோசித்துப் பாருங்கள்.

மேலும் இந்த கும்பல் என்பதும் விருப்பு, வெறுப்பு, சமுதாயநிலை ஆகிய பின்னணிகளால் தமக்குள் வேறுபட்ட தனிப்பட்டவர்களை உள்ளடக்கிய கூட்டம்.

இந்தக் கூட்டம் தனக்கென்று ஒரு தலைவனையோ, கொள்கையையோ குறிக்கோளையோ தேர்ந்தெடுக்கக் கூடியது அல்ல. எனவே இக்கூட்டத்துக்குள் உணர்ச்சிகளின் ஒற்றுமையோ, ஒரு தலைமையின் கீழ் கூடிய ஒற்றுமையோ கிடையாது.

ஆனாலும் படத்தைப் படைப்பவரின் படைப்பு நரம்புகளில் ரத்த ஓட்டத்தை இயக்குவது அந்தக் கூட்டம் தான். இந்தத் தலையில்லாத பூதத்தை சினிமா படைப்பாளி திருப்திப்படுத்த வேண்டியவனாகிறான்.

காரணம் இந்த பூதம் போடும் பிச்சையில்தான் தனது வயிற்றைக் கழுவிக் கொள்ள வேண்டிய கட்டாயத்தில்தான் இன்றைய சினிமாக் கலைஞர்கள் இருக்கிறார்கள். இதனால் சினிமாவின் குறை நிறைகளை இந்தக் கூட்டமே நிர்ணயிக்கிறது என்று சொல்லப்படுகிறது.

சினிமா என்பது ஆடம்பரமான பணச் செலவு செய்ய வேண்டிய ஒரு துறையாக இன்று இருக்கிறது. ஒரு பிலிம் சுருளை ஒரு கலைநேர்த்தி மிக்க படைப்பாக மாற்றுவதற்குள் அந்த சினிமா கலைஞன் பல்வேறு நிலைகளைக் கடக்க வேண்டியவனாக இருக்கிறான். படப்பிடிப்பு, படத்தொகுப்பு, ஒளியமைப்பு, திரை வெளியீடு எனும் நான்கு பெரும் நிலைகளைக் கடந்தால் தான் சினிமா மக்களை வந்தடையும்.

கவிதை, ஓவியம் போன்ற பிற கலைகளில் ஒரு காகிதமும், பென்சிலும், வண்ணங்களும் இருந்தாலும் போதும். அங்கு கலைப் படைப்பு நிகழ்ந்துவிடும். இன்றைக்குத் தனது கவிதையை, நாவலை, ஓவியத்தைப் புரிந்து கொள்ளாதவர்கள் கூட நாளை புரிந்து கொள்வார்கள் என்ற நம்பிக்கையில் கலைஞன் 'மக்கள் ரசனை' எனும் பூதத்தைப் பற்றிக் கவலைப்படாமல் இருக்கலாம். வின்சென்ட் வேன்காக் எனும் இத்தாலிய ஓவியர் தீட்டிய ஓவியங்கள் அவர் காலத்தில் ஒன்று கூட விற்பனை ஆகாவிட்டாலும், இன்றைக்கு

ஓவிய உலகில் அவை ஏற்படுத்தி இருக்கும் தாக்கம் கொஞ்ச நஞ்சம் அல்ல. அவரது ஒவ்வொரு ஓவியமும் இன்றைக்கு பல கோடி ரூபாய்க்கு மேல் விலை போகின்றது. ஆனால் இதுமாதிரி சினிமாப் படைப்பை நாளைய ரசிகனுக்காகச் செய்ய முடியாது. ஏனெனில் சினிமா என்பது ஒரு நிகழ்காலத்திய கலை.

சினிமா படைப்பை நிகழ்த்துவதற்கு ஏராளமான பணபலம் தேவைப்படுகிறது. படம் எடுப்பதில் போட்ட பணத்தை மீண்டும் எடுக்க வேண்டிய கட்டாயம் கலைஞனுக்கு நேருகிறது. இந்த இடத்தில்தான் உண்மைக் கலைஞர்கள் சினிமா எனும் தூக்குமேடையில் தூக்கிலிடப் படுகிறார்கள்.

சினிமா உலகைப் பொறுத்தமட்டிலும், சினிமாவைப் படைக்கும் கலைஞன் முக்கியமானவனா அல்லது அவனுக்குப் பின்னால் நின்று பண உதவி செய்யும் தயாரிப்பாளன் முக்கியமானவனா என்ற சடுகுடு விளையாடல் தொடங்கி விடுகிறது. இந்த சடுகுடு விளையாட்டில் யார் அதிக நேரம் மூச்சைப் பிடிக்கிறார்களோ அவர்களே வெற்றி பெறுகிறார்கள்.

இத்தகைய ஒரு விளையாட்டிலிருந்து விடுபடும் ஒரு முயற்சியாகத் தான் ஷியாம் பெனகலின் 'மந்த்தன்' (தயிர் கடைதல்) எனும் திரைப்படம் தயாரிக்கப்பட்டது. இந்தப் படத்தைத் தயாரிப்பதற்கு குஜராத்தில் இருக்கும் கூட்டுறவு பால் பண்ணைகளின் அங்கத்தினர்கள் சுமார் 50000 பேர் ஒன்று கூடி தலைக்கு 2 ரூபாய் வீதம் சேகரித்து 10 லட்சம் ரூபாய் நிதி கொடுத்தார்கள். எனவே இந்தப் படத்தில் ஷியாம் பெனகல் 1976ல் வெளி வந்த இந்தப் படத்தை குஜராத்தில் குடியானவர்கள் தங்களால், தங்களது பிரச்சனையை, தங்களுக்காகத் தயாரிக்கப்பட்ட படம் என்ற உணர்வுடன் போட்டி போட்டுக் கொண்டு பார்த்தனர். இதனாலேயே இந்த படம் முழுவெற்றி அடைந்து விட்டது.

'மந்த்தன்' கொடுத்த வெற்றி நம்பிக்கை தமிழில் 'ஊமை ஊனங்கள்' எனும் படத்தை இதே முறையில் தேயிலைத் தோட்டத் தொழிலாளர்களால் தயாரிக்க வைத்தது. ஆனால் 'ஊமை ஜனங்களின்' பிரச்சனையைக் காட்டுகிறேன் என்று சொல்லி வேறு ஏதேதோ கவர்ச்சிகளைக் காட்டி ஓய்ந்தனர் தமிழ்த்திரைத் துறையினர்.

இத்தகைய நிலையில்,கலைஞன் தன்னை ஆட்டிப் படைக்கும் பொம்மலாட்டக் கயிறுகளை மந்தை ரசனை எனும் பூதத்தின்

கையிலிருந்து பிடுங்கித் தன் கையிலேயே வைத்துக் கொள்வதற்கு ஒரு வழி இருக்கிறது.

பளபளப்பும், பகட்டும், கவர்ச்சியும், கருப்புப் பணமும் நிறைந்த நட்சத்திரங்கள் கண்ணைக் கூசச் செய்யும் இன்றைய தமிழ்சினிமா உலகின் கோட்டைக்குள்ளிருந்து, சினிமா எனும் கலைச் சாதனத்தை மீட்டு நடுத்தெருவுக்குக் கொண்டு வந்து விடுவதுதான் அது.

வலிமையான விஞ்ஞானக் கருவியான சினிமாவை ஒரு உண்மைக் கலைஞன் கையில் ஏந்துகிற போதுதான், அந்தத் தொழில்நுட்ப சாதனத்தின் ஆத்மாவாக மனிதத்துவம் சென்று உட்கார்ந்து கொள்ளும். சினிமா ஒரு கலைச்சாதனமாக உயர்வு பெறும்.

நாளை உருவாகப் போகும் மனிதனின் அல்லது ஆதிமனிதனின் உளவியல் கட்டமைப்பைப் பாதிக்கும் அளவுக்கு ஒரு புதிய வெளிப்பாட்டுக் கலைசாதனம் அவசியம். இந்த அவசியத்திற்குத் தீனி போடும் ஒரு கருவியாக சினிமாவைக் கையில் எடுத்துக் கொள்ள வேண்டியது வரலாற்று நிர்ப்பந்தம்.

இதைப் புரிந்து கொண்ட தமிழ் கலைஞன் முதலாவதாகச் செய்ய வேண்டியது இது தான்.

இன்றைய தமிழ் சினிமாவின் முக்கிய அம்சங்களாக இருக்கும் அனைத்தையும் ஒருசேரத் துறந்து வெறும் காமிராவுடன் சினிமா உலகிற்கு வெளியே இருக்கும் உண்மை உலகிற்கு வந்துவிட வேண்டும்.

உண்மைக் கலைஞன் சத்யஜித்ரே இதைத்தான் செய்தார். தனது முதல் படமான 'பதேர் பாஞ்சாலி'யை அவரது வங்கிக் கணக்கிலிருந்த 8000 ரூபாயுடன் தொடங்கினார். இத்துடன் அவருக்குத் துணையிருந்தது உண்மையைக் காட்டியே தீருவேன் என்னும் பிடிவாதமுள்ள நேர்மை. காமிராவைத் தன்னைச் சுற்றி இருக்கும் உலகின் உண்மைகளைப் பதிவு செய்வதற்காகத்தான் பயன்படுத்துவது என்று நெஞ்சில் இருந்த வைராக்கியம் 'பதேர் பாஞ்சாலி'யை உலக சினிமா அரங்கில் உன்னதமான படைப்பாக அடையாளம் காட்டியது.

ரேவுக்கு கிடைத்த வெற்றி அவரது தொழில் தேர்ச்சிக்குக் கிடைத்த வெற்றி அல்ல. அவரும் எல்லோரையும் போன்ற தொழில் நுட்பங்களைத்தான் பயன்படுத்தினார். அவருடன் பணியாற்றிய பலர் சினிமா பக்கமே இதுவரை தலைக்காட்டாதவர்கள். சுபத்தரா

மித்ரா எனும் புகைப்படக் கலைஞர்தான் அவரது காமிராமேன். இசையோ சிதார் இசைமேதை ரவிசங்கர். இருவரும் சினிமா பக்கம் ஒதுங்காதவர்கள். ரேயைப் பற்றிச் சொல்லத் தேவையில்லை.

அவர் சாந்திநிகேதனில் ஓவியம் பயின்று, ஒரு விளம்பரக் கம்பெனியில் ஓவியராக வேலை செய்து கொண்டிருந்தவர். இவர் தனது மனைவியின் தாலிக்குச் சமமான வளையல்களை அடகு வைத்து உலகமே வியக்கும் கலை நேர்த்தி மிக்க ஒரு படத்தை தயாரித்தார் என்றால் காரணமென்ன? ரேயும் அவரைச் சார்ந்தவர்களும் முதலும் கடைசியுமாக ஒரு கலைஞனாகத்தான் இருக்க வேண்டும் என்று முடிவு கட்டிக் கொண்டார்கள்.

இன்றைக்கு வழக்கில் இருந்துவரும் தமிழ் சினிமாவின் ஒரு தொடர்ச்சியாக அல்லாமல், புதிதாக படைக்கப்படும் ஒரு படைப்பாக சினிமா அணுகப்பட வேண்டும். சீரழிந்து வரும் இன்றைய மிகை உணர்ச்சி சினிமாவிலிருந்தோ, ஹாலிவுட்டின் வீரசாகசப் படங்களிலிருந்தோ இப்புதிய கலைஞர்கள் கற்றுக் கொள்ள எதுவும் கிடையாது.

இப்படிச் சொன்னவுடன் தமிழ்நாடக மேடையைச் செலுலாய்டில் அப்படியே பதிவு செய்வது தான் சினிமாவோ என்று எண்ணி விடக் கூடாது. ஏனெனில் இன்று சலிப்பூட்டும் தமிழ் சினிமாக்களுக்கு ஒரு மாற்றமாக நாட மேடைக் குழக்கள், நாடக மேடையில் செய்தமை அப்படியே சினிமாவாகச் செய்கிறார்கள். இது சினிமா எனும் சாதனத்தின் முழு வீச்சையும் புரிந்து கொள்ளாத நிலையாகும். அரிவாளால் பென்சில் சீவுவது போல் நகைப்பிற்குரியது.

சினிமா என்னும் சாதனம், மக்கள் ரசனை ஆகிய இரண்டுமே இன்றைக்குத் தவறாகப் புரிந்து கொள்ளப்பட்டுள்ளன. அதே நேரத்தில் தயாரிப்பாளர், வினியோகஸ்தர் ஆகியோர் தமிழப்படத் தரத்தின் மீது வைத்திருக்கும் ஆதிக்கம் முழுமையாகப் புரிந்து கொள்ளப்படவில்லை.

இத்தகைய நிலையில் மக்களுக்கு எதிரான சுயநல சக்திகள் மக்களைப் பற்றி மட்டமாக நினைக்கச் செய்கின்றன. மக்களைப் பன்றியாக உருவகித்து அது என்றைக்கும் அழுக்கைத்தான் சாப்பிடும் என்று நம்ப வைக்கின்றன. ஐ.பி.சிங்கர் சொல்வது போல, பன்றி அழுக்கை மட்டுமே சாப்பிடும் என்பதில்லை. கேக் துண்டைக் கொடுத்தால் அதையும் பன்றி சாப்பிடவே செய்யும்.

நம் ஊரில் கேக்கைக் கொடுப்பவர்கள் யாரும் இல்லை என்பதினால் பன்றி மலத்தைத் தின்கிறது.

சினிமாவின் தரத்தை நிர்ணயிப்பதில் பொது மக்களின் பங்கு என்ன? படத் தயாரிப்பாளரும் இயக்குநரும் பட விநியோகஸ்தரும் பொது மக்களின் சுவை இதுதான் என்று எதை முடிவு செய்கிறார்களோ அந்த முடிவை ஏற்றுக் கொள்வது தான் பொதுமக்களின் பங்காகி விட்டது.

அரசினால் நல்ல படம் என்று அங்கீகரிக்கப்பட்ட 'அக்கிரகாரத்தில் கழுதை' மக்களின் பார்வைக்கு வராததற்கு யார் காரணம்?

தமிழ் நாட்டைப் பொறுத்தமட்டிலும், உண்மையான தூய கலைஞன் தன் முழு வீச்சுடன் இயக்குவதற்குச் சுதந்திரம் இல்லை. தனக்கும் நல்ல பொதுநல உணர்வு உண்டு என்று காட்டிக் கொள்ள பொது மக்களுக்கு வாய்ப்பில்லை.

கலைஞனின் இயக்கத்தைக் கட்டுப்படுத்துகிறார் படத் தயாரிப்பாளர். அதையும் மீறி ஒரு நல்ல படம் தயாரிக்கப்பட்டால் விநியோகஸ்தர் அது பணவசூல் எடுக்காது என்று சொல்லி மக்களைச் சென்று அடையாமல் தடுத்து விடுகிறார்.

அந்தக் கலையம்சம் நிறைந்த படத்தைப் பார்ப்பதற்கோ விமர்சிப்பதற்கோ மக்களுக்கு வாய்ப்புக் கொடுக்கப்படுவது இல்லை.

ஆனால் கடைசியில், தமிழ் சினிமாவின் தரக்கேட்டிற்கான பழி 'வெகுஜன ரசனை' எனும் தலையில்லாப் பூதத்தின் தலையில் விழுகிறது.

நட்சத்திர வழிபாடு தேவையா

வெள்ளித்திரையில் நிழல்களாய் வந்து காதல் செய்து, சண்டை போட்டு, கண்ணீர் விட்டுக் கதறி அழும் உருவங்கள் எல்லாம் உண்மையில் ரத்தமும் சதையுமான மனிதர்களா? நேரில் பார்க்க முடியுமா? அவர்களது அன்றாட வாழ்க்கை எப்படி இருக்கும் என்று தெரிந்து கொள்ள வேண்டுமே!

இப்படி மக்களிடத்தில் ஏற்படும் எளிமையான ஆர்வத்தைப் பயன்படுத்திக் கொள்கிறார்கள் வியாபாரிகள். சினிமா தயாரிப்பாளர்கள். இதழ்கள், அரசியல்வாதிகள், சோப்பு, பவுடர் செய்பவர்கள் என்று எல்லா வியாபாரிகளும் இதை நீரூற்றி வளர்க்கின்றனர். சினிமா வியாபாரம் நட்சத்திர உடம்பின் ஒவ்வொரு அங்குலத்தையும், நடச்த்திரத் திறமையின் ஒவ்வொரு பகுதியையும், நட்சத்திர ஆளுமையின் ஒவ்வொரு புதிய பரிமாணத்தையும் விலைக்கு விற்கிறது. பொதுமக்கள் இந்த நட்சத்திர ஆளுமையை அதிகமாகவே விலை கொடுத்து வாங்கிக் கொள்கிறார்கள்.

நடிகனுக்கும் அவன் நடிக்கும் கதாபாத்திரங்களுக்கும் இடையில் ஏற்படும் உறவு முறையினால் நடிகன் 'நட்சத்திரம்' ஆகிறான். இதே போல நடிகனுக்கும் அவனது ரசிகர்களுக்கும் இடையில் ஓர் உறவு முறை ஏற்படுகிறது. இந்த உறவு முறையினால் ரசிகர்கள் நட்சத்திரங்களுக்கு அதிமனிதப் பண்புகளைச் சூட்டுகிறார்கள். இதற்கு ஒரு பரிசாக, நட்சத்திரங்கள் தங்களது உண்மை வாழ்க்கையிலும் தாங்கள் அதிமனிதப் பண்புள்ளவர்களாக வேஷம் போடுகிறார்கள். இப்படி மக்கள் மனதிலுள்ள தங்களைப் பற்றிய மாயத் தோற்றங்களுடன் வாழ்வதற்குத் தேவையான பணத்தையும் நடத்திரங்களுக்கு மக்களே கொடுக்கிறார்கள்.

இதனால் தான் சினிமா நட்சத்திரங்கள் வெள்ளித் திரையில் நடிப்பதோடு நில்லாமல், பொது வாழ்க்கையிலும் நடிக்க வேண்டிய கட்டாயாத்துக்கு உள்ளாகிறார்கள்.

சார்லி சாப்ளினைப் பற்றி சாடூல் (Sadoul) என்பவர் "சார்லி சாப்ளின் இந்த கிரகத்தில் இருந்த எல்லா எளிய மனிதர்களின் சகோதரனாகவும் இருந்தார்" என்று குறிப்பிடுகிறார். இத்தகைய தனது பொது உருவத்தைக் காப்பாற்றிக் கொள்ள சாப்ளின் பலவற்றைத் தியாகம் செய்ய வேண்டி இருந்தது. இல்லையெனில் அவரது நட்சத்திரப் பதவி பறிபோயிருக்கும்.

இந்த நட்சத்திர அந்தஸ்தைக் காப்பாற்றிக் கொள்ள நடிக நடிகையர் காட்டும் அக்கறையை விட அவர்களை வைத்துப் படம் எடுக்கும் தயாரிப்பாளர்கள் அதிக அக்கறை எடுத்துக் கொள்கின்றனர். ஏனெனில் அவர்களது மூலதனம் இந்த நட்சத்திரங்கள்

இதனால்தான் நடிகர்களை நடிப்பதற்கு ஒப்பந்தம் செய்கிற போதே அந்தப் படம் முடிவடைகிற வரை இவற்றை எல்லாம் நீங்கள் செய்யக் கூடாது என்னும் கட்டுப்பாட்டை விதித்து விடுகிறார்கள் தயாரிப்பாளர்கள். உதாரணமாக The Greatest Story ever told எனும் சினிமாவில் இயேசுநாதராக நடித்த MaxvanSydon எனும் நடிகர் அந்தப் படம் முடிகிற வரை பத்திரிகைகளுக்குப் பேட்டி கொடுக்கக் கூடாது, புகை பிடிக்கக்கூடாது, மது அருந்தக் கூடாது என்று கூடக் கட்டுப்படுத்தப்பட்டார்.

இப்படி ஹாலிவுட்டிலிருந்து பரவி இன்று நம் தமிழ் சினிமா உலகையும் பிடித்திருக்கும் 'நட்சத்திர முறை' எனும் நோய் தரமான சினிமா உருவாவதைத் தடுத்து நாசப்படுத்துகிறது. இதே போல் சினிமாவுக்கு வெளியிலிருக்கும் சமூக வாழ்க்கையையும் பாதிக்கத் தொடங்கி விட்டது.

இந்த நட்சத்திரமுறை உருவாவதற்குப் பணமும், வியாபாரமும் மட்டுமே காரணம் அல்ல. ஆழமான மானிடவியல் (Anthropological) காரணங்களும் உள்ளன.

மானிடவியல் சொல்லும் புராணிகத் தன்மையும் (Myth) இதற்கொரு காரணம். இந்த புராணிகத்தன்மை (Myth) என்பது மனிதனின் ஒரு சமூகத்தேவை. இது பற்றி மிர்சியா எலியாடே (Mircea Eliade) என்பவர் கூறுகிறார் " புராணிகத்தன்மையின் முக்கியமான

பண்புகளில் ஒன்று மொத்த சமூதாயத்துக்குமான ஒரு முன் மாதிரியான இலட்சியப் பாத்திரத்தை உண்டாக்குவது".

இந்தக் கொள்கையின்படி பழைய நாளில் வீரர்கள் சமூகத்துக்கான இலட்சிய உருவமாகத் திகழ்ந்தார்கள். இன்று சினிமா நட்சத்திரங்கள் எனும் பொய் உருவங்கள் சினிமா நட்சத்திரத்தைப் போல் உடை, உடுத்துவதில், தலை அலங்காரத்தில், பேசுவதில், சிரிப்பதில் என்று அன்றாட வாழ்க்கையில் நிறைய கமலஹாசன்களையும், ரஜினிகாந்துகளையும் நாம் பார்த்துக் கொண்டு தான் இருக்கிறோம்.

இளம் வயதினர் தங்களது நடை எது, உடை எது, தங்களது உருவம் யார் போல் இருக்க வேண்டும் என்பது பற்றிய முடிவுகள் ஏதுமின்றி இருக்கிறார்கள். இதனால் பளபளப்பாகத் தெரியும் சினிமா நட்சத்திரங்களை இளைஞர்கள் மாதிரி வடிவங்களாகப் பின்பற்றத் தொடங்கி விடுகிறார்கள்.

சட்டத்துக்குப் புறம்பான வழியில் சம்பாதிக்கப்பட்ட, வரி செலுத்துப்படாத கருப்புப் பணத்தை எந்தவித ஆபத்துமின்றிப் புழக்கத்திற்குக் கொண்டு வருவதற்கு மிகவும் ஏற்றதொரு துறையாக நமது தமிழ் சினிமாத் துறை உள்ளது. இதனை நட்சத்திரங்கள் நன்கு புரிந்து கொண்டுள்ளனர். ஒரு திரைப்படத்தின் வெற்றி தோல்வி தங்களைப் பொறுத்தே இருக்கிறது என்பதால் தங்கள் தொகையை அதிகமாக ஏற்றி விடுகின்றன. இவ்வாறு தமிழ்ப்படத் தயாரிப்பு அதிக முதலீடு கொள்ளும் ஒரு துறையாகிப் போனதற்கு நட்சத்திரங்களும் ஒரு காரணமாகிறார்கள். இதனால் கலை பற்றிய அழகியல் உணர்வுடன் கூடிய, சமூகப் பொறுப்புள்ள நல்ல கலைஞர்கள் இத்துறையை விட்டு ஓடுமாறு ஆகிவிட்டது. எஞ்சுபவர்கள் வெறும் வியாபாரிகள் மட்டுமே. இப்படி வெறும் வியாபாரிகளின் சந்தையாகிவிட்ட தமிழ் சினிமா உலகம் எப்படி சிறந்த திரைப் படங்களை உருவாக்க முடியும்.

சிறந்த திரைப்படம் உருவாக வேண்டுமானால் " நட்சத்திர முறை" ஒழிக்கப்பட வேண்டும். தமிழில் இதற்கான நல்ல ஆரம்பங்கள் தோன்றி விட்டது போலத் தெரிகிறது. ஆனால் அது உண்மையல்ல.

நா.கதிர்வேலன்

ஹைதராபாத்

22.11.1984

அன்புமிக்க இந்திரன் அவர்களுக்கு,

சமீபத்தில் பார்த்த படம் கோவிந்த நிஹலாணியின் முதல் படம் 'ஆக்ரோஷ்' (இதிலும் Om Puri, Smita Pati) சகல கல்யாண குணங்களும் நிரம்பிய கதாநாயகனை பீடத்திலிருந்து இறக்கியிருக்கிறது. இந்தித் திரை உலகம். 'Arth Satya' பார்த்தவர்கள் பாக்கியசாலிகள். விஜய டெண்டுல்கரின் கச்சிதமான குறை வடிவம், ஒரு போலீஸ் இன்ஸ்பெக்டரின் வாழ்க்கையை அவனின் இடர்பாடுகள், சிரமங்கள், இவற்றைத் தெளிவாய் நேர்க்கோடாய் கோஷம் தவிர்த்து சொல்கிறார் நிஹாலனி. அப்புறம் அந்த இன்ஸ்பெக்டராய் நடிக்கிற Om Puri பற்றி நாலு பக்க கட்டுரை எழுதலாம். அவரது ஸ்நேகிதியாய் வருகிற ஸ்மிதா பட்டீல்? அப்புறம், அந்த சீட்டு விளையாடுகிற இடத்தின் சொந்தக்காரனாய் வருகிற புதுமுகம் எத்தனை அழகான குணசித்தரிப்பு, ம்ஹூம்... எவ்வளவு தான் சொன்னாலும், வார்த்தைகளில் வராது போல, இந்தப் படத்திற்கென காத்திருங்கள். இந்தக் காத்திருத்தலில் அர்த்தம் இருக்கிறது.

அப்புறம் பார்த்த படம் ஷியாம் பெளகலின் 'மண்டி' (Market Place) சினிமா என்ற Mediaவின் முழு அர்த்தத்தோடு ஒரு கடைத் தெருவில் தொழில் நடத்துகிற பெண்ணாய் ஷப்னா ஆஸ்மி, ஸ்மிதா பட்டீல். இவர்களுக்கு உதவியாய் வீட்டுவேலைகள் செய்கிற, குடிக்கிறதை ஒரு கடமையாய்ச் செய்கிற நஸீருத்தின் ஷா. 'இந்த மாதிரி' பெண்களுக்கு வருகிற துயரங்களையும் சின்னச்சின்ன மகிழ்ச்சிகளையும் ரொம்ப அழகாய், சிரத்தையாய் கவிதை மாதிரி நேராய்ச்

சொல்கிறார். பெனகலின் ‘மந்த்தினில்’ இவரைப் பார்த்து மருகி மருகிப் போயிருக்கிறேன். இப்படியொரு இயல்பான நடிப்பு சாத்தியமா என்று. அது இன்றைக்கும் நீடிக்கிறது. அப்புறம் ஸ்மிதா பட்டீல் ஒரு கல்யாணம் வீட்டிற்கு கஜல் பாடப் போக, கல்யாணப் பையன் பாட்டீல். இனம் புரியாத பிரியத்தில் இரவு பைப் வழியாய் ஏறி ஸ்மிதா சயன அறைக்கு வர, ஸ்மிதா தவிக்கிற தவிப்பு, அவர் கண்களில் காணப்படுகிற, ‘எதற்காம்‘ என்கிற கேள்வி, பின் ஒரு கடிதத்தை எடுத்து வாசிக்கிற அந்தப் பையனின் ப்ரியத்தில் கனிந்துருகி அவன் கண்ணில் முத்தமிட்டு அனுப்புகிற ப்ரியம். பதிலுக்கு அவன் ஸ்மிதாவின் கன்னத்தில் விரல் நடுங்க தொடுகையில் கோடி பெறும் அளவிற்கு வெகு இயல்பாய், உடம்பெல்லாம் வெட்கத்தில் நனைந்தது மாதிரி சிரிக்கின்ற சிரிப்பு. கடைசியில் நடைமுறை வாழ்க்கை, அவர்களை தூக்கி எறிகிற விதம் இன்னும் மனசில் கனமாய் இருக்கிறது.

Raavan ஜானிபக்ஷியின் படம். விஜய் அரோராவும், விக்ரமும் ஊர்சுற்றிகள். சுத்தி எறிந்து வித்தை காட்டி ஏதோ கொஞ்சம் வயிற்றுக்கு சரியாய்ப் போகிறது. இன்னொரு புறம் ஸ்மீதா பாட்டீல் ஒரு வயசான அம்மா, இரண்டு மூன்று தங்கைகள். அடுத்த வேளைக்கு உணவில்லை. ஒரு சர்க்கஸ்காரன் மாதம் 200 தர ஒப்புக் கொண்டு (ஸ்மிதா ஆடணும், பாடணும்) ஸ்மிதாவை கூட்டிப் போகிறான். ஸ்மிதாவின் மனமோ வெள்ளை. களங்கம் அறியாத மனது. ராத்ரியில் உட்கார்ந்து கொண்டு பூர்ண நிலவிடம் பேசும். யாரும் என்னை கூப்பிட்டுக் கொண்டு போக மாட்டீர்களா. நீதான் வரக்கூடாதா என்று நிலவிடம் நேருக்கு நேர். இந்த வெள்ளை மனசைப் புரிந்து கொண்டு, ஒரு ராத்திரியில் நிலவிலிருந்து வந்தவன் என்று அறிமுகப்படுத்திக் கொண்டு விஜய். விழிகளை உயர்த்தி அப்படியே நம்பி விடுகிறது.

சர்க்கஸ்காரனைக் கட்டிப் போட்டு விட்டு தப்பி ஓடிவிடுகிறார்கள். விக்ரமும், விஜய்யும், ஸ்மிதாவும். அப்புறம் மெல்லியதாய் ஒரு காதல். ஆனால் ஈர்த்துப் பிடிக்கிற வகை. விக்ரம் கோழையான ஆள். கத்தி தோளுக்குப் பக்கத்தில் படுகிற பொழுதெல்லாம் பயம் தான். TBயும் கூட. ஸ்மிதாவுக்கு அவன் மேல் இரக்கம் வருகிறது. ஆத்மார்த்தமாய் விஜய்யிடம் இருந்து காசு திருடி விக்ரமுக்கு உதவுகிறாள். இதற்கு காதல் என்றெல்லாம் பொருள் இல்லை. மனிதாபிமானம் என்று இன்னொரு பெயர் சொல்லலாம்.

விஜய் முரடன். ஏதோ அவன் பக்கம் சாய்கிறாள் என்று கருதி ஒரு நாள் விளையாட்டில் நேர் நெஞ்சில் பாய்ச்சி விடுகிறான் விக்ரம். செத்துப் போய் விடுகிறான். (பிறகு ஜெயில்) அவனுக்காக ஸ்மிதாவின் காத்திருப்பு. அப்பொழுது கிடைக்கிற station Master) Om Puriயின் சிநேகம். கடைசியில் விஜய் வர, சந்தித்துக் கொள்கிற வினாடியில் எரிந்து கொண்டிருக்கிற ராவண பொம்மை விழுந்து செத்துப் போய் விடுகிறார்கள்.

இது முழுக்க முழுக்க ஸ்மிதாவின் படம். இயல்பான சித்தரிப்பு ‘கங்கா’வாக வாழ்ந்து காட்டியிருக்கிறார். இரண்டு பாடல்கள் கஜல் பாணியில் மெலிதான நடனம். மனசை அள்ளிக் கொண்டு போகிறது. This Film is dedicated to my Love என்று கருத்த திரையில் வெள்ளை எழுத்துகளில் படம் முடிகிறது. ரொம்பவும் என்னைப் பாதித்த படம்.

அப்புறம் பார்த்த படம் City Lights. சார்லி சாப்ளின் எழுதி இயக்கி தயாரித்தபடம். நான் பார்க்கிற முதல் சார்லி படம். அவரைப் பற்றியும் அவரது சினிமா மேதைமை பற்றியும் கேள்விப்பட்டு, பிரபஞ்சன் ‘திரைச்சுவை’ என்கிற பத்திரிகையில் எழுதியதைப் படித்தும் இருக்கிறேன். ரொம்ப மலைப்பாய் இருந்தது. சினிமா Medium பற்றின அவரது அறிவு பார்த்து தற்கொலைக்குத் தயாராக, குளத்தில் விழுகிற ஒருவனைத் தூக்கி அவர் கேட்கிற கேள்வி, “நாளை காலை பறவைள் பாடுமே, கேட்காமல் போகிறாயே?.” கண்பார்வை இல்லாத பெண்களுக்குப் பார்வை தர படாத பாடெல்லாம் பட்டு, சேர்த்து அந்தப் பெண்ணுக்குக் கொடுக்க வருகிறார். (அந்த பெண்ணுக்கு கவிதையான முகம். அந்தப் பெண் பார்வை வந்ததும் உங்களைப் பார்க்கணும்‘ என்றதும் உணர்ச்சி வசப்பட்டு சொன்னதும் செலவுக்கென வைத்திருந்த 10 டாலரை தூக்கிக் கொடுக்கிற தாராளம். ஒவ்வொரு ஃபிரேமிலும் மனசின் ஆத்மாவில் புகுந்து விடுகிறார். இன்றைக்கும் வாழ்கிற கலைஞர் என்று சொல்லத் தொன்றுகிறது எனக்கு. பார்த்தவர்கள் பாக்கியசாலிகள். இந்தப் படத்தைப் பற்றியும் வெளிவந்த போது இருந்த நினைவுகள் பற்றியும் கட்டிலில் சாய்ந்த பொழுது உண்டான உணர்வுகள் பற்றியும் தனியே உங்களுக்கு எழுதணும்.

தெலுங்குப் படங்கள் இப்பொழுது நான் பார்க்கிறதே இல்லை. சிலவற்றை பார்த்தேன். கொஞ்சம் அழகுணர்ச்சி கூட இல்லாத படங்களில் எனக்கு ஈடுபாடு வராது. சுந்தரராமசாமி

சொல்றது மாதிரி, 'மாயக் காம உறுப்புகள் மாட்டிக் கொண்டு அவ்வுறுப்புக்களை ஓயாமல் நம்மேல் உரசிக் கொண்டிருக்கும் அற்பங்கள்" (பெரும்பாலான) தெலுங்குப்படங்கள்.

இங்கு சினிமாவில் கண்ணுக்கெட்டியவரைப் புதிதாய்ச் செய்பவர்களைக் காணோம். அங்கே உங்கள் மனசைத் தொட்ட சினிமா பற்றி எழுதுங்கள். புதுசாய் என்ன பார்த்தீர்கள்? மீரா அவர்கள் எனக்குக் கடிதம் எழுதியிருந்தார். நானும் அவருக்கு எழுதியிருந்தேன். அதன் பிற்பகுதியை அப்படியே அன்னம் விடு தூதில் போடப் போகிறாராம். (எனக்கு எழுதினது ஞாபகமில்லை)

இன்னும் நிறையவே எழுத வேண்டியிருக்கிறது. அடுத்த கடிதங்களில் எழுதுகிறேன். கடிதம் கட்டுரை மாதிரி அதன் இலக்கணம் மாறிப் போகுமா என்ற பயத்தாலும், Bankக்குக்கு போய்விட்டு வந்து படிக்கலாம் என்று போட்டு விட்டு போய்விடும் அளவிற்கு கடிதம் நீளமே என்ற காரணத்தாலும் இப்போதைக்கு பிரேக்.

நீங்கள் சென்னை வந்தால் NCBHல் *1* அதிகாலையின் அமைதியில் *2* தந்தையும் தனயர்களும் *3* கங்கைப்பருந்தின் சிறகுகள், (அஸ்ஸாமிய நாவலின் தமிழ் மொழி பெயர்ப்பு - National Book Trust) வாங்கி வையுங்கள். நான் பணம் தந்து பெற்றுக் கொள்கிறேன்.

அக்காவும் குழந்தைகளும் சௌக்கியமா? என் ப்ரியத்தை சொல்லுங்கள்.

குழந்தைகள் கவியும், கீதையும் நலமா? அவர்களின் அவ்வா இல்லாமல் மனசு ஒடிந்து போய் இருக்கிறார்களா? நாமாவது அதைப் பார்த்து, இதைப் பார்த்து, படித்து மனசை வேறு திசைகளில் மாற்றி தேறிக் கொள்ளலாம். அவர்களுக்கு, அந்த சின்னஞ்சிறுசுகளுக்கு அக்கா அடிக்க வருகையில் அணைக்க, சின்ன சின்னதாய்க் கதை சொல்ல யார் இனி? பிரியமாய் தலைசாய மடி எங்கே?

ரேயின் மீது தாகூரின் நிழல்

மனிதனின் கலைப் படைப்புகளும், அழகியல் புரிதல்களும் சதா மாற்றங்களுக்குள்ளாகிக் கொண்டு போகிற அதே நேரத்தில் கடந்த காலத்தின் பொன்னிறமான ஒளி அவற்றின் மீது விழாமல் இருப்பதில்லை.

வங்காள மண்ணில் தோன்றிய மறுமலர்ச்சியில் பூத்த ஆன்மீக மலர் என்று வர்ணிக்கப்படும் மகாகவி ரவீந்திரநாத் தாகூர், இன்றைக்கும் வங்கமொழி, அதன் இலக்கியம், இசை, ஓவியம் ஆகிய அனைத்தின் மீதும் தனது பாதிப்பை ஏற்படுத்தி வருகிறார் என்பது மறுக்க முடியாதது.

நவீன காலத்தின் உன்னதமான தொழில் நுட்பப் பரிசான சினிமா எனும் கலை சாதனத்தைக் கையாளும் சத்யஜித் ரேயும், அவரது சினிமாவும் கூட, தாகூரின் தாக்கத்திலிருந்து தப்பவில்லை. சத்யஜித் ரேயைப் பாதித்த தாகூரின் தாக்கம் பற்றியும் அந்தத் தாக்கத்திலிருந்து அந்த சினிமாக் கலைஞன் எந்தெந்த விதங்களில் வேறுபடுகிறார் என்பது பற்றியும் ஆராய்வது சுவையானது தான்.

19ஆம் நூற்றாண்டின் அடிநாள்களிலும் 20ஆம் நூற்றாண்டின் தொடக்க நாளிலும் ஏற்பட்ட சமூக மாறுதல்களின் அரசியல் விழிப்புணர்ச்சியின் ஒரு பிரதிநிதியாக ரவிந்திரநாத் தாகூர் இயங்கினார். மேலை உலகில் நிகழ்ந்த பல்வேறு மாற்றங்களுக்கும் இந்தியாவின் செழிப்பான பாரம்பரியங்களுக்கும் இடையில் ஒரு பாலமாக அமைந்ததை தாகூரின் தனிச்சிறப்பு என்று சொல்ல வேண்டும்.

இப்படித்தான் சத்யஜித் ரேயும் மேலை நாட்டின் ஒரு கலைச் சாதனமான சினிமாவைத் தனக்கென்று சுவிகரித்துக் கொண்டு அதைக் கீழை நாடான இந்தியாவின்

தனித்துவமான குரலில் பேசச் செய்தவர். மேலை நாட்டு இசையில் அதிக ஈடுபாடு கொண்டதோடு மட்டுமல்லாமல், மோசார்ட்டின் இசை வடிவிலேயே தனது சினிமாவை இணைக்கும் இத்தகைய ஒரு போக்கு, உலக முழுமையையும் ஒன்றெனக் காணும் போக்கு தாகூரினால் வங்காள மண்ணுக்குத் தரப்பட்டது என்கிற அதே நேரத்தில் அது ஒரு காலத்தின் தேவை என்பதையும் நாம் மறந்துவிடக் கூடாது.

சத்யஜித் ரேயின் தந்தை, தாய் ஆகிய அனைவரும் தாகூருடன் பழகி வந்தது பற்றி ரே நினைவு கூர்கையில் சொல்கிறார் " அவரது பாதங்களை எனது தாய் தொட்டு எழுகையில் என் தாயை நோக்கி அவர் "நீ ஏன் உனது மகனை எனது பள்ளிக்கு அனுப்பக் கூடாது?" என்று வினவுவார். ஆனால் எனக்கு அவரது பள்ளிக்குச் செல்லும் ஆசை இருந்ததில்லை."

சத்யஜித் ரே நகரத்தில் பிறந்து வளர்ந்தவர். அவர் கல்கத்தாவை விட்டு விலகி தூரத்தில் இருந்த சாந்தி நிகேதனுக்குச் செல்ல விரும்பியதில்லை. ஆனால் அவர் தனது பட்டப்படிப்பை பொருளாதாரத்தில் செய்து முடித்த பிறகு ரேயின் தாய், அவர் சாந்திநிகேதனில் கலை பயில வேண்டும் என்று ஆசைப்பட்டார். ஒரு மலைச்சாரலுக்குச் செல்வது எப்படி ஒருவனுக்கு உடல் ஆரோக்கியத்தைக் கொடுக்குமோ அப்படி தாகூரின் பக்கத்தில் இருப்பதே ஒரு தனிப்பட்ட பயனைக் கொடுக்கும் என்று கருதினார் ரேயின் தாய். சத்யஜித் ரே மனமின்றி தான் சாந்திநிகேதனில் சேர்ந்தார். சாந்திநிகேதன் பற்றியும் அதன் மாணவர்கள் பற்றியும் அவர் நிறைய விமர்சனங்கள் வைத்திருந்தார்.

தாகூரினால் ரேயின் கலை பல பாதிப்புகளுக்கு உள்ளானாலும் கூட, அவரது இந்த விமர்சனப் போக்கு மாறவே இல்லை.

'கலாபவனம்' எனும் கலைப்பிரிவில் சேர்ந்த பிறகும் கூட தான் ஒரு பழைய மரபு வழிப்பட்ட ஓவியனாகத் திகழ வேண்டும் என்று ரே ஆசைப்படவில்லை. ஆயினும், சந்திநிகேதனில் அவர் தங்கியிருந்த நாள்கள், அவரது வாழ்க்கையின் மீதும், கலையின் மீதும் ஆழமான பாதிப்புகளை ஏற்படுத்தின.

இங்கு தான் அவர் சினிமாவின் கலைக் கொள்கைகளைத் தெரிந்து கொண்டார். அவர் ஏழு வயதுச் சிறுவனாக இருந்த போது, அவருக்குத் தாகூர் எழுதிக் கொடுத்த சில கவிதை வரிகளின் மூலமாக 'பனித்துளியில் பிரபஞ்சத்தைப் பார்க்கும் ஒரு பார்வை'

கிடைத்தது. சத்யஜித்ரேயின் சினிமா கலைக்கு தனித்துவமான வழிமுறைகளை வகுத்துக் கொடுத்தது. அவர் இங்கு கற்றுக் கொண்ட 'வரைகலை' அவரைத் தனது சினிமாவின் காட்சிகளை முன்னதாகவே சித்திரங்களாகவே வரைந்து வைத்துக் கொள்ளச் செய்தது.

சாந்தி நிகேதனில் பார்க்கக் கிடைத்த தூசற்ற தூய நீல வானமும், முழுமையாகக் கவிந்து ஆக்கிரமித்த இருட்டும், அடர்ந்த மரங்களும், சத்யஜித் ரேயைச் சிந்திக்கும் பழக்கமுள்ளவாரகவும், இயற்கையைக் கண்டு வியப்பவராகவும் மாற்றியது. இது பற்றிக் குறிப்பிடுகிறபோது "சாந்தி நிகேதனம், எனக்குப் புதிய ஜன்னலைத் திறந்து விட்டது. எல்லாவற்றைக் காட்டிலும் அது நமது மரபைப் பற்றி ஒரு விழிப்புணர்ச்சியை எனக்கு ஊட்டியது" என்று குறிப்பிடுகிறார் ரே.

எகிப்திய, சீன, ஜப்பானிய கலை என்றைக்கும் உண்மையை அப்படியே படம் பிடித்துக் காட்டுவதைக் காட்டிலும் விஷயங்களின் உள்ளே பொதிந்திருக்கும் சாராம்சத்தை அறிந்து கொள்வதில் அதிக அக்கறை காட்டுகின்றது என்பதை அவர் இங்கு புரிந்து கொண்டார்.

ஆனால், அவர் இங்கு சினிமாக்களைப் பார்க்க முடியாமல் தவித்த போதிலும் அங்கிருந்த சினிமா கலை பற்றிய பல நூல்கள் அவருக்குப் பலவற்றைக் கற்றுக் கொடுத்தன. சினிமா இலக்கணத்தை உருவாக்கியுள்ளவர்கள் அமெரிக்காவின் கிரிஃபித்தும் (Griffith), பிரான்சின் ஆபெல் கேன்ஸ்சும் (Abel Ganes), ரஷ்யாவின் ஐசன்ஸ்டினும் (Eisenstain) புடோவ்கினும் (Pudovkin) இசையில் அதிக ஈடுபடாடு கொண்டவர்களாக இருந்ததை அறிந்து கொண்டார்.

இருப்பினும் இரண்டரை ஆண்டுகளுக்கு மேலாக சாந்திநிகேதனில் இருக்க விரும்பாத ரே தாகூரின் மறைவுக்குப் பிறகு கல்கத்தா வந்து விட்டார்.

ரே அறிவார்ந்த நிலையில் என்றைக்கும் தாகூரைப் பரிசீலனை செய்து கொண்டே இருந்தார். எனினும் அடி மனதின் ஆழத்தில் அவரது சினிமா தாகூரினால் பெரிதும் பாதிக்கப்பட்டிருந்தது.

"ஒரு மனிதனைப் பற்றிய சித்திரம்" (Portrait of a man) எனும் தாகூரைப் பற்றிய அவரது கட்டுரையில், தாகூர் கவிதைகளின் முக்கியமான தொனி மழையைச் சார்ந்து இருந்தது என்று

குறிப்பிடுகிறார் ரே. அடர்ந்து பொழியும் மழையை தாகூர் திரும்பத் திரும்பக் கையாண்டது போலவே சத்யஜித் ரேயும் தனது திரைப் படைப்பில் அதைக் கையாண்டு சிறந்த வெற்றி பெற்றிருக்கிறார்.

சத்யஜித் ரேயின் "அப்புவின் முக்கதை" (Appu's Triology)யில் இளைஞனாக வரும் அப்புவை இளம் தாகூரின் முக ஜாடையிலேயே படைத்திருப்பதை யாரும் உணரலாம்.

ரே முதன்முதலாக திரைக்கதை எழுதி திரைப்படமாக எடுக்க முயன்றது தாகூரின் 'ஊரும் உலகமும்' எனும் நாவலைத்தான். இதன் பிறகு அவர் தாகூரின் பல்வேறு நாவல்களையும் படமாக்கியபடியே இருந்தார்.

உணர்வு நிலையில் தாகூருடன் ஒன்றிப் போன சத்யஜித் ரே அறிவார்ந்த நிலையில் தாகூருடன் முரண்பட்டே வந்திருக்கிறார். 1970ல் அவர் கொடுத்த பேட்டி டொன்றில் அவர் இந்த முரண்பாடு பற்றிக் குறிப்பிடுகிறார்.

"தாகூரின் சிலகதைகள் மிகவும் பழந்தன்மை கொண்ட உணர்வு நிலையில் அமைந்தவை. 'போஸ்ட் மாஸ்டரை' எடுத்துக் கொள்ளுங்கள். கதையில் இறுதியில் போஸ்ட்மாஸ்டர் ஊரை விட்டுச் செல்ல வேண்டி வருகிற போது அந்த வேலைக்காரப் பெண் அவர் கால்களில் விழுகிறாள். "என்னைத் தனியே விட்டு விடாதீர்கள் என்னையும் உடன் அழைத்துப் போங்கள்" என்று கேட்கிறாள்"

இந்த நிகழ்ச்சியை மிகை நாடகத் தன்மையுடையதாகக் கருதுகிறார் ரே. இது போன்ற படங்களில் அவர் நாவலின் நிகழ்ச்சியை சினிமாவுக்காக ஏற்ற விதத்தில் மாற்றி அமைத்து இருக்கிறார். நவீனமான சூழ்நிலையில் வளர்ந்து விட்டவர் என்பதினால் அவருக்கு இந்த உணர்ச்சி வெளிப்பாடு பிடிக்கவில்லை. எனவே அவர் அந்தக் கதையின் முடிவைக் கொஞ்சம் வறட்சித் தன்மையானதாக மாற்றி விட்டார்.

சினிமாவில் அந்தப் பெண் தன் உணர்ச்சியை வெளிக்காட்டிக் கொள்ளமாட்டாள். அவள், தான் துயரத்துடன் இருப்பதைக் கூட போஸ்ட் மாஸ்டரிடம் சொல்ல முடியாத அளவுக்குத் துயரமாக இருக்கிறாள். கிணற்றடிக்குச் சென்று தண்ணீர் எடுக்கும் போது தான் அவள் அழுவதாகக் காட்சி அமைக்கிறார். அவள் போஸ்ட்மாஸ்டர் கூப்பிட்டதும் கண்ணைத் துடைத்துக்

கொண்டு தண்ணீரைத் தூக்கிக் கொண்டு அவரை கடந்து சென்று விடுகிறாள். போஸ்ட் மாஸ்டர் கொடுக்கும் பணத்தைக் கூட வாங்க மறுத்து விடுகிறாள் என்று காட்டுகிறார் சத்யஜித்ரே.

இப்படி தாகூரின் கதையை மாற்றியது. 1960இல் வாழும் ஒரு கலைஞன் கொள்ளும் புரிதல் என்று குறிப்பிடுகிறார் ரே.

இவ்வாறு தாகூரை மாற்றுவதை தூய்மை வாதிகளும், தாகூரின் மீது பக்தி வைத்திருப்பவர்களும் விமர்சித்து இருக்கிறார்கள். ஆனால் ரே, தானும் ஒரு கலைஞன்தான் என்றும், தனக்கும் உணர்ச்சிகள் உள்ளன என்றும் பதிலளித்து இருக்கிறார்.

ஆனால் சத்யஜித் ரே, தாகூரின் மீது கொண்ட அன்பு மாறியது இல்லை. இதனை அவர் தயாரித்த, 'தாகூர்' எனும் செய்திப் படத்தைப் பார்த்தாலே புரிந்து கொள்ளலாம்.

'பதேர் பாஞ்சாலிக்குப் பிறகு, மிகச் சிறந்த ஒரு கலைப்படைப்பு என்று கருதப்படுகிற 'சாருலதா'வும் கூட தாகூரின் கதையைத் தழுவி எடுக்கப்பட்ட ஒன்று ஆகும். பொதுவாக வங்காள மறுமலர்ச்சியையே பின்புலமாகக் கொண்டு அமைந்தது அந்தப் படம்.

பெண் விடுதலையையும், பெண்களின் தனித்துவத்திற்குக் கொடுக்கும் கௌரவத்தையும வலியுறுத்திப் பேசிய தாகூரின் எண்ணங்களை ரே சாருலதாவின் மிக உன்னதமாகப் படம் பிடித்தார். தாகூர், 'நஷ்டானீர்' (Nashtanir) அதாவது உடைந்த வீடு எனும் பொருள் கொண்ட கதையில் ஒரு கதாபாத்திரம் பற்றி கீழ்கண்டவாறு எழுதுகிறார். "ஒருவேளை பூபதி, அவனது மனைவியின் அன்பைப் பெற தனி முயற்சிகள் ஏதும் செய்யத் தேவையில்லை என்றும் அவளது அன்பு எரிபொருள் இன்றியே தானாக எரியும் என்றும் அது காற்றில் என்றும் அணையாது என்றும் பொதுவாக மக்களால் கூறப்படுவதை நம்பி விட்டான் போலிருக்கிறது. "இந்தியா போன்ற ஆண் ஆதிக்கம் மிகுந்த நாட்டில் இருக்கும் பெண்களின் நிலையை தாகூர் இந்தச் சொற்களால் சுருக்கிச் சொல்கிறார். தாகூரின் இந்தக் கருத்தை ரே தனது 'சாருலதா' எனும் திரைக்காவியத்தில் மிக அழகாக நிற்கச் செய்து விடுகிறார். பெண் என்பவள் தனித்துவமான ஒரு ஆளுமை கொண்டவள் என்பதை ஆண்கள் புரிந்து கொள்ள வைக்கிறார்.

சாருலதாவின் ஆரம்பமாக இருப்பது, தாகூர் எழுதிய ஒரு இசைப்பாடலின் அடிப்படையாக அமைந்த இசை தான். அடுத்ததாக அந்தப் படத்தின் இசை நடையையும் கூட சத்யஜித் ரே தாகூரின் மனதிற்கு மிகவும் பிடித்தமான ஸ்காட்லாந்து நாட்டு இசை ஒன்றிலிருந்தே எடுத்துக் கொண்டு இருக்கிறார்.

இந்த அளவுகு சத்யஜித் ரே மகாகவி தாகூரினால் பாதிக்கப்பட்டிருந்தாலும் இருவருக்கும் வேறுபாடுகள் உள்ளன. இருவருமே இருவேறு காலக்கட்டங்களை உண்மையாகப் பிரதிபலித்தவர்கள். இந்த விதத்தில் இந்த இருவேறு காலகட்டங்களுக்கும் இருக்கும் வேறுபாடு, தாகூருக்கும் ரேவுக்கும் உண்டு என்றே கூற வேண்டும்.

தாகூரை அமைதியாக, புரண்டோடும் ஒரு ஆற்றுடன் ஒப்பிடுவோம் என்றால், சத்யஜித் ரேயை ஒரே சீரான ஓசையுடன் ஓடும் ரயில் வண்டித் தொடருடன் ஒப்பிடலாம். இவை இரண்டிற்கும் இடையிலிருக்கும் வேறுபாடு இவர்கள் இருவரிடமும் உண்டு.

புது சினிமா
ஒரு அறிமுகம்

இன்றைய மூன்றாம் உலக சினிமாவுக்கு முன்னால் ஒரு வரலாற்றுக் கடமை எழுந்து நிற்கிறது. வெளிநாட்டு ஆட்சியின் கீழ் நசுங்கி, தங்களது பண்பாட்டு முகம் சிதைக்கப்பட்டு, வரலாற்று உண்மைகள் அழிக்கப்பட்டு விட்ட இந்த நாடுகள், இன்று தங்கள் அடையாளம் என்ன என்று தெரியாமல் திகைத்து நிற்கின்றன. இத்தகைய நிலையில் இருக்கும் வளரும் நாடுகளின் சினிமாவின் கடமை, இழந்த அடையாங்களை மீட்டெடுப்பதும், நம்மைச் சுற்றி இருக்கும் இன்றைய வாழ்க்கைப் பற்றிய நேர்மையான புரிதலுடன் அதைப் படம் பிடிப்பதுமாகும்.

1896இலிருந்து இந்திய மண்ணில் வேர் கொண்டு வேகமாக வளரத் தொடங்கிய நமது சினிமா, இந்த தார்மீகக் கடமையைப் பூர்த்தி செய்து இருக்கிறதா? இன்று பவளவிழா காணும் இந்திய சினிமாவைத் திரும்பிப் பார்க்கிற போது, அதன் பெரும்பகுதி வெறும் கனவுத் தொழிற்சாலையாக இயங்கி வந்திருப்பதைக் காண்கிறோம்.

மூன்றாம் உலகைச் சேர்ந்தவையான கியூபா, அர்ஜென்டீனா, பிரேசில், சிலெ, பொலிவியா, போன்ற லத்தீன் அமெரிக்க நாடுகளும், செனிகால், அல்ஜீரியா, மொராக்கோ, போன்ற ஆப்பிரிக்க நாடுகளும், தங்கள் சினிமாவின் மூலமாகத் தங்களது சமூக நிலைபாடுகளின் உறவு, முறைகளின், இன, பொருளாதாரச் சுரண்டல்களின் அனுபவங்களைக் கலை சார்ந்த அனுபவங்களாக வெளிப்படுத்தி இருக்கின்றன.

இந்நாடுகளைக் காட்டிலும் அதிகமான மக்கள் தொகை கொண்ட, இந்தியாவின் சினிமா இது போன்ற முயற்சிகளில் ஈடுபட்டு இருக்கிறதா?

ஆயிரம் ஆயிரம் ஆண்டுகளாக, தமக்கென்று தனிச்சிறப்பு கொண்ட இலக்கியம், இசை ஓவியம், நாட்டியம், நாடகம் என்று பல்வேறு கலைகளின் செழிப்பான பாரம்பரியம் கொண்ட ஒரு மண்ணிலிருந்து சினிமா எனும் வலிமை மிக்க சாதனத்தினால் படைக்க முடிந்ததெல்லாம் இந்த, உண்மை வாழ்க்கையோடு தொடர்பற்ற போலிகளைத்தானா?

இத்தகைய வினாக்களால் அலைக்கழிக்கப்பட்ட கலைஞர்களில் ஒருவரான சத்யஜித்ரே எனும் வங்காள இயக்குநர், வணிக சினிமாவிலிருந்து முற்றிலும் விலகி, பதேர் பாஞ்சாலி எனும் கலைத் தன்மையுடன் கூடிய தனது படத்தை எடுத்தார். ஐம்பதுகளின் பிற்பகுதியில் அவர் எடுத்த 'அப்புவின் முக்கதை' (Appu's Triology)யுடன் தோன்றியது 'புதுசினிமா'.

வங்காள மறுமலர்ச்சியில் ஊற்றெடுத்த இலக்கியம், இசை, ஓவியம் ஆகியவைகளின் ஆற்று வெள்ளம் இந்திய சினிமாவில் வந்து கலந்தது இதுவே முதல் தடவையாகும். இப்போது சினிமாவில் கதையை நகர்த்துவதில் காட்டும் ஆர்வத்தை விடவும், அதற்கு ஆழமும், தொனியும், ஒரு தனிச் சூழலும் கொடுக்கும் ஏராளமான நுட்பங்களின் மீது அதிக ஆர்வம் காட்டப்பட்டது. தனி மனிதர்களை அவர்களது பொது வாழ்க்கையில் அறிவதைக் காட்டிலும் அவர்களது தனி வாழ்க்கையின் சிறு சிறு செயல்களில் அதிகம் அறிந்து கொள்ள முடியும் என்கிற புரிதல் ஏற்பட்டது. சினிமா என்பது கதையாலோ சொல்ல வந்த செய்தியாலோ முக்கியத்துவம் அடைவது போலவே, எப்படிச் சொல்லப்பட்டது, அதை யார் சொல்கிறார்கள் என்பதாலும் முக்கியத்துவம் பெறுகிறது.

பிரான்சின் ழான் ரெனுவா (Jean Renoir), ரஷ்யாவின் ஐசன்ஸ்டீன் (Eisentein) ஆகியோரைப் போன்ற ஒரு மரபுவாதியான சத்யஜித்ரே ஒரு அதிநவீன பரிசோதனைவாதி அல்ல என்ற போதிலும் கூட, அவரது படங்கள் உலக அரங்கில் இந்தியாவுக்குத் தனி அடையாளத்தை ஏற்படுத்திக் கொடுத்தன.

பல்வேறு விருதுகளினால் ஊக்கப்படுத்தப்பட்ட அவர், அபராஜிதா, பரேஷ்பத்தர், கஞ்ஜன் ஜீங்கா, சாருலதா, ஆஷானிசங்கட் போன்ற திரைக் காவியங்களைப் படைத்தார். தமக்கென்று இந்தியத் தனமான, இசைலயமான கவிதை மயமான ஒரு பாணியை அவர் வகுத்துக் கொண்டார். இத்தாலிய நியோரியலிசத்தினால்

பாதிப்புக்குள்ளான ரேயின் படங்கள், மக்களின் வாழ்க்கையை உண்மையான முறையில் பிரதிபலித்தன.

இந்தப் 'புதுசினிமா' சத்யஜித் ரேயினால் மட்டுமே வளர்ச்சி அடைந்தது என்று கூற முடியாது. ரித்விக் கட்டக் (Ritwik Ghatak) எனும் மற்றொரு கலைமயமான இயக்குநரும் இந்த காலகட்டத்தில் 'சுவர்ணரேகா' 'மேதக்கதார' போன்ற படங்களைப் படைத்தார்.

ஆனால், 'புதுசினிமா' தயாரிக்கும் ஒரு தலைமுறையையும் அதற்கான புதிய பார்வையாளர்களையும் உருவாக்கியதில் சத்யஜித் ரேயின் பங்கு மறுக்க முடியாதது ஆகும்.

ரேயிக்குப் பிறகு, நியோரியலிச நிழலில் ஒதுங்கிய மிருணாள் சென்னை இந்தியாவில் அரசியல் சினிமா எடுக்கும் அபூர்வ பறவை என்றே நாம் வர்ணிக்கலாம். தனது. 'இண்டர்வியூ', 'கோரஸ்' போன்ற படங்களின் மூலமாக இந்திய அரசியல் வாழ்க்கையின் பல்வேறு பிரச்சினைகளை எடுத்துப் பேசி இருக்கிறார். தனிப்பட்ட மனிதர்களின் மனக்குழப்பங்களையும், வாழ்க்கைச் சிக்கல்களையும் பிரதானப்படுத்தும் இந்திய சினிமாவில் சமூகப் போராட்டங்களை முன்னிறுத்திப் படம் எடுத்த பெருமை மிருணாள் சென்னைச் சாரும்.

நியோரியலிசத்தையும் (Neo - Realism) கனவு மயமானவற்றையும் கலந்து, அவர் பல புதிய பரிசோதனைகளை நிகழ்த்தி இருக்கிறார். 'ஓகஊரி கதா', 'ஏக் தின் பிரதி தின்' ஆகியவை இவரது குறிப்பிடத்தக்க படங்கள். சத்யஜித் ரே, ரித்விக் கட்டாக், மிருணாள் சென் ஆகிய இந்த மூவரின் கலை நேர்த்தியின் அடிப்படைகளாக இவற்றைச் சொல்லலாம்.

1 சாதாரண மக்களையும் புரிந்து கொண்டு, அந்த புரிதலை செலுலாய்டின் மூலமாக வெளிப்படுத்த இவர்கள் எடுத்துக் கொண்ட கவனம்.

2 வணிக மயமான சினிமா சந்தையின் கெடுபிடியான விதிமுறைகளைத் தூர எறிந்து தனது கலை சார்ந்த மனச்சாட்சியின் விதிமுறைகளுக்கு ஏற்ப இயங்கத் தொடங்கியது.

3 இந்தியாவின் இலக்கிய, இசை, ஓவிய மரபுகளைத் தங்களது மேல்நாட்டுப் புரிதலுடன் கூடிய கலையுடன் ஒன்றிணைத்து ஒரு இந்தியமயமான தொனியை உருவாக்கியது.

இதன் பிறகு வந்த சுதந்திர இந்தியாவின் முதல் தலைமுறையினரான கலைஞர்கள், வணிக சினிமாவுடன் தொடர்பற்று 'புது சினிமா'வை ஒரு இயக்கமாக வளர்க்கத் தொடங்கினார்கள்.

இந்திய விடுதலைக்கு முன்னர் வளர்க்கப்பட்ட சுதந்திர இந்தியா பற்றிய ஒளிமயமான கனவுகள், தங்கள் கண் முன்னாலேயே கரைந்து மறைவதைக் காண நேர்ந்த இந்தத் தலைமுறையினர் இந்தியாவின் தற்கால நிலைமை குறித்த தங்களது விமர்சனங்களை சினிமாவாக எடுத்தனர்.

எம்.எஸ். சத்யூ, தனது 'கர்ம் ஹவா' (அனல் காற்று) எனும் இந்திப்படத்தின் மூலமாக இந்திய, பாகிஸ்தான் பிரிவினையின் போது ஏற்பட்ட அவலங்களை மிக உயர்ந்த தரத்திலான அரசியலுடனும், அழகியலுடனும் எடுத்து வைத்தார்.

இந்திய மக்களைச் சிறுசிறு பிரிவுகளாப் பிரித்து அழித்துவரும் சாதிகளைப் பற்றிய அழுத்தமான விமர்சனத்தை 'சம்ஸ்காரா' எனும் படத்தின் மூலமாக கிரிஷ்கர்னாடும், பட்டாபிராம் ரெட்டியும் படமாக வைத்தனர். இது முதலில் அரசினால் தடை செய்யப்பட்ட போதிலும், அதே அரசு பிறகு இந்தப் படத்திற்கு ஜனாதிபதி பரிசைக் கொடுத்தது. இதே காலகட்டத்தில் வெளிவந்த, 'சோமனதுடி' ஒரு தீண்டத்தகாதவன் தனக்கெனச் சொந்தமாக ஒரு துண்டு நிலம் பெற வேண்டும் என்று ஆசைப்பட்டு அது நிராசை ஆவது பற்றிப் பேசியது. இவை இரண்டுடன் சேர்ந்து கன்னடத்தில் ஒரு 'புதுசினிமா அலை' தோன்றத் தொடங்கியது.

கர்னாடக மாநிலத்திலிருந்து பி.வி.கரந்த், கிரிஷ் கர்னாட்(காடு), பட்டாபிராம ரெட்டி (சமஸ்காரா), கிரிஷ் கசரவள்ளி (கட்டஷ்ரத்தா) போன்ற இயக்குநர்கள் நவீன வாழ்க்கையின் அர்த்தமற்றுப் போய்விட்ட பழைய சம்பிராதயங்கள் இந்திய மக்களைப் பிடித்து ஆட்டுவது குறித்த படங்களைப் படைத்து வருகின்றனர். இந்தியாவின் தென்கோடியில் இருக்கும் கேரளத்து சினிமா, அந்த மண்ணையும், இயற்கையுடன் இயைந்த மக்கள் வாழ்க்கையையும், சமூகத்தின் கீழ்த்தட்டு மனிதரையும் காமிராவின் மூலமாக ஆராய்வதில் வெற்றி கண்டிருக்கிறது. இதன் முக்கிய பிரதிநிதிகளாக அடூர் கோபாலகிருஷ்ணன் (மூகாமுகம்), ஜி. அரவிந்தன் (உத்தராயணம்) போன்றவர்களைச் சொல்லலாம்.

இதன் பிறகு இந்திய சினிமாவில் பல பரிசோதனைகளைச் செய்ய வேண்டும் எனும் ஆசை கொண்டவர்கள் வந்துள்ளனர். இதில்

குறிப்பாக இரண்டு பெயர்களைச் சொல்லலாம். மணி கௌல் (Mani Kaul) மற்றும் குமார் ஷாஹனி (Kumar Shahni)

வழிவழியாக வரும் சினிமாவின் கூறுகளைத் தவிர்த்து விடுவது மட்டும் புதுமையல்ல. அதையும் மீறி, புதிய சினிமா மொழி ஒன்றைக் கண்டுபிடிப்பது தான் புதுமை என்று புரிந்து கொண்டவர்கள் இவர்கள்.

மணிகௌலின், 'துவைதா' (Duvida) எனும் படத்தை எடுத்துக் கொண்டால் தோற்றத்திற்கும், அதன் பின் இருக்கும் உண்மைக்குமான உறவை ஆராய்வதற்கு அவர் ஒரு நாட்டுப்புறக் கதையைத் தேர்ந்தெடுக்கிறார். மெதுவாக ஆலாபனையில் தொடங்கி மலரும் இந்திய இசையைப் போலத் தனது சினிமாவை இவர் அமைக்க விரும்புகிறார்.

இவரது 'உஸ்கிரோட்டி' (ஒருநாள் ரொட்டி) எனும் இந்திப்படம் ஒரு பேருந்து ஓட்டுபவரின் மனைவி ஒருத்தியின் துயரமான தனிமையையும், இந்திய சமூக அமைப்பில் மனைவி என்பவளின் நிர்க்கதியான நிலைமையையும் படம் பிடிக்கிறது.

40 வயதுக்காரரான குமார் ஷாஹனி மிகவும் அசலான கலைத்திறனுடன் தன் சினிமாவைப் படைப்பவர், அவரது 'மாயா தர்பன்' எனும் இந்திப் படம் இந்திய சினிமா வரலாற்றில் செய்யப்பட்ட மிக முக்கியமானதொரு பரிசோதனையாகும்.

இங்கு நம்பிக்கையுடன் புது சினிமா இயக்கத்தைக் கொண்டு செல்பவர்களின் பட்டியல், பாசுசட்டர்ஜி, (சாரா ஆகாஷ்), சேட்டன் மேத்தா (பால்னி யூவாய்), சயித் மிர்சா (ஆல்பர்ட் பின்ட்டோ கோ குசா கியோ ஆத்தா ஹை), கோவிந்த் நிஹலானி (ஆக்ரோஷம்), ராம்தாஸ் ஃபுடானே (சர்ச சாட்சி), சுரீந்தர்தரி (ரிக்கி டிக்கி டாவி) என்று நீள்கிறது.

இந்தப் பட்டியலில் தமிழ் 'புதுசினிமா' முயற்சிகளில் இறங்கிய ஜெயகாந்தனையும் (உன்னைப் போல் ஒருவன்), ஜான் ஆபிரகாமையும் (அக்கிரகாரத்தில் கழுதை) மட்டும் சொல்லி ஓய்ந்து விடும் நிலைமை வராத வகையில் புதிய இயக்குநர்கள் அல்லது முன்னரே இந்த திசையில் முயன்ற இயக்குநர்கள் 'புதுசினிமா' பலவற்றைப் படைத்துக் காட்ட வேண்டும். இதற்கு சினிமா பார்வையாளர்களின் சினிமா பற்றி புரிதலும் அதிகப்பட வேண்டியது அவசியம்.

தமிழ் சினிமா தமிழனின் சினிமாவா?

தமிழனுக்கு என்று தனியானதொரு கலைப் பாரம்பரியம் இருக்கிறது. உயர்ந்த இலக்கியம், தனி அடையாளம் கொண்ட நாட்டுப்புறக் கலைகள், தமிழ்த்திரை பதிக்கும் பழங்கால ஓவியங்கள், சிற்பங்கள், கோயில்களின் தனித்தன்மை மிக்க கட்டடக்கலை, நாட்டுப்புற இசை, தனித்தன்மை கொண்ட இசைக்கருவிகள், தெருக்கூத்து, என்று ஒரு கலைப் புதையலுக்கு நாம் சொந்தக்காரர்கள். இத்தகைய ஒரு பின்னணி கொண்ட மண்ணில் அண்மைக்கால கலையான திரைப்படம் கொடிகட்டிப் பறக்கிறது. மொத்த இந்தியாவில் தயாரிக்கப்படும் திரைப்படங்களில் கணிசமான அளவுக்கு தமிழ்த் திரைப்படங்கள் எடுக்கப்படுகின்றன. மிகவும் லாபகரமான தொழிலாகவும் இது இருக்கிறது. இத்தகைய நிலையில் தமிழ்த் திரைப்படம் தமிழனின் திரைப்படமாக இருக்கிறதா?

இல்லை என்பதுதான் பதில். ஏன் இல்லை? இந்த மொத்த கலைப் பாரம்பரியத்தின் பின்னணியில் நமது அடையாளம் சொல்லும் நிறைப்படங்கள் முழு கலை ஆளுமையுடன் ஏன் வெளிப்படவில்லை? இந்தக் கேள்விக்கு திரைப்படத் துறையிலிருப்பவர்களிடமிருந்து கிடைக்கிற பதில்கள் திருப்தியளிப்பவைகளாக இல்லை.

முதலாவதாக திரைப்படம் என்பது பெரும் முதலீடு கொள்ளும் ஒரு தொழில்துறை. இதன் நோக்கம் பொழுதுபோக்கு அம்சங்களை நிறைய கொடுத்து பணம் பண்ணுவதாகத்தான் இருக்க முடியுமே தவிர கலைகளையும், பண்பாட்டையும் வளர்ப்பதாக இருக்க முடியாது என்பது தான், அதிகப்பணம் சம்பாதிக்கின்ற இந்தித் திரைப்படங்களுடனும், ஆங்கில திரைப்படங்களுடனும் நமது தமிழ்த் திரைப்படங்கள் ஒப்பு நோக்கிப் பேசப்படுகின்றன.

ஆனால் உண்மையில் இந்தி திரைப்படங்களுடன் தமிழ்த் திரைப்படங்களை ஒப்பு நோக்க முடியுமா என்றால் முடியாது. ஏனெனில் இந்தி திரைப்படங்களுக்கான சந்தைகளும், தமிழ்த் திரைப்படங்களுக்கான சந்தைகளும் வேறு வேறானவை.

இந்தி திரைப்படங்கள், மொத்த இந்தியாவையும் கணக்கில் எடுத்துத் தயாரிக்கப்படுகின்றன. இந்தி தேசியமொழி என்று பேசப்படுவதினால் இந்தித் திரைப்படங்கள் தமக்கென தனியானதொரு பண்பாட்டு அடையாளம் அற்றவைகளாகத் தயாரிக்கப்படுகின்றன. உதாரணமாக தமிழ்த் திரைப்படம் ஒன்றில் ஒரு நடனக்காட்சி வரவேற்கப்பட்டிருந்தால் இந்தித் திரைப்படம் அதை உடனே சுவீகாரம் செய்து கொள்ளும்.

தில்லானா மோகனாம்பாள் எனும் படத்தில் பரதநாட்டியம் பாராட்டப் பெற்றது என்றால் 'மேரா நாம் ஜோக்கா' இந்தித் திரைப் படத்தின் பிற்பகுதியில் இது போன்ற ஒரு நடனக்காட்சி சேர்க்கப்பட்டு விடுகிறது.

ஆனால் தமிழ்த் திரைப்படத்திற்கான சந்தை அகில இந்திய சந்தை அல்ல. அதன் பெரும்பான்மை ரசிகர்கள் தமிழகம் அல்லது தமிழர்கள் அதிகம் வாழும் இந்தியாவின் பெருநகரங்கள் அல்லது மலேசியா, சிங்கப்பூர் போன்ற நாடுகளின் தமிழர் பகுதி திரையரங்குகள் தான். இங்கு இத்தனை ஆண்டுகளாக மக்களை மகிழ்வித்து வந்த பொழுது போக்குக் கலைகள் மேலும் காட்டப்படுமென்றால் ரசிக்கப்படாமல் போகப் போவது இல்லை. ஆனாலும் நமது கலைகளைப் பற்றி நமக்கே ஒரு தாழ்வு மனப்பான்மை உண்டு என்பதினால் நாமே அவற்றைப் பயன்படுத்தத் தயங்குகிறோம். வெளிநாட்டு ஆஸ்கார் பரிசுக்கு ஆசைப்படும் தயாரிப்பாளர்கள் சிலர் அண்மையில் நமது வேர்களையும், பண்பாட்டு அடையாளங்களையும் தேடிப் புறப்பட்டு இருக்கிறார்கள். இது நல்ல போக்கு தான்.

மொரீஷியசில் 1971ல் மராத்தி திரைப்பட விழா நடந்தது. அடுத்த ஆண்டே அங்கு தெலுங்குத் திரைப்பட விழா நடந்தது பைலோரஷியாவில் 1977ல் கன்னட திரைப்பட விழா நடந்தது. இதே போன்று தமிழ்த் திரைப்பட விழாக்கள் நடைபெற்றால் அவை தமிழ் மொழியில் பேசுபவை என்பதைத் தவிர தனித்தன்மை கொண்ட தமிழ்ப் பண்பாட்டுக் கூறுகளைக் கொண்டிருக்குமா என்று ஒரு நிமிடம் நினைத்துப் பார்க்க வேண்டும்.

இந்த வகையில் பாரதிராஜாவும் அவரைப் பின்பற்றி வந்தவர்களும் மிக நல்ல திசையில் பயணப்பட்டு இருக்கிறார்கள். இந்த மண்ணின் வேர்களை அறிந்த இளையராஜா போன்றவர்கள் இந்தத் துறைக்கு வந்து இருக்கிறார்கள். 'மண்வாசனை' போன்ற திரைப்படங்கள் கிராமத்து பண்பாட்டினை மிக நல்ல முறையில் வெளிக் கொண்டு வந்துள்ளன. ஆனாலும் இன்று மூன்றாம் உலக சினிமாவில் இவர்களது இடம் என்ன என்று சிந்தித்துப் பார்த்தால் இவர்கள் எந்த அளவுக்குப் பின்தங்கி இருக்கிறார்கள் என்று புரிந்து கொள்ள முடியும். பண்பாட்டு வேர்களை அறிந்த இந்த மண்ணின் மைந்தர்களும் கூட தாழ்வு மனப்பான்மையினால் மீண்டும் மேலைநாட்டு திரைப்படங்களின் போலிகளையே தயாரித்துக் கொண்டிருக்கிறார்கள்

மூன்றாம் உலக சினிமாவில் ஒன்றான 'ரோஷமான' திரைப்படத்தில் ஒரு இரும்புத் தொழிற்சாலையின் வரவு ஒரு விவசாயியை ஒரு தொழிலாளியை, ஒரு மாணவனை, ஒரு கடைக்காரரை எப்படியெல்லாம் பாதிக்கிறது என்பதை மிக நல்ல முறையில் சித்தரித்துக் காட்டுகின்றது.

இப்படி நான் சொல்வதினாலேயே மூன்றாம் உலகின் பிறநாடுகளில் எடுக்கப்படும் தலைமறைவுத் திரைப்படங்களை இவர்கள் எடுக்க வேண்டும் என்று நான் வாதிடுவதாக நினைக்க வேண்டியது இல்லை.

மொழிபெயர்ப்பு

கட்டுரை

மொழிபெயர்ப்பின் பிரச்சினைகள்

மொழி என்பது குறியீடுகளின் (Signs) கூட்டம். ஆனால் இந்த ஒவ்வொரு குறியீடும் தனித்து இயங்குவது அல்ல. இந்த ஒவ்வொரு குறியீட்டுக்கும் ஒரு வரலாறு உண்டு. இந்த வரலாறு அந்த மொழி சார்ந்து இயங்கும் பண்பாட்டுடன் தொடர்பு கொண்டது. இதனால் ஒவ்வொரு மொழியின் ஒவ்வொரு சொல்லுக்கும் பிரக்ஞை உண்டு. இந்த பிரக்ஞை தான் அந்த சொல்லுக்கு ஒரு தொனிப் பொருளை உருவாக்கிக் கொடுக்கிறது. இதுவே அந்த சொல்லுக்கு அகராதியில் சொல்லப்பட்டிராத ஒரு அர்த்த பரிமாணத்தைக் கொடுக்கிறது. இந்த அர்த்த பரிமாணத்தை ஒரு மொழி பெயர்ப்பாளன் எந்த அளவுக்குப் புரிந்து கொள்கிறானோ அந்த அளவுக்கு அவனது மொழி பெயர்ப்பு சிறந்து விளங்குகிறது. மொழி பெயர்ப்பு என்பது குறித்து தமிழ் மரபு என்னவாக இருக்கிறது என்று அறிந்து கொள்வது சுவாரசியமானது தான்.

பழமைக்குள் ஒரு பயணம்.

மொழிபெயர்ப்பு என்பது தமிழுக்குப் புதியது அல்ல. மொழி பெயர்ப்பு எனும் சொல்லாட்சி பழந்தமிழ் அழகியல்வாதியான தொல்காப்பியர் காலத்திலேயே புழக்கத்தில் இருந்து வந்துள்ளது. இதனைப் பலர் Translation எனும் ஆங்கிலச் சொல்லின் மொழிபெயர்ப்பு என்று நினைக்கிறார்கள். வழிநூல்கள் தோன்றுவது குறித்துப் பேச வந்த தொல்காப்பியர், கீழ்கண்ட சூத்திரத்தைச் சொல்கிறார்.

“தொகுத்தல் விரித்தல் தோகை விரி மொழிபெயர்த்த தர்பட யாத்தலோ டனைமர பினவே!”

எனும் தொல்காப்பிய சூத்திரத்தில் மொழிபெயர்த்து அதர்ப்படயாத்தல்’ எனும் சொல்லாட்சியை Translation

என்கிற சொல்லின் மொழிபெயர்ப்பு அல்ல என்று புரிந்து கொள்ள வேண்டும்.

மொழிபெயர்ப்பில் ஈடுபடுபவர்கள் அந்த மொழிபெயர்ப்பை அதர்பட யாத்தல் வேண்டும் எனும் முயற்சியில் ஈடுபட்டனர். சமஸ்கிருதத்தில் (9ம் நூற்றாண்டில்) எழுதப்பட்ட 'பிருகதம்' 10ம் நூற்றாண்டில் 'பெருங்கதை' என மொழி மாற்றம் பெற்றுள்ளது. எனவே மொழிபெயர்ப்பு மரபு ஒன்று தமிழில் முன்னரே உண்டு என அறிந்து கொள்ள வேண்டும்.

ஒரு மொழியினின்று நமது மொழிக்கு மொழி பெயர்க்கிறபோது அது நமது மரபின் பின்னணியில் தகுந்த பொருளைக் கொடுக்குமாறு அதனை மொழிபெயர்த்தல் வேண்டும். இதனைத்தான் 'அதர்ப்பட யாத்தல்' எனும் சொல்லினால் தொல்காப்பியர் தெரிவிக்கிறார்.

உதாரணமாக "Pilgrims Progress" என்ற ஆங்கில நூலைத் தமிழில் மொழி பெயர்த்தவர்கள் அதனை 'இரட்சணிய யாத்திரை' என்று தான் மொழிபெயர்த்தனரே தவிர அதனை "யாத்திரைக்காரனின் முன்னேற்றம்" என்று சொல்லுக்குச் சொல் மொழி பெயர்க்கவில்லை. இதனைத்தான் அதர்ப்பட யாத்தல் என்று குறிப்பிடுகிறார் தொல்காப்பியர்.

இலக்கிய மொழிபெயர்ப்புகள்

இந்தியாவில் மொழிபெயர்ப்பு என்பது பழங்காலத்திலிருந்து இருந்து வரும் ஒரு முயற்சிதான் என்பதற்கு ஒரே உதாரணம் இராமாயணம். கம்பன், ஏகநாத், துளசிதாஸ், பாஸ்கர், கீர்த்திவாசா, எழுத்தச்சன் என்று பலர் வால்மீகியின் சமஸ்கிருத காவியமான இராமாயணப் புலமைக்குச் சதையான ஆற்றலுடன் தத்தம் மொழிகளில் மொழி மாற்றம் செய்துள்ளனர்.

இங்கு மிக முக்கியமாக கவனிக்க வேண்டியது ஒன்று உண்டு. இந்த மொழி மாற்றங்களின் பின்னால் மதம் நின்று இயங்கி இருக்கிறது. இதனால் தான் மதம் சாராத, அந்தந்த மொழியினருக்கான தேசிய குணாம்சங்களுடன் கூடிய இலக்கியங்கள் இவ்வாறு பரவலாக மொழி மாற்றம் செய்யப்படாமல் விடப்பட்டன. இந்த வரிசையில் தமிழில் சிலப்பதிகாரம், இந்தியின் 'சர்வ ஆலா', பாஞ்சாபியின் 'ஹியர் ரன்ஜா', வங்காளியின் 'மனச மங்கல்' போன்றவை பிறமொழிகளில் ராமாயண, மகாபாரதங்களைப் போல் அதிகமாக மொழிமாற்றம் செய்யப்படவில்லை

மேலும் பழைய மொழிபெயர்ப்புகளின் உள்நோக்கங்களையும் அறிதல் வேண்டும். இஸ்லாம், கிருத்துவம், சமணம், பௌத்த மதங்களைச் சார்ந்த ஆளும் வர்க்கத்தினர் மக்களையும், மத நம்பிக்கைகளையும் தெரிந்து கொள்ளும் ஆர்வத்தில் செய்தவை அதிகம். மொகலாய மன்னர்கள் காலத்தில் சமஸ்கிருதத்தில் காணப்பட்ட பல வேதங்கள் உபநிடதங்கள் ஆகியவற்றை ஷாஜஹானின் மூத்த புதல்வரான தாராஜிக்கோ (இவர் ஔரங்கசீபின் அண்ணன்) பாரசீகத்தில் தாமே மொழிபெயர்த்திருக்கிறார்.

அண்மைக் காலத்தில் ஏராளமான இலக்கியங்கள் தமிழில் மொழிபெயர்க்கப்பட்டன. இவற்றில் மிக முக்கியமானவை என சிலவற்றை நான் குறிப்பிடலாம் எனக் கருதுகிறேன்.

1 மில்டன் – சுவர்க்க நீக்கம் (காவியம்) – விபுலானந்த அடிகள்

2 எமிலிஜோலா – ஏழைப் பங்காளர் (நாவல்) – சுத்தானந்த பாரதி

3 எர்னஸ்ட் ஹெமிங்கே – கடலும் கிழவனும் (நாவல்) – திரிலோக சீதாராம்

4 கலீல் கிப்ரான் – முறிந்த சிறகுகள் (கவிதை) – நடராஜன்

5 ரவீந்திரநாத் தாகூர் – கீதாஞ்சலி (கவிதை) – வி.ஆர்.எம். செட்டியார்

6 மாக்சிம் கார்க்கி – தாய் (நாவல்) – தொ.மு.சி ரகுநாதன்

7 வி.எஸ் காண்டேகர் – பல நாவல்கள் த.நா. குமாரசாமி

8 தகழி சிவசங்கரம் பிள்ளை – செம்மீன் (நாவல்) – சுந்தர ராமசாமி

9 சி. நாராயணரெட்டி – அனல்காற்று (கவிதை) – ருத்ர துளசிதாஸ்

என்று ஏராளமான மொழிபெயர்ப்புகள் தமிழில் செய்யப்பட்டதின் விளைவாகத் தமிழ் செழிப்படைந்தது. எண்ணற்ற சிறந்த தமிழ் மொழிபெயர்ப்பாளர்களின் பட்டியல் நீளும் என்று அஞ்சி விடுக்கிறேன். இந்த ஒரு சில முயற்சிகளை எடுத்துக் காட்டியதன் மூலம் நான் சொல்ல வருவது என்னவென்றால் இந்த மொழிபெயர்ப்புகள் இலக்கிய நோக்கங்களுக்காகவே செய்யப்பட்டன என்பதை காட்டவே.

மொழிபெயர்ப்பின் பிரச்சினைகள்

Translator is a Traitor என்று சொல்லப்படுவது உண்டு. "மொழி பெயர்ப்பாளர்கள் துரோகிகள்" என்ற தலைப்பில் அசோகமித்திரன் ஒரு கட்டுரை கூட எழுதி இருக்கிறார். மொத்த நுட்ப திட்பங்களையும் முழுமையாகப் பயன்படுத்தி படைக்கப்பட்ட இலக்கியம் என்பது தன்னை மொழி பெயர்க்க அனுமதிக்காது என்றும் சொல்லப்படுவதுண்டு.

நீதிபதி எஸ் மகாராசன் ஒருமுறை குறிப்பிட்டார்: Translation is an art of converting gold in to copper" மொழி பெயர்ப்பு என்பது "தங்கத்தைப் பித்தளையாக மாற்றிவிடும் கலை" என்று மொழிபெயர்ப்புக் கலை குறை சொல்லப்பட்டது உண்மை தான்.

ரசுல் சும்சுதோவ் எனும் அவார் மொழிக் கவிஞர் ஒருமுறை கூறினார் "மொழிபெயர்ப்பு என்பது அழகான வேலைப்பாட மைந்த ரத்தின கம்பளத்தை அதன் அழகற்ற கீழ்ப் பகுதியைப் போல் மாற்றிவிடும்". ஆனால் சோவியத் ரஷ்யாவில் காகசிய மலைத் தொடரில் இருக்கும் சிறுபான்மையான ஒரு மலையின மக்களின் மொழியான அவர் மொழியில் எழுதும் ரசுல் கம்சுதோவைப் பற்றி இன்று இங்கு பேசுவதற்கே மொழிபெயர்ப்பாளர்கள் தான் காரணமாக இருக்கிறார்கள்.

ஏன் மொழிபெயர்ப்பு?

இந்த கிரகத்தில் என்னைச் சுற்றிலும் 567 கோடி மக்கள் இருக்கிறார்கள். இவர்கள் பேசும் சுமார் 6000 மொழிகளின் மூலமும் அவர்களது வாழ்க்கையை அறிந்து, அவர்களுடன் இணக்கமுடன் கலந்து, அவர்களது ஆன்மாவை அறிந்து கொள்ள வேண்டும் என்று ஆசைப்படுகிறேன். இதற்காக எனக்குக் கிடைத்திருக்கும் ஒரே சாதனம் மொழி. நான் அறிந்த தமிழ், ஆங்கிலம், இந்தி ஆகிய மும்மொழிகளில் எனக்குப் படிக்கக் கிடைத்தவை அனைத்தையும் என்னுடன் வாழும் தமிழ் மக்களுடன் பகிர்ந்து கொள்ள ஆசைப்படுகிறேன். இதற்காக எனக்குக் கிடைத்திருக்கும் ஒரே சாதனம் மொழிபெயர்ப்பு. எனவே இதனை நான் கைக்கொள்ளாமல் இருக்க முடியாது என்கிற நிலை ஏற்படுகிறது.

ஒரு சக மனிதனை அவன் பேசும் மொழி புரியவில்லை என்பதைக் காரணம் காட்டி புரிந்து கொள்ளாமல் போய்விடக் கூடாது என்கிற

அக்கரையில் பிறக்கிற சமூகச் செயல்பாடு தான் மொழிபெயர்ப்பு. மொழி பெயர்ப்பு பற்றி மெக்சிகோ நாட்டுக் கவிஞர் ஆக்டேவியோ பாஸ் கீழ்கண்டவாறு எழுதுகிறார்:

"ஒவ்வொரு வாசகமும் தனித்துவமானது. அதே நேரத்தில் அது வேறொரு வாசகத்தின் ஒரு மொழிபெயர்ப்பாகும். எந்த வாசகமும் முழுக்க முழுக்க அசலானதுமல்ல. ஏனெனில் மொழி என்பதே அடிப்படையில் ஒரு மொழிபெயர்ப்புதான். முதலாவதாக அது வார்த்தைகளற்ற உலகிலிருந்து மொழி பெயர்க்கிறது. பிறகு ஒவ்வொரு குறியீடும், ஒவ்வொரு வாக்கியமும் மற்றொரு குறியீட்டில் மற்றொரு வாக்கியத்தின் குறியீடாகும்... ஓரளவுக்கு ஒவ்வொரு மொழி பெயர்ப்பும் ஓர் அசலான கண்டுபிடிப்பு ஆகும்"

ஆனால் தமிழ் மொழிபெயர்ப்பாளனுக்கு ஒரு படைப்பிலக்கியவாதிக்கு கொடுக்கப்படுகிற அங்கீகாரம் கொடுக்கப்படுவது இல்லை. மொழிபெயர்ப்பாளன் என்பவன் சுய சிந்தனை அற்ற, மற்றவர்களின் மூளையை வைத்துப் பிழைக்கிறவனைப் போலக் கருதப்படுகிறார்கள். இந்த சிந்தனையினால் தான் தமிழகத்தில் மொழிபெயர்ப்பாளர்கள் குறைந்து போனார்கள் என்று சொல்ல வேண்டியிருக்கிறது. தமிழகத்தில் ஒரு படைப்பிலக்கியவாதி என்று பெயர் பெற வேண்டுமானால் அவன் கதை எழுதுகிறவனாக இருக்க வேண்டும். கதை எழுதுகிறவர்களுக்கு கொடுக்கப்படுகிற மரியாதை, கவிதை எழுதுபவர்களுக்கே கொடுக்கப்படாத ஒரு கால கட்டத்தில் மொழிபெயர்ப்பாளனுக்கு எப்படி மரியாதை கொடுக்கப்படும்?

நான் எழுதிய மொழி பெயர்ப்பு நூலான 'அறைக்குள் வந்த ஆப்பிரிக்க வானம்', 'காற்றுக்குத் திசை இல்லை' ஆகியவற்றை எடுத்துப் பார்த்தீர்களானால் அந்த நூல்களைத் திறந்தவுடன் அந்த நூலுக்குப் பொருத்தமான என்னுடைய சுயமான கவிதை ஒன்று காணப்படும். அதன் பிறகுதான் எனது மொழி பெயர்ப்புகளைப் பார்க்கலாம். எங்கே எனக்குக் கவிதை எழுத இயலாது என்று எண்ணி விடுவார்களோ என்கிற அச்சம் தான் இதற்கு காரணம் என்று இங்கு வாக்குமூலம் கொடுக்க விரும்புகிறேன். எனவே நூலைத் திறந்தவுடன் எனது படைப்பாற்றலை நிரூபித்து விட்டு, இத்தகைய படைப்பாற்றல் உள்ளவன் தான் இந்நூலின் தேவை கருதி இதனை மொழி பெயர்க்கிறேன் என்று சொல்லாமல் சொல்வதற்காகவே இதைச் செய்து வந்தேன். ஆனால் எனது 'அந்நியன்', 'முப்பட்டை நகரம்', 'சாம்பல் வார்த்தைகள்' ஆகிய கவிதை நூல்கள் வெளிவந்த பிறகு, எனது படைப்புச் சக்தியை

மற்றவர்கள் அறிந்து கொண்டுவிட்டனர் என்கிற ஆரோக்கியமான புரிதல் ஏற்பட்டது. இதன் பிறகு தான் இத்தகைய ஒரு செயல்பாட்டை நான் விட்டு விட்டேன்.

மேலும் மானிடவியல் ரீதியாக இந்த உலகின் மீதுள்ள மக்களின் பன்முகக் கலாச்சாரத்தை ஒத்துக் கொள்கிறது மொழிபெயர்ப்பு. இப்போது ஒரு மொழிபெயர்ப்பாளன் என்கிற வகையில் மொழிபெயர்ப்பின் பிரச்சினைகள் என்று நான் எதிர் கொண்டவை யாவை, அவற்றை நான் எப்படிச் சந்திக்கிறேன் என்பதையும் விளக்கிச் சொல்ல வேண்டி இருக்கிறது.

இதனை எளிமைப்படுத்திச் சொல்வதற்காகச் இப்பிரச்சினைகளை எழுத்து, சொல், பொருள் என்ற முப்பெரும் பகுதிகளில் பேச விழைகிறேன்.

எழுத்து.

மொழிபெயர்ப்பு என்பதின் முக்கியமான பிரச்சினைகளில் ஒன்று பெயர்ச்சொற்களை நமது மொழியில் எந்தவிதமாகச் சுட்டுவது என்பதாகும். இதுகுறித்த எண்ணற்ற கருத்துக்கள் நிலவுகின்றன.

தமிழ் மொழியில் மொத்தமுமாய், வித்தியாசமுமாய் 247 எழுத்துக்கள் உள்ளன. இதே போன்று ஒவ்வொரு மொழிக்கும் ஒரு குறிப்பிட்ட எண்ணிக்கை கொண்ட எழுத்துக்கள் உள. எனவே ஒரு மொழியிலுள்ள எல்லா எழுத்துக்களுக்கும் சமதையான உச்சரிப்புள்ள எழுத்துக்களை வேற்று மொழியில் காண்பது என்பது இயல்பானதல்ல. ஆங்கிலத்திலிருக்கும் B F H போன்ற உச்சரிப்புள்ள எழுத்துக்கள் தமிழிலில்லை என்பதில் தமிழ் எந்த விதத்திலும் தாழ்ந்து போவதில்லை. உலகிலுள்ள 6000 மொழிகளிலுள்ள எல்லா உச்சரிப்புகளுக்கும் தமிழில் எழுத்துக்களை உருவாக்க முயல்வது முட்டாள்தனம். இது உலகிலுள்ள அனைவரும் புரிந்து கொள்ளக் கூடிய ஒரு சர்வதேச மொழியை உருவாக்க முனைந்து தோல்வியுற்றதைப் போன்ற முயற்சியாகும். ழ,ள,ஞ,ங போன்ற தமிழ் எழுத்துக்களின் சமதையான ஆங்கில எழுத்துக்கள் தங்கள் மொழியில் இல்லை என்று எந்த ஆங்கிலேயனும் வருந்தியதாக வரலாறு இல்லை. ஆனால் ஆங்கில அடிமையான தமிழர்கள் மட்டும் இவ்வாறு சிந்திப்பது அர்த்தமற்றது.

அதே நேரத்தில் 'ஷேக்ஸ்பியர்' என்ற பெயரை 'செகப்பிரியர்' எனத் தமிழ்ப்படுத்தலும் தவறானதாகும். coffee எனும் சொல்

'காபி' என்றும் "Funnel" என்னும் சொல் 'புனல்' என்றும் இயல்பாக வழக்குக்கு வந்துள்ளன. பெயர்ச்சொற்களையும், கலைச் சொற்களையும் உருவாக்குவதற்கு தாய் மொழியின் தோற்றம், வளர்ச்சி, தன்மை, இலக்கண, இலக்கியங்கள் குறித்த தொலைநோக்கு பார்வை தேவைப்படுகிறது. எனவே பிறமொழி எழுத்துக்களின் உச்சரிப்புகளை, நமது தமிழ்மொழியில் எந்த அளவிற்கு இடம் கொடுக்கப்படுகிறதோ அந்த அளவிற்குச் சமதையான உச்சரிப்பாக மொழி மாற்றம் செய்வதே சிறந்தது.

சொல்

பிறமொழிச் சொற்களில் ஊர், பெயர், பொருள், மிருகம், பறவை ஆகியவை போன்றவற்றை சுட்டும் பெயர்ச் சொற்களை அதே உச்சரிப்புடன் மாற்றமின்றி, தமிழ் ஒலி அமைப்புக்கு எந்த அளவிற்குப் பொருந்தி வருமோ அந்த அளவிற்கு மொழி பெயர்த்தல் சிறப்பு. இந்த இடத்தில் இலங்கையைச் சேர்ந்த தமிழ் பண்டிதரும் 'ஈழமும் தமிழும்' நூலாசிரியருமான எப்.எக்ஸ்.சி நடராசா கூறுவதைக் கவனிக்க வேண்டும்.

"இலங்கையை ஆண்ட வேற்று நாட்டாருள் முதலிடத்தைப் பெற்றவர் போர்ச்சுக்கல் தேசத்தவராவர். இவர்களின் சொற்கள் எத்தனையோ தமிழின் சாயலைப் பெற்று நடக்கின்றன."

இதற்கு எடுத்துக்காட்டாக Mess என்பது மேசை, Chave சாவி Badre பாதிரி, Janella ஜன்னல், Patarda பட்டாசு என்று பல்வேறு சொற்களை அவர் எடுத்துக்காட்டுகிறார்.

எனது மொழிபெயர்ப்பு நூலான 'அறைக்குள் வந்த ஆப்பிரிக்க வானம்' நூலில் மதகஸ்கர் கவிஞரான ஃபிபிளேவியன் ரெனெய்வோ எழுதிய, 'காதல், நிழல், மிளகு, தலையணை' என்கிற கவிதையை மொழிபெயர்க்கிற போது, அதாவது ஆங்கிற வரலாற்றில் 'கலபாஷ்' என்ற பெயரைக் கண்டேன். அப்படியென்றால் என்ன என்று தேடி அலைந்த போது அது தேங்காய் போன்ற கனமான ஓடு கொண்ட ஒரு பழம் என்று தெரிந்தது. இப்போது அதன் பெயரை எனது கவிதையில் அப்படியே பயன்படுத்தினேன். இதனால் 'கலபாஷ்' என்ற பெயரில் மதகஸ்கரில் ஒரு பழம் இருக்கிறது என்கிற செய்தி நம் தமிழ் மக்களுக்குத் தெரிய வருகிறது.

எனவேதான் மொழிபெயர்ப்பு என்பது மொழியைப் பெயர்ப்பது அல்ல. அது பண்பாட்டைப் பெயர்ப்பது என்று நாம் புரிந்து

கொள்ள வேண்டியது மிகவும் முக்கியம். இது குறித்த "மண்ணும் சொல்லும் மூன்றாம் உலகக் கவிதைகள்" எனும் மொழி பெயர்ப்பு நூலின் ஆசிரியர்களான எஸ்.வி.ராஜதுரை, வ. கீதா கூறுவதைக் கேட்பது நல்லது.

"மொழியாக்கம் செய்வோருக்கு இருக்க வேண்டிய கட்டாயத் தகுதிகள் என இன்று அறிஞர்களால் கருதப்படுவன. இரண்டு மொழிகளிலும் ஆழமான புலமை; பண்பாடு, வரலாறு, பொருளாதாரம், அரசியல், சமூகமானிடவியல் ஆகியவற்றில் நல்ல தேர்ச்சி; மொழிபெயர்ப்பாளர் தாம் மொழியாக்கம் செய்கிற குறிப்பிட்ட படைப்பில் மட்டுமல்லாமல் அப்படைப்பை ஆக்கியோனின் அனைத்துப் படைப்புகளுடனும் பரிச்சயம் கொண்டவராக இருத்தல், அப்படைப்பாளியின் காலத்திலுள்ள இலக்கிய இயக்கங்கள், இலக்கியப் போக்குகள் எல்லாவற்றையும் ஒரு ஒட்டு மொத்தமான பின்னணியாகக் கொண்டு அப்படைப்பாளி பற்றி மதிப்பீட்டைச் செய்பவராக இருத்தல் இப்படிப் பல தகுதிகள்."

எனவே ஒரு மொழிபெயர்ப்பாளன் என்பவன் ஒரு கதை சொல்லியை விட அதிகமாகத் தனது படைப்புத் தசை நார்களைக் கட்டியவனாக இருத்தல் வேண்டும். மொழிபெயர்க்கிற போது ஒவ்வொரு சொல்லுக்கும் அதன் பண்பாட்டுப் பின்னணியில் கொடுக்கப்படுகிற அர்த்தம் முக்கியமானது.

இந்த இடத்தில் 'பசித்த தலைமுறை' எனும் எனது மூன்றாம் உலக இலக்கிய மொழிபெயர்ப்பு நூல் வெளியீட்டு விழா நிகழ்ச்சி ஒன்றைக் குறிப்பிடுவது தவறாகாது.

ஆல்பெர்ட் ஒஸ்கிகா எனும் தென் ஆப்பிரிக்கக் கவிஞனின் கவிதை ஒன்றின் தலைப்பு 'காரில் செல்பவனுடன் நடந்து செல்பவனின் உரையாடல்'. இதில் ஒரே வறுமை நிலையிலிருந்த இருவரில் ஒருவன் வாழ்க்கைத் தரத்தில் உயர்ந்து காரில் செல்லும் நிலையடைந்து விடுகிறான். மற்றவன் இன்னமும் பழைய நிலையிலேயே இருக்கிறான். இருவரும் உரையாடிக் கொள்வது போன்ற கவிதை அமைப்பு, இதில் நடந்து செல்பவன் காரில் செல்பவனுடன் பேசுகிறான்.

"நாம் ஒரே முதலாளியைக் கொண்டிருந்தோம்.
இன்றோ உனக்கு முதலாளி இல்லை.

நானோ மேலும் அதிகமாக உறிஞ்சும்
ரொட்டிக்கு மாறி விட்டேன்?!"

இந்த இடத்தில் மொழிபெயர்ப்பு தெளிவாக இல்லை என்று நண்பர் சுஜாதா மேடையில் என்னிடம் விளக்கம் கேட்டார். அப்போது எனது ஏற்புரையில் நான் சொன்னது இதுதான்:

என்னுடைய முழுமையான நம்பிக்கை, மொழிபெயர்ப்பது என்பது மொழியைப் பெயர்ப்பது அல்ல. அது பண்பாட்டைப் பெயர்ப்பது.

இக்கவிதையில் "அதிகமாக உறிஞ்சும் ரொட்டிக்கு நான் மாறி விட்டேன்" எனும் வாக்கியத்தில் தென் ஆப்பிரிக்காவின் உணவுப் பழக்கத்தை நாம் அறிந்திருக்க வேண்டும். நான் ரொட்டியை உண்கிற வகையில், மத்திய வர்க்கத்து மனிதர்கள் என்ற அளவில் ரொட்டி, வெண்ணெய் குறித்து அறிந்திருக்கிறோம். அல்லது ரொட்டி ஜாம் என்று அறிந்திருக்கிறோம். ஆனால் இங்குள்ள வறியவர்கள் "பன்/டீ" பொரை/டீ" என்பதை உணர்கிறார்கள். ஒரு கப் தேனீர். அதன் மீது ஒரு ரொட்டி போன்ற ஒன்றைக் கொடுக்கிறார்கள். அந்த பன்னை தேநீரில் தொட்டு சாப்பிட்டு விட்டு மீதமுள்ள தேனீரைக் குடிப்பது வழக்கம். ரொட்டியில் வெள்ளை ரொட்டி/பழுப்பு ரொட்டி என்று இரண்டு உண்டு என்று நாம் அறிந்திருக்க வேண்டும். பழுப்பு ரொட்டி தேனீரை அதிகமாக உறிஞ்சி விடும். மலிவான பன் அதிகமான தேனீரை உறிஞ்சி விடும். எனவே குடிப்பதற்கான எஞ்சிய தேனீர் குறைந்து விடும். எனவே நான் தற்போது இன்னமும் மலிவான ரொட்டிக்கு மாறிவிட்டேன் என்பதையே அவ்வுரையாடும் கதாபாத்திரம் சொல்கிறது. இட்லி, தோசையையே முக்கிய உணவாகக் கொண்ட நம் போன்றவர்களுக்கு இம்மொழி பெயர்ப்பின் மூலமாக ஒரு உணவுப் பழக்கத்தையே தெரிந்து கொள்ளும் வாய்ப்பு ஏற்படுகிறது. எனவே தான் நான் எந்த வித விளக்கமும் கொடுக்காமல் அதை அப்படியே மொழி பெயர்த்தேன் என்று கூறினேன். நண்பர் சுஜாதாவும் எனது பதில் திருப்தி அளிப்பதாகக் கூறினார்.

எனவேதான் மொழி பெயர்ப்புகளில் நமது தமிழ்ச் சூழலுக்கு ஏற்ப பலவற்றை மாற்றி எழுதுவது எனக்கு உடன்பாடானதாக இல்லை. சொற்களை அதே உச்சரிப்புடன் கையாளுதல் வேண்டும்.

பொருள்

மொழிபெயர்ப்பில் ஈடுபடுகிறபோதெல்லாம் நான் மகாகவி பாரதி ஒளிவளரும் தமிழ் வாணியிடம் கேட்ட அதே வரங்களைத்தான் கேட்பது வழக்கம்.

"தெளிவுறவே அறிந்திடுதல்
தெளிவுதர மொழிந்திடுதல்"

என்று கேட்கும் இரண்டு செயல்பாடுகளும் செவ்வனே செய்யப்படல் வேண்டும். மூலமொழியில் என்ன சொல்லியிருக்கிறது என்று சரிவரப் புரிந்து கொள்ளாமல் போகிற போது மொழிபெயர்ப்பு நிறைவாக அமைவதில்லை. இது பற்றி ஆக்டேவியோபாஸ் மிக நுட்பமாகச் சொல்கிறார்.

"மொழிபெயர்ப்பாளர் தொடங்க வேண்டிய இடம் இயங்கிக் கொண்டிருக்கும் மொழியல்ல. அது கவிஞரின் மூலப்பொருள். அவன் தொடங்க வேண்டிய இடம் கவிதையின் நிலையான மொழி. அது உறைந்து போன மொழி. இருப்பினும் உயிர்த் துடிப்புள்ளது"

கவிஞரின் மூலப்பொருளை அறிந்து கொள்ள வேண்டுமானால் அக்கவிஞரின் பின்புலம், அவன் மொழியின், நாட்டின் வரலாறு, தட்ப வெப்ப நிலை ஆகிய பலவற்றை நாம் அறிந்திருந்தால் அவ்வரிகளை மேலும் சிறப்பாகப் புரிந்து கொள்ளலாம்.

மூல ஆசிரியனிடம் காணப்படாத வரிகளைக் கொண்டு வரும் உரிமை மொழிபெயர்ப்பாளருக்கு இல்லை. மாறாக மூல ஆசிரியரின் வரிகளை மொழி பெயர்க்காமல் தவிர்ப்பதும் தவறு.

இதே போன்று சதத் ஹஸன் மாண்டோ எழுதிய, The Odor எனும் சிறுகதையை நான் மொழிபெயர்த்த போது வெறுமனே 'வாசனை' என்று தலைப்பு கொடுத்திருக்கிறேன். அதனை மொழிபெயர்த்த மற்றொரு மொழி பெயர்ப்பாளர் 'பெண்வாசனை' என்று தலைப்பிட்டிருந்தது மூல ஆசிரியனின் நோக்கம் மறுதலிக்கப்படுவதாக உணர்ந்தேன். தமிழில் 'நாற்றம்' எனும் சொல் "பொன்மலர் நாற்றம் உடைத்து" என்ற இடத்தில் நறுமணம் என்று பொருள் தருகிறது. ஆனால் அதே சொல் இன்றைய வழக்குத் தமிழில் 'துர்நாற்றம்' எனும் தொனிப் பொருளைக் கொண்டுள்ளது. இதே போன்று 'வாசனை' என்ற சொல் நறுமணம் எனும் தொனிப்பொருள் கொண்டுள்ளது.

இந்த இரண்டு தொனிப்பொருளும் அற்ற ஒரு தமிழ்ச்சொல் எனக்குத் தெரியாததால் தான் வாசனை என்று மொழி பெயர்த்து மனம் நிறைவடையாத நேரத்தில் இன்னொரு மொழிபெயர்ப்பாளர் 'பெண்வாசனை' என்று கூறிய போது மூல ஆசிரியனின் நோக்கத்திற்கு எதிராகச் செயல்படத் தொடங்கி விடுகிறோம். மேலும் சதத் ஹஸன் மேன்டோவின் கதைப்படி ஏராளமான வாசனை திரவியங்களைப் பயன்படுத்தும் தன் மனைவியிடம் கண்டிராத ஒரு வாசனையை எளிமையான ஏழைப் பெண்ணொருத்தியிடம் காண்கிறான் கதாநாயகன். இங்கு ஒருவருக்கு மிக நெருக்கமானவரும், அவரது நாயும் மட்டுமே அறிந்திருக்கிற இயல்பான உடம்பின் வாசனையை கதாசிரியர் குறிப்பிடுகிறார். இதைப் பெண்வாசனை என்று குறிப்பிடுகிற போது மூல ஆசிரியரின் நுட்பமான புரிதல் மேம்போக்கான மஞ்சள் இலக்கியத்தன்மையை அடைந்து விடுகிறது.

எனவே முதலும் முடிவுமாக நாம் புரிந்து கொள்ள வேண்டியவை இவை தான்.;

1. மொழிப்பெயர்ப்பாளர்கள் துரோகிகள் அல்ல. மாறாக மிகப் பெரிய நேர்மையாளர்கள். அவர்கள் தாங்கள் படித்த பிறமொழி இலக்கியங்களை மொழிபெயர்ப்பு செய்து மூல ஆசிரியனின் பெயருடன் வெளியிடுகின்றனர். மொழிபெயர்ப்பாளன் ஒரு நேர்மையானவனாக இல்லாதிருந்தால் அதையே திருடி ஒரு கதையாகவோ, கவிதையாகவோ செய்து பிரபலமடைந்து விடுவான். இதைச் செய்யாத மொழிபெயர்ப்பாளன் துரோகியா? நேர்மையாளனா? சொல்லுங்கள்.

2. மூல மொழியில் இருப்பதை அப்படியே மொழிபெயர்ப்பது போன்று, மூல மொழிகளில் இல்லாத அழகுகளை மொழிபெயர்ப்பில் கொண்டு வருவதும் தவறானதாகும். மில்டன் எழுதிய Paradise Lost என்பதை 'சுவர்க்க நீக்கம்' என மொழிபெயர்த்த சுத்தானந்த பாரதியின் ஒரு பகுதியைப் பார்ப்போம்.

"My Fairest, my sponsed, my latest gound heavnes lest, best gift
my ever new delight
Awake, the morning shines,
How nature paints her colours, how the bee
Sits on the bloom extracting liquid sweet"

ஆங்கில நடையை ஒத்த தமிழ் மொழிபெயர்ப்பைச் செய்ய வேண்டும் என முனைகிறார் விபுலானந்தர்:

"என்னா ருயிர்த் துணையே! ஈசன் எனக்களித்த புத்தமிழ்தே! அன்பே! புலரிப் பொழுதினிலே வாச மலர்க் கொடியில் வண்டினங்கள் தேன் அருந்தும் விந்தையினைக் காண்போம் விழிதுயில்நீத் தேயெழுவாய் வண்ண வண்ணப் பூக்கள் மலர்ந்தன காண்."

விபுலானந்தரின் மொழிப்புலமை இதில் மிகத் தெளிவாகத் தெரிய வருகிறது. என்ற போதிலும், மில்டனின் 'சுவர்க்கம்' எனும் கருத்தாக்கம் 'ஈசன்' என மாறுவதிலும், பிற மாற்றங்களினாலும் மில்டன் பேசும் பண்பாட்டு மொழியை நாம் தவறவிட்டு விடுவதற்கு மொழிபெயர்ப்பு வழி செய்து கொடுக்கிறது என்பதே எனது தனிப்பட்ட நம்பிக்கை.

3. ஒரு கவிதையையோ, கதையையோ மொழி பெயர்ப்புக்கென தேர்ந்தெடுக்கிற போது அந்த மொழிபெயர்ப்பு தமிழ்ச்சூழலில் என்ன மாதிரியான ஒரு பங்களிப்பைச் செய்யப் போகிறது என்பதை மொழி பெயர்ப்பாளன் தீவிரமாக சிந்திக்க வேண்டும். தனக்கு அந்த மொழி தெரியும், எனவே அதனைத் தமிழில் கொண்டு வருகிறேன் என்பது தேவையற்றது. இன்றைய உலகில் அசுர வேகத்துடன், இந்தத் தமிழ்ச் சாதியை முன்னேற்றக் கூடிய மொழிபெயர்ப்புகளைச் செய்ய வேண்டியிருக்கிறது. எனவே இந்த தேர்ந்தெடுப்பு மிக முக்கியத்துவம் வாய்ந்ததாகி விடுகிறது. பிறமொழி எழுத்தாளர் என்பதினாலேயே அவரது படைப்பு தமிழில் இருக்கும் படைப்பைக் காட்டிலும் சிறந்ததாகி விட முடியாது. எனவே தமிழ் வாசகனின் சுண்டு விரலைக் கூடச் சுரண்டாத படைப்புகளை மொழிபெயர்த்தல் என்பது மற்றொரு இன்றியமையாத படைப்பை மொழிபெயர்க்க விடாமல் தடுத்து விடுகிறது.

4. பழமொழிகள், பிற சொல்லாட்சிகள் ஆகியவற்றைத் தமிழ் மயப்படுத்துகிறேன் என்று சொல்லி பிறநாட்டு பழமொழிகளுக்குப் பதிலாக நமது பழமொழிகளையும், சொற்கூட்டங்களையும் பயன்படுத்துதலைத் தவிர்த்தல் வேண்டும். நான் இப்படிச் சொல்வதின் பொருளைத் தவறாகப் புரிந்து கொள்ளக்கூடாது.

பிறமொழிப் பெயர்ச்சொற்களுக்கு தக்க மாதிரி தமிழ் விகுதிகள் கொடுப்பது தவறு என்று நான் சொல்வதாகப் புரிந்து கொள்ளக் கூடாது.

அண்மையில் ஓரியண்ட் லாங்மன்ஸ் வெளியிட்ட மொழி பெயர்ப்பு நூல் ஒன்றில் அழகிய சிங்கர் எனும் மொழிபெயர்ப்பாளர் ஆங்கிலத்தில் Ram என்பதை ராமன் என்று அன் விகுதி கொடுத்து தமிழ்ப்படுத்தாமல் ஆங்கிலத்தில் உள்ளது போலவே 'ராமா' என்றே பயன்படுக்கிறார். sita எனும் பெயரை சீதை என்று கூட மாற்றாமால் 'சீதா' என்றே எழுதுகிறார். இத்தகைய தவறுகளை நான் நியாயப்படுத்துவதாகப் புரிந்துக் கொள்ளக் கூடாது.

நான் சொல்ல வருவது என்னவென்பதை தமிழறிஞர் த.கோவேந்தன் கீழ்கண்டவாறு குறிப்பிடுகிறார்.

'Carrying coa to new castle' கொல்லன் தெருவில் ஊசி விற்றல், To Nip in the bud, 'மூளையிலேயே கிள்ளி எறி" 'To Set Themes on fire 'வானத்தை வில்லாய் வளைத்தல்"If you ae content you will be a king" -'போதுமென்ற மனமே பொன்செயும் மருந்து', இவை மொழிபெயர்ப்புகள் அல்ல. வெறும் மொழி மரபும், வழக்காறுகளும் ஆகும். சிலர் தழுவல் என்ற பெயரில் மூல ஆசிரியருக்கு முக்காடு போட்டு விடுகின்றனர்."

நியூகேசில் எனும் இங்கிலாந்திலுள்ள ஒரு இடத்தில் நிலக்கரி விளைகிறது என்ற தகவலும் அந்த நிலக்கரி உள்ள இடத்திற்கே நிலக்கரியைக் கொண்டு செல்ல வேண்டியதில்லை என்ற நீதியும் நமக்குக் கிடைக்காமல் செய்து விடுகிறது. 'கொல்லன் தெருவில் ஊசி விற்றல் எனும் நமது பழமொழியைப் பயன்படுத்துவது.

5 மொழிபெயர்ப்பாளன் ஒரே நேரத்தில் ஒரு தீவிர ஒரு வாசகனாகவும் தீவிர எழுத்தாளனாகவும் இருந்துச் செயல்பட வேண்டியிருக்கிறது. இரண்டுமே படைப்புச் செயல்பாடுதான். ஒரு கவிதையில் மொழிபெயர்ப்பாளன் ஒரு கவிஞனுக்கு எந்த வகையிலும் குறைந்தவன் அல்ல.

இருவருக்கும் ஒரே ஒரு வேறுபாடு உண்டு. ஒரு நிலக்காட்சி ஓவியத்தைத் தனது அறையில் ஓவியமாகத் தீட்டுகிறவன் தான் கவிஞன். கவிஞன் ஒரு கவிதையை எழுதி முடிக்கு முன்னர்

அது என்னவாக இருக்கப் போகிறது என்கிற திட்டவட்டமான வண்ணம் கண்ணுக்கு இல்லை.

ஆனால் ஒரு குறிப்பிட்ட இயற்கைப் பிரதேசத்திற்குச் சென்று தனது வண்ணங்களால் தன் கண்முன்னால் தெரியும் காட்சியை ஓவியமாகத் தீட்டுபவனை நான் ஒரு மொழிபெயர்ப்பாளனோடு ஒப்பிடுவேன். நாம் எந்த மாதிரியான கவிதையை மொழிபெயர்க்கப் போகிறோம் என்பது முன்னரே அந்த மொழிபெயர்ப்பாளனில் கண் முன்னால் நிற்கிறது.

ஆனால் இருவருமே படைப்பு ஊக்கமிக்க ஓவியர்களே இருவருமே சமதையான படைப்பாளிகளே. எனவே மொழிபெயர்ப்பு என்பது அந்நியர்களைச் சகோதர்களாக்கும் ஒரு சமூகச் செயல்பாடு. இதற்குத் தடையாகும் எல்லா பிரச்சினைகளையும் எதிர் கொண்டு வெற்றியடைய மொழிபெயர்ப்பாளர்கள் தயாராக இருக்க வேண்டும்.

தமிழ் இனி கருத்தரங்கம் - செப்டம்பர், 2000

அறைக்குள் வந்த ஆப்பிரிக்க வானம்

கருப்பு இலக்கியத் தொகுப்பு

புதிய காற்று உள்ளே வரட்டும்

வெயிலில் பளபளக்கும் போகன்வில்லாப் பூக்கள், குளிர்ந்த கண்ணாடிச் சுவர்களின் ஊடாக உள்ளே தலை நீட்டிச் சிரிக்கும் சென்னை அமெரிக்க நூலகத்தில் சுமார் பத்து ஆண்டுகளுக்கு முன்னர் சிறிய கவிதை ஒன்றைப் படிக்க நேர்ந்தது.

நெருப்புச்சட்டி ஒன்றை என் தலைமீது யாரோ தூக்கி வைத்து விட்டது போல் உணர்ந்தேன். கவிதையின் சோகம், என் மண்டையோட்டுக்குள் சுரந்து மூளையைச் சுண்டி இழுத்தது.

லாங்ஸ்டன் ஹியூக்ஸ் எனும் அமெரிக்க ஆப்பிரிக்கக் கவிஞனின் இச்சிறு கவிதையின் மூலமாக, கருப்பு இலக்கியத்தின் தனித்துவம் மிக்க குரலைக் கேட்ட நான் கருப்பு இலக்கிய நூல்களைத் தேடிப் படிக்கத் தொடங்கினேன். என் தேடல், 'இருண்ட கண்டம்' என்று நம் பாடப் புத்தகங்கள் வர்ணிக்கும் ஆப்பிரிக்கக் கண்டத்திலும் நுழைந்தது.

அயல் இலக்கியம் என்றவுடனேயே, மேலை நாட்டு இலக்கியங்கள் மட்டுமே முன் வந்து நிற்கிற புத்தகக் கடைகளில், ஆப்பிரிக்க இலக்கியத்தைத் தேடி ஏமாந்தேன். ஆயினும் என் தேடல் தீவிரமடைந்த போது, நண்பர்களின் அந்தரங்கமான புத்தக அலமாரிகளில் மட்டுமின்றி, பம்பாயின் ஃப்ளோரா ஃபவுண்டன் நடைபாதை ஓரங்களில் கூட, ஆப்பிரிக்க இலக்கிய கர்த்தாக்கள் எனக்காகக் காத்திருக்கத் தொடங்கினார்கள்.

செனிகால் நாட்டு செங்கோர், நைஜீரியாவின் கேபிரியல் ஓகாரா வோல்லே சொயின்கா, மதகஸ்கரின் ஃபிளேவியன்

ரெனெய்வோ என்று உன்னதமான இலக்கிய கர்த்தாக்களைச் சந்தித்தேன்.

அவர்கள் தங்கள் பாசாங்கற்ற உண்மை மணங்கமழும் சொற்களால் என்னை ஆளத் தொடங்கினார்கள். அவர்களின் எழுத்துக்கள் என்னிடம் வெட்கப்படாமல் அழுதன; குற்ற உணர்வின்றிச் சிரித்தன. கர்வமின்றி கோபப்பட்டன; சுயநலமின்றி நட்பு பாராட்டின

நான் நண்பர்களிடமெல்லாம் ஆப்பிரிக்க இலக்கியம் பற்றிப் பேசத் தொடங்கினேன். சிறுசிறு பத்திரிகைகளில் கட்டுரைகள் எழுதினேன். நான் நேசித்த எழுத்துக்களைத் தமிழில் மொழிபெயர்க்கவும் செய்தேன்.

காலனி ஆதிக்கத்தால் ஏற்பட்ட, எந்த பண்பாட்டு நாசங்களைச் சரி செய்ய நவீன ஆப்பிரிக்க இலக்கியம் முயல்கிறதோ அதே பண்பாட்டு நாசங்களுடன் நம் தமிழ் மக்கள் விசாரணையற்று, வெந்து போன மீன்களைப் போல் வாழ்ந்து வருவது புரியத் தொடங்கியது.

நம் ஜன்னல்களை உடனடியாகத் திறந்து விட வேண்டிய அவசியம் உறைத்தது.

நாம், நமது ஜன்னல்களைத் திறந்து வைப்போம். அப்போது தான் வெளியே மழை பெய்கிறதா, வெயில் காய்கிறதா என்பது தெரியும். வெளியிலுள்ள நறுமணங்களும், பறவைகளின் பாடல்களும்,அவதிப்படுவோரின் அழுகுரலும், நம்மை யாரோ வெளியிலிருந்து அழைக்கிறார்கள் என்ற உண்மையும் புலப்படும். வெளி உலகத்தைப் பற்றித் தெரிந்து கொண்டோமானால், இந்த மொத்த பிரபஞ்சத்தில் நமது இடம் எது என்பது தெளிவாகிவிடும்.

இந்தப் பிரபஞ்சம் என்னும் கால்பரப்பிய மரத்தின் சிறு கிளையில் பழுத்த சிறு கொய்யாப்பழம் இந்த உலகம். இந்தக் கொய்யாப் பழத்தில் சற்று கன்றிப் போய்த் தெரியும் சிறு திட்டுதான் நமது நாடு என்றும், அத்திட்டில் துளையிட்டுக் கொண்டிருக்கும் சிறு புழுதான் நமது தமிழர் கூட்டம் என்றும் தெரிய வரும் போது தான், நமது கோஷம் சார்ந்த பண்பாடு, எவ்வளவு பொய்யானது என்று நமக்குப் புரியும். 'வடவேங்கடம் தென்குமரி ஆயிடை தமிழ் கூறு நல்லுலகத்திற்கு' அப்பாலும் ஓர் உலகம் இருக்கிறது என்று நம்ப மறுத்துக் கொண்டு, நாம் சிறையில் இருந்தது

போதும், மக்கள் கடலுக்குள் 'தமிழர்கள்' என்று நம்மைத் தனியே பிரித்துக் கொள்ளும் போது கூட, அதையும் தமிழ்நாட்டின் எல்லை கடந்து போய் விடாமல், கவனமாக மேலும் குறுக்கிக் கொள்ளும் வேடிக்கை மனிதர்களாய் இருக்கிறோம்.

அண்டை நாடான ஈழத்தின் தமிழர்களைக் கூட நாம் தமிழர்களாகக் கருதுவது இல்லை. 'யாதும் ஊரே யாவரும் கேளிர்' எனும் பழந்தமிழனின் நெஞ்சார்ந்த உண்மைச் சொற்கள், நமது இன்றைய கிளிப்பிள்ளைப் பேச்சில் முதல்தரப் பொய்யாக மாறிவிட்ட அவலம். இன்று இவை குறித்த மிக நல்ல வினாக்களை எழுப்பும் கடமை நம்மை எதிர் கொண்டிருக்கிறது. விரைவில் நாம் ஒரு கிரகம் தழுவிய பண்பாட்டைச் சந்திக்கப் போகிறோம். அத்தகைய புதிய பண்பாட்டைக் கட்டித் தழுவி வரவேற்பதற்கு, நம்மைச் சுற்றி என்ன நடக்கிறது எனும் விழிப்புணர்ச்சி நமக்குத் தேவைப்படுகிறது.

கலையில், இலக்கியத்தில், தொழில்நுட்பத்தில், விவசாயத்தில் மொத்த சிந்தனையில் பிறநாடுகளில் என்னென்ன நிகழ்கின்றன என்ற செய்திகள் தமிழில் வெளி வர வேண்டியது அவசியமாகிப் போகிறது. இந்த அவசியத்தை உணர்த்ததின் ஒரு வெளிப்பாடுதான் இந்த நூல்.

நாம் ஜன்னல்களை திறந்து வைப்போம்.
புதிய காற்றும், வெளிச்சமும் உள்ளே வரட்டும்.

ஆகஸ்டு 1982

ஆப்பிரிக்க இலக்கியம்
ஓர் அறிமுகம்

கட்டுரை

"நான் நதிகளை அறிவேன்
இந்த உலகத்தைப் போன்ற பழமையான நதிகளை
மனித உடலின் இரத்த நாளங்களில் ஓடும்
இரத்த ஓட்டத்தைக் காட்டிலும் பழமையான நதிகளை
நான் அறிவேன்.
எனது ஆன்மா இந்நதிகளைப் போன்றே ஆழமானது.
விடியல்கள் குழந்தைகளாக இருந்த போது
நான் யூப்ரடீஸ் நதியினில் குளித்திருக்கிறேன்.
காங்கோவுக்குப் பக்கத்தில் நான் குடிசைகளைக்
கட்டிய போது,
அது என்னைத் தாலாட்டிசைத்துத் தூங்கவைத்தது.
நைல் நதியினைக் கர்வமாய்ப் பார்த்து
அதன் பக்கத்தில் பிரமிடுகளை எழுப்பியவன் நானே.

நான் நதிகளை அறிவேன்.
தொன்மையான இருள்படிந்த நதிகளை.
எனது உயிர்
இந்த நதிகளைப் போலவே ஆழமானது."

என்று நதிகளைப் பற்றிப் பேசுகிறான் நீக்ரோ கவிஞன் லாங்ஸ்டன் ஹ்யூக்ஸ்.

ஆம்! ஆப்பிரிக்க இனம் உலகின் பழமையான நதிகளைப் போலவே தொன்மையான இனம். இன்றைய மானிடவியலாளர்கள் ஆப்பிரிக்காவை 'முதல் மனிதனின் தொட்டில்' என்று வர்ணிக்கிறார்கள். ஆனால், ஆப்பிரிக்கரல்லாத நேற்றைய வரலாற்றாசிரியர்கள் உலக வரைபடங்களில் ஆப்பிரிக்காக் கண்டம் இருக்குமிடத்தை ஒரு வெற்றிடமாகக் காண்பித்து, "ஒருவேளை இங்கே சிங்கங்கள் இருக்கலாம்" என்று குறிப்பிட்டார்கள்.

கடந்த நானூறு ஆண்டுகளாக பிரிட்டிஷ், பிரெஞ்சு, டச்சு நாடுகளின் ஆதிக்கத்தின் கீழ் இருந்த ஆப்பிரிக்கா தனது அடையாளத்தையே இழந்து போனது. ஆப்பிரிக்காவிற்கு மட்டுமே உரித்தான கலை. இலக்கியம், பண்பாடு, அறிவியல், தத்துவம் ஆகிய அனைத்தும் வரலாற்றுக்கு முந்திய காலத்தவை. (Pre historic) என்று தள்ளி வைக்கப்பட்டன. ஐரோப்பிய மதிப்பீடுகள் அவர்களை அறியாமலேயே அவர்களது மூளைகளில் செருகி வைக்கப்பட்டன.

உலகின் வேறு எந்த ஓர் இனத்திற்கும் இழைக்கப்படாத கொடுமை 15ஆம் நூற்றாண்டில் 'அடிமை வாணிகம்' என்ற பெயரில் கருப்பர் இனத்திற்கு இழைக்கப்படத் தொடங்கியது. அவர்களது தோல்கள் கருப்பாயுள்ளன என்பதைக் காரணம் காட்டி, கருப்பர்கள் மனித நிலையிலிருந்து இறக்கப்பட்டார்கள். ஆடு, மாடுகளைப் போல விலைக்கு விற்கப்பட்டனர். கரும்புச் சாற்றினை வாங்குவதற்கு காசாகவும் பயன்படுத்தப்பட்டனர். 17,18,19 நூற்றாண்டுகளில் மட்டும் சுமார் 100 கோடி ஆப்பிரிக்கர்கள் தங்கள் சொந்த மண்ணிலிருந்து வேறு நாடுகளுக்கு தூக்கியெறியப்பட்டனர். 19ஆம் நூற்றாண்டின் விடியற்காலம் வரை, அடிமை வாணிகம் உலகம் முழுவதும் சட்டரீதியான வியாபாரமாக நடத்தப்பட்டது. இது ஆப்பிரிக்காவின் மக்கள் தொகையைக் குறைத்து, தொழில்நுட்பத் திறனோடு படைப்பாற்றல் வாய்ந்த மக்கள் சமுதாயம் நிலையாக உருவாவதைத் தடுத்து விட்டது. இந்த கொடுஞ்செயல், மனிதகுல வரலாற்றின் மனசாட்சியில் ஆறாத காயத்தை ஏற்படுத்தி விட்டது.

இந்தக் காயத்திற்குக் கட்டுப்போடும் ஒரு முயற்சியாகத்தான் 'நீக்ரோவியம்' (Negritude), 'புதிய நீக்ரோ இயக்கம்' (New Negro movement) போன்ற இயக்கங்கள் தோன்றி வளர்ந்தன. இசை, இலக்கியம், ஓவியம், சிற்பம் ஆகிய எல்லா கலைத்துறைகளிலும் கருப்பர்கள், தாங்கள் யார் என்பதைக் காட்டத் தொடங்கினர்.

குழந்தைக்கு பல் விழுந்தால் ஒரு கவிதை, படுக்கையிலேயே சிறுநீர் கழித்துவிட்டால் அதை நிறுத்த ஒரு பாட்டு, வேட்டையாடப் போனால் அதற்கொரு நடனம் என்று அன்றாட வாழ்க்கையின் தள்ள முடியாத பகுதிகளாகக் கலந்து விட்ட எல்லாக் கலைகளையும் புதிய பார்வையோடு பரிசீலிக்கத் தொடங்கினார்கள். அதன் சிறப்பான பகுதிகளாக எந்தவிதக் கலப்படமும் இன்றி இலக்கியமாகப் படைக்கத் தொடங்கினார்கள்.

இவ்வாறு தொடங்கிய தொடக்ககாலக் கறுப்பு எழுத்துக்கள் இருவேறு பணிகளைத் தங்கள் குறிக்கோளாகக் கொண்டன. ஒன்று; தங்களது தனிப்பட்ட பண்புகளை வலியுறுத்துவதன் மூலமாகத் தாங்கள் இழந்து விட்ட அடையாளத்தை மீண்டும் நிலை நிறுத்துவது.

இரண்டு; தங்களின் மீது திணிக்கப்பட்ட மேல்நாட்டு மதிப்பீடுகளைத் தூக்கி எறிவதன் மூலமாகத் தங்கள் அடிமனங்களை பிறநாட்டு ஆதிக்கத்திலிருந்து விடுதலை செய்து கொள்வது.

எனவே தான், 'உங்கள் கருப்புத் தோல்களை உங்கள் உடம்பை மூடும் ஓர் அங்கியைப் போல் அணிந்து கொள்ளாதீர்கள். அதை ஒரு போர்க்கொடியைப் போல் உயர்த்திப் பிடியுங்கள்' என்று குரல் கொடுக்கப்பட்டால் அதை குறுகிய இனவெறி என்று நாம் அழைத்து விட முடியவில்லை. அதனால் தான் இதனை, ழான்பால் சார்த்தர் (Jean Paul Sartre) "இனவெறியை எதிர்க்கும், இனவெறி" என்று அழைத்தார்.

நான் கருப்பாக இருக்கிறேன் என்று அவர்கள் சொல்வதின் பொருள் 'நான் வெள்ளையாக இல்லை' என்று மறுப்பது தான். இந்த மறுப்பு நீக்ரோக்களின் பண்பாட்டு விடுதலைக்கு மிகவும் தேவையாக இருந்தது.

மேலை நாட்டுக் கல்வியினால், தங்கள் பண்பாட்டுக்கு ஏற்பட்ட சேதத்தை ஓகோட் பீ பிடெக் எனும் உகாண்டா நாட்டுக் கவிஞன் கீழ்க்கண்டவாறு பாடுகிறான்.

"வகுப்பறைகளில் எங்கள் இளைஞர்களின் ஆண்மை சாகடிக்கப்பட்டு விட்டது.
அவர்களது விதைகள் கனமான புத்தகங்களால் நசுக்கப்பட்டு விட்டன."

இவ்வாறு மேல்நாட்டுப் பண்பாட்டு ஆதிக்கத்தை முழுமூச்சுடன் எதிர்த்ததினால்தான், சார்த்தர், "கருப்பு எழுத்துக்கள் நம் காலத்தின் உண்மையான புரட்சி எழுத்துக்கள்" என்று பாராட்டுகிறார். இவ்வாறு தாங்கள் தாங்களாக இருக்க முயன்றதன் விளைவாகத்தான், கருப்பு எழுத்துக்களில் ஒரு மூலசக்தியும், புதுமைப் பொலிவும் நமக்குக் கிடைக்கின்றன.

1939இல் எய்மீ சீசர் (Aime Ceasaire) உருவாக்கிய 'நீக்ரோவியம்' என்னும் சொல்லும், அதன் பொருளும், இயக்கமும் பிற்கால

கருப்பு எழுத்தாளர்களால் வாதுக்கு அழைக்கப்பட்டன. 'ஓர் இலக்கியத்தின் மதிப்பு, அதைப் படைத்தவனின் தோல் கறுப்பா, வெளுப்பா என்பதைப் பொறுத்தது அல்ல. அது அந்த எழுத்தின் இலக்கியத் தரத்தைப் பொறுத்தது" என்று வற்புறுத்தினான் கவுண்டி கல்லன் (Countee Cullen)எனும் அமெரிக்க கருப்புக் கவிஞன். ரால்ஃப் எல்லீசன் (Ralph Ellison) எனும் மாபெரும் கருப்பு நாவலாசிரியன் சொன்னான். "எழுதுகிறவன் முதலாவதாக ஓர் எழுத்தாளனாக இருக்க வேண்டும். அதன் பிறகு தான் அவன் கருப்பா, வெளுப்பா என்கிற வினாவே எழுகிறது," என்று விமர்சித்தான்.

தன்னம்பிக்கை மிக்க புதிய தலைமுறையின் இத்தகைய விமர்சனங்களால் இலக்கியத் தரமிக்க எழுத்துக்கள் தோன்றலாயின. பிரச்சாரங்கள் குறையத் தொடங்கின. உருவம், உள்ளடக்கம், உத்திமுறை ஆகிய அனைத்திலும் புதுமை தேடப்பட்டது. ஆப்பிரிக்கா மட்டும் அல்லாமல் பிரான்சு, அமெரிக்கா ஆகிய நாடுகளின் பின்னணியிலும் நீக்ரோக்கள் வாழ்க்கை சித்தரிக்கப்பட்டன. பேச்சு மொழியைக் காட்டிலும் விசாலமும், வசதியும் நிறைந்த உருவங்கள் தேடப்பட்டன. அதே நேரத்தில் நீக்ரோ மக்களுக்கே உரிய சிந்தனைத் திருப்பங்கள், கற்பனை, சொல்லாட்சி, நகைச்சுவையும் அவலமும் கலந்த தனிச்சுவை ஆகியவை திறம்பட வெளிப்படலாயின.

ஆனால் ஆப்பிரிக்கா என்பது ஒரு கோடி பதினேழு இலட்சம் சதுரமைல் பரப்பளவு கொண்டது. உலகிலேயே பெரிய கண்டம். இரண்டாயிரத்துக்கு மேற்பட்ட வெவ்வேறு மக்களைக் கொண்டது. இந்த கண்டத்தில் மட்டும் சுமார் 2400 மொழிகள் – வட்டார மொழிகள் என்பது பொருந்தும் வழக்கில் உள்ளன. இதுமட்டும் அல்லாமல் பிரான்சிலும் பாரீசிலும், அமெரிக்காவின் ஹார்லம்மிலும் வாழ்கிற கருப்பு எழுத்தாளர்களின் எழுத்துக்கள் வேறு உள்ளன. எனவே 'கருப்பு எழுத்துக்கள்' என்ற தலைப்பில் நான் இந்த நூலைத் தொகுக்கிற போது எனக்கு மலைப்பு ஏற்படுகிறது. முடிந்த அளவுக்கு இலக்கியத் தரமான எழுத்துக்களாக இருக்க வேண்டும் என்று முதலாவதாக தீர்மானித்துக் கொண்டேன். இதில் எனக்கு இருந்த பிடிவாதம் இந்தத் தொகுதியை அளவில் சிறியதாக இருக்கச் செய்துவிட்டது. இருப்பினும் எல்லா விதமான எண்ணங்களும், வகைகளும், எழுத்தாளர்களும் கலந்த ஒரு 'மணிமிடை பவளமாக' இத்தொகுதியை ஆக்குவதற்கும் முயன்று இருக்கிறேன்.

ஆகஸ்டு 1982

நாஞ்சில் நாடன்

மும்பை / 21.9.1982

'இந்த பேரண்டத்தில் பூமிக்கு வெளியேயுள்ள இன்னொரு கிரகத்தில் புத்தகங்கள் எழுதப்பட்டு அவற்றை யாராவது நம் மொழியில் மொழிபெயர்பார்களேயானால், அப்போது கூட எது நல்ல புத்தகம், எது கெட்ட புத்தகம் என்பதை வாசகர்கள் சுலபமாகப் புரிந்து கொள்வார்கள்'

"அறைக்குள் வந்த ஆப்பிரிக்க வானம்" நூலைப் பார்க்க ரொம்ப மகிழ்ச்சியாக இருந்தது. அட்டை எனக்குப் பிடித்திருந்தது. அச்சு நேர்த்தி, கதை கட்டுரை பகுதியை விட கவிதைப் பகுதி சிறப்பாக இருந்தது.

படிக்கையில் உங்கள் மொழிபெயர்ப்பின் செம்மை துலங்குகிறது. சிறுகதைகள் நான்கும் நல்ல தரத்தவை. 'இருட்டுக்கு நிழல் இல்லை' 'வண்டியில் பூட்ட முடியாத வரிக்குதிரை' இரண்டும் எனக்கு மிகவும் பிடித்தவை. நாடகம் இரண்டும் இப்போது தான் படித்தேன். 'சதுப்பு நில மனிதர்கள்' எனக்குப் பிடித்தது. கவிதையில், மூன்று விதமானவை உண்டு. ரொம்ப அடக்கத்தோடு பிரச்சினையைச் சொல்பவை, ஆர்ப்பாட்டத்தடோ சொல்பவை, காலிப் கவிதைகள் போன்று ரொமாண்டிக் தன்மை வாய்ந்தவை இவற்றில் முன்னது எனக்கு விருப்பமானது.

மொத்தத்தில் இந்தத் தொகுப்பு அறியாததோர் பகுதிக்கு நல்ல அறிமுகம், Creative ஆகச் செய்பவனை விட மொழிபெயர்ப்பவனுக்கு பரந்தோர் பார்வை வேண்டும். அது உங்களிடம் இருக்கிறது.

ஓவியர் கே.எம். கோபால்

சோழமண்டல ஓவியர் கிராமம்

2.10.1982
ஈஞ்சம்பாக்கம், சென்னை

ஆப்பிரிக்க வானம் சோழமண்டல அறைக்குள் வந்தது. உள்ளத்தில் பலகாலம் திறக்கப்படாத பல அறைகளில் சில அறைகள் திறக்கப்பட்டன. திறந்த அறைகளின் உள்ளே பல கருத்த உருவங்கள் ரத்த சூடேறி ஆவி பறக்கக் கண்டேன். ஓடிப் போய் இறுகத் தழுவியதில் என் உடலும் சூடேறி விட்டது. இது அறைக்குள் வரவேண்டிய ஆப்பிரிக்க வானமல்ல. ஆத்மாவுக்குள் பாய்ந்து சிவக்க வேண்டிய ஆப்பிரிக்க வானம். வானத்தின் செப்பிடு வித்தைகள் எல்லாம் வார்ப்படம் போல் நிறுத்தி நிறுத்திக் காட்டுகிறது. சுருங்கச் சொன்னால், வெள்ளை தூய்மையின் குறி என்பதை விட கருமை தான் தூய்மையின் ஆழப்புள்ளி எனலாம்.

இந்திய இலக்கியம்
ஓர் அறிமுகம்

கட்டுரை

இந்தியா ஒரு தனித்துப் போய்விட்ட ஒரு தீவல்ல; துணைக் கண்டம். இங்கு பல்வேறு மொழிகள், பல்லாயிரக்கணக்கான ஆண்டுகளாகப் புழக்கத்தில் இருந்து வருகின்றன. மிகப் பழமையான ரிக் வேதத்தின் 'ப்ருதிவி சூக்தம்' பலமக்கள் பல்வேறு மொழிகளைப் பேசுவதைப் பற்றிக் குறிப்பிடுகிறது.

1971ஆம் ஆண்டு கணக்கெடுப்பின் படி இங்கு 1952 மொழிகள் உள்ளன. இவற்றில் பல வரிவடிவம் அற்றவை. இவற்றில் 720 இந்திய மொழிகளும், 103 இந்திய அல்லாத மொழிகளும் உள்ளன. உருது, சமஸ்கிருதம், இந்தி, ஆங்கிலம் ஆகியவை எந்தக் குறிப்பிட்ட மாநிலத்துக்கும் உரியவை அல்ல. நாட்டின் 90 விழுக்காடு மக்கள் அரசியல் சட்டத்தின் 8வது அட்டவணையில் சேர்க்கப்பட்டிருக்கும் 15 மொழிகளில் ஏதேனும் ஒன்றைப் பேசுகின்றனர்.

இத்தகைய ஒரு நாட்டில், நாடு முழுவதற்கும் பொதுவான 'தேசிய இலக்கியம்' எனும் கருத்தை 19ஆம் நூற்றாண்டின் வெள்ளை ஏகாதிபத்தியம் முன் வைத்தது.

தான் கைப்பற்றிய குடியேற்ற நாடுகளில் இருக்கும் மொழி, இனம், வகுப்பு, பண்பாடு ஆகிய பிரிவுகளை எல்லாம் மூடி மறைத்துத் தன், அதிகாரத்தை ஒரு முனைப்படுத்திக் கொள்வதற்காக பிரிட்டிஷ் பேரரசு கையாண்ட பல தந்திரங்களில் ஒன்றாகத்தான் 'தேசிய இலக்கியம்' எனும் கருத்து அறிமுகப்படுத்தப்பட்டது.

பின்னர் நாடு தழுவிய விடுதலைப் போராட்டம் தீவிரமடைந்த போது ஒரே தேசிய விருப்பத்துடன் கூடிய ஒரு 'தேசிய இலக்கியம்' மலரத் தொடங்கியது உண்மையே. உமாஷங்கர் ஜோஷி எனும் குஜராத்திக் கவிஞர் சொன்னார், "நான் குஜராத்தி மொழியைப் பயன்படுத்தும் ஓர் இந்தியக்

கவிஞன்” என்று. நாட்டுக்கு நெருக்கடி நேர்ந்தபோதெல்லாம் இது போன்ற தேசியப் பண்புடன் இலக்கியங்கள் தோன்றவே செய்தன. எடுத்துக்காட்டாக, வங்காளப் பிரிவினை, சீனப்படையெடுப்பு, எமர்ஜென்சி ஆகிய பல்வேறு இக்கட்டான காலகட்டங்களில் இது போன்ற தேசிய இலக்கியப் போக்குகள் தோன்றவே செய்தன.

ஆனால் இன்றைக்கு ‘தேசிய இலக்கியம்’ எனும் ஒன்று இருக்கிறதா என்றால் இல்லை. ஒரு பழமையான நினைவு நிகழ்காலத்தின் மீது செலுத்தும் ஆதிக்கம் தான் இந்த ‘தேசிய இலக்கியம்’எனும் கனவு.

இந்தியாவைப் போல், இனம், மொழி, பண்பாடு ஆகியவற்றால் வேறுபட்ட ஒரு நாட்டில், ஒரே தேசிய நோக்குடன் கூடிய இலக்கியத்தை உருவாக்கி விட்டதாக நினைப்பது மிகவும் வேடிக்கையானது. நிகழ்காலத்தோடு தொடர்பு இல்லாதது. சாகித்ய அகாடமியின் ஸ்லோகம், ‘இந்திய இலக்கியம் என்பது ஒன்று தான். அது பல மொழிகளில் எழுதப்படுகிறது’ என்று சொல்வது இன்றைக்குப் பொய்தான்.

இதுபோல நினைப்பது கூண்டுக்குள் இருக்கும் பறவை, தான் வாழ்ந்து கொண்டிருப்பது வானம் தான் என்று சொல்வதைப் போன்றது. ஒரு காலத்தில் வானத்தில் இருந்திருக்கலாம், இனி இருக்க வேண்டும் என்று ஆசைப்படலாம். ஆனால் இன்றைக்கு இல்லை.

இந்திய வரலாற்றின் பக்கங்களைப் புரட்டிப் பார்த்தால் சமஸ்கிருதம், அராபி, பாரசீகம், ஆங்கிலம் ஆகிய பல மொழிகள் பல்வேறு காலகட்டங்களில் இந்தியாவின் தேசிய மொழியாக இருந்து வந்திருப்பதை அறியலாம். இதே போல் பல்வேறு காலகட்டங்களில் பல்வேறு மதங்கள் இந்தியாவின் பண்பாட்டுக் கடலில் வந்து கலந்திருக்கின்றன. இவற்றின் காரணமாக இந்திய இலக்கியமும், கலைகளும் பல புதிய பரிமாணங்களைப் பெற்று இருக்கின்றன.

மராத்திய கிருத்துவக் கவிஞரான வாமன் திலக், கன்னட முஸ்லீம் கவிஞரான சரிஃப் சாஹிப், தமிழில் தேம்பாவணி காவியம் செய்த இத்தாலியரான பெஸ்கி போன்றவர்களால் இந்திய இலக்கியம் செழுமைப்பட்டு இருக்கிறது.

கங்கை, யமுனை, காவிரி, இமயம் ஆகியவை வால்மீகி காலத்திலிருந்து இந்திய இலக்கியத்திற்கு உவமைகளாகவும் படிமங்களாகவும் பயன்பட்டு வந்துள்ளன. இவற்றுடன் முகலாய

ஆட்சிக்குப் பிறகு காஷ்மீர் தோட்டங்கள், பாரிஜாதம், சூஃபி சிந்தனை முதலியன இந்திய இலக்கியத்தில் கலந்தன. பிரிட்டிஷ் ஆட்சிக்குப் பின்னால் மேப்பல், போப்ளார், ஓக் ஆகிய மரங்களும், லில்லி போன்ற மலர்களும், கோடை வாசஸ்தலங்களும் இந்திய இலக்கியத்தில் ஐக்கியமாயின.

இவ்வாறு காலந்தோறும் மாறி வந்த நமது இலக்கியம், இன்று உலகை எவை எவை ஆட்டிப் படைக்கின்றனவோ, அவற்றினால் நானும் மாறுதலுக்குள்ளாகி இருக்கிறது. இந்த மாற்றம் வெளிப்படையாகத் தெரிவதைக் காட்டிலும் உள்ளூர நடந்திருப்பதை நாம் கூர்ந்து கவனிக்க வேண்டும்.

இதற்கு ஒரு சிறு உதாரணம் நமது கிராமங்களில் இன்றைக்கும் இருந்து வரும் மாட்டு வண்டிகள். இவற்றைப் பார்க்கிற போது மூன்றாம் உலகின் ஓர் அங்கமான இந்தியா இன்னமும் மாட்டு வண்டிகளிலேயே பயணம் செய்கிறது என்று சொல்லத் தோன்றும். இந்தியா தொழில்நுட்பத்தால் பெரிதும் பின்தங்கி இருக்கிறது என்று முடிவு செய்யத் தோன்றும்.

ஆனால் இந்த மாட்டு வண்டிகளின் சக்கரங்களுக்குள் நமது கண்களுக்குப் புலப்படாமலேயே 'பால்பேரிங்கு'களாக நவீன தொழில் நுட்பம் வந்து உட்கார்ந்து கொண்டிருக்கிறது. இவற்றின் சக்கரங்களில் தற்போது ரப்பர் டயர்கள் போடப்பட்டு இருக்கின்றன என்பதைக் கூர்ந்து கவனித்தால் மட்டுமே நன்கு புலப்படும். அந்த மாட்டு வண்டிகளைப் போலத்தான் நமது இன்றைய நவீன இந்தியாவும், அதன் இலக்கியமும் உள்ளூர நிறைய மாறுதலுக்குள்ளாகி இருக்கின்றன.

இந்தியாவின் அண்மைக்கால இலக்கிய மறுமலர்ச்சி முன்பு வரை கலையும், இலக்கியமும் மனிதனுக்காக அல்ல. அவை கடவுளுக்கும், மதத்திற்கும் சேவை செய்வதற்காக மட்டுமே ஏற்பட்டவை என்று புரிந்து கொள்ளப்பட்டிருக்கிறது. குறிப்பாக நமது தமிழ் இலக்கியத்தில், பக்தி இலக்கியதைக் கழித்து விட்டோமானால் இலக்கியம் என்று தேறுவது குறைவு தான்.

ஆனால் இன்றைய நவீன இந்தியாவும், அதன் இலக்கியமும் அடிப்படையிலேயே மாற்றம் கண்டிருக்கிறது. இலக்கியமும், கலைகளும் மனிதனுக்காக எனும் புதிய சிந்தனை தோன்றி இருக்கிறது. சொல்லப்போனால் இன்னும் ஒரு படி மேலே போய், கலை கடவுளுக்காகவா அல்லது மனிதனுக்காகவா எனும் கேள்வி

மாறி, கலை மனிதனுக்காகவா அல்லது கலை கலைக்காகவா எனும் கட்டத்தையும் அடைந்து நிற்கிறது.

எனவே இவ்வாறு பழைய கருத்துக்கள் வாதுக்கழைக்கப்படுகின்றன. பழைய வடிவங்கள் வழக்கற்றுப் போகின்றன. இவை குறித்து நாம் அழுது புலம்புவதற்கு ஒன்றும் இல்லை.

புதிய தளிர் ஒன்றுக்கு இடம் கொடுத்து பழைய இலை பழுத்து உதிர்கிறது என்று புரிந்து கொள்வதே சரி.

இங்கு மொழிபெயர்ப்பைப் பற்றியும் சில வார்த்தைகள் நான் சொல்ல வேண்டும்.

மொழிபெயர்ப்பு நமக்கும் ஒன்றும் புதியது அல்ல. கம்பன் ஏகநாத், துளசிதாஸ், பாஸ்கர், கீர்த்திவாசா, எழுத்தச்சன் என்று பலர் வால்மீகியின் சமஸ்கிருத கவியமான ராமாயணத்தை வால்மீகியின் புலமைக்குச் சமதையான ஆற்றலுடன் தத்தம் மொழிகளில் மொழிமாற்றம் செய்துள்ளனர்.

இந்த மொழி மாற்றங்களின் பின்னால் மதம் நின்று இயங்கி இருக்கிறது. இதனாலேயே மதம் சாராத, அந்தந்த மொழியினருக்கான சிறப்புத் தன்மையுடன் தோன்றிய இலக்கியங்கள் இவ்வாறு மொழிமாற்றம் செய்யப்படாமல் விடப்பட்டுள்ளன. தமிழின் சிலப்பதிகாரம், இந்தியின் 'ரசாவ் ஆலா' 'பஞ்சாபியின்' 'ஹியர் ரன்ஜா', வங்காளியின் 'மனசமங்கல்' போன்றவை பிற மொழிகளில் ராமாயண, மகாபாரதங்களைப் போல் அதிக அளவில் மொழிபெயர்க்கப்படவில்லை.

மேலும் பழைய மொழிபெயர்ப்புகளின் உள்நோக்கங்களையும் கவனிக்க வேண்டும். இஸ்லாம், கிருத்துவ, ஜைன, பௌத்த மதங்களைச் சார்ந்தவர்கள் நாட்டு மக்களையும், நாட்டு மத நம்பிக்கைகளையும், தெரிந்து கொள்ளும் ஆர்வத்தில் செய்தவை ஏராளம். பிற்கால பிரிட்டிஷ், மற்றும் பிற மேலைநாட்டு மொழிபெயர்ப்பாளர்களில் கீழை நாட்டுத் தத்துவத்தினால் கவரப்பட்டவர்கள் இருப்பினும், ஒரு காட்டுமிராண்டித்தனமான (Exotic) இந்தியாவைத் தெரிந்து கொள்ளும் ஆர்வத்தினால் செய்யப்பட்டவையே அதிகம்.

ஆனால் இந்நூலின் மொழிபெயர்ப்பு மேற்குறித்தவைகளிலிருந்து முற்றிலும் வேறுபடுகிறது.

இது சகமனிதனின் மீதுள்ள அன்பின் காரணமாக அவனது ஆன்மாவின் குரலாக இருக்கும் இலக்கியத்தைத் தெரிந்து கொள்ளும் ஆசையில் செய்யப்படுகிறது. மனிதகுல மேம்பாட்டிற்குத் தொண்டாற்றும் மிக உன்னதமான கருவி தான் இலக்கியம் என்ற வகையில் இது இலக்கிய நோக்கத்துக்காக மேற்கொள்ளப்படுகிறது.

காற்றுக்குத் திசை இல்லை

இந்திய இலக்கியம்

இந்திய இலக்கியம் பல்வேறு இனம், மொழி, பண்பாடுகளைக் கொண்ட மக்களின் இலக்கியமாகும். இந்த உண்மை, இதை மனிதனின் பண்பாட்டு வளர்ச்சியில் தனிச்சிறப்பு உடையதாக்குகிறது. இந்தியாவின் ஒவ்வொரு மொழி இலக்கியமும் அவ்வவற்றிற்கான அடையாளங்களுடன் முழு வளர்ச்சி அடைகிற போது அவற்றுடன் சேர்ந்து ஓர் அகில உலகப் பண்பாடும் மலர்ச்சி அடைகிறது என்பதை நாம் புரிந்து கொள்ள வேண்டும்.

தென்கோடியில் இருக்கும் தமிழர்களாகிய நாம், நம் அண்டை மாநிலங்களின் சகோதர மொழி இலக்கியங்களைப் பயில்கிற அளவுக்கு நம் தம்ழிமொழியின் அகில உலகத்தன்மை அதிகப்படுகிறது.

இன்றைக்கு நம்மைச் சுற்றி, இந்தியத் துணைக் கண்டம் முழுவதும் பரவி இருக்கும், பல்வேறு மொழிகளைச் சார்ந்த இந்திய எழுத்தாளர்கள் என்ன படைத்துக் கொண்டிருக்கிறார்கள்? தென்கோடியில் ஒரு தமிழன் சந்திக்கும் அதே பிரச்சினையின் பல்வேறு முகங்களை அவர்கள் எப்படித் தரிசிக்கிறார்கள்? காஷ்மீரியிலிருந்து கன்னடம் வரை, ஒடியாவிலிருந்து மலையாளம் வரை பிறமொழிப் படைப்பிலக்கிய உலகில் இன்று என்ன நடந்து கொண்டிருக்கிறது?

இவ்வினாக்களுக்கு விடை காண்பது ஓர் நல்ல இலக்கிய அனுபவம் ஆகும். இந்த இலக்கிய அனுபவத்தை சாத்தியப்படுத்தும் ஒரு முயற்சி தான் இந்த நூல்.

இதில் இந்தியாவின் 14 மொழிகளின் இன்றைய பல்வேறு எழுத்தாளர்களின் கவிதை, சிறுகதை, கட்டுரை என்று பல்வேறு இலக்கியப் படைப்புகளைத் தமிழாக்கித்

தொகுத்துள்ளேன்.

இந்தத் திசையில் நேஷனல் புக் ட்ரஸ்ட், சாகித்ய அகாடமி, இந்தியன் கவுன்சில் ஃபார் கல்ச்சுரல் ரிலேஷன்ஸ் போன்ற அரசு அமைப்புகளும், 1977ல் உருவாக்கப்பட 'ஆத்தர்ஸ் ரில்டு' போன்ற எழுத்தாளர் கூட்டுறவு அமைப்புகளும் பணியாற்றியே வருகிறார்கள். ஆயினும் இந்த அமைப்புகள் அனைத்தும், இன்றைய சமுதாயத்தையும், அதன் இலக்கியத்தையும் வாதுக்கழைக்கும் எதிர்ப்பு இலக்கியவாதிகளையும் அதிநவீன சோதனை முயற்சியாளர்களையும் தள்ளி வைத்து விடுகின்றன. உண்மையிலே இவர்களால் ஒதிக்கித் தள்ளப்படும் இந்த எழுத்தாளர்கள்தான் மண்ணின் மனச்சாட்சியாக இருக்கிறவர்கள். இவர்கள்தான் தங்களது இடையறாத சோதனை முயற்சிகளின் மூலமாக இலக்கியத்தின் எல்லைகளை விரிவுபடுத்திக் கொண்டு போகிறவர்கள்.,

எனவே தான் திகம்பர கவிகள் (தெலுங்கு), தலித் சிறுகதைகள் மராத்தி அகவிதாவாதிகள் (இந்தி), பசிக்கும் தலைமுறையினர் (வங்காளம்) என்று இந்தியாவில் இருக்கும் பல்வேறு எதிர்ப்பு இலக்கியவாதிகளுக்கும் இந்நூலில் முக்கிய இடம் கொடுத்திருக்கிறேன். இப்படி நான் சொல்வதினாலேயே ஞானபீடம், சாகித்ய அகாடமி ஆகிய விருதுகள் பெற்று நாடு முழுவதும் பாராட்டப் பெற்ற எழுத்தாளர்களைத் தள்ளி வைத்து விட்டேன் என்று எண்ணி விட வேண்டாம். அவர்களும் இத்தொகுப்பில் நிறையவே இடம் பெற்றுள்ளனர்.

பல்வேறு இலக்கியப் போக்குகளைக் கொண்ட இன்றைய நவீன இந்திய இலக்கியத்தின் ஒரு குறுக்குவெட்டுத் தோற்றத்தையே கொடுக்கும் வண்ணம் படைப்புகளைத் தேர்ந்தெடுத்து, தமிழாக்கி உங்கள் வாயிற்படிக்குக் கொண்டு வந்துள்ளேன்.

மும்மொழி மட்டுமே அறிந்த நான், இவற்றை மொழிபெயர்ப்பதற்கு ஆங்கிலத்தையே ஊடகமாகப் பயன்படுத்தி இருக்கிறேன். இந்த வகையில் இப்படைப்புகளை இவற்றின் மூலமொழிகளிலிருந்து ஆங்கிலத்தில் மொழிபெயர்த்த என் சகமொழிபெயர்பாளர்களுக்கும், அவற்றின் வெளியீட்டாளர்களுக்கும் நான் என்றும் நன்றிக் கடன் பட்டவன் ஆவேன்.

ஒருமுறை ஹரித்துவாரத்தில் மலைகளுக்கு இடையே கம்பீர அமைதியுடன் ஓடுகிற கங்கையில் ஒருகை நீரை அள்ளிக்

குடித்தேன்.

சுத்தமான குளிர்ந்த நீர் என் தொண்டைக்குள் இறங்கிய போது ஆயிரம் ஆண்டுகளாக இடையறாது பாய்ந்து கொண்டிருக்கும் கங்கையையே குடித்து விட்ட பரவசம் உடலில் பரவியது.

இந்நூலை உங்கள் முன் படைக்கிறபோதும் இப்படித்தான் ஒரு பரவசம்.

ஆனால்..

ஒரு கைநீர் தான்!

பசித்த தலைமுறை

மூன்றாம் உலக இலக்கியம்

"மூன்றாம் உலக நாடுகளின் மரபுகள் அழிக்கப்பட்டன. அவர்களது மொழிக்குப் பதிலாக ஆதிக்க நாடுகளின் மொழிகள் கொடுக்ககப்பட்டன. பண்பாடுகள் அழிக்கப்பட்டன. பசியும் நோயுமாக இருக்கும் அவர்களிடம் ஏதேனும் சக்தி எஞ்சி இருக்குமென்றால் அதையும் அச்சும் கொன்று விடுகிறது"

முதல் உலகத்தின் நேரெதிர் உலகம் மூன்றாம் உலகம். இது முதல் உலகத்தால் வஞ்சிக்கப்பட்டது. முதல் உலகின் ஆதிக்க நாடுகள் மூன்றாம் உலகிற்கு இழைத்த அநீதிகளை ஃப்ரான்ஸ் ஃபேனான் எனும் அறிஞர் குறிப்பிடுகிறார்.

மூன்றாம் உலகமா? அது எங்கே இருக்கிறது? உலக வரைபடத்தில் அதைக் காட்ட முடியுமா?

இந்த வினாக்களுக்கு ஒரே பதில் தான் உண்டு. முடியாது. ஏனெனில் முதல் உலகம், மூன்றாம் உலகம் என்பதெல்லாம் பூகோள ரீதியான பாகுபாடுகள் அல்ல. உதாரணமாக சீனா, ஆப்கானிஸ்தான், பெருகுவே ஆகியன மூன்றாம் உலக நாடுகள்.இவற்றிற்கு மிக அருகாமையில் இருக்கும் ஜப்பான், சவூதி அரேபியா, உருகுவே ஆகிய நாடுகள் மூன்றாம் உலக நாடுகள் என்ற பிரிவிற்குள் வருவதில்லை.

இன்று 'மூன்றாம் உலகம்' என்பது 3 வகைகளில் பொருள் தருவதாக இருக்கிறது.

1 புதிய உலகோடு சேராத பழைய உலகம்

2 குறைந்த வாழ்க்கைத் தரம் கொண்ட நாடுகளின் உலகம்

3 மேலை முதலாளித்துவ நாடுகளுக்கு எதிரான கீழைக் கம்யூனிச உலகம்.

மூன்றாம் உலகம், முதல் உலகிற்கு எதிரான ஒன்று என்று வைக்கப்படாவிட்டால் அர்த்தமற்றதாகி விடும். இந்த நூற்றாண்டின் மிகப் பெரிய துர்பாக்கியம், செல்வச் செழிப்புள்ள வடக்கும், ஏழை தெற்குமாகும். இது தற்கால பொருளாதார ரீதியான பாகுபாடு ஆகும். இதனால் இன்று கிழக்கு நாடுகள், மேற்கு நாடுகள் என்று பேசுவதைக் காட்டிலும் வடக்கு நாடுகள், தெற்கு நாடுகள் என்று பேசுவது அர்த்தமுள்ளதாக இருக்கிறது. முதல் உலக நாடுகள், மூன்றாம் உலக நாடுகள் என்று பேசுவது பெரிதும் வழக்கிற்கு வந்து விட்டது.

உலக நாடுகளின் அரசியல் ரீதியான எல்லைக் கோடுகளை எப்படி இயற்கை உருவாக்கவில்லையோ அதே போன்று தான் முதல் உலகம், மூன்றாம் உலகம் எனும் பாகுபாட்டையும் இயற்கை உருவாக்கவில்லை.

அப்படியானால் இந்த பாகுபாட்டை உருவாக்கியது யார்? மனித குலத்தின் சமூக, பொருளாதார வரலாறு தான் இந்தப் பாகுபாட்டை உருவாக்கியது. *200* ஆண்டுகளுக்கு முன்னால் மூன்றாம் உலகம் என்ற சொல் கேட்டறியாத ஒன்று.

முதல் உலகம், மூன்றாம் உலகம் என்று நாம் பேசும் போது, இரண்டாம் உலகம் எங்கே என்று நீங்கள் கேட்க நினைக்கலாம். இந்த வினாவிற்கு கிரிஸ்டோபர் ஃபைல் (Christopher File) எனும் ஆப்பிரிக்க வரலாற்றாசிரியர் சொல்கிறார், “போருக்கு முந்திய ரயில்வேயில் இரண்டாம் வகுப்பு என்பதே எடுக்கப்பட்டு விட்டது போல இரண்டாம் உலகம் என்பதே வசதியாக விடப்பட்டு விட்டது”

மூன்றாம் உலகில் நான்கு பெரும் இனங்கள் உள்ளன. நான்கு பெரும் மதங்கள் உள்ளன. மூன்றாம் உலக நாடுகள் ஒரே மாதிரியான பண்பாட்டைக் கொண்டவை அல்ல. போலியான அரசியல் விடுதலை அடைந்த நாடுகள் அங்கே உள்ளன. தங்களுக்கான முடியாட்சிக்காக போராடிக் கொண்டிருப்பவர்கள் இருக்கிறார்கள். முழுமையான சுதந்திரம் அடைந்த நாடுகளும் கூட வல்லரசுகளின் தொடர்ந்த ஆக்கிரமிப்பிற்கு ஆளாகி உள்ளன.

மூன்றாம் உலக நாடுகள் என்ற சொல்லாட்சி ஐரோப்பிய நாடுகள் அல்லாதவை என்று பொருளையும் தருவதுண்டு. இவற்றில்

பெரும்பாலான நாடுகள் காலனி ஆதிக்கத்தின் கீழ் இருந்தவை, இருப்பவை, குறிப்பாக ஆசியா, ஆப்பிரிக்கா, லத்தீன் அமெரிக்கா ஆகிய கண்டங்கள் காலனி ஆதிக்கத்தின் கீழ் இருந்தவை. இவை அனைத்தும் மேலை உலகத்தால் கட்டுப்படுத்தப்பட்ட உலக வணிகத்தைக் கொண்டவை. இந்நாடுகளில் நிலத்தில் பாடுபட்டு உழைத்தவர்கள் உலக விலைவாசிகளினால் பாதிக்கப்பட்டனர். இதனால் தான் இந்த நாடுகளில் நகரத்துத் தொழிலாளர்களைக் காட்டிலும், கிராமத்து விவசாய மக்களே புதிய விழிப்புணர்ச்சிக்கு முதலில் அணிவகுத்து நிற்கின்றனர். இருந்தும் மூன்றாம் உலக நாடுகளில் ஒற்றுமை இன்னமும் சாதிக்கப்படவில்லை.

முதல் உலகம் தான் பெற்ற புதிய தொழில்துறை வலிமையினால் உலகின் பிற்பகுதிகளை வளராமல் தடுத்துவிடும் போக்கு கொண்டதாக இருக்கிறது. செல்வந்த நாடுகள் மூன்றாம் உலக நாடுகளில் கனிமங்கள், உ.ழைப்புச் சக்தி ஆகியவற்றைத் தங்கள் நாடுகளுக்கு உறிஞ்சிக் கொள்ளும் அதே நேரத்தில் மூன்றாம் உலக நாடுகளின் அறிவாற்றல், கலை, பண்பாடு, ஆகியவற்றையும் வெளிநாட்டுச் சந்தைப் பொருளாக்கி விட்டன. முதல் நாடுகளின் தொழில்நுட்பத்திற்குப் பின்னால் பொருளாதாரம் இருக்கிறது. பொருளாதாரத்திற்குப் பின்னால் அரசியல் இருக்கிறது. காலனி ஆதிக்கம் அரசியல் தளத்தில் இன்று அடங்கிப் போய்விட்டாலும் கூட உளவியல் தளத்தில் மூன்றாம் மனிதன் காலனி ஆதிக்கத்திலிருந்து விடுதலை அடையவில்லை. முதல் உலகம் மூன்றாம் உலகத்தை ஒரு மறைபுதிர்த் தன்மை கொண்டதாக, காட்டுமிராண்டித் தனமானதாக வர்ணித்த போது, மூன்றாம் உலக மனிதன் அவனை அறியாமலேயே அந்த வர்ணனையை ஏற்றுக் கொண்டு விட்டான்.

ஹெகல் போன்ற மேலை நாட்டுத் தத்துவ மேதை கூட தனது வரலாறு பற்றிய சொற்பொழிவில் ஓரிடத்தில் சொல்கிறார்: "இந்த இடத்தில் நாம் ஆப்பிரிக்காவை மீண்டும் குறிப்பிடாமல் விட்டு விடுவோம். ஏனெனில் ஆப்பிரிக்கா உலக வரலாற்றின் ஒரு பகுதி அல்ல. At this point we leave Africa not to mention it again For it is not historical part of the world Hegel in lecture on world history) ஹெகல் போன்றவர்களும் கூட மூன்றாம் உலக நாடான ஆப்பிரிக்காவின் வரலாற்றையே மறைக்க முற்படுகிறார்கள். இதனால்தான் மூன்றாம் உலகத்தை முதல் உலகத்திற்கு எதிரிடையாக நாம்

வைக்காவிடில் அது அர்த்தமற்றுப் போய்விடுகிறது என்று சொல்கிறோம்.

காலனி ஆதிக்க எதிர்ப்புணர்வு, மேலைநாட்டுத் தளத்திற்கு எதிர்ப்புணர்வு ஆகியவை மூன்றாம் உலக நாடுகளுக்கு என்று ஒரு தனி அடையாளத்தை ஏற்படுத்த முனைகின்றன. இது மூன்றாம் உலக நாடுகளின் கடந்த கால வரலாற்றில் காணக்கிடைக்காத ஒன்றாகும். வரலாற்றின் பக்கங்களைப் புரட்டினால் இவர்கள் சீனர்கள், பர்மியர்கள், இந்தியர்கள் என்று தனித்தனியாகத் தான் போராடி இருக்கிறர்கள்.

மேலும் காலனி ஆதிக்கம் என்பது இன்று அரசியல் அளவில் மாற்றமடைந்து விட்டதில்லை. 'காலனி ஆதிக்க எதிர்ப்புணர்வு' என்பதை, 'புதிய அரசியல், பொருளாதார அமைப்பிற்கான எதிர்ப்புணர்வு' என்று அழைப்பது மேலும் அர்த்தமுள்ளதாகிறது. மூன்றாம் உலக நாடுகள் ஒவ்வொன்றும் தத்தமது பண்பாட்டு அடையாங்களைக் காப்பாற்ற முயல்வது என்பது மேலைநாட்டு தாக்கத்தை எதிர்ப்பது என்பதாகிறது.

தற்கால இலக்கியவாதி பல்வேறு சூழ்நிலைகளால் கெடுக்கப்படுகிறான். பழங்காலம், நிகழ்காலம், உள்நாடு, வெளிநாடு தனிமனித சுய வெளிப்பாடு, சமூகத்தின் கூட்டுக் காரணங்கள் அவனை அலைக்கழிக்கின்றன. மாற்றத்துக்கு உள்ளாகும் சமுதாயமும், பூமியும், பண்பாட்டு அமைப்பிற்கான பொருளாதாரமும் அவனுக்குப் பின்னால் நின்று அவனது பொம்மலாட்டக் கயிறுகளை அசைக்கின்றன.

இதனால் ஒரு இலக்கியப் படைப்பு என்பது தனித்துவமானதும், தனித்துவமற்றதாகவும் இருக்கிறது. மாறிவரும் உலகத்துடன் சேர்ந்து அதுவும் பல மாற்றங்களுக்கு உள்ளாகிறது. இந்த மாற்றம் தற்கால இலக்கியத்தின் மீது மட்டுமல்லாமல், பழங்கால இலக்கியம் பற்றிப் புரிந்து கொள்வதிலும் பல மாற்றங்களைக் கொண்டு வருகிறது. இதனை ஆஷிஷ் நந்தி கீழ்கண்டவாறு விளக்குகிறார்.

நிகழ்காலத்துடன் உறவு கொண்ட கடந்த காலம்
முறிந்து போன நிகழ்காலம்
(இது கடந்த காலத்துடன் போட்டியிடுவது)
நிகழ்காலத்தையும் கடந்த காலத்தையும் சீரமைப்பது
புதிய கடந்த காலம்.

எனவே கலை மரபு என்பது தற்காலத் தன்மைக்கேற்ப புதிய வடிவமும், புதிய பொருளும் கொள்கிறது. இந்த புதிய பொருளை மூன்றாம் உலக நாடுகள் தங்களது பண்பாட்டு, மொழி அடையாளங்களுடன் உண்டாக்க அனுமதிக்காதவாறு, ஆதிக்க சக்திகள் தலையிடுகின்றன. முதல் உலக நாடுகள் தங்களது பொருளாதார, அரசியல் பலத்தைப் பயன்படுத்தி அவற்றின் பண்பாட்டைத் தங்களது தேவைக்கேற்றவாறு வடிவமைத்துக் கொள்கின்றன.

இதற்கு இடம் கொடுக்காத அளவுக்கு மூன்றாம் உலக நாடுகள் தங்களது கலை, இலக்கியம் அனைத்தையும் தங்களது மண்ணிலிருந்தே உருவாக்க வேண்டிய கட்டாயத்தில் இருக்கின்றன. இதற்கு முதற்படியாக இந்திய துணைக்கண்டத்தின் தென்கோடியில் இருக்குன் தமிழின் மூன்றாம் உலகத்தில் இன்று தன்னைச் சுற்றி என்ன நடக்கிறது என்பதை அறிந்து கொள்ள வேண்டிய அவசியம் ஏற்படுகிறது. இந்த அவசியத்தை உணர்ந்ததின் ஒரு வெளிப்பாடு தான் இந்த மொழி பெயர்ப்பு முயற்சி.

இங்கே எழுத்து என்பது விடுதலைக்கான ஒரு ஆயுதமாகவும், புதியதொரு புரிதலை விளக்கும் கருவியாகவும், எதிர்காலத்திற்கென ஒரு குரலைக் காண்பதாகவும் இருக்கிறது. இங்கு மொழி பெயர்க்கப்பட்டுள்ள நாடுகளின் இலக்கிய படைப்புகள் பல்வேறு பண்பாட்டுப் பின்னணி கொண்ட தனி மனித உள்ளத்தின் ஆழத்தையும், சமுதாய கூட்டு உளவியல் கட்டமைப்பையும் கண்ணாடி போல் காட்டவல்லவை. எழுத்தாளனின் பண்பு, வாழ்க்கைச் சரிதம், உடல்நலம், குடும்பத்தில் அவனது இடம் சமுதாயத்திற்கு அவனது பங்கு ஆகிய அனைத்தையும் இவை பிரதிபலிக்கின்றன.

மூன்றாம் உலக நாடுகளின் இலக்கியம் எண்ணற்ற மொழிகளில் எழுதப்படுகின்றன. 'மலே' மொழி, மலேசியா, சிங்கப்பூர் நாடுகளிலும் தமிழ்மொழி இந்தியா, இலங்கை போன்ற நாடுகளிலும் புழக்கத்தில் இருப்பது போல ஒரே மொழி பலநாடுகளில் புழக்கத்தில் உள்ளதும் உண்டு. ஆனால் மூன்றாம் உலக நாடுகளின் இணைப்பு மொழி இன்னமும் ஆங்கிலமாகத்தான் இருக்கிறது.

எனக்குக் கிடைத்த நூல்களிலும், இதழ்களிலும் காணப்பட்ட படைப்புகளைத் தொகுத்து இந்நூலை உருவாக்கி இருக்கிறேன் என்றால், அதற்குக் காரணம் அப்படைப்புகளை அவற்றின் ஒரு

மொழியிலிருந்து ஆங்கிலத்திற்கு மொழிபெயர்த்த பல்வேறு நாடுகளைச் சேர்ந்த என் சகமொழிபெயர்ப்பாளர்கள்தான். அவர்களுக்கு நான் நன்றி கடன்பட்டவன். இப்படைப்புகளில் சிலவற்றை அவ்வப்போது வெளியிட்ட இதழ்களான மன ஓசை, அரங்கேற்றம், கணையாழி ஆகியவற்றிற்கும் நான் நன்றி சொல்ல வேண்டும்.

மொழிபெயர்ப்பு என்பதை ஒரு 'துரோகச் செயலாக'க் கருதும் அறிவுஜீவி அல்ல நான். 'தன்னை மொழிபெயர்க்க அனுமதிக்காதது எதுவோ அதுவே சிறந்த படைப்பு' என்பதிலும் எனக்கு உடன்பாடில்லை. இந்நூலிலுள்ள மூன்றாம் உலக எழுத்துக்கள் அனைத்தும் மனிதநேயம் மிக்கவை. அதனால் தான் இவை தங்களது உள் உலகங்களைச் சகமனிதனான தமிழனுடன் பகிர்ந்து கொள்ளத் தயாராக உள்ளன.

இதுவரை அந்நியர்கள் என்று அறியப்பட்டவர்களைச் சகோதரர்களாக்கும் ஒரு சிறு முயற்சி இது.

பாலத்தின் மீது மக்கள்

விஸ்லவா ஸிம்போர்ஸ்கா

தொகுப்பும் மொழியாக்கமும்; யமுனா ராஜேந்திரன்

நாமும் வாழும் காலத்தின் மிக நம்பிக்கைக்குரிய ஒரு சாட்சியாக இருக்கிறது விஸ்லவா ஸிம்போர்ஸ்காவின் கவிதைக் குரல், கவிதை என்பது எப்படி ஒரு மனசாட்சியின் குரலாக இருக்க முடியும் என்பதை அது நிரூபிக்கிறது. மனசாட்சியின் குரல் எவ்வளவு எளிமையாக, நேரிடையாகப் பேசுவதாக இருக்க முடியும் என்பதை அது நிகழ்த்திக் காட்டுகிறது. விஸ்லவா ஸிம்போர்ஸ்காவின் கவிதைகள் தமிழில் வெளி வந்தே தீர வேண்டும் என்று ஆசைப்பட்டவர்களில் நானும் ஒருவன்.

யமுனா ராஜேந்திரன் தொடர்ந்து இத்தகையை குரல்களை, குறிப்பாக மனிதகுல மனசாட்சியில் ஏற்பட்ட காயங்களைப் பற்றி பேசும் பல கவிஞர்களின் கவிதைகளை தமிழுக்கு அறிமுகம் செய்து வைத்து வருபவர். இந்த முறை விஸ்லவா ஸ்ம்போர்ஸ்காவின் பதினெட்டு கவிதைகளைத் தேர்ந்தெடுத்து மொழிபெயர்த்திருக்கிறார்.

சிம்போர்ஸ்காவின் கவிதைகள் போலந்து நாட்டின் மொழி எல்லையைத் தாண்டி ஆங்கிலத்தில் வெளிவந்துள்ளது மிகக் குறைவு. அதில் சிறந்தவற்றைத் தேடித் தொகுத்து தமிழில் அளித்திருக்கிறார் யமுனா ராஜேந்திரன். குறிப்பாக ஒரு கவிதையை அது எழுதப்பட்ட வரலாற்றுப் பின்னணியில் வைத்து படிக்கிறபோது அதற்கு ஒரு புதிய முறையிலான வாசிப்பு கிடைத்து விடுகிறது. இந்த பின்புலமற்று ஒரு கவிதையை வாசிப்பது என்பது சில நேரங்களில் அதனை வேறுவிதமாகப் புரிந்து கொள்ளக் காரணமாகிவிடும். தமிழகத்தில் முதன் முதலில் சிம்போர்ஸ்காவின் கவிதையை கவிஞர் சுகுமாரன் மொழிபெயர்த்து வெளியிட்ட போது சிம்போர்ஸ்கா ஒரு உன்னதமான கவிஞர் என்று தெரிந்து கொள்ள முடிந்தது. ஆனால் யமுனா ராஜேந்திரனின்

நூல் வெளி வந்த பிறகுதான் ஸிம்போர்ஸ்காவின் கவிதைகளின் சமூகப் பணி என்ன என்பதை தமிழ் வாசகர்கள் உணர்ந்து கொள்ள முடிந்திருக்கிறது.

ஸிம்போர்ஸ்காவின் ஆங்கில மொழிபெயர்ப்புத் தொகுதியான "View with a grain of sand" என்பதிலிருந்து 'பாறையின் உரையாடல்' எனும் கவிதையைப் படித்த போது நான் என் வசமிழந்தேன். அவரது ஒவ்வொரு கவிதையும் தான் சொல்ல வந்ததைப் புதுமையான ஒரு முகாந்திரத்தில் வைத்து பேசுகிற போது, மிக எளிமையான அன்னியோன்னியமான ஒரு குரலை என்னால் உணர முடிந்தது. சிம்போர்ஸ்காவின் ஆங்கில மொழிபெயர்ப்புகள் தங்களது எளிமையின் காரணமாக மொழிபெயர்ப்பாளர்களை உற்சாகப்படுத்தித் தன்னை மொழிபெயர்க்கத் தூண்டுபவை. ஆனால் மொழிபெயர்க்க முனைகிற போது மிகுந்த சவால்கள் அந்தக் கவிதைகளில் இருப்பதை தமிழ் மொழிபெயர்ப்பாளன் உணர முடியும்.

இப்படித்தான் யமுனா ராஜேந்திரன் எளிமையானது போல காட்டும் பல கடினமான கவிதைகளை எடுத்துக் கொண்டு போராடியிருக்கிறார். பல இடங்களில் உரிமைகள் எடுத்துக் கொண்டிருக்கிறார் என்று தெரிகிறது.

உதாரணமாக The Railroad Station'எனும் கவிதையில்
'Several women rushed
to take my place
in all that rush'
எனும் வரிகள் மிகவும் நுட்பமானவை.

ரயிலில் வரத் தவறி விடுகிறார் ஒருவர். அவர் வராததினால் ஏற்பட்ட ஒரு வெற்றிடம் ரயிலிலிருந்து இறங்கும் பயணிகளின் கூட்டத்தில் இருக்கிறது. அந்த வெற்றிடத்தை நிரப்ப அல்லது தான் லரஸல் போராட்டத்தினால் ஏற்பட்ட ஒரு இடத்தைப் பிடிக்கப் பல பெண்கள் இடித்து முன்னேறினார்கள் என்று மிக நுட்பமாகப் பேசுகிறார் கவிஞர். இந்த இடத்தை மொழிபெயர்ப்பாளர் தவிர்த்து விட்டார் என்றே தோன்றுகிறது. அதற்குப் பதிலாக மூலத்தில் காணப்படாத இரண்டு வரிகள் உள்ளன. "எனக்காக இரண்டு மூன்று சினேகிதர்கள் காத்திருந்தனர்." இந்த வரி எப்படி உள் நுழைந்தது என்று தெரியவில்லை.

இதே போன்று

'While they kissed with
not our lips"

என்பதை "நமக்கிடையிலான முத்தங்கள் போலல்லாத முத்தங்களை," என்று மொழிபெயர்க்கிறார்.

மொழிபெயர்ப்பு என்பது தங்கத்தை பித்தளையாக மாற்றிவிடும் ஒரு கலை என்று வேடிக்கையாகச் சொல்வதுண்டு. இது உண்மை ஆனாலும் மூலத்தில் பலவற்றை இழக்க நேர்ந்தாலும் கூட அந்த அயல்நாட்டு சகோதர, சகோதரிகளின் குரல்களை நாம் கேட்க வேண்டுமென்பதற்காக மொழிபெயர்ப்புகள் செய்யப்பட வேண்டும். ஆனால் மூல ஆசிரியரிடமில்லாத வரிகளைச் சேர்ப்பது சரியில்லை. அதே போன்று மூல ஆசிரியரைச் சரிவர புரிந்து கொள்ளாமலும் மொழிபெயர்ப்பில் ஈடுபடக் கூடாது.

இந்த மொழிபெயர்ப்புத் தொகுதியில் மொழிபெயர்ப்புகளின் பல்வேறு பகுதிகளும் செப்பமாகச் செய்யப்படாமல் இருக்கின்றன. இதனை யமுனா ராஜேந்திரன் தனது அடுத்த பதிப்பை வெளியிடுகிற போது கவனத்தில் இருத்திச் செயல்பட வேண்டும் என்பதை மொழிபெயர்ப்புக் கவிதைகளின் ஒரு ஓரத்துவாசகன் என்ற முறையில் நான் ஒரு வேண்டுகோளாக வைக்கிறேன்.

யமுனா ராஜேந்திரன் ஆர்வத்தையும், தமிழுக்கு பிறமொழி இலக்கியங்களைக் கொண்டு வரவேண்டும் எனும் துடிப்பையும் உணர்ந்து கொள்கிற அதே நேரத்தில், பதினெட்டு கவிதைகளின் மொழிபெயர்ப்பை மிகுந்த சிரத்தை எடுத்துச் செய்திருப்பாரானால் இன்னமும் சிறப்பாக இருக்கும் என்று தோன்றுகிறது. 'கனவு' வெளியீட்டாளர் சுப்ரபாரதிமணியனாவது இது குறித்து சிறிது அக்கறை எடுத்திருக்கலாமோ?

வேண்டும் / செரபண்டராஜூ

மரங்களுக்கு உயிர் உண்டு
என்ற போதிலும்
அவை வெட்கப்படக்கூடாதென்று
நான் சொல்ல மாட்டேன்.

இலைகள்
இயற்கைக்கு எழில் கூட்டுகின்றன
இருந்தாலும்
அவை கிள்ளப்படக் கூடாதென்று
நான் சொல்ல மாட்டேன்.

கிளைகள்
மரங்களின் கரங்கள்தான்
என்றபோதிலும்
அவை முறிக்கப்படக் கூடாதென்று
நான் சொல்ல மாட்டேன்.

ஏனெனில்
எனக்கு ஒரு
குடிசை வேண்டும்.

தலித் இலக்கியம்

பெண்ணும் தலித்தும்

பெண்ணும் தலித்தும் பிறப்பைக் காரணம் காட்டி அடிமையாக்கப்பட்டவர்கள். பெண்ணாகப் பிறந்த காரணத்தினாலேயே ஒரு மனிதப்பிறவி இரண்டாம் தர வாழ்க்கை நிலையை மேற்கொள்ளுமாறு கட்டாயப்படுத்தப்படுகிறது. தீண்டத்தகாத ஜாதியில் பிறந்த காரணத்தினாலேயே ஓர் உயிர் இந்திய சமூகத்திற்கு வெளியே நிறுத்தப்படுகிறது.

சாதி, மதம், அரசு, குடும்பம், பொருளாதாரம், சட்டம் ஆகிய அனைத்து அதிகார மையங்களும் இருவருக்கும் எதிராக அணி திரண்டுள்ளன. இந்த அதிகார மையங்களில் உருவாக்கப்பட்ட மொழி, இலக்கியம், தொன்மம், சாத்திரம், அரசியல், ஒழுக்க நெறிகள், மதிப்பீடுகள் ஆகிய அனைத்தும் பெண்ணையும், தலித்தையும் தாங்கள் கீழ்மைப்பட்டவர்கள்தான் என்று நம்பச் செய்கின்றன. இவற்றினால் ஒவ்வொரு பெண்ணின் மனத்திலும், ஒவ்வொரு தலித்தின் சிந்தனையிலும் என்றைக்கும் ஆறாத காயத்தை ஏற்படுத்தியுள்ளன.

இந்திய சமூக அமைப்பு இவர்களைச் சுரண்டுவதற்கு ஏற்ற வகையில் மிகத் திறமையாகக் காலம் காலமாக உருவாக்கப்பட்டுள்ளது. தனிமனித வாழ்க்கையின் அன்றாட குறுக்குச் சந்துகள் தோறும் இந்த அதிகார நிறுவனங்கள் நுழைந்து, ஆண்/பெண், தீண்டத் தகுந்தவர்கள்/தீண்டத் தகாதவர்கள் என்று பிரித்து பேதம் பாராட்டுகிறது. இதன் விளைவாக பெண்ணும்/தலித்தும் தன்னிடமிருந்தும் சமூகத்திலிருந்தும் வேறுபடுகிற ஓர் அன்னியத் தன்மை எனும் கொடிய விஷத்திற்கு பலியாகி விட நேருகிறது.

பெண்களையும், தலித்துகளையும் இந்தியச் சமூகம் அசேதனப் பொருளாகக் கருதுகிறது. எனவே பெண்ணுக்கும்,

தலித்துக்கும் இச்சமூகத்துடனான உறவு பகைத் தன்மையுடையதாகி விடுகிறது.

இந்தப் பகைத் தன்மையை முறித்து, இவர்களைப் பிணைத்திருக்கும் கண்ணுக்குப் புலப்படாத விலங்குகளை நொறுக்க வேண்டுமானால் காய்தல், உவத்தல் அற்ற விமர்சனத்தை நாம் மேற்கொள்ள வேண்டியிருக்கிறது. மொத்த இந்திய சமூகத்தின் விடுதலைக்கு முன் நிபந்தனையாக பெண், தலித் ஆகியோரின் விடுதலையைச் சாதிக்க வேண்டியிருக்கிறது.

மனித உடம்பு குறித்த மயக்கங்கள்;

மனித உடம்பை மொத்தமான ஒன்றாகக் கருதாமல் அதன் ஒவ்வொரு உறுப்பை தனித்தனியாக அடையாளம் காணும் போக்கு உள்ளது. இதன் அடுத்த கட்டமாக அந்த உறுப்புகளுக்குள் மேன்மை, கீழ்மை எனும் முத்திரைகள் குத்தப்படுகின்றன. மனிதக் கரங்களுக்குள்ளேயே இடதுகரம், வலதுகரம் எனும் பாகுபாடு. வலது கரம் உயர்ந்தது, பலமானது, சுத்தமானது போன்ற கருத்துகள். அதே நேரத்தில் இடது கரம் அசுத்தமானது, பலகீனமானது என்ற கருத்தும் உருவாக்கப்படுகிறது. உடம்புக்கு தலையே பிரதானமானது. கால் மிகக் கேவலமானது.

இதன் அடுத்தகட்ட பாய்ச்சலாக, இந்துமத பார்ப்பனியம் உடம்பின் உறுப்புகளுக்குள்ளான பேதத்தின் அடிப்படையில் சாதி, அமைப்பைக் காட்டுகிறது. 'புருஷ சுக்தம்' எனும் ரிக்வேதத்தின் 10ஆவது அத்தியாயத்தின் படி (இது பிற்கால இடைச்செருகல் என்ற கருத்தும் உண்டு) முழு முதற் கடவுளான பிரஜாபதியின் முகத்திலிருந்து பிராமணன், தோளிலிருந்து ஷத்திரியன், தொடையிலிருந்து வைசியன், காலிலிருந்து சூத்திரன் பிறந்ததாகக் காட்டப்பட்டுள்ளது.

இவ்வாறு சாதிமுறையும், உடம்பின் உறுப்புகளின் மேன்மை, கீழ்மைகளுடன் சேர்த்துக் கட்டப்பட்டதினால் பார்ப்பனியம் உளவியல் ரீதியான ஒரு வன்முறையினால் மிக எளிதாக மனித குலத்தின் ஒரு பகுதியைச் சூத்திரர்கள் என்று சமூகத்திற்கு வெளியே நிறுத்தியது.

பெண்களும் மனித உடம்பின் உறுப்புகளின் கற்பிக்கப்பட்ட மேன்மை, கீழ்மைகளின் காரணமாக அடிமைப்படுத்தப்பட்டவர்களே! அடிநாள்களில் தொடங்கிய இக்கருத்துகளுக்கு சிக்மண்ட்

ஃப்ராய்டு போன்ற உளவியல் அறிஞர்களும் கூட தங்களாலான பங்களிப்பைச் செய்துள்ளார். ஆண் என்பவன் தன்னிடமுள்ள 'ஆண் அடையாளம்' பெண்ணிடம் இல்லை என்பதாலேயே அவளை முழுமையடையாதவள், பலகீனமானவள், படைப்புக்கு ஆணைச் சார்ந்தே இயங்க வேண்டியவள் என்கிற ஆதிக்கக் கருத்துக்களைப் படைக்கிறான். ஆணின் விந்து இயக்கம் நிறைந்தது. பெண்ணின் கருப்பையில் ஆணின் விந்துக்காக எந்த விதச் செயல்முறையுமின்றி காத்திருக்கும் பெண் முட்டை இயக்கம் குறைந்தது. எனவே பெண்கள் பலகீனமானவர்கள் என்ற கருத்தும் கட்டப்பட்டது.

மேரி எல்மான் போன்ற பெண்ணியல்வாதிகள் இதற்குப் பதில் கொடுக்கிறார்கள். திடீரென்று பெருக்கெடுக்கும் ஆணின் விந்து, செயலூக்கமற்று அறியாத ஒரு உலகிற்குள் பயணம் மேற்கொள்கிறது. இது பெண்முட்டையைச் சேர்வதும், சேராது போவதும் ஒரு பெண் விரும்பினால் மட்டுமே நிறைவேறும் என்று பேசினார்கள்.

உடல் உறுப்புகளுக்குள் மேல், கீழ் என்று பேசும் வாதத்தின் மற்றொரு கண்ணோட்டமே இந்தப் பெண்ணியல்வாதிகளின் பதில்.

உடலின் உறுப்புகளுக்குள் எந்தவித ஏற்றத்தாழ்வும் கிடையாது என்று நாம் புரிந்து கொள்ளத் தொடங்குகிற போது 'பால் பாகுபாடு அரசியலை' நாம் சிதைக்கும் வலிமை பெறுகிறோம். உடம்பின் உறுப்புகளுக்குள் மேன்மை, கீழ்மை பேசுவதை நாம் மறுக்கத் தொடங்கிய உடனேயே, சாதி அமைப்புகளுக்கான இந்து மதப் பொய்யின் அடிப்படை தர்க்கத்தை நாம் உடைத்து விடுகிறோம்.

மதம் பரப்பிய பொய்கள்;

மானிடவியல் அறிஞர் மார்க்ரெட் மீட் என்பவரின் கருத்துப்படி பெண் இயற்கையாக அடைகிற தாய்மை எனும் பதவியின் மீது ஆண் கொண்ட பொறாமை உணர்வும் அவனது தாழ்ந்த மனப்பான்மையுமே மதத்தை உருவாக்கக் காரணமாயிருந்திருக்கிறது. இதனால தான் பெண்கள் பூமியாகவும் ஆண்கள் வானமாகவும் உருவாக்கப்பட்டனர்.

இந்து மதம் பெண்ணை ஆண் அடிமை கொள்வதற்கான சகல பொய்களையும் பலமாகக் கட்டியிருக்கிறது. இந்தச் சமூகத்தின்

எல்லாக் காலத்துக்கும் உரிய சட்டநூல் என்று இன்று வரை கருதப்படுகிற 'மனுஸ்மிருதி' பெண்ணையும் சூத்திரனையும் அடிமை நிலையில் வைக்கிறது.

பெண்ணுக்கும், சூத்திரனுக்கும் வேதம் படிக்கும் உரிமை மறுக்கப்படுகிறது.

இவர்கள் இருவருக்கும் சொத்துரிமை கிடையாது, மனைவி சம்பாதிக்கும் சொத்து அவள் யாருக்குச் சொந்தமோ அவர்களையே சேரும்.

"பார்ப்பர், சத்திரியர், வைசியர் ஆகிய மூன்று சாதிகளுக்கும் அடக்க ஒடுக்கமாக ஊழியம் செய்யும் தொழில் ஒன்றையே கடவுள் சூத்திரனுக்குக் கொடுத்திருக்கிறார்" என்று பேசுகிற மனு பெண்ணைப் பற்றியும் அதையே கூறுகிறான்.

"பெண் குழந்தையாய் இருக்கும் போது தந்தைக்குக் கட்டுப்பட்டவள். இளமையில் கணவனுக்கும், அவன் இறந்த பின் மகனுக்கும் கட்டுப்பட்டவள். ஒரு பெண் எப்போதும் தனித்துவமாக இருக்கக் கூடாது" என்று பேசுகிறது மனுதர்மம்.

பெண்ணியமும், தலித்தியமும் மதம் என்ற ஒரே வலையில் சிக்கியிருக்கின்றன. பெண்ணியம் என்பது சாதி அமைப்பு. மத மேன்மை, வகுப்புவாதம் இவற்றுடன் சம்பந்தப்படுத்திப் பார்க்காமல் இந்தியாவில் வெற்றியடைவது சாத்தியம் இல்லை. இந்தியாவுக்கு என்று தனிச் சொத்தாக இருக்கிற சாதி அமைப்பும், இந்து மதச் சிந்தனையும் மேல்நாட்டு பெண்ணியல்வாதிகளால் அறியப்படாத ஒன்று. இதனாலேயே ஐரோப்பிய நாடுகளின் பெண்ணியமும், இந்தியாவின் பெண்ணியமும் ஒரே தன்மையுடையவை அல்ல என்று சொல்ல வேண்டியிருக்கிறது. இதனால் மேல்நாட்டுப் பெண்ணியச் சிந்தனைகள் எந்த வித விமர்சனமுமற்று அப்படியே வெந்தும், வேகாததுமாக இந்தியாவில் இறக்குமதி செய்யப்படுகிற போது பல புதிய குழப்பமான புரிதல்களை ஏற்படுத்துகிறது.

"மேற்கத்திய பெண்ணியம் ஆண் என்ற பாலையும், வகுப்பு என்கிற பொருளாதாரத்தையும் பார்க்கிறது. ஆனால் இந்துப் பெண்ணியம் இவற்றோடு கூட இவற்றை இயக்குகிற சாதி, மதத்தையும் பார்க்க வேண்டியிருக்கிறது" என்று முனைவர் பரிமளம் தனது 'இந்துப் பெண்ணியம்' எனும் நூலில் குறிப்பிடுகிறார்.

எனவேதான் இந்து மதத்தின் பிடியிலிருந்து விடுதலை என்பதைச் சாதிக்காமல் தலித்துகள் விடுதலை பெற முடியாது. பெண்கள் விடுதலையைச் சாதிக்க முடியாது.

நான் இப்படி கூறுவதின் பொருள் இந்து மதத்திலிருந்து விடுபட்டு, கிருத்துவ மதத்தையோ, இஸ்லாமிய மதத்தையோ தழுவிக் கொள்வது என்பது அல்ல. ஏனெனில் இந்த இரண்டு மதங்களும் கூட இந்தியாவைப் பொறுத்த மட்டிலும் சாதி என்ற ஏற்பாட்டை ஏற்றுக் கொண்டவைதான்.

இது குறித்து டாக்டர் பி.ஆர் அம்பேத்கார் கீழ்கண்டவாறு குறிப்பிடுகிறார். "இந்துக்கள் தங்களது சாதி விஷம் கலந்த மூச்சுக் காற்றினால் மொத்த வாயுமண்டலத்தையும் அசுத்தப்படுத்தி விட்டனர். இந்த விஷக்காற்றைச் சுவாசிக்க நேர்ந்த பிற மதத்தினரும் இந்த ஜாதி நோய்க்கு ஆளாகி விட்டனர்." எனவே பிற மதங்களிலும் சாதி அமைப்பு இருக்கிறது.

பெண்ணை அடிமைப்படுத்துவதில் கிருத்துவமும், இஸ்லாமும் எந்த விதத்திலும் குறைந்தவை அல்ல.

இந்து மதத்தின் சக்தி தத்துவம்;

மும்பையில், ஒருமுறை மலையாளக் கவிஞரும், சிறுகதை ஆசிரியருமான கமலாதாஸ் அவர்களுடன் நான் உரையாடிக் கொண்டிருந்தேன். அவர்களிடம் "பெண் விடுதலை இயக்கங்கள் குறித்து நீங்கள் என்ன நினைக்கிறீர்கள்," என்று வினவினேன்.

கமலாதாஸ் போன்ற விடுதலை அடைந்தவராகக் கருதப்படும் ஒரு பெண்ணிடமிருந்து பதில் கோபமாக வந்தது.

"இந்தியாவுக்குப் பெண்விடுதலை இயக்கங்கள் தேவையில்லை. இங்கு பெண் என்பவள் கடவுளாகப் பூசிக்கப்படுகிறாள். மார்புக் கச்சைகளை எரிப்பதற்காக ஒரு பெண் விடுதலை இயக்கம் என்றால் அது இங்கு தேவையில்லை."

இங்கு Traditional Values and institutions in indian Society எனும் நூலில் தேவாவும் ஸ்ரீராமாவும் கூறும் வார்த்தைகளைக் கவனிப்பது நல்லது

"பார்ப்பனரைத் தலைமையாகக் கொண்ட உயர் சாதிப் பண்பாட்டில், பிரபஞ்ச படைப்பின் மூல சக்தியை மாயை அல்லது பிரகிருதி என்ற பெண் சக்தி என்றழைப்பார்கள். ஆனால் உண்மையில் இந்த மூல சக்தியின் ஊடாக மாயை, பிரகிருதி

என்று வெளிப்படுபவள் பெண் அல்ல 'புருஷன்' என்ற தந்தை வழிச் சமுதாயத்தின் ஆண்தான்!"

1984ல் 'மனுஷி' என்ற பெண் விடுதலை இதழ் ஒன்றில் வெளிவந்துள்ள பெண்ணின் குரல் ஒன்றையும் சுட்டிக் காட்டினார். கமலதாஸின் விமர்சனத்தைன் குறைபாட்டைப் புரிந்து கொள்ளலாம்.

"பெண்கள் மீது மிகப் பழங்காலத் தொட்டு ஏற்றி வைக்கப்பட்ட இலட்சியங்களும், நீதிகளும், ஒழுக்கவியலும், மூச்சு திணறடிக்கின்றன. உயிரைப் பறிக்கின்றன.

எங்களைப் புகழப் பயன்படுத்திய மொழிகள் எங்களை ஒடுக்குகின்றன.

எங்களை அன்பு பாராட்டுகிறவர்கள் என்று அழைத்தபடி மூடிய பண்பாட்டு அறைக்குள் வைத்து பூட்டி விட்டார்கள்.

மென்மையாளர்கள் என்று அழைத்தபடி எங்களைக் கையாலாகதவர்கள் என்ற கண்ணாடியில் வைத்துப் பிரதிபலித்து விட்டார்கள்.

கருணை மிக்கவர்கள் என்று அழைத்தபடி எங்களைக் கோழைத்தனத்தோடு பிணைத்து விட்டார்கள்.

கற்பு எனும் விலங்கை எங்கள் கையில் பூட்டி விட்டனர்.

விசுவாசம், கீழ்ப்படிதல் எனும் சங்கிலியால் எங்கள் பாதங்களைக் கட்டி விட்டார்கள். இதனால் இங்கிருந்து ஓடுவதற்கு மாறாக எங்களால் நடக்கக் கூட முடியவில்லை".

இதே போன்று ஒரு தந்திர உபாயத்தையே மோகன்தாஸ் கரம்சந்த் காந்தி தலித்துகளைப் பற்றிப் பேசுகிற போது கையாண்டார்.

தலித்துகளை அவர் 'ஹரிஜன்' என்று இனிமையான பெயரிட்டழைத்தார். தலித்துகள் 'கடவுளின் குழந்தைகள்' என்ற இனிய பெயரைத் தலித்துகள் கூட விரும்பத் தொடங்கினார்கள். ஆனால் இந்த இனிமையான பெயர் தலித்துக்களை மீண்டும் அடிமையாக்கும் என்ற அபாயத்தை உணர்ந்தார் பி.ஆர் அம்பேத்கர்.

மொத்த மக்கள் கூட்டத்தில் தலித்துகள் மட்டும் தான் அரியின் குழந்தைகளா? அப்படியானால் பார்ப்பனர்களும், பிற உயர் சாதியினரும் யார்? அவர்கள் அரக்கர்களின் குழந்தைகளாவென்ற எதிர்வினாவை எழுப்பினார் டாக்டர் அம்பேத்கர்.

தீட்டும் தீண்டாமையும்

சுத்தம், அசுத்தம் என்ற கருத்து விளக்கத்தைப் பயன்படுத்தி தீட்டு எனும் கருத்து இந்து மதத்தில் பிரதானப்படுத்தப்பட்டுள்ளது. உடல் அளவில் ஆரோக்கியம் குறித்து மேற்கொள்ளப்படும் கருத்துக்களை ஆழப்படுத்தி 'தீட்டு' என்ற நிறுவன மயப்படுத்தியதினால், உளவியல் அளவில் அந்த அசுத்தம் பாதிப்பை ஏற்படுத்துவதாக மாற்றப்பட்டு விட்டது. "தீட்டு" யார் யாருக்கு உண்டு, யார் யாருக்கு இல்லை என்பது குறித்த தவறான விதிமுறைகளை மனுஸ்மிருதி கூறுகிறது. இதிலும் பாடுபாடு உண்டு.

இயற்கையின் ஒரு செயல்பாடான பெண்களின் மாத விலக்கைக் காரணமாகக் காட்டி பெண்கள் மாதவிலக்கு நாள்களில் தீண்டத்தகாதவர்களாகி விடுகிறார்கள். பிரசவம் செய்த பெண்ணும் தீட்டுப் பட்டவளாகி விடுகிறாள்.

பெண்ணின் தீட்டுத் துணிகளைத் சுத்தம் செய்பவர்கள் தீண்டத்தகாதவர்கள் ஆகிறார்கள். புறநானூற்றில் வரும் ஒரு குறிப்பின்படி, பிரசவம் ஆகி தீட்டாகப் படுத்திருக்கும் செல்வச் செழிப்புள்ள பெண்ணுக்குத் தோல் வாரைக் கொண்டு கட்டில் செய்து கொடுப்பவன் 'இழிசினன்' ஆகி விடுகிறான். பிணத்தைத் தொட்டால் தீட்டு என்பதால் பிணத்தைத் தூக்குபவனும், அதனை எரிப்பவனும் தீண்டத்தகாதவன் ஆகிவிடுகிறான். மலம் அள்ளுபவன் தீண்டத் தகாதவன் ஆகிவிடுகிறான். இவ்வாறு வஞ்சிக்கப்பட்டவர்கள் இந்த தீட்டிலிருந்து விடுபட்டு விடாமல் பல சூழ்ச்சிகளும் செய்யப்பட்டுள்ளன. மனுஸ்மிருதி பெண்ணைப் பற்றிக் கூறுவதைக் கேளுங்கள்.

"பெண்ணை படைக்கும் போது அவர்களுக்கென்று படுக்கை, இருக்கை, அணிகலன்கள், கேவலமான ஆசைகள், சினம், நேர்மையின்மை, தீய நடத்தை ஆகியவற்றையும் கடவுள் படைத்தார்"

இவ்வாறு வர்ணிக்கப்படும் நிலையாகதான் ஒரு பாவாத்மாவாகவே இருக்க வேண்டும் என்பதற்காக மனு கீழ்கண்டவாறு பேசுகிறான்.

"பாவத்தைக் கழுவ வேத மந்திரம் ஓதுவது மிகவும் பயன்தரும். பெண்கள் வேதமந்திரம் ஓதமுடியாது என்பதினால் அவர்கள் பொய்யைப் போல் அசுத்தமானவர்கள்."

தலித்தும் பெண்ணும் வேதம் ஓத முடியாத காரணத்தினால் அவர்கள் நிரந்தரமாக அசுத்தமானவர்களாகி விடுகிறார்கள்.

மொழிக்குள் கட்டமைக்கப்பட்ட அரசியல்

அதிகாரம் யாருடைய கையில் இருக்கிறதோ அவர்களுக்கு ஏற்றவாறு நாம் கையாளும் மொழிக்குள் கீழ்மையின் அரசியல் கட்டமைக்கப்படுள்ளது. மொழிதான் சிந்தனை, எனவே பெண்களுக்கும், தலித்துகளுக்கும், பிற விளிம்பு மனிதர்களுக்கும் எதிராக மறைக்கப்பட்டுள்ள மொழி அரசியலைப் புரிந்து கொள்ளாமலேயே அது கையாளப்படுகிறது.

இதற்கு உதாரணமாக ஏராளமான எடுத்துக்காட்டுகள் காட்டலாம். உதாரணத்துக்கு ஒன்று : மகாகவி பாரதி பெண் விடுதலை, தலித் விடுதலை ஆகியவற்றில் நம்பிக்கை கொண்டவர். அவர் பாஞ்சாலி எனும் பெண்ணின் சபதத்தைப் பிரதானப்படுத்தி எழுதிய பாஞ்சாலி சபதத்தில் 'பெட்டைப் புலம்பல்' என்ற சொல்லாட்சியைக் கையாளுகிறார். இது பாரதியின் கண்டுபிடிப்பு அல்ல. ஆனால் இயல்பாக பெண்களை பலகீனமானவர்கள் கோழைகள். எனவே ஒரு ஆண் வீரம் கொள்ளச் செய்கிற போது 'பெட்டைப் புலம்பல்' என்று பாரதியே கையாண்டுவிட நேருகிறது.

புலையன், புலைத்தி, இழிசினன், இழி பிறப்பினன் போன்ற சொற்கள் நாம் பெருமைப்பட்டுக் கொள்ளும் சங்க இலக்கியத்திலும் உண்டு.

நாம் கையாளும் மொழி ஆணால் உருவாக்கப்பட்ட மொழியாக உள்ளது என்பதை உணர அதிக தூரம் போக வேண்டியது இல்லை. பல்வேறு தொழிற்பெயர்கள், 'அன்' விகுதி பெற்ற ஆண்பால் குறித்ததாக இருப்பதே போதுமானது. இந்தக் கட்டுரையை எழுதுகிற போதே ஆண், பெண் பால் குறித்த குறிப்புகளுள்ள பொதுச் சொற்கள் கிடைப்பது அரிது என்பதை நான் உணர்ந்தேன்.

இதன் சிக்கலிலிருந்து விடுபட்டு தலித்துகளுக்கும் பெண்ணிற்கும் எதிராக கட்டப்பட்ட செம்மையான மொழியிலிருந்து விடுபட்ட ஒரு விடுதலையான மொழியைத் தேடி 'தலித் பண்பாடு' நூலை எழுதிய முனைவர் ராஜ்கௌதமன் கீழ்த்தட்டு மனிதர்களின் பேச்சு மொழியிலேயே தனது நூலின் பெரும் பகுதியை எழுதியுள்ளார். அவரது 'தலித்' பார்வையில் தலித் பண்பாடு' எனும் சங்க இலக்கியம் குறித்த ஆய்வு நூல் ஆராய்ச்சியாளர்களுக்குரிய மொழியைத் தவிர்த்து கீழ்த்தட்டு மனிதர்களின் பேச்சு மொழியைத் தெரிவு செய்கிறது.

இவ்வாறு மொழியின் அடியாழத்தில் இருக்கும் அரசியலை கண்டெடுக்க வேண்டும்.

தமிழிலக்கியங்களை இவற்றின் வெளிச்சத்தில் மறுபரிசீலனைக்கு உட்படுத்தவும் வேண்டும்

தலித் பெண்ணியம்

தலித்தும், பெண்ணும் பல பண்புக் கூறுகளால் ஒரே மாதிரியான விலங்குகள் இடப்பட்டு அடிமையாக்கப்பட்டுள்ளதை நாம் கண்டோம். இங்கு ஒரு பிறவி, தலித்தாகவும், பெண்ணாகவும் இருக்க நேருகிற போது ஏற்படும் அவலத்தைக் கொஞ்சம் எண்ணிப் பாருங்கள். அவள் தலித் என்பதால் தீண்டத்தகாத புலைத்தி ஆவதுடன், தனது குடும்பத்திற்குள்ளேயே ஆணாதிக்கத்தின் அடிமையாகவும் ஆகிவிடுகிறாள். கூலி வேலைக்குச் செல்லும் தலித் பெண்களுக்கு, தலித் ஆணுக்குத் தரப்படும் கூலியை விட குறைவாகவே தரப்படுகிறது.

பெண்ணின் விடுதலையைச் சாதிக்க ஐரோப்பிய நாடுகளில் சமூகத்தில் அடக்கப்பட்ட தொழிலாளர்கள் கறுப்பினத்தவர் ஆகியோருடன் இணைந்து இயங்குகின்றனர். இதன்மூலம் பல வெற்றிகளை அடைந்துள்ளனர்.

இந்தியாவில், தலித்தும் பெண்ணும் இணைந்து தங்கள் விடுதலைக்காகப் போராட வேண்டியது மிகவும் அர்த்தமுள்ளது ஆகும். ஏனெனில் ஒரு தலித் ஆணும் கூட தலித் பெண்ணை அடிமைப்படுத்துகிறான். ஓர் உயர்சாதிப் பெண்ணும் கூட தாழ்த்தப்பட்ட பெண்ணை சாதி அடிப்படையில் அடிமைப்படுத்துகிறாள். இருவரும் இந்துமதம் எனும் ஒரே நுகத்தடியில் பூட்டிய இரு மாடுகளாய்ச் சித்திரவதைப் படுகின்றனர்.

இங்கு பெண்ணும், தலித்தும் விடுதலை பெறுவது என்பது மொத்த இந்திய சமூகத்தின் விடுதலை குறித்தது என்பதை மனசாட்சியுள்ளவர்கள் புரிந்து கொள்வார்கள் என்பதால் அவர்கள் இவ்விடுதலை நோக்கிச் செயல்படத் தொடங்குகிறார்கள்.

தோற்றவன் குரல்

நிராயுதபாணியாகப் போர்புரியும் என்னை
நீங்கள் தோற்கடிக்க முடியாது.
ஏனெனில்
நான் ஏற்கனவே தோற்றவன்.

பல்லாயிரம் ஆண்டுகளுக்கு முன்னரே
என்னை நீங்கள் தோற்கடித்து விட்டீர்கள்
கடவுளின் பெயரைச் சொல்லி.

பனிக்குடம் உடைந்து
உங்கள் உலகின்
சாதி விஷம் கலந்த காற்றை
முதல் முறையாகச் சுவாசித்தபோதே
அழுதாயிற்று
நான் தோற்கப்போகிறேன் என்று.

இதுவரையிலும்
என் நிழல் கூட
உங்களைத் தீண்டாதவாறு
கவனமாய் இருந்திருக்கிறீர்கள்.

ஆனாலும்
ஆண்டாண்டு காலமாய்
என்னை உட்கொண்டு வந்திருக்கிறீர்கள்
என் வியர்வையில் விளைந்த
தானியங்களாக, பழங்களாக.

என்னை
அணிந்து வந்திருக்கிறீர்கள்
வெள்ளை வெளேரென்று
வெளுக்கப்பட்ட ஆடைகளாக.

என் கையில்
கோடாரியும் அரிவாளும்
கொடுத்திருக்கிறீர்கள்
விறகு பிளக்க
அறுவடை செய்ய.

இப்போதும்
ஓர் ஆயுதத்தைக் கொடுத்திருக்கிறீர்கள்
ஓட்டுச் சீட்டு.

என் கையில் கொடுக்கப்பட்ட
எல்லா ஆயுதங்களையும்
நான்
உங்களுக்கு எதிராகப் பயன்படுத்தாததைப் போல்
இதையும் பயன்படுத்த மாட்டேன் என்கிற நம்பிக்கையோடு

இனி / மாத இதழ்

தலித் இலக்கியம் அமெரிக்க மண்ணில்

இந்தியாவின் தலித்துகளும், அமெரிக்காவின் கருப்பர்களும் பிறப்பால் அடிமைகள் ஆக்கப்பட்டவர்கள். இந்திய மண்ணில் மதத்தின் பெயரால் தீண்டத்தகாதவர்களின் மனிதத்துவம் மறுதலிக்கப்பட்டது போல, அமெரிக்க மண்ணில் கருப்பர்கள், இனத்தின் பெயரால் மனித நிலையிலிருந்து கீழிறக்கப்பட்டனர்.

அடிமை வாணிபம் என்ற தொழிலால் ஆப்பிரிக்கர்கள் அவர்களது சொந்த மண்ணான ஆப்பிரிக்காவிலிருந்து பெயர்த்து எடுக்கப்பட்டு அந்நியமான ஒரு அமெரிக்க மண்ணில் தூக்கிற எறியப்பட்டனர். 1619ல் பெயர் தெரியாத ஒரு சரக்குக் கப்பல் இருபது ஆப்பிரிக்கர்களை முதல் முறையாக அமெரிக்க மண்ணில் இறக்குமதி செய்த நாளிலிருந்து இன்று வரை இனவெறி எனும் சிலுவையைச் சுமக்கிறார்கள். அமெரிக்க ஆப்பிரிக்கர்கள் பத்தொன்பதாம் நூற்றாண்டின் ஆரம்ப காலம் வரையிலும் கருப்பர்கள் பண்டங்களைப் போன்று வாங்கி விற்கப்பட்டனர்.

இந்திய மண்ணில் தீண்டத்தகாதவர்கள் ஒரு காலகட்டத்தில் ஒரு அடிப்படை வினாவை எழுப்பினார்கள். "எனக்கும் நான் பிறந்த இந்திய மண்ணுக்கும் என்ன உறவு?" இது பற்றி டாக்டர் அம்பேத்கார் கூறினார்.

"தீண்டத்தகாதவர்களுக்கு தாய்நாடு என்ற ஒன்று இல்லை. நாங்கள் குடிப்பதற்கு தண்ணீர் கொடுக்காத நாடு, எங்களது நிழல் பிறர் மேல் விழுந்தால் தீட்டு என்று சொல்கிற நாடு எப்படி எங்களது தாய்நாடாக இருக்க முடியும்?" ஆனாலும் தலித்துகள் இந்தியர்கள். தலித்துகள் இந்த மண்ணின் மைந்தர்களே என்பதையும் உணர்ந்து இருந்தனர்.

இங்கு அமெரிக்க கருப்பர்களின் நிலை வேறுவிதமானது.

அவர்கள் அந்நிய மண்ணின் அடிமைகள், அடிமைச் சேவகம் செய்வதற்காகவே அமெரிக்க மண்ணில் கொண்டு வந்து இறக்கப்பட்டவர்கள். எனவே தான் இனவெறியினால் கருப்பர்களின் மீது வெள்ளையர்களின் வன்முறை கட்டவிழ்த்து விடப்பட்ட போது, கருப்பர்கள் தாங்கள் பிரிந்து வந்த ஆப்பிரிக்க மண்ணையும் அதன் சுதந்திரமான இசை, நாட்டியம், இலக்கியம், மொழி ஆகிய அனைத்தையும் திரும்பி நோக்கினர். மார்கஸ் கார்வி (Marcus Garvey) போன்றவர்கள் "ஆப்பிரிக்காவிற்குத் திரும்பிச் சென்று, ஒளிமயமான ஒரு ஆப்பிரிக்க தேசியத்தைச் சமைத்தெடுக்க வேண்டும்" என்று பேசத் தொடங்கினார்கள். 'உலகு தழுவிய நீக்ரோ முன்னேற்ற சங்கம்' (Universal Negro Improvement Association) சர்வதேச மாநாடு ஒன்றை 1921ல் ஹார்லம்மில் (Harlem) நடத்தியது.

இந்தியாவின் தலித்துகள் எவ்வாறு தங்களது அடையாளங்களை ஒளிவு மறைவின்றி வலியுறுத்தத் தொடங்கினார்களோ, அதே போன்று அமெரிக்க நீக்ரோக்கள் தங்கள் கருப்பு அடையாளத்தை பெருமையுடன் பேசத் தொடங்கினார்கள்.

ஒருமுறை பேட்டி ஒன்றில் தலித் இலக்கியவாதி தயாபவார் குறிப்பிட்டார். 'தல' என்பது மராத்தி மொழியில் பூமியையும், மண்ணையும் குறிக்கும். அதில் வேர் பிடித்த ஒரு பொருளையும் குறிக்கும். அதை ஒட்டியே, இந்த மண்ணில் வேர் பிடித்தவர்கள் என்ற பொருளில் 'தலித்' என்ற சொல்லைப் பயன்படுத்துகிறோம்" (சுபமங்களா அக்டோபர் 1992).

தலித் என்ற சொல்லின் பரந்துப்பட்ட அர்த்தத்தில் அமெரிக்க நீக்ரோக்களும் கூட தலித் கவிதைகள் தான் செய்தார்கள். நீக்ரோக்களின் மகாகவி என்று பின்னாளில் அறியப்பட்ட லாங்ஸ்டன் ஹ்யூக்ஸ் (Longstan Hughs) அறிக்கை ஒன்று தயாரித்து வெளியிட்டார். "நீக்ரோ கலைஞனும் நிறவெறி மலையும்" என்ற அந்த அறிக்கையில் அவர் கீழ்கண்டவாறு பேசுகிறார்.

"புதிய தலைமுறையைச் சேர்ந்த நீக்ரோ கலைஞர்களான நாங்கள் எங்களது தனிப்பட்ட கருப்புத் தோல் போர்த்திய பண்புகளை எந்த வித பயமோ, வெட்கமோ இன்றி வெளிப்படுத்த முனைகிறோம்.

நாங்கள் அழகானவர்கள் என்பது எங்களுக்குத் தெரியும். அசிங்கமானவர்கள் என்றும் தெரியும். முரசுகள் சில நேரம் சிரிக்கின்றன. சில நேரம் அழுகின்றன. நாங்கள் எங்களுக்குத்

தெரிந்த முறையில் எங்களுக்கான நாளைய கோயில்களைக் கட்டுகிறோம்“

இதே போன்று தான் ஆலய்ன் லோக்கே (Alain Locke) ‘புதிய நீக்ரோ’ எனும் தனது அறிக்கையை வெளியிட்டார்.

1920களில் ‘புதிய நீக்ரோ’ என்கிற கோஷம் இளந்தலைமுறை கருப்பர்களுக்கு புதிய பார்வைகளைக் கொடுத்தது. இதனால் காலம் காலமாக நம்பப்பட்டு வந்த கருப்பர் பற்றிய ஒரு கருத்துருவம் உடைத்தெறியப்பட்டது.

பதினெட்டாம் நூற்றாண்டில் கவிதை எழுதிய முதல் கருப்புப் பெண் கவிஞரான ஃபில்லிஸ் வீட்லி (Phyllis Wheatley) அலெக்ஸாண்டர் போப் போன்ற கவிஞர்களின் மரபில் கவிதைகளை எழுதினார். 1872ல் ஒரு நீக்ரோ அடிமையின் மகனாகப் பிறந்த பால் லாரன்ஸ் டன்பர் (Paul Lawrence Dunbar) லிஃப்டில் வேலை செய்யும் தொழிலாளியாக இருந்து கவிதைகள் எழுதினார். இவரது பிரபல கவிதையான ‘நாங்கள் முகமூடி அணிகிறோம்‘ என்பது கூட அடங்கிப் போகிற ஒரு நீக்ரோ அடிமையின் துயரக் குரலாகவே ஒலிக்கிறது. ஃபில்லிஸ் வீட்லிக்குப் பிறகு பரவலான அங்கீகாரம் பெற்ற கவிஞரான இவரது கவிதைகள் பிற்கால கவிதைகளுக்கான அஸ்திவாரங்கள் ஆயின.

1925ல் ஆலெய்ன் லோக்கே தொகுத்த ‘புதிய நீக்ரோ’ எனும் நூலும், அதில் காணப்படும் வினோல்ட் ரெய்ஸ் (Winold Reiss) படைத்துள்ள ஆப்பிரிக்கக் கலைப் பண்புமிக்க சித்திரங்களும் புதிய கருப்பு அழகியலுக்கு அஸ்திவாரமிட்டன. 1924களில் முழுமையாக அங்கீகரிக்கப்பட்ட ‘ஹார்லம் மறுமலர்ச்சி’ கருப்பு அடையாளங்களை கவிதை, புதினம், நாடகம், இசை ஆகிய அனைத்திலும் புகுத்தியது.

“கருப்புத் தோலை உங்கள் உடம்பை மூடும் ஒரு அங்கியைப் போல் அணிந்து கொள்ளாதீர்கள். அதை ஒரு போர்க்கொடியை போல் உயர்த்திப் பிடியுங்கள்” என்று குரல் கொடுத்தார் ஹார்லம் மறுமலர்ச்சியின் மகாகவியான லாங்ஸ்டன் ஹ்யூக்ஸ்.

The Crisis என்ற இதழ் ஒரு கருப்பு இளைஞனின் கவிதையை வெளியிட்டது. “நதிகளைப் பற்றி நீக்ரோ பேசுகிறான்” என்கிற கவிதை, வரப் போகிற ஒரு இலக்கிய மறுமலர்ச்சிக்கான விடியலை அறிவித்தது. 1921ல் ஹார்லம்மின் மற்றொரு முக்கிய கவிஞரான

கவுண்டி கல்லனின் (Countee Cullen) "நான் வாழ்க்கையோடு ஒரு சந்திப்பைப் பெற்றேன்" என்கிற கவிதை, நியூயார்க்கின் இலக்கிய வானில் ஒரு நட்சத்திரம் போல் தோன்றியது. இதே காலகட்டத்தில் தான் 'Shuffle Along' என்கிற முழுநீள கருப்பு இசை நகைச்சுவை நாடகம் பிராட்வேயில் முழு வெற்றியை அடைந்தது. முதல் உலகப் போருக்குப் பிறகு அமெரிக்க நகரங்களில் நீக்ரோக்கள் தாக்கப்பட்ட நேரத்தில் படைக்கப்பட்ட இந்த இசை நாடகம் பெற்ற வெற்றி நீக்ரோக்களின் கலைக்கும், உளவியலுக்கும் கிடைத்த வெற்றியாகும்.

நீக்ரோக்கள் அடிமைகளாக இருந்த காலம் மாறி, நீக்ரோக்களில் ஓய்வும், பொருளாதார பலமும் கொண்ட ஒரு மத்தியதர வர்க்கம் வரத் தொடங்கியது. மன்ஹாட்டலில் இருந்த 'ஹார்லம்' எனும் கருப்பு மக்களின் குடியிருப்புப் பகுதியில் கருப்பு அழகியல் செழித்து வளரத் தொடங்கியது. இந்தக் காலகட்டமும் மகாகவி லாங்ஸ்டன் ஹியூக்ஸ் ஏராளமாக இலக்கியம் படைத்த காலமும் ஒன்றாக இருந்தது. ஆனால் பல கருப்பு இதழ்களே லாங்ஸ்டன் ஹியூக்ஸின் கவிதைகளைத் தாக்கி எழுதின. 'சிக்காகோ சவுக்கு' (Chicago Whip) எனும் இதழ் 'கீழ்மட்ட கவிஞர்' (Poet low rake) என்று அவரை எழுதியது. இதற்குக் காரணம் அவர் இலக்கிய நடையைப் கைவிட்டு பேச்சு நடையைக் கைக் கொண்டது தான்.

ஆனால் லாங்ஸ்டன் ஹியூக்ஸ் போன்ற கவிஞர்கள் நாகரிகமற்ற ஆனால் நீக்ரோ மக்களின் அடையளம் நிறைந்த பேச்சு வழக்கைத் தங்களின் கவிதை மொழியாக ஏற்றுக் கொண்டனர். தொழில்நுட்ப அறிவியலினால் நாசப்படுத்தப்படுகிற சில அடிப்படை மனித உணர்வுகளை நிலைநாட்ட மீண்டும் காட்டு மிராண்டித்தனத்துக்குத் திரும்புவது மேல் என்று அறிவுஜீவிகள் நினைத்தனர்

இப்படி நினைத்துச் செயல்பட்டவரில் முக்கியமானவர் க்ளாட் மெக்கே (Claude Mecay). லாங்ஸ்டன் ஹியூக்ஸின் இசைப் பாடல்களும், நாவல்களும், நாடகங்களும், அவருக்குப் பெயர் பெற்றுத் தந்த போதிலும், அவர் முழுக்க முழுக்கப் பேச்சு வழக்கில் இறங்கினார் என்று சொல்ல முடியாது.ஆனால் க்ளாட் மெக்கேயின் கவிதைகள் மக்கள் பண்பாட்டை விளக்கும் அன்றாடப் பேச்சு மொழியில் இருந்தன. நீக்ரோ என்பவனை எளிமையான, முழு விடுதலை கொண்ட, ஊழலற்ற மனிதனாகச் சித்தரித்தார் க்ளாட் மெக்கே. 1922ல் இவரது 'ஹார்லம்பின் நிழல்கள்' எனும் கவிதைத் தொகுதி வெளிவந்தது.

ஹார்லம் மறுமலர்ச்சியில் பங்கு கொண்டவர்களில் முக்கியமானவர்கள் ஹார்லம்மிற்கு வெளியிலிருந்து வந்தவர்களே. டபிள்யூ இ.பி.தூபுவா ஆசிரியராக இருந்து நடத்திய நெருக்கடி (Crisis) என்ற இதழ், சார்லஸ் ஜான்சன் ஆசிரியராக இருந்து நடத்திய 'வாய்ப்பு' (Opportunity) இதழ் ஆகியவை ஹ்யூக்ஸ், ஜோராநீல் ஹர்ஸ்டன்', ஆர்னா பாண்டம்ஸ், க்ளாட் மெக்கே என்று அமெரிக்க இலக்கியத்தில் முக்கிய இடம் வகிக்கும் கருப்பு எழுத்தாளர்களை உருவாக்கியது. இப்படிச் சொல்வதனால் 'ஹார்லம்' நீக்ரோக்களின் உலகிலேயே பெரிய சேரி என்று நினைக்க வேண்டாம்.

அமெரிக்க வரலாற்றிலேயே முதன் முறையாக பல்வேறு பின்புலம் கொண்டவர்களை ஒரே இடத்தில் கூட்டிய பெருமை கொண்டது ஹார்லம். அமெரிக்காவிம் வடக்கிலும், தெற்கிலுமாகப் பிரித்து கிடந்த நீக்ரோக்கள், பிரச்சினையின் பல முகங்களைத் தரிசித்தவர்களாக இருந்தார்கள். ஆனால் அமெரிக்கா முழுவதும் இருக்கும் கருப்பர்கள் அனைவரும் ஒன்று என்கிற உணர்வற்று இருந்தனர். இந்த உணர்வு ஹார்லம்மில்தான் தோன்றியது. இதனால் ஹார்லம் நீக்ரோ பண்பாட்டின் தலைநகரம் என்று சொல்லக் கூடியதாகிறது. புதிய அயர்லாந்துக்கு டப்ளின் (Dublin) எந்த பணியைப் புரிந்ததோ, புதிய செக்கோஸ்லோவாக்கியாவிற்கு பிரேக் (Prague) என்ன உதவி செய்ததோ அதை ஹார்லம் நீக்ரோக்களின் கலை, இலக்கிய எழுச்சிக்குச் செய்த்து.

இந்தக் காலகட்டத்தில் நீக்ரோ என்பவன் வெறுமனே கேலியாகச் சித்தரிக்கப்படுபவன் மட்டும் அல்ல. அவன் ஆழமாக ஆராயப்பட வேண்டியவன் என்கிற தேவை ஏற்பட்டது அமெரிக்க இலக்கியத்தில் தனக்கென ஒரு அடையாளம் தேடும் முயற்சியில் ஈடுபட்ட கருப்பு இலக்கியங்களின் இன அடையாளம் தேடும் முயற்சிகளை வெகுவாகப் பாராட்டத் தொடங்கியது வெள்ளை உலகம், ஆனால் வெள்ளை திறனாய்வாளர்களின் விமரிசனங்களையும் மீறி, தூபுவா, ரிச்சர்ட்ரைட் ப்ராலி என்று ஏராளமான கருப்பு விமரிசகர்கள் தங்களது எழுத்தாளர்களையே கூட எந்தவிதப் பாசாங்குமின்றி விமரிசித்தனர்.

அமெரிக்காவின் கருப்பு இலக்கியத்தில் 1920களில் 30களில் செய்யப்பட்ட புதினங்களில் முக்கியமானவைகளான ரிச்சர்ட் ரைட்டின் 'மண்ணின் மைந்தன்' (The Native son) சிக்காகோ நகரில்

வந்திறங்கும் ஒரு கருப்பனின் கதையைச் சொன்னது. இது மிகவும் கோபமான, கசப்பான புத்தகம், புதினத்தின் உக்கிரத்தைத் தாங்க முடியாத வெள்ளை உலகம் இது நடந்திருக்க முடியாத ஒரு கதை என்று கூறி விட்டது. ஆனால் இன்று ரிச்சர்ட் ரைட் எழுதிய 'மண்ணின் மைந்தன்' புதினம் நூற்றாண்டுகளாக மூடப்பட்டு விட்ட கதவைத் திறந்த நாவல் என்று பாராட்டப்படுகிறது.

நாளடைவில் கருப்பு புதினங்கள் ஒரே மாதிரியான கசப்பான, கோபதாபங்களோடு கூடிய கதாபாத்திரங்களையே உருவாக்குகின்றன. என்று விமரிசகர்களால் குற்றம் சாட்டப்பட்டது. இந்த கால கட்டத்தில் தான் ரால்ஃப் எல்லீசனின் (Ralph Ellison) 'கண்ணுக்குப் புலப்படாத மனிதன்' (The Invisible Man) என்ற புதினம் வெளி வந்தது. இது திரும்பத் திரும்ப ஒரே மாதிரியாக வரும் கதாபாத்திரங்களைத் தவிர்த்தது.

ரால்ஃப் எல்லீசன் ஷு பாலீஷ் போடும் பையனாகவும், ஓட்டல் சர்வராகவும், ஜாஸ் இசைஞனாகவும் புகைப்படக்காரராகவும் பணியாற்றி வாழ்க்கையின் பல பரிமாணங்களை அறிந்திருந்தார். இந்தப் புதினத்தை மிகவும் அமெரிக்கத்தனமான புதினம் என்றே வர்ணித்து ஏற்றுக் கொண்டது வெள்ளை உலகம்.

ரால்ஃப் எல்லீசன் போன்றவர்கள் தன்னம்பிக்கை மிகுந்த கருப்பு எழுத்தாளர்களாக இருந்தனர். எனவே, எல்லீசன் சொன்னார். "எழுதுகிறவன் முதலில் தான் ஒரு எழுத்தாளனாக இருக்க வேண்டும். அதன் பிறகுதான் அவர் கருப்பா, வெளுப்பா என்கிற வினாவே எழுகிறது. "

தன்னம்பிக்கை மிகுத இந்தப் புதிய தலைமுறை கருப்பு எழுத்தாளர்கள் கலை நேர்த்தியில் அதிக கவனம் செலுத்தத் தொடங்கினார்கள்.

ஜேம்ஸ் பால்ட்வின் போன்ற உன்னதமான எழுத்துக் கலைஞர்கள் தோன்றினார்கள். ஜேம்ஸ் பால்ட்வினின் நாவல்களில் தன்னை கருப்பு இனத்திற்காக வாதாடுபவனாக இனம் கண்டு கொள்கிற அதே நேரத்தில் மிகப் பெரிய கலைஞனாகவும் தன்னை நிரூபிக்கிறார். பால்ட்வின் இவரது நாவல்கள் சமூகவியல் நோக்கைக் காட்டிலும் உளவியல் போக்கைப் பிரதானமாகக் கொண்டது. கருப்பர்கள் வெள்ளையர்களுக்கிடையேயான பாலுணர்வுப் போராட்டங்களைக் கூட வலிமையுடன் சித்தரிக்கிறார். ஜேம்ஸ் பால்ட்வின். அவரது 'அடுத்த முறை நெருப்பு' (Next time Fire) எனும் கட்டுரை 60களில்

அமெரிக்காவில் இருந்த இனவெறிப் பிரச்சினையை மிகவும் ஆழமாகவும் உணர்ச்சிகரமாகவும் பேசுவது ஆகும். அமெரிக்காவின் மனசாட்சி என்று வர்ணிக்கப்படுகிற அளவுக்கு ஜேம்ஸ் பால்ட்வின் தன் எழுத்துக்களைக் கூர்தீட்டியிருக்கிறார். "எனது பெயரை நீ தெரிந்து கொள்ளாவிட்டால், உனது பெயரை நீ தெரிந்து கொள்ள முடியாது" என்று பேசுகிறார் பால்ட்வின். இதுபற்றி டபிள்யூ. ஈ.பி. தூபுவா கூறுகிறார் "இரண்டு ஆன்மா, இரண்டு சிந்தனை, முரண்படுகின்ற இரண்டு முயற்சிகள், தங்களுக்குள் போரிட்டுக் கொள்ளும் இரண்டு இலட்சியங்கள் ஆகியவை கிழித்துப் போட்டு விடாமல் காப்பது பலமான கருப்பு உடல் மட்டுமே." அமெரிக்க நீக்ரோவுக்கான முக்கிய பிரச்னை இதுதான். இந்த இரட்டைத்தனத்தை லாங்ஸ்டன் ஹியூக்ஸ் தன் கவிதை ஒன்றில் மிக அழகாக வெளிப்படுத்தி இருக்கிறார்.

சிலுவை

எனது வயதான தந்தை ஒரு வெள்ளையர்.
எனது வயதான தாயோ கருப்பு.

எனது வயதான தந்தை
அழகான பெரிய வீட்டில் இறந்து போனார்.
எனது தாயோ ஒரு மரவீட்டில் செத்துப் போனாள்.
நான் வெள்ளையும் இல்லை; கருப்பும் இல்லை.
எனவே நான் வியக்கிறேன்
எங்கே நான் சாகப் போகிறேன் என்று.

அமெரிக்க நீக்ரோவின் அடையாளம் காணுதல் குறித்த பிரச்னையே இன்றைய அமெரிக்க நீக்ரோவின் முக்கிய பிரச்னை. அமெரிக்க மண்ணில் பல நூற்றாண்டுகளைக் கழித்து விட்ட அவன் ஆப்பிரிக்காவுக்குத் திரும்பிப் போக முடியாது. அமெரிக்க கனவின் பாதியை இன்றைய நீக்ரோவை உருவாக்கும் கடமையைத் தோள்மீது கொண்டிருக்கிறான். "நானும் கூட அமெரிக்காவைப் பாடுகிறேன்" என்று சொல்கிற போது, "நான் உங்கள் கருப்பு சகோதரன்" என்று தனி அடையாளம் காண்பதையும் தவிர்க்கவில்லை அமெரிக்க நீக்ரோ.

சுபமங்களா டிசம்பர் 1993

கருப்புச் சேரியில் கலை மலர்ச்சி

ஹார்லம், கருப்புப் பண்பாட்டின் தலைநகரம் நியூயார்க் நகரத்தின் இதயப் பகுதியில் அமைந்த மிகப் பெரிய கருப்புச் சேரி இதற்கென்று தனியான தேவாலயங்கள், சமூகக் கூடங்கள், நாடக அரங்குகள், கடைகள், கேளிக்கை விடுதிகள் அனைத்தும் நீக்ரோக்களின் அடையாளங்களைப் பறைசாற்றிக் கொண்டு எழுந்தன.

அங்கு தான் அமெரிக்க ஆப்பிரிக்காவின் பண்பாட்டு மறுமலர்ச்சி விதையூன்றி முளைவிட்டு சிறுசெடியாக நிமிந்து, அபரிமிதமான ஆற்றலுடன் விழுதுகளோடு கால் பரப்பிய மரமாக அமெரிக்க தலித்துகளான நீக்ரோக்களின் இலக்கியமும், இசையும், பிற கலைகளும் புதிய வேகம் பெற்று வளர்ந்து, இன்று அமெரிக்க வெள்ளை உலகத்தாலும் மறுதலிக்க முடியாத அளவுக்கு வளர்ந்தது.

ஹார்லம்மில் எழுதத் தொடங்கிய இலக்கியவாதிகள் ஒரே சிந்தனைப் போக்கு கொண்டவர்கள் என்று நாம் சொல்லிவிட முடியாது. இவர்கள் தனித்தனிப் போக்குகளுடன் இலக்கியம் படைத்தனர். லாங்ஸ்டன் ஹ்யூக்ஸ், ஆர்ணா பாண்டம்ஸ், சோரா ஹர்ஸ்டன், ருடால்ஃப் ஃப்ளிர், ஜீன்டும் என்று ஏராளமானவர்கள் தங்களது தனித்துவமான குரலிலேயே பேசினார்கள். ஆனால் அவர்களுக்குள் ஒரு கூட்டுக்கனவு இருந்தது.

அனைவருக்கும் பொதுவான கருப்பு அனுபவம். இந்த கருப்பு அனுபவம் இதற்கு முந்திய தலைமுறை கருப்பு அடிமைகளுக்கும் தெரிந்திருந்தது தான். ஆனால் அவற்றை எல்லாம் இலக்கியமாக, இசையாக, நாடகமாக, ஓவியமாக வெளிப்படுத்தத் தேவையான ஓய்வுடன் கூடிய ஒரு மத்தியதர வர்க்கம் அங்கே அப்போது இல்லை. ஹார்லம்மில் தான்

முதல் முறையாக இத்தகைய ஓய்வுடன் கூடிய ஒரு அறிவுஜீவிகளின் கூட்டம் கூடி வாழத் தொடங்கியது.

இவர்கள் அனைவரும் கூடி கறுப்பு மனிதனுக்கான ஒரு புதிய உருவத்தைச் சமைப்பதில் முனைந்தனர். இவை அனைத்தும் வெற்றிடத்தில் மாயம் போல் தோன்றியவை அல்ல 1920களில் ஏற்பட்ட சமூக, பொருளாதார அரசியல் காரணங்களினால் நிகழ்ந்ததே 'ஹார்லம் மறுமலர்ச்சி'. இந்தக் காலகட்டத்தில் எழுந்த 'புதிய யுகம்' 'புதிய ஒழுக்கம்', 'புதிய பெண்மை' ஆகிய கோஷங்களோடு 'புதிய நீக்ரோ' எனும் கருத்தும் முன்வைக்கப்பட்டது. இது ஹார்லம்மில் வைக்கோல் போரில் பட்ட தீப்பொறியாகப் பற்றி எரிந்தது.

1890களில் அமெரிக்காவின் தெற்குப் பகுதியிலிருந்தும், மேற்கு இந்தியத் தீவுகளிலிருந்தும் ஏராளமான கருப்பர்கள் நியூயார்க்கில் குடியேறினர். இவர்கள் அனைவரும் தங்குவதற்கு வீடு தேவைப்பட்டது. அப்போது வனாக்ஸ் அவென்யூ சுரங்கப்பாதை அமைக்கப்படாத காரணத்தால் ஹார்லம்மில் இருந்த வீடுகளில் யாரும் வாடகைக்குப் போக விரும்பவில்லை. இந்த நேரத்தில் ஃபிலிப்ஸ். ஏ.பேடன் என்ற கறுப்பு தரகு வியாபாரி இந்த வீடுகளில் கருப்பர்களைக் குடியேற்றித் தருவதாகப் பேசி பல கறுப்பர்களை இங்கு குடியேற்றினார். வெள்ளையர்களும், வாடகை கிடைத்தால் போதும் என்று மெத்தனமாக இருந்தனர். நாளடைவில் நிறைய கருப்பர்கள் இங்கு குடியேறி விடவே, வெள்ளை உலகம் திடீரென்று விழித்துக் கொண்டது.

'ஹட்சன்' எனும் ஒரு நிதி நிறுவனத்தின் உதவியுடன் கருப்பர்கள் குடியிருந்த வீடுகளை விலைக்கு வாங்கி, அவர்களைக் காலி செய்யுமாறு வற்புறுத்தியது. இப்போது ஃபிலிப்ஸ். ஏ.பேடன் நீக்ரோக்களுக்கென தனியான நிதி நிறுவனம் ஒன்றை நிறுவி பல அடுக்குமாடிக் கட்டிடங்களை விலைக்கு வாங்கி, அதில் இருந்த வெள்ளையர்கள் வெளியேற்றி, கருப்பர்களை அங்கு குடியேற்றினார். இத்தகைய முயற்சியில் இன்னும் பல கருப்பர்கள் முனைந்தனர்.

போரினால் நியூயார்க்கில் ஏற்பட்ட தொழிலாளர் பற்றாக்குறையை நீக்க, தெற்குப் பகுதியிலிருந்து ஏராளமான கருப்பர்கள் நியூயார்க்கிற்கு வந்து இறங்கினர். இவர்கள் அனைவரும் ஹார்லம்மிலேயே சென்று தங்கினர். இவர்கள் அவர்களின் வாழ்நாளிலேயே கண்டறியாத கூலியைப் பெற்றனர். கருப்பர்கள் பணம் சேமித்து வீடுகள் வாங்கத்

தொடங்கினர். கருப்பர்களின் தேவாலயங்களில் மதகுருக்கள் தங்கள் வழிபாட்டுப் பிரார்த்தனைகளிலும், பிரச்சாரங்களிலும் 'சொத்து வாங்குங்கள்' என்ற போதனையையும் சேர்த்துச் செய்தனர். இருபது ஆண்டுகளுக்கு முன்னர் வெள்ளையர்களிடம் தங்களுக்கு வீடு வேண்டும் என்று கெஞ்சி கொண்டிருந்தவர்கள் இன்று வீட்டின் சொந்தக்காரர்கள் ஆனார்கள். ஹார்லம் முழுக்க முழுக்க கருப்பர்களின் குடியிருப்பானது.

இங்கு மகிழ்ச்சி, ஆடல், பாடல், உரத்த சிரிப்பலைகள், உச்சக் குரலில் பேச்சுக்கள் என்று அனைத்திலும் நீக்ரோக்களுக்கான பண்புகள் இருந்தன. ஏதாவதொரு சாக்கில் ஊர்வலங்கள் அடிக்கடி நிகழ்ந்தன. கருப்பு மனிதன் தனக்கான ஒரு சுய கௌரவத்தை இங்கு கண்டெடுக்க முடிந்தது. இந்தப் புதிய புரிதல் ஹார்லம்மில் ஒரு புதிய கலை இலக்கிய மறுமலர்ச்சியை உண்டாக்கியது. 1924ல் அமெரிக்க இலக்கிய வரலாற்றின் ஒரு பகுதியாக 'ஹார்லம் மறுமலர்ச்சி' (Harlen Renaissance) அங்கீகரிக்கப்பட்டு விட்டது.

புதிய நீக்ரோ எழுச்சியின் சகலப் பண்புக் கூறுகளையும் ஹார்லம் மறுமலர்ச்சி பிரதிபலித்தது. கருப்பு இலக்கிய மறுமலர்ச்சி என்று இதனை வர்ணிப்பதால் இது வெறும் இனவெறிவாதத்தால் மட்டும் நிகழ்ந்தது என்று நாம் தவறாகக் கணித்து விடக் கூடாது. ழான் பால் சார்த்தர் ஒரு முறை குறிப்பிட்டது போல, ஐன்ஸ்டினின் பிரபஞ்சம் குறித்த சார்பியல் கோட்பாடு இலக்கிய உலகிற்கும் பொருத்தமானதுதான். அமெரிக்க வெள்ளையர்களின் உலகினுள் நிகழ்ந்த சில பண்பாட்டுக் கலகங்களும் கூட இந்த கருப்பு இலக்கிய மறுமலர்ச்சிக்குக் காரணமாக இருந்திருக்கின்றன. முதல் உலகப் போருக்குப் பிறகு, உலகப் பொருளாதாரத்தில் ஏற்பட்ட மாறுதல்களும் கூட இதன் மீது ரேகை பதித்திருக்கிறது.

இதன் முக்கிய போக்குகளாக இவற்றைக் குறிப்பிடலாம். (1) அமெரிக்க கலை இலக்கியத்தில் கறுப்பர்களின் சிறப்பான பங்களிப்பைக் கண்டெடுத்துச் சிறப்பித்தது. (2) தொடக்க கால கருப்பு இலக்கிய முயற்சிகளில் இருந்த வெள்ளையர்களின் இலக்கியப் பாணிகளைப் போலி செய்யும் வான்கோழித்தனத்தை வன்மையாகக் கண்டித்து ஒதுக்கியது. (3) நீக்ரோக்களின் அன்றாட வாழ்வின் சிறப்பம்சங்களை இசைப்பாடல்கள், மக்கள் இசை, நாட்டுப்புறக் கதைகள், பண்ணை அடிமை நாட்களில் விடுகதைகள், பழமொழிகள் இவற்றை எல்லாம் உயர்த்திப் பிடித்தது (4) இலக்கியத்திற்கான கருப்பொருள்களை அன்றாட வாழ்விற்கான

சவால்களை எதிர்கொண்ட ஏழை மக்களின் அனுபவங்களிலிருந்து தேர்ந்தெடுத்தது. (5) நீக்ரோக்களை அடிமைப்படுத்தும் முயற்சிகள் அனைத்திற்கும் எதிராக கலகக்குரல் எழுப்பி அவற்றை எதிர்த்தது.

ஆனாலும் ஹார்லம் இலக்கியவாதிகள் அனைவரும் ஒரே சிந்தனைப் பள்ளியைச் சேர்ந்தவர்கள் அல்ல. ஹார்லம் நியூயார்க்கின் முக்கிய பகுதியில் அமைந்து இருந்ததால், பல தனிப்பட்ட கருப்பு எழுத்தாளர்கள் அங்கு கூடி வாழ்ந்தனர். அவர்களைச் சரியான திசையில் கொண்டு செல்ல ஆலயன் லோக்கே, சார்லஸ், எஸ். ஜான்சன் போன்ற கருப்பு அறிஞர்கள் இருந்தார்கள்.

1919ல் 'சிவந்த கோடை காலம்' என்று அழைக்கப்பட்ட காலகட்டத்தில் இருபத்தைந்து மாதங்களில் வெள்ளையர்கள் நீக்ரோக்களின் மீது பயங்கர வன்முறையைக் கட்டவிழ்த்து விட்டனர். இந்த அனுபவம் ஹார்லம் எழுத்தாளர்களிடம் ஒரு புதிய புரிதலை உண்டாக்கியது... அவர்கள் கருப்பன் தான் உன்னதமானவன் என்று உரத்துப் பேசினார்கள். லாங்ஸ்டன் ஹ்யூக்ஸ் 'நதிகளைப் பற்றி நீக்ரோ பேசுகிறான்' என்ற கவிதையில் சொல்கிறார்.

"நான் நதிகளை அறிவேன்
இந்த உலகத்தைப் போன்ற பழமையான நதிகளை.
மனித உடலின் இரத்த நாளங்களில் ஓடும்
இரத்த ஓட்டத்தைக் காட்டிலும் பழமையான நதிகளை
நான் அறிவேன்.
எனது ஆன்மா இந்நதிகளைப் போன்றே ஆழமானது
விடியல்கள் குழந்தைகளாக இருந்த போது
நான் யூப்ரடிஸ் நதிகளில் குளித்திருக்கிறேன்.
காங்கோவுக்குப் பக்கத்தில்
நான் குடிசைகளைக் கட்டியபோது
அது என்னைத் தாலாட்டிசைத்துத் தூங்க வைத்தது."

என்று இனப்பெருமை பேசுகிறார்.

அதே நேரத்தில் ஹார்லம்மின் அரசியல் கோட்பாடான 'நிபந்தனையுடன் கூடிய ஒற்றுமை' என்பதை வெள்ளை அமெரிக்காவின் முன் வைத்தனர் இந்த எழுத்தாளர்கள்

ஹார்லம் மறுமலர்ச்சியை, அதன் முக்கிய பங்களிப்பாளராக இருந்த ஆர்ணா பாண்டம்ஸ் இரு பகுதிகளாகப் பிரிக்கிறார்.

முதலாம் காலகட்டம் 1921-24களில் கருப்பு இலக்கியத்தில் இனப் பெருமையைப் பறை சாற்றும் பிரச்சார காலகட்டம் தங்களது தனி அடையாளங்களை வற்புறுத்தி, அவற்றைச் சிறப்பித்தது. இது வெள்ளையர்கள் ஜோடித்து வைத்திருந்த கருப்பு மனிதனுக்கான வர்ணனையை உடைத்துப் போட்டது.

இரண்டாம் காலகட்டம் 1924-31களில் வெள்ளை இலக்கிய உலகத்தின் அங்கீகாரத்துடன் நிகழ்ந்த கலை நேர்த்தியும், இலக்கிய பரிசோதனைகளும் நிகழ்ந்த காலம். முதல் கட்டத்தில் பிரச்சாரம் என்கிற அளவில் "The Crisis", "The opportunity" ஆகிய இரு இதழ்கள் மிக முக்கிய பணியாற்றின. இவை கருப்பு எழுத்துக்களுக்கான பல பரிசுப் போட்டிகளை ஏற்பாடு செய்தன. இந்தக் காலகட்டத்தில் தான் லாங்ஸ்டன் ஹ்யூக்ஸ், கவுன்ட்டி கல்லன் போன்ற கவிஞர்கள் மிக மலிவான விலையில், தங்கள் கவிதைத் தொகுப்புகள் மிகச் சாதாரண மனிதனுக்கும் கிடைக்கும் வகையில் வெளியிட்டனர். இந்த காலகட்டத்தில் Paperback books என்று அறியப்பட்ட மலிவுப் பதிப்பு நூல்களை அமெரிக்காவில் யாரும் கேள்விப் பட்டதில்லை.

1924ல் சார்லஸ் எஸ் ஜான்சன், 'வெளியே வாருங்கள்' எனும் ஒரு விருந்தை அமைத்தார். இதில் கருப்பு கலை இலக்கியவாதிகளையும், வெள்ளை உலகின் பிரபல எழுத்தாளர், வெளியீட்டாளர், செல்வந்தர் அனைவரையும் ஒன்றாகச் சந்திக்க வைத்தார். இதனால் பல கருப்பு எழுத்தாளர்களுக்குப் பிரபல வெளியீட்டாளர்கள் கிடைத்தன. வெள்ளையர்கள் ஒரு ஆதர்சமாகக் கருதிய எந்த விதக் கட்டுப்பாடுமற்ற சுதந்திர மனிதன் எனும் இலட்சிய உருவமாக கருப்பு மனிதனைத் தேர்ந்தெடுத்தார்கள். கருப்பு மனிதன் உன்னதமான இயற்கையின் கவலையற்ற குழந்தையாக வெள்ளையர்களுக்குத் தெரிந்தான். வெள்ளையர்கள் நேசித்த காட்டுமிராண்டி மனிதனாக நீக்ரோ தெரிந்ததால் அவனது கருப்பு எழுத்துக்களை வெள்ளை உலகம் வெளியிட்டு பணம் பண்ண முயன்றது.

கருப்பு எழுத்தாளர்கள் இதனைப் பயன்படுத்திக் கொண்ட போதும் கூட, தாங்கள் பயன்படுத்தப்படுவது குறித்த விழிப்புணர்ச்சியுடன் இருந்தனர் நீக்ரோக்கள். லாங்ஸ்டன் ஹ்யூக்ஸ் தனது 'போரிடும் வார்த்தைகள்' (Fighting Words) எனும் கட்டுரையில் கீழ்கண்டவாறு குறிப்பிடுகிறார்.

"இவை நமது பிரச்சினைகள்; முதலாவதாக பதிப்பாளர்கள் நமது எழுத்துக்களைக் காட்டுமிராண்டித்தனமானவை என்று

கருதுகிறார்கள். நமது எழுத்துக்களை சீன எழுத்துக்களுடனும், பாலிமொழி எழுத்துக்களுடனும் வகை பிரிக்கின்றனர். நாம் நமது காட்டுமிராண்டித்தனத்தை இழந்தவுடன் நாம் விற்கப்படமாட்டோம்."

பிரபல வெளியீட்டாளர்களுடனும், வெள்ளை இதழ்களுடனும் ஹார்லம் எழுத்தாளர்கள் முழுமையான தொடர்பு கொண்டிருந்த போதிலும், சுரண்டல் குறித்த விழிப்புடனேயே இருந்தார்கள். வெள்ளையர்களுக்குத் தேவையான மற்றுமொரு கறுப்பு மனிதனை அவர்கள் ஜோடித்துக் கொள்ள ஹார்லம் எழுத்தாளர்கள் அனுமதிக்கவில்லை என்பதை ஹ்யூக்ஸின் வார்த்தைகளால் நாம் அறியலாம்.

இவ்வாறு ஹார்லம்மில் கருப்பு இலக்கிய நிறுவனங்களாக மனிதர்களே இயங்கினார்கள். செங்கல்லும், சிமெண்டும் கொண்ட கலை நிறுவனக் கட்டங்கள் இங்கு எழுப்பப்படவில்லை. ஆனால் ஆர்ணா பாண்டம்ஸ் ஒரு நடமாடும் கலை நிறுவனமாக இருந்தார். ஆலெய்ன் லோக்கேயின் 'புதிய நீக்ரோ',லாங்ஸ்டன் ஹ்யூக்சின் 'நீக்ரோ கலைஞனும் இனவெறிமலையும்', 'தி கிரைசஸ்', 'தி ஆப்பர்சூனிட்டி' போன்ற இதழ்கள் என்றும் நிலைத்து வாழும் நிலையை அடைந்தன.

ஆனாலும் 'ஹார்லம் மறுமலர்ச்சி'யின் முதல் காலகட்டமான பிரச்சார காலம் பின்னாளில் பல கருப்பு விமரிசகர்களாலும் கடுமையாகத் தாக்கப்பட்டது.

ஹார்லம்மின் புகழ் கருப்பு உலகத்தைக் கடந்து பரவியது. வெள்ளை அறிவுஜீவிகள் வெள்ளை அமெரிக்காவில் தாங்கள் வெறுப்பவற்றிற்கு ஒரு மாற்று கிடைத்துவிட்டதாக ஹார்லம் எழுத்துக்களைப் போற்றினர். வெள்ளை எழுத்தாளர்கள் கருப்பு வாழ்க்கையைச் சுற்றித் தங்கள் படைப்புகளைச் செய்யத் தொடங்கினர். இது ஹார்லம் மறுமலர்ச்சிக்கு முன்னரே முயற்சி செய்யப்பட்டாலும், மறுமலர்ச்சிக்குப் பிறகு புதிய வேகம் பெற்றது. வெள்ளை இசைக் கலைஞர்கள் ஜாஸ் (Jazz), புளூஸ் (Blues)போன்ற முயற்சிகளைச் செய்தனர். வெள்ளையர்களின் புதிய ஃபாஷன் உலகம் ஹார்லம்மின் காபரேக்களையும், நடன அரங்குகளையும் சுற்றிவரத் தொடங்கியது.

ஆனால் இவை அனைத்தும் சேர்ந்து, நீக்ரோவிற்கு என்று திரும்பத் திரும்ப ஒரே மாதிரியாக வந்து சலிப்பூட்டுகிற ஒரு உருவத்தைச்

ஜோடித்து விட்டது என்று விமரிசனம் செய்யப்பட்டது. பணிவான, சோம்பேறித்தனமான, குழந்தைத்தனமான பழைய நீக்ரோ உருவத்துடன், எந்தவிதமான கட்டுப்பாடுமற்ற ஒரு காட்டுமிராண்டித்தனமான ஒரு உருவமும் இணைந்து கொண்டது. இதனை கருப்பு விமர்சகர்களே குறை கூறினார்கள்.

இதைக் காட்டிலும் பலமான ஒரு விமரிசனத்தை லியோன்விப்பில் (Leon whipple) எனும் வெள்ளை விமரிசகர் வைத்தார். ‘நீக்ரோ தனது உன்னதமான ஜாஸ் இசைக்கருவியை ஒரு குவளை சூப்புக்காக வைத்துச் சூதாடுகிறான்’ என்று குற்றம் சாட்டினார். இந்த விமரிசனத்தை ஆழ்ந்து சிந்தித்தால் அமெரிக்க மண்ணில் தலித்தான நீக்ரோவுக்கு எத்தகைய அவலநிலை நேர்ந்திருக்கிறது என்று புரிந்து கொள்ளலாம். ஹார்லம் மறுமலர்ச்சியில், ஆப்பிரிக்க மண்ணுக்கே உரித்தான கலைக் கருவூலங்கள் வெள்ளையர்களிடம் சம உரிமை கோரும் முயற்சியில் ஈடுபடுத்தப்பட்டன என்று விமர்சிக்கிறார் விப்பிள்.

ஆனால் இது எவ்வளவு பெரிய சோகம் என்பதை, இந்த விமரிசனத்தையே சற்று திருப்பிப் பார்த்தால் புரியும். வெள்ளையர்களிடம் தன்னை மனிதனாக, சகமனிதனாக மதிக்க வேண்டும் என்ற கோரிக்கைக்காக கருப்பு மனிதன் தன் ஆப்பிரிக்கக் கலைக்கருவூலங்களை எல்லாம் காட்டி வாதாட வேண்டியிருக்கிறது. தனது மனித உரிமைகளுக்காக் கலைக்கருவூலங்களை எல்லாம் காட்டி வாதாட வேண்டியிருக்கிறது தனது மனித உரிமைகளுக்காகப் போராடும் ஒரு கருவியாக கலை இலக்கியத்தைப் பயன்படுத்தும் போது அவன் ஒரு மெல்லிய கயிற்றின் மீது கரணம் தப்பினால் மரணம் என்கிற நிலையில் நடக்கிற அபாயம் தெரிகிறது.

இதனால் தான் ‘ஹார்லம் மறுமலர்ச்சி’ யின் மீது எவ்வளவு விமரிசனங்கள் வைக்கப்பட்டாலும், அது கருப்பு மனிதனுக்கு, இலக்கிய உலகத்தின் கதவுகளைத் திறந்து விட்ட ஒரு முக்கிய எழுச்சி என்பதை மறுக்க முடிவதில்லை. அமெரிக்க மண்ணில் நீக்ரோ எனும் தலித், தனது தலித் அடையாளத்துடனேயே, அங்கீகாரம் பெற்ற இலக்கிய உலகில் நுழைந்து சரியாசனம் பெற ஹார்லம் மறுமலர்ச்சி ஊற்றுக்கண்ணாய் இருந்ததை யாரும் மறுக்க முடிவதில்லை.

கருப்பு இயசுநாதர் / லாங்ஸ்டன் ஹ்யூக்ஸ்

இயேசுவானர்
ஒரு கருப்பனாகத் திரும்பி வருவாரானால்
அது நல்லதல்ல.
அவர் சென்று பிரார்த்தனை செய்ய முடியாத
தேவாலயங்கள்
இங்கு ஏராளமாய் உள்ளன.
எவ்வளவு புனிதப்படுத்தப்பட்டாலும்
நீக்ரோக்களுக்கு
அங்கே வாயில்கள் மறுக்கப்படும்.
அங்கே இனம் தான் பெரிதே தவிர
மதம் அல்ல.
ஆனால் இதை மட்டும் உறுதியாகச் சொல்லலாம்.
இயேவே,
நீர் நிச்சயமாக
மீண்டும்
சிலுவையில் அறையப்படுவீர்.

சுபமங்களா ஜனவரி 1994

சிநேகிதன் / விழி.பா.இதயவேந்தன்

தினந்தோறும் தீமிதி

வரப்போகிற திருவிழாவிற்காக விரதமிருந்து தீ மிதி மேற்கொள்பவரல்ல விழி.பா. இதயவேந்தன். அவர் அன்றாடம் தீயை மிதித்துக் கொண்டிருப்பவர்.

எழுத்து என்பது அவருக்கு வரமல்ல, சாபம். சலிப்பூட்டும் அளவுக்கு சள்ளைப்படுத்தும் வாழ்க்கையும், அதன் அனுபவங்களும் எழுதாமல் இருக்க முடியாது என்கிற ஒரு நிர்ப்பந்தத்தை அவருக்கு ஏற்படுத்தி இருக்கின்றன. இந்த நிர்ப்பந்தித்தின் ஒரு விளைவு தான் இச்சிறுகதைகள்.

இன்றைய தமிழின் தலித் எழுத்தாளர்களின் முக்கியமானவரான விழி.பா.இதயவேந்தனின் எழுத்துலப் பிரவேசம் என்பது, வெங்கட்சாமிநாதன், மௌனி பற்றிக் குறிப்பிடுவது போல "ஏதோ திடீரென்று வெடித்து வெளிப்பட்ட நிகழ்வு" அல்ல. அவரது எழுத்துக்களால் இலக்கிய சரித்திராசிரியர்களின் மண்டை காய வைக்கிற அதிசயம் ஏதும் இங்கே நிகழ்ந்து விடவில்லை.

ஒரு 'தலித்'தாகப் பிறந்த ஒருவன், தனது அனுபவ உலகத்தைச் சுய நேர்மையுடன் பதிவு செய்கிற ஒரு முயற்சி; அவ்வளவு தான்.

என்னது? பசி என்பது பழைய விஷயமா?

சரி, பசியினால் மயங்கி விழுந்து விட்ட இரண்டு பேரில், ஒருவனைத் தொட்டு மூக்கில் கை வைத்து, முகத்தில் தண்ணீர் தெளிப்பவர்கள், இன்னொருவனை ஏதோ ஒரு காரணத்துக்காகத் தீண்டக் கூட மாட்டேன் என்கிறார்களே இது ஏன்?

இச்சிறுகதைகளின் உலகம் இத்தகைய வினாக்களால் நிரம்பியுள்ளது. வாசிப்புத் தளத்தில் கதையோட்டத்தில் மிதந்து மேலெழுந்து வரும் இத்தகைய வினாக்களைத் தூய இலக்கியவாதிகள் பிரச்சாரம் என்று புறந்தள்ளக்கூடும். என்ன செய்வது? பிரச்சாரம் செய்யத் தேவையற்றவர்கள் பிரச்சாரம் செய்யாமல் இருந்துவிட்டுப் போகட்டும், விழி.பா. இதயவேந்தனுக்கு வாழ்க்கை வேறுவிதமாக விதிக்கப்பட்டிருக்கிறது.

1985ல் நான் விழுப்புறத்திற்கு மாற்றலாகி வந்தபோது, விழி.பா. இதயவேந்தன் எனக்கு அறிமுகமானார். கவிஞர் பழமலயின் மாணவராகவும், எனது "அறைக்குள் வந்த ஆப்பிரிக்க வானம்" நூலின் வாசகராகவும், 'நெம்புகோல்' அமைப்பின் மூலமாக தீவிரமாக இயங்குகிற இளைஞராகவும் எனக்குத் தெரிய வந்த இதயவேந்தனின் வாழ்க்கைப் பின்புலங்கள் மெல்ல மெல்ல எனக்குப் புலப்படத் தொடங்கின.

வாழ்க்கைத் துயரங்களின் நெருக்கடிகளின், முகத்துக்கு நேராக, அவர் போராடியே தீருவது என்கிற ஆரோக்கியமான முடிவுகளை மிக இளைஞராக இருந்த போதே எடுத்தார். இத்தகைய முடிவுகளில் ஒன்று தான், தனது சொந்த அனுபவங்களை அவற்றிற்கே உரிய மரியாதையுடன், எந்தவித வெட்கமோ, குற்ற உணர்ச்சியோ இன்றிச் சிறுகதைகளாகப் பதிவு செய்வது என்பது இவ்வாறு தலித் மக்களின் சொந்த அனுபவங்களைப் பதிவு செய்வது என்பது மனித குல விடுதலை நோக்கிய பரந்த செயல்பாட்டிற்கான ஒருபங்களிப்பு என்பதைப் புரிந்து கொண்டவர் அவர்.

இதனால் குப்பைப் பொறுக்கப் போகிற சிறுமிக்கு திருட்டுப் பட்டம் கட்டுவது குறித்தும், ஊருக்கு வெளியே பன்றி வளர்த்து வாழும் கூனன் எனும் குறவனைச் சாராயம் காய்ச்சுகிறவன் என்று கைது செய்வது குறித்தும், தீபாவளிப் பண்டிகை ஏன் கொண்டாடப்படுகிறது என்பதைப் புரிந்து கொள்ளாத ஏழைச் சிறுவனின் சந்தேகம் குறித்தும் அவர் எழுதுகிற போது அவர் உள் வாங்கி விடுகிறார்.

"எழுத்துக் கலையின் செய்நேர்த்தி அதற்குச் சமதையான அளவுக்கான கருப்பொருள் கொண்டதாக இல்லாது போவது என்பது ஒரு மோசடி" என்று பேசுகிறார் காஸ்டன்டின் ஃபீடின். இங்கே சிறுகதைக் கலை என்பது அனுபவங்களின் ஆழ, அகலங்களுக்கு ஈடு கொடுக்க முடியாமல் திகைத்து நிற்கிறது.

விழி.பா. இதயவேந்தனின் கதை உலகம், வசதியாக சாய்வு நாற்காலிகளில் அமர்ந்து கொண்டு கதை படிப்பவர்களின் உள் உலகங்களை அதிர்ச்சிக்குள்ளாக்குகிறது. அவர்களின் மனசாட்சியைத் தொட்டு, ஒடுக்கப்பட்டவர்களின் சார்பாக நியாயம் கேட்கிறது.

தினந்தோறும் தீ மிதிப்பவர்களின் பாதங்களில் உள்ள ஆறாத வடுக்களைப் போன்ற காயங்களை மனிதகுல மனசாட்சியில் ஏற்படுத்துகின்றன இச்சிறுகதைகள்.

2000

பிணத்தை எரித்தே வெளிச்சம்
க.வெங்கட்ராமன்

தலித்துக்களின் கலகக் குரல்

குஜராத்தி, மராத்தி, தமிழ் ஆகிய மூன்று மொழிகளிலும் வெளியாகியுள்ள தலித் இலக்கியங்களிலிருந்து தேர்ந்தெடுத்து மொழி பெயர்த்தும் நேரடி மூலத்திலிருந்தும் இந்திரன் தந்துள்ள தொகுப்பு இது. சிறுகதை, கவிதை, கட்டுரை, நாவலின் ஒரு பகுதி, பேட்டி என்று பல்வேறு வகையான எழுத்துக்களை உள்ளடக்கிய தொகுப்பு இது.

இந்திய மண்ணில் காலங்காலமாக சாதியின் பெயரால் அந்நியப் பட்டுப் போய், தன்னுடைய அடையாளத்தை இழந்து தவிக்கிறான் தலித். அடையாளச் சிக்கலில் சிக்கித் தவிக்கும் தலித், இப்போது தன்னை உள்ளபடியே வெளிப்படுத்திக் கொள்ளவும், தன்னையும் தன்னுடைய சக தோழர்களை நேசிக்கவும் முற்பட்டுள்ளான். தனக்கு எதிரான எல்லாவிதமான அடக்குமுறைகளையும் எதிர்த்துக் கலகம் செய்கிறான். அனைவரையும் போல தனக்கும் தன் அடையாளத்தைத் தானே தேர்ந்து கொள்ளும் சுதந்திரம் இருப்பதை உணர்ந்து கொள்கிறான். தன் அடையாளத்தையும் சுதந்திரத்தையும் தன் அனுபவமாக, அவன் கலை, இலக்கியங்களாகத் தன் மொழியில் நேரடியாக வெளிப்படுத்துகிறான். தங்களுக்கான வரலாற்றையும் பண்பாட்டு அடையாளங்களையும் எழுப்பவும் உருவாக்கவும் தலித்துகள் இன்று முனைந்துள்ளனர். தங்களுக்கென்று தனி அடையாளங் கொண்ட இலக்கியம், கலை என்று தங்களின் படைப்பு சக்தியின் கனலை ஊதி விடுகிறார்கள்.

இந்தியா முழுவதிலும் இந்தப் போக்கைக் காண முடிகிறது. இது வரையிலும் சரியான முறையில் பதிவு செய்யப்படாத ஆதிக்க சக்திகளாலும் மேல் சாதியினராலும் தவறாகப் பதிவு

செய்யப்பட்டுள்ள தங்களின் குரலையும் பண்பாட்டையும் எந்த விதமான போலி இலக்கியப் பூச்சுக்களின்றி, வெளிப்படையாகப் பதிவு செய்கின்றனர். தலித்துகள், ஒடுக்கப்பட்டவர்களின் கலகக் குரலை இத்தொகுப்பு மிகவும் அழுத்தமாக நன்கு பதிவு செய்துள்ளது. 'நான் ஒரு மனிதன்; அது போதுமானது இல்லையா? சரி, நீயார்' என்பது அழுத்தமான பதில். அடிமைப்படுத்திய அதிகாரவர்க்கத்தை நோக்கி தலித் எழுப்பும் வினா இது. 'இந்த இருட்டைக் கிழித்துக் கொண்டு நிச்சயமாக ஒருநாள் ஒருவன் வருவான். மேசையின் மீது கிடக்கும் விளக்கை ஏற்றுவதற்காக' என்ற வரிகள் தலித்துகளிடையே இன்று ஒலிக்கும் நம்பிக்கைக் குரலை எதிரொலிக்கிறது.

'இந்த உலகம் நமதாக இருக்கையில் இந்த ஏரி மட்டும் எப்படி நமதாக இல்லாமல் இருக்க முடியும்' என்னும் குஜராத்திக் கவிதை வரிகளில் ஊர்களிலும் கிணற்றில், ஏரியில் நீரெடுக்க உரிமையற்ற நம் சகோதரர்களின் குரல் கேட்கிறது. உரிமை மறுக்கப்படுவதை எதிர்க்கும் குரல் இதில் கேட்கிறது.

'நாய்களுக்கும் பூனைகளுக்குமான வாழ்க்கையைக் கூட எங்களுக்குத் தந்திராத இந்தப் பூமிக்கு நாங்கள் எப்படி வந்தோம்?' என்னும் மராத்திக் கவிதை வரிகளில் விலங்குகளிலும் கீழாக நடத்தப் பெறும் தலித்துகளின் குரலைக் கேட்கிறோம். அர்ஜுன் டாங்ளேயின் "பதவி" என்னும் சிறுகதை மிக அருமையான கதை.

மற்ற மொழிகளிலிருந்து தரப்பட்டுள்ள படைப்புகளுடன் தமிழில் வெளி வந்துள்ள தலித் இலக்கியங்களிலிருந்தும் அருமையான படைப்புகள் தொகுக்கப்பட்டுள்ளன. 'நாங்கள் மட்டும் தான் தண்ணி மொள்ளக் கூடாது!' என்னும் கவிதை வரிகள் (ரவிக்குமார்) ஆழமானவை. காலங்காலமாக இருந்து வரும் நம்முடைய சாதிக் கட்டுப்பாட்டில் சிக்கி மூச்சுத் திணறும் மண்ணின் மக்களுடைய உரிமைக் குரலைக் காட்டும் இன்குலாப்பின் "மனுசங்கடா நாங்க மனுசங்கடா" என்னும் கவிதை அருமையான படைப்பு. அடக்குமுறைக்கு ஆளான தலித்துகள், ஆதிக்க சக்திகளான மேல்சாதியினரை நோக்கி விளித்துப் பேசும், பேசுபவன் கேட்பவன் உறவை மையப்படுத்திடும் கலகக் குரலாக இக்கவிதை பின்னப்பட்டுள்ளது.

'எங்க முதுகு நீங்க ஏறும் ஏணியாகவும் நாங்க இருந்தபடியே இருக்கணுமா காலம் பூராவும்' என்னும் அடிகளில் 'நாங்க நீங்க'

என்னும் சொற்கள்,இந்த மொழி சார்ந்த உத்தியை நன்கு காட்டும். ஆதிக்க சக்தியைப் பார்த்து, 'ஏட்டுச் சாணு ஒசரமுள்ள ஒன்னைப் போல அவனைப் போல மனுசங்கடா டேய் மனுசங்கடா' என்று பாடுவது புதிய போக்காகும். ஒன்னைப் போல அவனைப் போல என்ற சொற்களிலும், 'டேய்' என்னும் அதட்டல் விளியிலும் கலகக் குரல் மட்டும் கேட்கவில்லை; மேல் சாதியினர் உருவாக்கி காலங்காலமாக இருந்து வரும் மொழிக் கட்டமைப்பு என்னும் அதிகாரமையம் உடைக்கப்பட்டுள்ளதையும் காணலாம். தலித் இலக்கியப் படைப்பாளிகள் உருவாக்கியுள்ள மொழியாக்கம் இது.

தலித் கலை இலக்கியங்கள் பற்றி கே.ஏ.குணசேகரனின் கட்டுரை அருமையான கதை. தலித் கலை இலக்கியங்களின் பொதுத் தன்மைகளை இக்கட்டுரை தெளிவுற வரையறுக்கிறது. "சோறு" என்னும் சிறுகதை (விழி.பா. இதயவேந்தன்) மிக ஆழமான உள்ளடக்கத்துடன் கூடிய நல்ல கதை. ஒதுக்குதல்,ஒடுக்குதல், ஒதுங்கிப் போதல் என்று வாழும் வருணாசிரம் மேல் சாதியினருக்கு எதிராக ஐக்கியமாகி இணைந்து போராடும் பண்புகளைத் தலித் பண்புகளாக அ. மார்க்ஸ் தனது கட்டுரையில் காட்டுகிறார்.

நம் காலத்தில் மிகச் சரியான முறையில் இத்தொகுப்பு உருவாக்கப் பட்டுள்ளது. 'பிணத்தை எரித்தே வெளிச்சம்' என்ற தொகுப்பின் தலைப்பே ஆழமான வரலாற்றுப் பார்வை மிக்க கவித்துவத்துடன் கூடிய தலைப்பாக உள்ளது. காலங்காலமாகப் பாதுகாக்கப்பட வேண்டிய இத்தொகுப்பை தந்துள்ள இந்திரன் நம் பாராட்டிற்குரியவர். இது போன்ற, காலத்தைப் பிரதிபலிக்கின்ற தலித் இலக்கியத் தொகுப்புகள் நிறைய வெளி வரவேண்டும்.

இந்தியாடுடே..

தயா பவார் / மராத்திய தலித் இலக்கியம்

குருதி அலைகள்

குழந்தையால் கனத்துப் போயிருக்கும் உன் பக்கம்
என் செவி அழுந்தியது.

கடலின் இரைச்சலை நான் கேட்கிறேன்
நிறைவேற்றப்பட்ட உடம்பிலிருந்து
குருதியின் அலைகள் ஊதி எழுந்தன
பிரபஞ்சத்தைத் தன் முதல் பார்வையில்
காண
ஆவலோடு இருக்கும்
கடல்பாசியை என்னுடையது குலுக்கியது
இறுக மூடிய உள்ளங்கைகள் குத்துவதற்கு
வசதியாக.

உள்ளங்கை அறை, சிறிய வாழ்க்கை
பாசத்தால் நெருப்பாய்ப் பற்றி எரியும்.
ஆனால் நீ மிகவும் சோர்ந்திருக்கிறாய்
ஏன் சோர்வு?
நீ பயப்படுகிறாயா?
காற்றும் மழையும் தாக்க
நம் தலைமுறைகள் எருது போன்ற
வலிமையுடன்
எருதின் திமிலைப் போன்ற வலிமையுடன்
கிராமத்தையே ஒரு வண்டியைப் போல்
இழுத்துச் சென்றதை
நாம் களிமண் உருண்டைகளாகிப் போனது
கண்டு

நீ பயப்படுகிறாயா?
அவனும் களிமண் ஆகிவிடுவானா?
உண்மையாகச் சொல்கிறேன்
அவன் அப்படி உயிரற்ற முறையில்
நசுக்கப்பட்டால்
கிரேக்க புராணிகத்தை இணைத்துக்கொள்.

தொப்புள் கொடி அறுக்கப்பட்ட உடனே
நாம் அவனை நெருப்பில்போட்டு
சுடுவோம்,
வளரும் நெருப்பு.

அவனைக் காண மறுக்கிறோம்
உயிருள்ள நெருப்புத் துண்டங்களை
இரையெடுக்கும்
ஃபீனிக்ஸ் பறவை.

ஆற்றல் நிரம்பிய வானத்தில் எழும்
இந்த நாடு
உனக்கும் எனக்கும் கொடுத்திராத
மகிழ்ச்சியையும் பெருமையையும்
அவன் தன் காலுக்குக்கீழே
கொண்டுவருவான்.

கயமைதுன வயதில்
அதற்குப் பதிலாக கயிற்றை
முறுக்கிக் கொண்டிருக்க வேண்டும்.

நிலவு போன்ற முகத்தை
சதா உற்றுநோக்கிக் கொண்டிருக்கும்
வயதில்
தனிமையைச் சுமந்து களைத்து
நகரத்தைச் சுற்றிக் கொண்டிருக்க வேண்டும்.

பேரன் பேத்திகளோடு விளையாடும்
வயதில்
நோய் அவன் மீது விளையாடத்
தொடங்கிவிடும்.

இதுதான் என் வாழ்க்கையா?
அங்கே வெளியே
என் கிராமத்தில்
என் ரத்தம் அழுகிப் போகிறது.

இங்கே சார்ந்திருக்கும் நகரத்தில்
நான் அதை ரத்தத்தின் நகர பதிப்பு.

இதை நான் யாரிடம் சொல்வேன்?
இங்குள்ள மண்ணிடம் சொல்ல முடியுமா?
என் வாழ்தலின் சுவடுகள் பதிவதற்கு
இன்னமும் அனுமதிக்காத இந்த
மண்ணிடமா?

இந்த வீட்டின் மீது விழும் ஒளிக்கதிர்களை
பிடுங்கிக்கொள்கிற
சூரிய, சந்திரர்களிடம் சொல்ல முடியுமா?
யாரிடம்.. யாரிடம் நான் சொல்ல
முடியும்?

இந்த 58 கோடி மக்களின் நாட்டில்
இப்படித்தான் நான் வாழ்தல் வேண்டும்.

மக்களின் நெரிசலில்
யார் துயரத்தை யார் கேட்பார்கள்?
எனக்கு
ஜீவரசத்துடன் கூடிய ஒரு வாழ்க்கை
வேண்டும்.

நெற்றியில் பூசிக்கொண்டால்
விழிகளில் நீரை வரவழைக்கும்
ஒரு மண்வேண்டும்.

தன் ஒளிக்கதிர்களால்
என்னைத் தங்களோடு பிணைத்துக் கொண்டு
தடவிக்கொடுக்கும்
ஒரு சூரியனும், சந்திரனும் வேண்டும்.
வெறும் கூட்டம் எனக்குத் தேவையில்லை.

அதன் அர்த்தத்தினால்
தன்னை என் இதயத்தில் பதித்துக் கொள்கிற
என் முடிவற்ற துயரத்திற்கு ஆதரவாக
வீசுகிற
ஒரு பெயர் வேண்டும் அதற்கு.

அது எனக்குச் சொந்தமாக வேண்டும்.

நான் அதற்குச் சொந்தமாக இருப்பேன்.

சுபமங்களா பிப்ரவரி 1993

இசை / நடனம்

ராக் இசை / எஸ். சண்முகம்

மாடியில் ஒரு அறை 10'x10' மூடியிருக்கும் பழைய கதவு. ஓட்டுக் கூரையிலிருந்து தொங்கும் மின்விசிறி, நீண்ட காலமாய்ப் படிந்த புகையினால் மஞ்சள் பூத்துப் போய் ஓசை எழுப்பிச் சுழலும். புத்தக அலமாரிக்குப் பக்கத்தில் சாய்த்து வைக்கப்பட்டிருக்கும் கிடார் இசைக் கருவி.ஸ்விட்ச் போர்டின் மீது ராக் இசைக் கலைஞன் பாப் டைலன், சுவற்றில் சந்துருவின் நவீன கோட்டுச் சித்திரம் கிடாரை ஒரு மனித உடம்பாகக் கற்பனிக்கிறது.

மிக உயரத்தில் லெனின், பாரதி.

பிங்க் ஃப்ளாய்ட் என்றழைக்கப்படும் ராக் இசைக்குழுவினைப் பற்றிய இக்கட்டுரையை, வெறித்துக் கோணலாகும் உதடுகளுடன் சண்முகம் என்னிடம் படித்துக் காண்பித்த போது என் நினைவில் அவரது இசையறை சுழன்றது. பிங்க் ஃப்ளாய்டின் இசைத் தட்டுகளின் சுழற்சி

ரோஜர் வாட்டர்ஸ், டேவிட் கில்மர், ரிக்ரைட், நிக்மேசன் என்ற நால்வர் இணைந்த பிங்க்ஃப்ளாய்ட் இசைக் குழுவினரின் இசை என்னை இறுகப் பற்றத் தொடங்கியது.

'தட்டு நிறைய ரகசியங்கள்' (Saucerfull of Secrets)' 'காற்றுத் தலையணைகள்' (Pillows of Air)' 'எதிரொலிகள்' (Echoes) 'அணு இதய அன்னை' (Atom heart mother) 'மூச்சு' (Breath), 'காலம்' (Time), 'மிருகங்கள்' (Animals) என்று அவர்களது இசைத் தட்டுக்கள் சுழலச் சுழல மனசாட்சியை உருட்டி உருட்டி நகரும் ட்ரம்களின் உறுமலொலி. சுதி இறங்கிய கிடாரின் இசை. எலக்ட்ரானிக் இசைக் கருவிகள் நிகழ்த்தும் கலகம். வார்த்தைகளற்ற நிலையில் இசையின் ரகசியங்கள் தட்டு நிறைய வைத்துப் பரிமாறப்படுகின்றன.

இசையோடு சேர்ந்தெழும் தொலைதூர மனிதனின் குரல், இசையின் ஓட்டத்தில் கலக்கிற போது மனிதம் உயிர்த்தெழுகிறது. தொண்டையின் அடிநாதத்திலிருந்து உச்ச ஸ்தாபியை நோக்கிப் புறப்படும் குரல் வளத்தை ட்ரம் செட்டுகள் உடைக்கின்றன; பின் தள்ளுகின்றன.

இதயத் துடிப்பின் முணுமுணுப்பு, சுவாசத்துக்குள் நுழைந்து கலகம் செய்து வெளியேறும் காற்று, ஆகாய விமான இரைச்சலாய் எழுந்து நம்மைக் கடந்து போகிறது. இசையின் இயக்கத்தை நவீன உலகில் வீசும் காற்று அலைக்கழிக்கிறது. உள்நுழைந்து குலைக்கிறது.

வெறித்தனமாய்க் கிளம்பும் குரலோசையுடன் அடித்துப் பீறிட்டுக் கிளம்புகின்றன வார்த்தைகள். ரோஜர் வாட்டர்ஸ் எழுதிய பாடல் வரிகளைப் பாடும் மனிதக் குரலோடு அக்குழுவினரின் வளர்ப்பு நாய் மடோனாவின் குரைப்பொலி. கிடார் இசையும், நாய்க் குரைப்பும் கலந்து ஒலிக்கின்றன. இசையின் முன்நோக்கிய நகர்வில் கிடார் இசைக்கருவியே நாய்க் குரைப்பை நிகழ்த்துகிறது.

நாயின் குரைப்பொலி பாடுபவனின் ஸ்தாயிலேயே இருக்கிறது.

“பயம் உன்னுள் பெருகும் போது உன்னில்
ஓடும் கெட்ட ரத்தம் பாறையாக மாறும்”

என்று பாடுகிறது மனிதக் குரலுடன் நாய்க் குரலும் இணைந்து.

பரந்த புல்வெளிகளின் தொலைதூரத்தில் ஆடுகளின் கத்தல், தீர்மானமான குரலில் உச்சரிக்கப்படுகின்றன. ஆடுகளைப் பற்றிய பாடல் வார்த்தைகளை ஆங்கிலப் பாடல்களை மிக எளிமையாய் மொழி பெயர்த்து படிக்கிறார் சண்முகம். ‘பழைய கதவு’, ‘பொம்மை அறை’ ஆகிய இரண்டு கவிதைத் தொகுதிகளைத் தமிழுக்கு அளித்த சண்முகத்தின் எளிமையான மொழிபெயர்ப்பில் ரோஜர் வாட்டர்சின் பாடல்கள். இவை வெறும் இசைப் பாடல்கள் மட்டுமல்ல. கவிதைகள் மட்டுமல்ல. இவை போராடும் எழுத்துக்கள் என்று அறிந்து கொள்ள முடிகிறது சண்முகத்தின் மொழிபெயர்ப்பில்.

மேலை நாடுகளின் இன்றைய தலைமுறையின் சமூக வரலாறு ராக் இசையைப் பதிவு செய்யாமல் போக முடியாது. பிங்க் ஃப்ளாய்டின் இசைக்குழு மொத்த உலகையும், தனது இசைத் சிதறல்களால், குறிப்பாக இளைய தலைமுறையைக் கவர்ந்து

இழுத்துத் தங்களது பாடல்களின் கருத்துக்களால் பல கடுமையான சமூக விமர்சனங்களைச் செய்தன.

ராக் இசை விழாக்கள் இளைய தலைமுறையின் திருவிழாக்களாயின. இவற்றில் இவர்கள் இசையை மட்டும் ரசிக்கச் சென்றார்கள் என்று சொல்ல முடியாது. ஏனெனில் இந்த விழாக்களின் திறந்தவெளி அரங்குகளில் ஒலி அமைப்பு மிகவும் சுத்தமானதாக அமைந்திருக்கவில்லை. மிகுந்த தூரத்திற்கு தள்ளி அமர்ந்து ரசிக்கும் வண்ணம் கூட்டம் நிரம்பி வழியும். உணவு, காலைக் கடன்களைக் கழிக்கும் வசதி மிகவும் குறைவு. இருப்பினும் இது ஒரு அரசியல் நிகழ்ச்சியென கருதப்பட்டதால் இதற்கென குழுமிய கூட்டங்கள் எதிர்பாராதவைகளாக இருந்தன.

புழுத்துப் போன சமூகத்திற்குப் பதிலாக வேறொரு மாற்றுச் சமூகத்தை உருவாக்குவதில் ராக் இசையும் ஒன்றாக முனைந்து இருந்தது. இதனாலேயே பிங்க் ஃப்ளாய்டின் இசை ஒழுங்கமைதி கொண்ட இசைக்கு நேர்மாறானதாக இருக்கிறது. இசைஉலகத்தை உய்விக்கும் கலை என்று நம்பினார்கள் இவர்கள்.

1968ல் லண்டன் நகரில் ஹைட் பூங்காவில் ஒரு மூலையின் ஜுன் மாத சனிக்கிழமை பகல் பொழுதில் 2000 மக்கள் கூடியிருந்தனர். பிங்க் ப்ளாய்ட் (Pink Floyd), ராய் ஹார்ப்பர் (Roy Harper), ஜெத்ரே டல் (Jethre Tull) ஆகியோரின் ராக் இசையைக் கேட்பதற்காக கூடியிருந்தார்கள். இங்கு ஒலித்த இசையில் இனவெறி, வேலை வாய்ப்பின்மை, நகரங்களின் கொடுமை ஆகியவற்றின் மீதான இசை மயமான விமர்சனங்கள் வைக்கப்பட்டன.

இந்த இசை வேகமானது. சினங் கொண்டது. மூல சக்தி கொண்டது. வேண்டுமென்றே தொழில் ரீதியாக இல்லாமல் இருப்பது. பண்பாட்டுக் கலகத் தன்மை, சுய விமர்சனம். நிகிலீசம், சர்ரியலிசம் ஆகியவற்றோடு தொடர்பு கொண்ட இந்த திசையில் தலைவர்கள் யாரும் இல்லை. கதாநாயகர்கள் கிடையாது. யார் வேண்டுமானாலும் இசைக்கலாம்.

இப்படி 60களில் பிரபலமடைந்த பலதரப்பட்ட இசைகளுக்கு பொதுவாகக் கொடுக்கப்பட்ட பெயரே “ராக் இசை” என்பது. இது எங்கிருந்த புறப்படுகிறது என்று தேடிப் பார்த்தால் ராக் அண்டு ரோல் இசை மரபில் இதன் வேர்கள் இருப்பதைக் காணலாம்.

ராக் இசையில் பெரும்பாலும் பயன்படுத்தப்படும் எலக்ட்ரிக் கிடார் போன்ற இசைக் கருவிகள், ஆம்ப்ளிபயர்கள் போன்றவை தொழில் நுட்பத்தின் பரிசுகள். எனவே தான் இதனை தொழில்நுட்ப யுகத்தின் இசை என்று அழைக்க முற்படுகிறேன். அறிவியல் தொழில்நுட்பம் கண்டெடுத்து அளித்த பல்வேறு எலக்ட்ரானிக் கருவிகள் இந்த இசை நிகழ்ச்சிகளின் புதிய பரிமாணங்களை சாத்தியப்படுத்தி இருக்கின்றன. மிகத் திரளாகக் கூடும் ராக் இசை ரசிகர்கள் தொலைதூரத்திலிருந்து திறந்தவெளி அரங்குகளில் கேட்டு ரசிக்கும் வகையில் பல ஒலி பெருக்கும் கண்டுபிடிப்புகள் வகை செய்கின்றன. தொலைவிலிருப்பவர்களுக்கும் மிகப் பெரிய தொலைக்காட்சித் திரைகள் மேடையில் இருக்கும் இசைக் கலைஞர்களின் முகபாவங்களையும், அங்க அசைவுகளையும் அண்மைக் காட்சிகளாகக் காட்டுகின்றன.

சான் பிரான்சிஸ்கோ, லண்டன் ஆகிய பெருநகரங்களின் தலைமறைவுச் சேரிகளிலிருந்து கொண்டுவரப்பட்ட எதிர் கலாச்சாரத்தனம் ராக் இசையின் அடித்தளம்.

'ராக்' இசை 'பாப்' இசையுடன் அடிக்கடி குழப்பிக் கொள்ளப் படுவதுண்டு. ஆனால் ராக் இசை குறிப்பாக பிங்க் ஃப்ளாய்ட் போன்றவர்களின் ராக் இசை, அறிவு ஜீவிதம் கொண்ட ரசிகர்களுக்கானது.

ராக் இசை பிரபல்யம் அடைந்த 60களின் காலம் உலகம் முழுவதும் இளைஞர்கள் புரட்சிகர நடவடிக்கைகளில் ஈடுபட்ட காலம் என்பதை மறந்துவிடக் கூடாது. பிரான்சில் மாணவர்கள் தெருவுக்கு வந்து விட்டனர். மிக் ஜாக்கரின் (Mick Jagger) 'தெருவில் போரிடும் மனிதன்' எனும் பாடல் எழுந்தது. மைக் ஃபாரன் (Mick Farren) பிரிட்டிஷ் வெள்ளை சிறுத்தை இயக்கத்திற்கு ஆதரவாக எழுதினார். 'புரட்சிக்கு ராக் சக்தி' இசை கேட்டுக் கொண்டிருந்த இளைஞர்கள் புரட்சிகர அரசியலுக்கு அழைக்கப்பட்டனர். மாபெரும் திரைகளில் வியட்நாம் போரின் கொடுமைகள் சித்தரிக்கப்பட்டன. சிக்காக்கோ தெருக்களில் கைது செய்யப்படுபவர்கள் காட்டப்பட்டனர். 'இனியும் தள்ளி நிற்காதே! அரசியலில் பங்கெடுத்துக் கொள்' என்று இளைஞர்கள் வற்புறுத்தப்பட்டனர். இது தான் சேகுவேரா காலமும் கூட, இளைஞர்களின் ரத்தத்தில் ஒரு மாற்றுப் பண்பாட்டை, மாற்று சமுதாயத்தை படைத்துக் காட்டி விடுவோம் என்கிற நம்பிக்கை இருந்தது.

அமெரிக்காவின் நீக்ரோ சேரியான ஹார்லம்மிலிருந்து ராக் இசைக்குழுக்கள் எழுந்தன. இங்கிலாந்து போன்ற நாடுகளுக்கு ‘கருப்பு இயக்க’ பாடல்களை எடுத்துச் சென்றனர்.

ஆனால் ராக் திருவிழாக்களில் பரப்பப்பட்ட சுதந்திரமான பாலுறவு, போதை மருந்துப் பழக்கங்கள் ஆகியவை பெற்றோர்களையும், அரசாங்கத்தையும் கவலை கொள்ள வைத்தன. உண்மையில் இன்றைக்கு சண்முகத்தின் ராக் இசை பற்றிய இந்த அறிமுக கட்டுரையைப் படிக்கிற போது கூட அறிவியலில் அதிக அக்கறை கொள்கிறவர்கள் நிச்சயம் கவலை கொள்ளக்கூடும். தமிழனுக்கு இது தேவைதானா என்கிற வினாவை எழுப்பக் கூடும்.

சண்முகம் தன் கட்டுரையை படித்துக் கொண்டு போகிற போக்கில் நான் உணர்ந்தேன். இது ஒரு ‘மறுப்பு இசை’ பற்றிய அறிமுகக் கட்டுரை மட்டுமே. இசையில் குறிப்பாக மேலை இசையில் மனதைப் பறிகொடுத்த ஒரு இளைஞனின் கட்டுரை. இசை கேட்ட உணர்வு நிலையில் பதைபதைத்து எழுதப்பட்ட கட்டுரை.

கட்டுரையைப் படித்து முடித்த போது சண்முகம் மிகவும் களைத்துக் காணப்பட்டார்.

அவரது இசைஅறையின் ஜன்னலுக்கு வெளியிலிருந்து ஜாம்பஜாரின் இரைச்சலொலி.

ஏப்ரல் 1992

கத்தர்
தெலுங்கு புரட்சிக் கலைஞர்

கவனம் எடுத்துக் கொள்ளப்படாத சுருண்ட கேசம். புதர்த்தாடி. அதில் புதைந்த முகம்.. களைப்பையும் மீறிய ஒரு நட்புறவுப் புன்னகை. ஆந்திராவின் 'ஜனநாட்டிய மண்டலி' எனும் மக்கள் இசை, நாட்டிய அமைப்பு கலையுலகிற்கு வழங்கிய அபூர்வ கலைஞர் கத்தார். தெலுங்கு மக்களின் குக்கிராமத்துக் குடிசைகளில் ரீங்காரிக்கும் இசைலயங்களில், நடன அசைவுகளில் சமூக அவலங்களை தொலுரித்துக் காட்டும் பணியில் 12 ஆண்டுகளாகத் தன்னை ஈடுபடுத்தி வரும் கத்தரும், அவர் குழுவினரும் இன்றைய இந்தியாவின் மறுக்க முடியாத மக்கள் கலைஞர்கள், மேடையில், வீதியில், மைதானங்களில் எல்லாம் 'டப்பு' எனும் தோல் கருவி ஒன்றை மட்டுமே துணையாய்க் கொண்டு, முழங்காலுக்கு மேல் வரிந்து கட்டிய வேட்டியும், வெற்றுடம்பில் ஒரு கறுப்பு துப்பட்டியுமாக இவர்கள் ஆடிப்பாடும் போது மக்கள் இவர்களுடனும் இவர்கள் மக்களுடனும் ஒன்றிப் போகிறார்கள். 'அன்னம் விடு தூதின்' சார்பாக கத்தாரைச் சந்திக்கிறோம். மேடையில் எகிறிக் குதித்து, 'ஹா' என கர்ஜித்து, போர் வீரனைப் போல் நெஞ்சுயர்த்திப் பாடும் அந்த உருவம் இது என்று வியக்க வைக்கும் எளிமை. பதில்கள் பாதி வார்த்தையில் மீதி இசையில்.

- **முதலில் உங்கள் பெயரை எப்படி உச்சரிக்க வேண்டும் என்று சொல்லுங்கள்?**

ஜனநாட்டிய மண்டலியின் சார்பாக நாங்கள் பாடல்களை வெளியிட்ட போது கத்தர் (காகிதத்தில் Gadar என்று ஆங்கிலத்தில் எழுதிக் காட்டுகிறார்) என்ற பஞ்சாபிச் சொல்லைப் பயன்படுத்தினோம். இதை கத்தார் என்று சொன்னால் அனர்த்தமான பொருள் கிடைத்து விடும்.

இங்கே கத்தர் எனும் தனிமனிதன் முக்கியமானவன் அல்ல. ஒரு பத்திரிகையில் என் நிகழ்ச்சிப் பற்றி ஒரு குறிப்பு வந்தது. (அன்னம் விடு தூது, ஜனவரி இதழை எடுத்துக் காட்டுகிறோர்)

அதில் 'ஜன நாட்டிய மண்டலி, எனும் அமைப்பைப் பற்றி எந்தவிதக் குறிப்பும் இல்லை. இங்கு தனிமனிதன் பெரியவன் அல்ல. அமைப்பு பெரியது.

- **கத்தர் பாடுகிறார் என்றால் ஒருவர் ஒளி கொடுக்கிறார் மற்றவர் ஒலிபெருக்கி கொடுக்கிறார். மற்றொருவர் கருத்து கொடுக்கிறார். இவர்களை எல்லாம் புறக்கணித்து விட்டு கத்தர் எனும் தனிமனிதன் மட்டுமே இந்நிகழ்ச்சியைக் கொடுக்கிறான் என்று நீங்கள் நினைக்கிறீர்களா?**

ஒரு தனிமனிதனை மிகப் பெரியவனாக்குவது அபாயகரமானது. நமது நாட்டின் துரதிருஷ்டம் இதுதான். வீர வழிபாடு அபாயகரமானது. ஒரு தனித் தலைவன் அல்லது வீரன் மட்டுமே நாட்டை விடுவித்து விடமுடியாது. மக்கள்தான் அதைச் செய்கிறார்கள். இதோ பாருங்கள் இந்தப் புத்தகத்தை ஜனநாட்டிய மண்டலியின் இந்தப் புத்தகத்தில் 200 பாடல்கள் உள்ளன. ஆனால் இதில் எங்குமே இந்தப் பாடல்களை எழுதியது யார் என்று போட்டிருக்காது.

- **இதன் நோக்கம் என்ன? இவை மக்களின் பாடல்களா?.**

எவன் எழுதினான் என்று பார்க்கிறீர்களா? அதன் உள்ளடக்கத்தைப் பாருங்கள். அது சரியா தவறா, என்று பாருங்கள். அறிவியல் பூர்வமானதா இல்லையா என்று பாருங்கள்.

- **நீங்கள் சிறு வயதிலிருந்தே நடிப்புக் கலையில் ஆர்வம் கொண்டிருந்தீர்கள். ஆனால் இது போன்ற மக்கள் கலைக்கு உங்களை இழுத்து வந்தது எது?**

முதலாவதாக நான் மிகவும் ஏழைக் குடும்பத்திலிருந்து வந்தவன். எனது தாயும், தந்தையும் கூலிகள். எங்களுக்கு நிலம் எதுவும் கிடையாது. நாங்கள் உழைத்துத்தான் சாப்பிட வேண்டும். இரண்டாவது மனிதன் சமுதாயத்துக்கு எதையாவது கொடுக்கிறான். நீங்கள் துணி கொடுக்கிறீர்கள். நான் அரிசி கொடுக்கிறேன். இப்படி ஒவ்வொன்றாகக் கொடுக்கிறார்கள். ஆனால் சிலர் இந்த சமுதாயத்தை மாற்றுவதற்காகத் தங்கள் உயிரையே கொடுக்கிறார்கள். இது பெரிய விஷயம். நக்சல்பாரி இயக்கத்தின்

போது ஏற்பட்ட இந்த ஒன்று தான் என்னை அதிகமாகப் பாதித்தது. நான் நினைத்தேன். இவர்கள் ஏன் கிராமத்துக்குப் போக வேண்டும்? ஏன் இவர்கள் சுட்டுக் கொல்லப்பட வேண்டும்? ஒரு இன்ஜினியரிங் மாணவனாக இருந்த நான் இதனால் ஈர்க்கப்பட்டு, இந்த இயக்கத்தில் சேர்ந்தேன்.

- **உங்கள் நிகழ்ச்சிகளின் தனித்தன்மையை எப்படி உருவாக்கினீர்கள்?**

இது ஒருநாள் இரண்டு நாளில் உண்டானது அல்ல. நிறைய பண்பாட்டு இலக்கிய முயற்சிகள் புரட்சி இயக்கத்துடன் இணைந்துள்ளன. நாங்கள் கிராமங்களுக்குப் போன போது வெளியிலிருந்து விஷயங்களைக் கொண்டு போய் அவர்கள் தலையில் தேய்க்க விரும்பவில்லை. எனவே என்ன செய்ய வேண்டும்? அவர்களுடன் சேர்ந்து கற்றுக் கொள்ள வேண்டும். அவர்கள் இசையையும், வாழ்க்கையையும் படித்துக் கொள்ள வேண்டும். படிப்பு என்றால் என்ன? டிகிரி வாங்கியவர்கள் வெறும் எழுதப் படிக்கத் தெரிந்தவர்கள் தான். இந்த மக்களுக்கு இது தெரியாது. எனவே பாடுகிறார்கள்.

உணர்ச்சியுடன் ஒரு பாட்டைப் பாடிக் காட்டுகிறார். மிகவும் அருமையான பாட்டு. அவர்கள் இசைக் கல்லூரிக்குப் போகவில்லை. சினிமா பயிற்சி எடுக்கவில்லை. ஆனால் இந்த அருமையான பாடல்களைப் பாடுகிறார்கள். எனவே நாங்கள் இதை நோக்கிக் கவரப்பட்டோம். அதில் வாழ்க்கை இருக்கிறது. இசை இருக்கிறது. அவர்களைப் பொறுத்த மட்டிலும் ஒரே ஒரு விஷயம் என்னவென்றால் அவர்கள் ஏமாற்றப்பட்டு இருக்கிறார்கள். வழி தவறிவிடப் பட்டிருக்கிறார்கள்.

இந்த இடத்தில் தான் நாங்கள் சொல்கிறோம் நீங்கள் இங்கே தான் தவறு செய்கிறீர்கள். இந்த நிலம் உங்களுடையது. நீங்கள் இவற்றைப் படைத்து இருக்கிறீர்கள். நீங்கள் ஏன் இவற்றை அனுபவிக்கக் கூடாது?

நாங்கள் மந்திரவாதிகள் அல்ல. நாங்களும் மக்களின் ஒரு பகுதி. எனவே நாங்கள் தொழிற்சாலைகளுக்குப் போகிறோம். (பாடுகிறார்)

"ஹலோ எப்படி இருக்கிறீர்கள்? நேற்று எப்படி இருந்தது?" என்று நலம் விசாரிப்பது போல இந்தப் பாடல்களைப் பாடுகிறோம். நாங்கள் உங்களுக்காப் பாட வந்து இருக்கிறோம் என்று சொல்கிறோம் பாடுகிறோம்.

- **பரத நாட்டியம் போன்றவை அரசவைக் கலைகள், இவை நிச்சயமாகப் பல்லாண்டுகளாக செழித்த மிகப் பெரிய பாரம்பரியம் கொண்டவை தான். ஆனால் அது யாருடைய பாரம்பரியம்? அது யாருடைய கலை?**

பரத நாட்டியம் போன்ற பழம் பெருமை கொண்ட கலை வடிவங்களைப் பொறுத்த மட்டிலும் அவற்றின் உள்ளடக்கம் மக்களோடு சம்பந்தம் அற்றவை என்பதைத் தவிர இக்கலைகளின் மீது உங்களுக்கு குறைகள் ஏதேனும் உண்டா?

பாருங்கள், கலையில் இருவகை உண்டு. அரசவைக் கலைகள், மக்கள் கலைகள். பரதநாட்டியம் போன்றவை அரசவைக் கலைகள், இவை நிச்சயமாக பல்லாண்டுகளாகச் செழித்த மிகப் பெரிய பாரம்பரியம் கொண்டவைதான். ஆனால் அது யாருடைய பாரம்பரியம்? அது யாருடைய கலை? உழைக்கும் மக்களும் கிருஷ்ணனைப் பற்றித் தான் பாடுகிறார்கள். கோலாட்டம். (உணர்ச்சிவசப்படுகிறார் அவர். பக்கத்திலிருக்கும் அவர் குழுவினர் ஒருவர் 'டப்பு'விலிருந்து தகுந்த மாதிரி இசை எழுப்புகிறார்) எவ்வளவு அருமை! எவ்வளவு அழகு! உழைக்கும் மக்களின் பாரம்பரியம் இதுதான்.

- **ஆனால் பரத நாட்டியத்தின் பாரம்பரியம் என்ன? ஒரு பாட்டு இருக்கிறது. (ஒரு பரத நாட்டியப் பாடலைப் பாடுகிறார்)**

அந்த நாட்டியம் என்ன தெரியுமா? நிலா வெளிச்சத்தில் அரசனும், அரசியும் இருக்கிறார்கள். அங்கு ஒரு குளம். வெடவெடக்கும் குளிர்ந்த நீருள்ள குளம். அந்தக் குளத்தில் வெள்ளை உடை உடுத்திய நடனமாது குதிக்க வேண்டும்.

தகிட..தகிட.. திகிட.. தகிட,..ஜன
தகிட தகிட. தகிட. தகிட ஜன
தாராரா தாராரா தாராரா
தாராரா

என்று அவள் பாடுகிறாள். அவள் என்ன பாடுகிறாள் தெரியுமா? "என் காதலை நான் இன்று பார்க்க விரும்பினேன். ஆனால் அரசன் இன்று தன்னை மகிழ்விக்கச் சொல்லி விட்டான்".

- **சரி, பரத நாட்டியம் அரசவைக்கலை. ஆனால் இன்றைய நாளில் அதற்குப் பதில் உள்ளடக்கம் கொடுத்து, முன்னேற்றக் கருத்துக்களுக்கு அதைப் பயன்படுத்தக்கூடாதா?**

நீங்கள் சரியான இடத்திற்கு வருகிறீர்கள். இங்கு இரண்டு விஷயங்கள் உள்ளன.

ஒன்று மக்கள் புதிய விஷயங்களை எதிர்பார்க்கிறார்கள். பல புதிய விஷயங்கள், புதிய இசைக் கருவிகள் வருகின்றன. ஆனால் நாம் இந்தப் புதிய உள்ளடக்கத்தைப் பரத நாட்டியத்தில் கொடுக்கிற போது இயல்பாகவே வருகிற உண்மையான விஷயங்களை வெட்டிவிட வேண்டி வருகிறது. மொத்தப் புரட்சி விஷயத்தையும் இதில் நுழைக்க முடியாது. (ஒரு கிராமியப் பாடலைப் பாடுகிறார்) இந்தப் பாட்டை நான் பரதநாட்டியத்தில் போட வேண்டுமென்றால்.. (அதே பாடலை சாஸ்திரியமாகப் பாடிக் காட்டுகிறார்).

எனவே பரதநாட்டியத்தில் கொடுக்க வேண்டுமென்றால் புரட்சிக் கருத்துக்களில் பரதநாட்டியத்திற்கு ஏற்றவைகளை மட்டும் தேர்ந்தெடுத்துக் கொடுக்க வேண்டும்.

இரண்டாவது, நாங்கள் பரதநாட்டியத்திற்கு எதிர்ப்பாளர்கள் அல்ல. ஏனெனில் இந்தக் கலையை உருவாக்கியவனும் ஒரு மனிதன். புல்லாங்குழல் வாசிக்கிறவர், நாட்டியத்தை அமைத்தவர், பாட்டை எழுதியவர் அனைவரும் மிகப் பெரிய கலைஞர்கள். இதை நாம் மறந்து விடக் கூடாது. ஆனால் பாட்டை எழுதிய இலக்கியவாதி மிகவும் புத்திசாலித்தனமாக அரசவைக்குச் சாதகமாக பாட்டை எழுதி விடுகிறான். காலம் வரும் போது இந்தக் கலை வடிவத்தையும் பயன்படுத்திக் கொள்வோம்.

சில நேரங்களில் பாரம்பரிய இசைகளை நாங்கள் பயன்படுத்தி இருக்கிறோம். (பாடிக்காட்டுகிறார்). மத்தியதர வர்க்க மக்கள் இவற்றை ரசிக்கிறார்கள். ஆனால் கிராமிய மக்களிடம் போகிற போது அவர்கள் ரசிப்பது இல்லை.

மேலும் சாஸ்திரிய சங்கீதத்தில் நிறைய விதிமுறைகள் உள்ளன. இப்படி இப்படித்தான் பாட வேண்டும் இன்னார் இன்னார்தான் பாட வேண்டும் என்று விதிகள் உள்ளன. மக்கள் பாடல்களில் அப்படி இல்லை. யார் யார் எப்படி எப்படி வேண்டுமானாலும் பாடலாம். (பாடுகிறார்) இந்தப் பாட்டை நான் இப்படிப் பாடுகிறேன். ஆனால் கிராமத்துப் பெண்கள் இதை இப்படிப் பாடுகிறார்கள். மேலும் மென்மையான நளினத்தோடு பாடுகிறார்.

- **சினிமாவைப் பயன்படுத்துவது பற்றி ஏதேனும் திட்டம் வைத்து இருக்கிறீர்களா?**

நாங்கள் இதுபற்றி மிகவும் தீவிரமாக யோசித்துக் கொண்டிருக்கிறோம். இன்றைய சினிமா நமது கையில் இல்லை. சினிமா காபிடலிச

மீடியமாக இருக்கிறது. எதை நினைக்கிறார்களோ அதைப் படமாக எடுத்து வெளியிட மக்களுக்கு உரிமை வேண்டும். ஏன் தணிக்கை முறை உள்ளது? நீலப்படங்களை எடுக்க அனுமதிக்கும் போது, பால் உணர்ச்சிப் படங்களை எடுக்க அனுமதிக்கும் போது, ஏன் புரட்சி படங்களைத் தடுக்க வேண்டும்?

(ஆமாம் இன்றைய சினிமா ஒரு வியாபாரம். நமது இடையீடு) அது ஒரு பக்கம் இருக்கட்டும் நான் சொல்வது என்னவென்றால் சினிமா என்பது பணத்துடன் தொடர்பு கொண்டது. அதைத் தயாரிக்க குறைந்தபட்ச பணமாவது தேவை. அடுத்ததாக பட விநியோகம், அது மட்டும் அல்ல. சினிமா அரசாங்கத்தால் அடக்கப்பட்டு உள்ளது. நீங்கள் ஒரு நல்ல மனிதர். நிறையப் பணம் வைத்து இருக்கிறீர்கள். தமிழ்நாட்டில் ஒரு குறிப்பிட்ட பிரச்சனை பற்றிப் படமெடுக்கப் பணம் கொடுக்கத் தயார். ஆனால் அந்தப் படத்தைத் தயாரித்து வெளியிடுவதற்கு அரசாங்கம் உங்களை அனுமதிக்குமா?

அவர்களுக்குத் தெரியும் சினிமா சக்தி வாய்ந்த சாதனம் என்று. ஒரு முறை உங்களை விட்டால் போதும். சினிமாவைப் பார்த்து மக்கள் அவர்களை எட்டி உதைத்து விடுவார்களோ அதைப் படமாக எடுத்து வெளியிட மக்களுக்கு உரிமை வேண்டும். ஏன் தணிக்கை முறை உள்ளது? நீலப்படங்களை எடுக்க அனுமதிக்கும் போது, பால் உணர்ச்சி படங்களை எடுக்க அனுமதிக்கும் போது ஏன் புரட்சி படங்களைத் தடுக்க வேண்டும்?

இருப்பினும் நாங்கள் சில சோதனைகள் செய்து பார்த்து இருக்கிறோம். ஜன நாட்டிய மண்டலியின் ஒரு அங்கத்தினரான பி. நரசிம்மராவ் ஒரு படத்தை எடுத்தார். அதன் பெயர் ‘மாபூமி’ அதில் நான் ஒரு பாட்டுப் பாடி இருக்கிறேன். அது மிகவும் பிரபலமான பாட்டு (பாடிக் காட்டுகிறார்). இது மிகவும் ஆற்றல் வாய்ந்த பாடல்! தியாகி ஒருவரால் எழுதப்பட்டது. அவர் சுட்டுக் கொல்லப்பட்டார். இது அரசு விருது பெற்றது. ஆந்திராவில் ஓர் ஆண்டு முழுவதும் ஓடியது. அடுத்து ‘ரங்குலா கலா’ என்ற படம். இது ஒரு அரசியல் படம். அகில இந்திய பரிசு பெற்றது. இதை உருவாக்கியவர் பி. நரசிம்மராவ். இவர் மிகப் பெரிய கலைஞர். இவர் தான் என்னை உருவாக்கியவர். இவர் தான் என்னை இந்த இயக்கத்தில் இணைத்தார். இவர் ஒரு நிலக்கிழாரின் மகன். இவர் தான் கலை விரும்புவோர் சங்கம் (Art Lovers Association) என்பதை

உருவாக்கியவர். (இந்த சங்கம் தான் பின்னர் ஜனநாட்டிய மண்டலியாக வளர்ந்தது.)

இதில் நான் இரண்டு பாடல்கள் பாடி இருக்கிறேன். (பாடிக் காட்டுகிறார்) இது மிகவும் பிரபலமாகி விட்டது. இப்போது போலீஸ்காரர்கள் விழித்துக் கொண்டார்கள். (சிரிக்கிறார்) என்னடா இது! மேடையில் இந்தப் பாட்டைப் பாடக்கூடாது என்று தடை செய்கிறோம். ஆனால் வானொலியில் ஒலிபரப்பாகிறதே என்று நினைத்தார்கள்.

- **இதன் பிறகு வியாபார சினிமாக்காரர்கள் உங்களை அணுக வில்லையா?**

நிறைய பேர். ஆனால் அவர்கள் எங்கள் பாடல்களின் மெட்டுக்களை எல்லாம் எடுத்துக் கொண்டு பணமாக்கி விட்டார்கள். (பாடுகிறார்) தெலுங்கு சினிமா முழுவதும் இப்போது மக்கள் பாடல்களைத் தேடி அலைகிறது. அரசியல் கட்சிகள் எங்கள் பாடல்களை எடுத்து அங்கும் இங்கும் சில மாற்றங்கள் செய்து பயன்படுத்துகின்றன. (ஒரு பாடலைப் பாடிக் காட்டுகிறார்.)

- **'ஜன நாட்டிய மண்டலி' பற்றி கொஞ்சம் சொல்லுங்கள்!**

இது ஒரு பண்பாட்டுக்குழு. இது மத்தியதர வர்க்கத்து மனிதர்கள் சிலர் சேர்ந்து தொடங்கியது. முதலில் சில கவிதை வாசிப்புகள், பிறகு நாட்டுப் பாடல்கள், அதன் பிறகு மக்கள் கலைஞர்களைக் கொண்டு வந்து நிகழ்ச்சிகள், இப்படித்தான் வளர்ந்தது.

பெரிய பெரிய அரங்குகளில் எங்கள் நிகழ்ச்சிகளை நடத்துவது இல்லை. அது தவறான அணுகுமுறை. முதலில் நாங்கள் பாடுகிறோம். சாப்பிடுகிறோம். தூங்குகிறோம். அவர்கள் ஏதும் தராவிட்டால் பிச்சை எடுத்துச் சாப்பிடுகிறோம்.

ஒவ்வொரு தாலுகாவிற்கும் ஒரு குழு இருக்கிறது. இதன் பிரதான குழுவில் 10 பேர் இருக்கிறார்கள்.

இது ஒரு அகில இந்திய அமைப்பு அல்ல. கோவா, மகாராஷ்டிரா, கர்நாடகா ஆகியவற்றில் இதன் குழுக்கள் இருந்த போதிலும் இதன் அகில இந்திய அமைப்பு "All India League for Revolution" (A.L.R) என்பது தான் நாங்கள் நட்புறவுடன் எங்கள் அனுபவங்களைப் பிற மாநிலத்தவருடன் பகிர்ந்து கொள்கிறோம். இந்த முறை தமிழ்நாடு மக்கள் கலைமன்றம் எங்களுடன் இணைந்து நிகழ்ச்சிகளை நடத்துகின்றது.

- **உங்கள் சொந்த வாழ்க்கை பற்றிச் சொல்ல முடியுமா?**

என் மனைவி என் அரசியலின் ஆழ்ந்த அனுதாபி. அவள் ஒரு தொழிற்சாலையில் வேலை செய்கிறாள். ரூ500 சம்பாதிக்கிறாள். அவள் அதிக உழைப்பாளி. எனக்கு மூன்று குழந்தைகள் சூரியலு, சந்திரலு, வெண்ணிலா. என் சகோதரன் ஒரு விவசாயக் கூலி. என் தாயும் விவசாயக் கூலி தான். "லஷ்மம்மா" எனும் எனது பாடல் அவளைப் பற்றியது. ஒரு முறை என் தாய் என்னைப் பார்க்க முடியாமல் போய் விட்ட போது நான் பாடியது. எனக்கு வேறு பிரச்சினைகள் இல்லை. என்றைக்கும் இருக்கும் பொருளாதாரப் பிரச்சினை எங்களுக்கு ஒன்றும் புதியது இல்லை.

நேர்காணல் முடிந்ததும் ஒரு முழுப்பாட்டைப் பாடுமாறு கத்தரை வேண்டுகிறோம். ஒரு இனிமையான பாடலை டேப் ரிக்கார்டரில் பதிவு செய்து கொண்டு திரும்புகிறோம்.

நா. கதிர்வேலன்

ஹைதராபாத்
21.4.1986

அன்புமிக்க இந்திரன் அவர்களுக்கு

கத்தார் அவர்களைப் பார்த்தீர்களா? அந்த மனிதன் நிஜமான போராட்ட மனிதன். பாசாங்குத்தனம் அறவேயில்லை. அவர் பங்குக்கு நாட்டுப்பாடல்களை எடுத்துக் கொண்டு, இன்றைய நடப்புகளை கலந்து, தீவிரமாக ஆக்ரோஷமாக, உரத்த தொனியில், உணரும்படியாக பாட்டுப்பாடி ஜனங்களை உசுப்புகிறார். இதற்குப் பரிசாக நெருக்கடி நிலையில் கத்தார் பட்ட வேதனை கொஞ்சமில்லை. மலக்குழி வழியே தடியை நுழைத்து, அப்புறம், அய்யோ பேனா கூட எழுதக் கூசும். இத்தனையும் பொறுத்துக் கொண்டு அவர், அவர் பாதையில் செல்கிறதைப் பார்க்கிறபொழுது சிலிர்ப்பாய் இருக்கிறது. சகஜமான வாழ்க்கையை இத்தனை எளிமையோடு நிராகரித்துவிட்டு, முதுகை திருப்பிக் கொண்டு போகிற இந்த மனிதனைப் பார்த்தால் ஆச்சரியமாய் இருக்கிறது.

நேர்காணல்

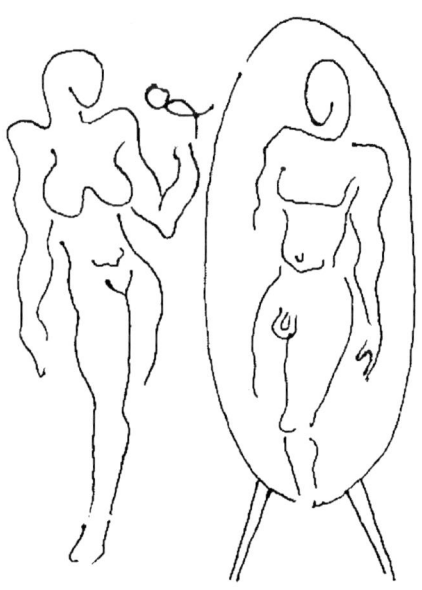

நேர்காணல்

நக்கீரன் இனிய உதயம் – 2011
எழில்முத்து

ஐரோப்பிய இலக்கியப் பயணத்தை முடித்துக் கொண்டு இரண்டு நாட்கள் முன்னர்தான் சென்னை திரும்பியிருந்தார் இந்திரன். சற்று களைப்பாகக் காணப்பட்டாலும் மிகவும் உற்சாகமாகவே இருந்தார். கடந்த நாற்பதாண்டு களாக கவிதை, ஓவியம், சிற்பம், சினிமா என்று பல்வேறு துறைகளைப் பற்றி தமிழிலும், ஆங்கிலத்திலுமாகச் சலியாது எழுதி வருகிறவர் என்பதை துளியும் காட்டிக் கொள்ளாத எளிமை.

பிரிட்டிஷ் அருங் காட்சியகத்தில் சேகரிக்கப்பட்ட இந்திய கலைப் பொருட்கள் குறித்து ஆராய்ச்சி செய்வதற்காக பிரிட்டிஷ் கவுன்சில் மற்றும் அசோசியேஷன் ஆஃப் பிரிட்டிஷ் ஸ்காலர்ஸ் அமைப்பினால் தேர்ந்தெடுக்கப்பட்டவர்.

ஆப்பிரிக்க இலக்கியத்திலிருந்து ஆதிவாசி இலக்கியம் வரை தமிழில் இதுவரை காணக் கிடைத்திராதவற்றை மொழிபெயர்த்துக் கொடுத்தவர்.

கன்னியாகுமரியில் திருவள்ளுவர் சிலை திறக்கப்பட்டபோது குறளின் 133 அதிகாரங்களுக்கு 133 நவீன ஓவியர்களின் படைப்புகள் கொண்ட மாபெரும் கண்காட்சியை தமிழக அரசுக்காக அமைத்துக் கொடுத்தவர். அவை "ஓவியக் குறள்' என நல்வடிவம் பெற்றுள்ளது.

Times of India, Indian Express ஆகிய தேசிய நாளேடுகளிலிருந்து, Marg கலை இதழ் வரையிலும் இவரது ஆங்கிலக் கட்டுரைகள் வெளியாகியுள்ளன. சாகித்ய அகாடமியின் தமிழ் ஆலோசனைக் குழு உறுப்பினர்.

இவரது வீட்டின் காற்றோட்டமான வரவேற்பறையின் எதிரெதிர் சுவர்களில், நைஜீரியாவிலிருந்து வந்திருந்த

ஆப்பிரிக்க முகமூடியும், சோழமண்டல சிற்பி கே.எம். கோபால் படைத்த அர்த்தகனேஷ்வரி உலோகப் புடைப்புச் சிற்பமும் ஒன்றை ஒன்று பார்த்தபடி மௌன உரையாடலை நிகழ்த்திக் கொண்டிருந்தன. இந்திரன் தான் அதுவரை படித்துக் கொண்டிருந்த ஐரிஷ் பெண் எழுத்தாளரின் நாவலான A Glassful of Letters எனும் புத்தகத்தை மூடி வைத்து விட்டு நம்முடன் உரையாடத் தயாரானார்.

- எழுதுவது, வாசிப்பது ஆகியவற்றில் தற்போது எதில் அதிக நேரம் செலவிடுகிறீர்கள்?

"வாசிப்பதில்தான் அதிக நேரம் செலவிடுகிறேன். பல நேரங்களில் நான் ஒரு எழுத்தாளன் இல்லையோ என்று எனக்கே சந்தேகம் வரும் அளவுக்கு அதிகமான நேரம் வாசிப்பதில் லயித்து விடுவேன்.

பிரான்சிலிருந்து வந்த நாளிலிருந்து நான் இந்த புத்தகத்தை வாசித்து வருகிறேன். வெறும் கடிதங்களாலேயே கதை சொல்லப்பட்டு வருகிற புதுமை என்னை அப்படியே உள்வாங்கி இழுத்துச் செல்கிறது. டப்ளின் நகரத்தில் நான் சந்தித்த மூத்த பெண் எழுத்தாளர் எவ்லின் கோன்லான் என்பவர் எழுதிய இந்த நாவல், விமானப் பணிப்பெண்ணாக வேலை செய்யும் ஒரு பெண்ணின் அக வாழ்க்கையைப் பேசிச் செல்கிறது. இதை எழுதிய பெண் எழுத்தாளரை நேரில் அறிவேன் என்பதால், கதாபாத்திரங்களின் உள்மன ஓட்டங்களை இந்த அளவுக்கு ஆழமாக எழுதியிருக்கும் இந்த எழுத்தாளரின் மிக இயல்பான தன்மைகளை ரசித்தபடியே படித்துக் கொண்டிருக்கிறேன்.

எழுத்தைப் பொறுத்த மட்டிலும் என் கதை வேறு. நினைத்தவுடன் எழுத உட்கார்ந்து விடுகிற ஆள் அல்ல நான். தினந்தோறும் இத்தனை பக்கம் எழுதி விடவேண்டும் என்கிற தீர்மானங்கள் எதுவும் எனக்குக் கிடையாது. ஒருவிதத்தில் எழுத்து என்பது உயிரியலுக்கு எதிரான நடவடிக்கை என்றுகூட நான் நினைப்பது உண்டு."

- அப்படியென்றால் எது உங்களை எழுத வைக்கிறது?

"ஏனோ தெரியவில்லை. எனக்குள்ளிருக்கும் ஏதோவொன்று, எனது கோபத்தை மனசைப் பிழியும் சோகத்தை ஒரு மலரின்மீது அல்லது ஒரு குழந்தையின்மீது கொண்டிருக்கும் சொல்லொணாத பிரியத்தை சொல்லப்படும் தருணம்வரை எதுவென்று அடையாளம் காட்டாத ஏதோ ஒன்றைக்கூட சக மனிதர்களோடு பகிர்ந்து கொண்டே தீர வேண்டும் என்று என்னை வற்புறுத்தத் தொடங்கி

விடுகிறது. இந்த வற்புறுத்தலிலிருந்து தப்ப முடியாது என்கிற நிலை வருகிறபோது நான் எனது கம்ப்யூட்டரின் முன்னால் அமர்ந்து விடுகிறேன்.

என் முன்னாலிருக்கும் கம்ப்யூட்டர் திரையில் வார்த்தைகளை அடுக்கத் தொடங்கியவுடனேயே அந்த வார்த்தைகளின் எடை அல்லது எடையின்மை குறித்த அக்கறையும், கூடுதல் கவனக் குவிப்பும் வந்து விடுகிறது. நான் சொல்ல வந்த விஷயங்களைச் சிந்தாமல் சிதறாமல் என் சக மனிதர்களுடன் பகிர்ந்து கொள்ள வேண்டும் என்ற எனது கவலையின் இன்னொரு முகமாக, அதைச் சொல்ல முனையும் விதம் குறித்த ஒருவிதமான கவலையும் என்னை வந்து கவிந்து கொள்ளும். எழுதுகிறவனைக் காட்டிலும் வாசகன் அதிக புத்திசாலி என்று நம்புகிற காரணத்தால், சிறந்த எழுத்தை மட்டுமே அவன்முன் படைக்க வேண்டும் என்று நான் அக்கறை கொள்கிறேன். என் உள்ளத்து உணர்ச்சிகளை என் சஹிர்தயனுடன் பகிர்தல் என்பதே என்னை எழுத வைக்கிறது.

கவிதையாக எழுதிய ஒன்றை ஒரு ஓவியமாகத் தீட்டியிருந்தால், தொட்டுணர முடியாத என் உள்ளத்து உணர்ச்சியை என் சக மனிதர்களுடன் இன்னும் முழுமையாகப் பகிர்ந்து கொண்டிருப்பேனோ என்றுகூட பலமுறை நினைப்பது உண்டு. இதனால்தான் நான் பல நேரங்களில் சித்திரங்களை கீறத் தொடங்குகிறேன். மிக அரூபமான உணர்வுகளைத் தெரிவிக்க மொழி தகுந்த சாதனமாக இல்லை என்று தோன்றுகிற சந்தர்ப்பங்களில் நான் ஏன் இசையைப் பயிலாமல் போனேன் என்றுகூட நான் நினைப்பதுண்டு."

- **ஆரம்பகாலங்களில் உங்களை பாதித்த எழுத்தாளர்கள் யார்? ஏன்?**

“"எனக்கு பதின்மூன்று வயதிருக்கும்போது என் வீட்டருகே இருந்த பொது நூலகமொன்றில் கா. அப்பாதுரையார் எழுதிய “உலக இலக்கியங்கள்’ எனும் உன்னதமான நூலைப் படித்தேன். வாழ்க்கையில் என்மீது மிகப் பெரிய தாக்கத்தை ஏற்படுத்திய மூன்று முக்கிய நூல்களில் இதுவும் ஒன்று.

இயல்பிலேயே கூச்ச சுபாவம் கொண்டவனாக இருந்த என்னை வாழ்க்கையில் தொடர்ந்து போராடும் தன்னம்பிக்கை மிக்க ஒரு மனிதனாக்கியது எமெர்ஸன் எழுதிய “விதியும் தன்னம்பிக்கையும்‘ எனும் உன்னதமான புத்தகம்தான். அதை யார் தமிழில் மொழி பெயர்த்தார்கள் என்று எனக்குத் தெரியாது. ஆனாலும் அதுதான் எனது வாழ்க்கையை மாற்றிய புத்தகம்.

அடுத்ததாக ஈழத்துத் தமிழ் அறிஞர் ஜோசப் தனிநாயகம் அடிகளார் எழுதிய “ஒன்றே உலகம்‘ எனும் உன்னதமான புத்தகம். அந்த புத்தகத்தை நூலகத்தில் திருப்பிக் கொடுக்கவே மனசு வராமல் மீண்டும் மீண்டும் அதை எடுத்துக் கொண்டே இருப்பேன். .அதை என் மார்போடு அணைத்தபடி போவதும் வருவதுமாக இருப்பேன்.

“அறைக்குள் வந்த ஆப்பிரிக்க வானம்‘, “பசித்த தலைமுறை’ என்கிற மூன்றாம் உலக இலக்கியம், “காற்றுக்குத் திசை இல்லை’ என்கிற இந்திய இலக்கியம், “கவிதாயனா’ என்னும் 30 கலைஞர்களின் ஒரிய மொழிக் கவிதைகள், “மஞ்சள் வயலில் வெறிபிடித்த தும்பிகள், மனோரமா பிள்ளை மொகபப்த்ரா என்பவரின் ஒரிய மொழிக் கவிதைகள், “கடவுளுக்குமுன் பிறந்தவர்கள்’ ”எனும் ஆதிவாசிகளின் கவிதைகள் என்று உலகின் பல்வேறு மொழி இலக்கியவாதிகளின் குரலைத் தமிழில் கொண்டு வரவேண்டும் எனும் என் செயலுக்கான விதையை சிறுவனாக இருந்தபோதே நெஞ்சில் ஆழமாக ஊன்றியவை பன்மொழிப் புலவர் கா. அப்பாதுரையாரின் எழுத்துகள்தான்.

சிறுவனாக இருந்தபோதே சிறுகதையோ நாவலோ அதிகம் படிக்க விரும்பாமல், மொழிபெயர்ப்புகளையும், வாழ்க்கை வரலாறு களையும் தணியாத தாகத்துடன் படித்து வந்த எனக்கு கா. அப்பாதுரை யார் எழுதிய ரவிவர்மா, ஐன்ஸ்டீன், சர்ச்சில், பெர்னாட்ஷா போன்றோ ரின் வாழ்க்கை வரலாற்று நூல்களும் மிகவும் சுவையானவையாகவே இருந்தன.”

- **அப்பாதுரையாரை நீங்கள் நேரில் சந்தித்திருக்கிறீர்களா?**

“அப்பாதுரையாரை மிக மூத்த நிலையில் அவர் அரசு கலைச் சொல்லாக்கத் துறையின் தலைவராக இருந்தபோது நான் அவரது அலுவலகத்தில் நேரில் சந்தித்தேன்.

பெரிய மேசையின் முன்னால் கருநிறத்தில் பருமனான உடல்வாகுடன் காட்சி அளித்த அப்பாதுரையார் மிகுந்த கனிவுடன் என்னை வரவேற்றார். நிறைய பேசினார். தன்னுடைய அறிவின் செல்வங்களை இளைஞர் களுடன் பகிர்ந்து கொள்ளும் ஆர்வம் மிகுந்தவராகத் தென்பட்டார். அந்தப் பதவியில் தனக்கு நேரும் சிரமங்களைப் பற்றியும்கூட அவர் என்னிடம் பகிர்ந்து கொண்டபோது அவரது திறந்த மனம் தென்பட்டது.

ஆப்பிரிக்க மொழி உட்பட சுமார் நாற்பது மொழிகள் கற்றவர் என்ற பெருமிதத்தை அவரிடம் காண முடியவில்லை. தான் எழுதிய

நூற்றியெழுபது நூல்களில் ஐந்து நூல்களை ஆங்கிலத்தில் எழுதியவர் என்கிற பெருமிதமோ, அறுபத்தியிரண்டு நூல்களை அந்தந்த மூல மொழிகளிலிருந்து மொழிபெயர்த்தவர் என்ற செருக்கோ, காரல் மார்க்சின் ""மூலதனம்'' என்ற நூலின் முதற் பகுதியை மொழி பெயர்த்தவர் என்ற ஆணவமோ, ஜப்பானிய மொழியிலிருந்தே ஒரு நாவலை மொழிபெயர்த்தவர் என்ற மயக்கமோ, கில்ப்ர்ட் ஸ்லேட்டெரின் "இந்திய நாகரீகத்தில் திராவிடப் பண்பு' நூலிலிருந்து கால்டுவெல்லின் "ஒப்பிலக்கணம்' வரை பல உன்னத நூல்களை மொழிபெயர்த்தவர் என்ற இறுமாப்போ அப்பாதுரையாரிடம் காணப்படவே இல்லை. ஒரு இளைஞன்தானே என்கிற அலட்சியம் இல்லாமல் அவர் என்னிடம் நிறைய பேசினார்."

- **அவர் பேசியவற்றில் இன்றைக்கும் உங்கள் நினைவில் நிற்பவை எவை?**

"கனிவுடன் அவர் பேசிய அந்த உரையாடலில் அவர் என்னிடம் சொன்ன வார்த்தைகளை இன்றளவும் என்னால் மறக்க முடியவில்லை. அவர் சொன்ன மூன்று முக்கிய விஷயங்களாக இவற்றைக் கருதுகிறேன்.

1. உலக இலக்கியங்களைத் தேடிக் கண்டுபிடித்து அவற்றின் உன்னதங் களை எடுத்துரைக்கும் அதே நேரத்தில், நமது தமிழ் இலக்கியங்களின் மாண்புகளையும் நாம் மறந்து விடக்கூடாது.
2. அதேபோல் தமிழர் யார் என்று இனங்காண்கிறபோது தமிழ் மொழியிடம் பற்று கொண்டவர்கள் அனைவரையும் நாம் தமிழராகவே கருத வேண்டும். இந்த வகையில் "வீரமாமுனிவரை ஒரு மிகச் சிறந்த தமிழராகக் கருதுகிறேன்' என்று சொன்னார். தமிழ்த் தேசியம் பேசுகிறபோதுகூட அப்பாதுரையாரின் பரந்து விரிந்த பார்வையை இது காட்டுகிறது.
3. மேனாட்டுக் கலை வரலாற்றைப்போலவோ அல்லது வடநாட்டுக் கலை வரலாற்றைப் போலவோ தென்னாட்டுக் கலை வரலாறு இன்னும் விளக்கமாக எழுதப்படவில்லை. ஆனால் கட்டடக் கலை, இசை, இலக்கியம், வான நூல், மருத்துவம் ஆகிய எல்லாத் துறைகளையும் போலவே இத்துறையிலும் தென்னாட்டுக்கென்று ஓர் தனி மரபு உண்டு.

இந்த மூன்று விஷயங்களும் எனது எழுத்துகளுக்குத் திசை காட்டும் கருவிகளாக எப்போதும் இருந்து வருகின்றன என்பதை நான் இங்கே பதிவு செய்ய விரும்புகிறேன்."

- **தமிழ் இலக்கியத்தடத்தில் தங்களைப் பாதித்தவர் எவர்? ஏன்?**

ஒரு ஓவியரின் மகனாகப் பிறந்து, இலக்கியம், இசை, நடனம், பத்திரிகை என்று இளமைக்காலம் முழுவதும் எனது பெரிய குடும்பம் என்னைச் சுற்றி இயங்கிக் கொண்டிருந்தது. எந்நேரம் பார்த்தாலும் ஓவியம் தீட்டிக்கொண்டு இருந்த நான், ஒரு ஓவியனாகத்தான் எதிர் காலத்தில் திகழ்வேன் என்று நம்பிக்கொண்டிருந்தேன். இத்தகைய என்னை தனது எழுத்தினாலும், சேகரித்து வைத்திருந்த புத்தகங் களினாலும் கவர்ந்து இலக்கியத்தின்பால் ஈர்த்தவர் எனது அத்தை மகனான கவிஞர் ப. இராஜேஸ்வரன். எழுதத் தொடங்கிய என்னை மிகக் கண்டிப்பாக தகுந்த வாசிப்பு இன்றி எழுதக்கூடாது என்று எனக்குக் கற்றுக் கொடுத்தவர் இராஜேஸ்வரன்தான். நான் நிறைய படிக்கத் தொடங்கிவிட்டேன்.

இராஜேஸ்வரனின் நண்பராக இருந்து எங்கள் குடும்ப நண்பராக மாறிய புலவர் த. கோவேந்தனின் செல்லப் பிள்ளையாக நான் மாறி விட்டேன். த. கோவேந்தனின் மூலமாக சிதம்பரம் ரகுநாதன், கே.சி.எஸ். அருணாசலம், மாஜினி, ஜெயகாந்தன், அவ்வை நடராஜன், ம.இலெ. தங்கப்பா என்று இலக்கிய ஜாம்பவான்களோடு எனக்கு நேரிடைத் தொடர்பு ஏற்பட்டது. கோவேந்தன் நிறைய இலக்கியத் தேடல் கொண்ட மனிதர். நான் ஆங்கிலத்தில் எழுத பிள்ளையார் சுழி போட்டவர்கூட கோவேந்தன்தான். சென்னையில் நடந்த பாரதி விழா ஒன்றில், அகில இந்திய கவிஞர்கள் பங்கெடுத்துக் கொண்ட நிகழ்வில் என்னை பாரதியின் கவிதைகளை ஆங்கிலத்தில் மொழிபெயர்த்துப் படிக்க வைத்து அரங்கேற்றம் செய்தவர் கோவேந்தன்தான். கோவேந்தனிடம் தயாரான இன்னொரு சக்தி இன்றைக்கு வரலாற்று ஆய்வுலகத்தை ஒரு கலக்கு கலக்கிக் கொண்டிருக்கும் டாக்டர். ஆ. இரா. வெங்கடாசலபதி. என்னுடைய இளமைக் காலத்தில் எனது எழுத்தை நேரிடையாகப் பாதித்தவர்கள் கவிஞர்.ப. இராஜேஸ்வரனும் த. கோவேந்தனும்தான்."

கவிதை, ஓவியம் ஆகியவற்றைப் படைப்பதற்கும் ஒரு மொழி பெயர்ப்பைச் செய்வதற்கும் எத்தகைய வேறுபாட்டை நீங்கள் உணர்கிறீர்கள்?

என்னைப் பொறுத்தவரையிலும் எனது எல்லா படைப்புச் செயல்பாடுகளும் மொழிபெயர்ப்பு உட்பட எழுத்தாளனுக்குள் இருக்கும் அந்தராத்மாவை இன்புறுத்துவதற்காகச் செய்யப்படுகிற ஒரு செயல்பாடுதான். அதே எழுத்து ஒரு பத்திரிகையில் வெளியிடப்படுகிற போது ஒரு நூலாக வெளியிடப்படுகிறபோது

ஒரு ஓவியக் கண்காட்சியாக இடம் பெறுகிறபோது அது ஒரு சமூகச் செயல்பாடாகி விடுகிறது.

இளமையிலிருந்து எனக்கு ஒரு குணம் உண்டு. ஆங்கிலத்தில் ஒரு படைப்பைப் படிக்கிறபோது அதை எனக்கே எனக்குச் சொந்தமாக்கிக் கொள்ள நான் விரும்புவேன். இத்தருணங்களில் அந்த வேற்று மொழி படைப்பை எனது தாய்மொழியான தமிழில் மொழிபெயர்க்கத் தொடங்கிவிடுவேன்.

இப்படி மொழிபெயர்க்கிறபோது வார்த்தைகள் மொழிபெயர்க்கும் செயல்பாட்டில் மேலும் எனக்கு நன்கு துலங்கத் தொடங்கும். ஒரு இலக்கியப் படைப்பை மேலும் நன்றாகப் புரிந்து கொள்ளும் ஒரு முயற்சியாகவே மொழிபெயர்ப்புகளை நான் மேற்கொண்டிருக்கிறேன். "அறைக்குள் வந்த ஆப்பிரிக்க வானம்', "காற்றுக்குத் திசை இல்லை', "பசித்த தலைமுறை' போன்ற எனது மொழிபெயர்ப்புத் தொகுதிகளில் இருக்கும் பல படைப்புகள் இப்படி என்னுடைய சொந்த சந்தோஷத்துக்காகச் செய்யப்பட்டவைதான்.

இப்படி நான் சொல்வதன் அர்த்தம் நான் சமூகத்தைப் புறக்கணிக் கிறேன் என்பது அல்ல. எனது கலை இலக்கியச் செயல்பாடுகளை ஒரு தாவரம் எனக் கொள்வீர்களெனில், அது நான் எனும் தனிமனித மண்ணில் வேர்விட்டு சமூகம் என்கிற விண்ணை நோக்கி வளர்கிறது என்பதுதான்."

- அப்படியானால் இளமையில் முதன்முதலாக எழுதத் தொடங்கிய போது யாருக்காக எழுதினீர்கள்?

""இளமையில் எனது எழுத்துகளைப் படிப்பதற்கென்று யாருமே இல்லாத ஒரு காலகட்டத்தில்கூட நான் எழுதிக்கொண்டுதான் இருந்தேன்.. எனது சுய மகிழ்ச்சிக்காக ஓவியத்தில் ஈடுபட்டிருக்கிறேன். எனக்கு பதினான்கு வயது இருக்கிறபோது பிற்பகலில் எனது வீட்டில் எல்லாரும் தூங்கிக் கொண்டிருக்கும் தனிமையான பொழுதுகளில் நான் எனக்கே எனக்கான கவிதைகளை எழுதி சந்தோஷித்திருக்கிறேன். எனக்கு ஆறு வயதிருக்கும்போதே ஒரு ஓவியரான எனது தந்தையாரின் தூரிகைகளையும் வண்ணங்களையும் அவருக்குத் தெரியாமல் எடுத்து ஓவியங்களாகத் தீட்டி மகிழ்ந்திருக்கிறேன். அவற்றை ரசிப்பதற்கென்று அப்போது ஒருவர்கூட இருந்தது கிடையாது.

இன்றைக்கும்கூட அப்படித்தான். கலை இலக்கியச் செயல்பாடுகள் எனது அந்தராத்மாவுக்குச் சம்மதமற்று இருந்தால் அதில் நான்

ஈடுபடுவதில்லை. கலை இலக்கியம் எனும் பரந்த களமே எனது சுதந்திர பூமி. இன்றைக்கு தமிழ்ச் சமூகத்தை ஆட்டிப்படைத்து வரும் அரசியல், சினிமா ஆகியவற்றின் கையில் நான் சிக்காமல் இருப்பதற்குக்கூட எனது சுதந்திர உணர்வுதான் காரணம்."

அப்படியானால் தீவிர இலக்கியம் பேசுகிற எழுத்தாளர்களான எஸ்.ராமகிருஷ்ணன், நாஞ்சில்நாடன், தமிழ்ச்செல்வன்,

- **வ.ஐ.ச. ஜெயபாலன் போன்றவர்கள் சினிமாவுக்குப் பணியாற்றுவது தவறு என்று சொல்கிறீர்களா?**

"நிச்சயமாக இல்லை. எஸ்.ராமகிருஷ்ணன், நாஞ்சில்நாடன், தமிழ்ச் செல்வன், வ.ஐ.ச. ஜெயபாலன் ஆகிய எல்லாரும் தமிழ் எழுத்துக்கு புதிய எல்லைகளை வகுத்தவர்கள். தீவிர இலக்கியவாதிகளான இவர்கள் மடி ஆசாரம் பார்க்கும் சிறு பத்திரிகைகளின் படி தாண்டி சினிமாவுக்குப் போயிருக்கிறார்கள் என்று சொன்னால் தமிழ் சினிமாவுக்கு நல்ல காலம் பிறந்து விட்டது என்பதையே இது காட்டுகிறது.

சினிமா ஒரு கலை சாதனம் என்பதில் சந்தேகமே இல்லை. ஒரு ஓவியத்தைப்போல் ஒரு சிற்பத்தைப்போல் ஒரு கவிதையைப்போல் சினிமாவை ஒரு கலை வடிவமாகக் கருதுகிறவன்தான் நான். "ரேயின் சினிமாவும் கலையும்' எனும் வங்காள சினிமா மேதை சத்யஜித்ரே பற்றிய ஒரு நூலை 1986ல் அதாவது 25 ஆண்டுகளுக்கு முன்னரே எழுதி வெளியிட்டேன். அதே நேரத்தில் "தமிழ் சினிமா ஒரு குறுக்கு விசாரணை' எனும் தொடர் கட்டுரைகளை கவிஞர் மீரா நடத்திய "அன்னம்' இதழில் எழுதி வந்ததன் மூலமாக தமிழ் வணிகச் சினிமாவைக் கடும் விமர்சனத்துக்கு உட்படுத்தி வந்தும் இருக்கிறேன்.

சத்யஜித்ரே பற்றிய எனது நூலை சென்னையில் ஜெயகாந்தன்தான் வெளியிட்டுப் பேசினார். அந்த ஜெயகாந்தனும் சினிமாவுக்குப் போனவர்தான். ஜெயகாந்தன் தமிழில் மாற்று சினிமாவுக்கான முதல் கல்லை நடுவதற்காக சினிமாவுக்குப் போனவர். அதில் நிறைய இன்னல்களைச் சந்தித்தவர். இன்று மிஷ்கின் தனது "நந்தலாலா' திரைப்படத்தை வெளியிடுவதற்கு பட்ட சிரமங்களைப்போல் பல மடங்கு சவால்களைச் சந்தித்தார்; வெற்றியும் கண்டார்.

ஒரு காலகட்டத்தில் தமிழ் சினிமாவையும் அதில் ஈடுபட்டவர் களையும் வெகுஜன கலாசாரம் என்று முத்திரை குத்தி

இழிவாகப் பேசி வந்தவர்கள் எல்லாம் இன்று சினிமாவுக்குப் போயிருக்கிறார்கள் என்று சொன்னால், தமிழ் சினிமாவின் தரம் உயரத் தொடங்கி இருக்கிறது என்றுதானே அர்த்தம். இதை தீவிர இலக்கியவாதிகளின் வெற்றி என்று சொல்வதைக் காட்டிலும் பாலா, மிஷ்கின், வசந்தபாலன், ஞான. ராஜசேகரன் என்று நீளும் தமிழ் சினிமா இயக்குனர்களின் வெற்றி என்றே சொல்லுவேன்."

- **விமர்சனத்தின் மூலமாக குற்றம் குறைகளைக் கண்டுபிடித்து எதிரிகளை உருவாக்கிக் கொண்டிருப்பது உங்களுக்கு உவப்பானதாக இருக்கிறதா?**

"விமர்சகன் என்று என்னை அழைப்பவர்கள், கலைப் படைப்புகளில் குற்றம் குறைகளை மட்டுமே கண்டுபிடிப்பதைத் தொழிலாகக் கொண்டவன் என்று என்னைக் கருதுவார்களெனில் அவர்கள் என்னை முற்றிலும் தவறாகப் புரிந்து கொள்கிறார்கள் என்பதே உண்மை

ஓவியத்தை அல்லது ஒரு புதினத்தை ரசிப்பதற்கான அழகியல் மனநிலை, ஒருவர் தான் பெற்ற கலை பற்றிய கல்வி மற்றும் பண்பாட்டு ரீதியாக அவர் பெற்ற கலை பற்றிய அனுபவம் ஆகியவற்றால் வாய்க்கிறது. கணிதத்தை ஒருவருக்குச் சொல்லிக் கொடுக்காவிட்டால் அவருக்கு கணக்கு என்பது எப்படி ஒரு புரியாத புதிராகப் போய்விடுமோ அதேபோல்தான், ஓவியம் என்றால் என்ன என்று பார்வையாளர்களுக்குக் கற்றுக் கொடுக்காவிட்டால் அது அவர்களுக்கு ஒரு புரியாத புதிராகத்தான் தென்படும்.

தனிப்பட்ட மனிதர்கள் தங்களின் விருப்பு வெறுப்புகளைக் கடந்த நிலையில், ஒரு கலைப் படைப்பை மதிப்பிடுவதற்குத் தேவைப்படும் தரவுகளை முன்வைப்பது என்பது எனது விமர்சனச் செயல்பாட்டின் முக்கியக் குறிக்கோள். அதனால்தான் கலை பற்றிய தத்துவார்த்தமான பார்வையாகிய அழகியலைப் பற்றி நான் பேச நேர்கிறது. தமிழர்களுக்கு என்று ஒரு தனித்துவமான அழகியல் பார்வை இருக்கிறது என்று ஒரு கருத்துருவாக்கத்தை முன்வைத்து வாதாடவும் செய்கிறேன்.

நவீன ஓவியம் என்றாலும், மரபார்ந்த சிற்பம் என்றாலும் அவற்றைப் புரிந்து கொள்ளும் மனநிலையை கட்டமைக்கும் முயற்சிகள் இன்றைய தமிழில் இடம்பெறவில்லையே என்கிற

ஏக்கத்தின் காரணமாகவேதான் நான் கலை விமர்சனத்தைக் கையில் எடுத்தேன்."

- உலகமயமாதல் என்பது முழுமையடைந்திருக்கிற இந்த கால கட்டத்தில், தமிழ் அழகியல்'' என்கிற கருத்துருவாக்கத்தை நீங்கள் முன்வைப்பது என்பது காலத்துக்குப் பொருத்தமானதாகத் தெரிகிறதா?

எனது "அறைக்குள் வந்த ஆப்பிரிக்க வானம்' 1982ல் வெளிவந்த போது அதற்கு நான் எழுதிய முன்னுரையில், "விரைவில் நாம் ஒரு கிரகம் தழுவிய பண்பாட்டைச் சந்திக்கப் போகிறோம். அத்தகைய புதிய பண்பாட்டைக் கட்டித் தழுவி வரவேற்பதற்கு நம்மைச் சுற்றி என்ன நடக்கிறது எனும் விழிப்புணர்ச்சி நமக்குத் தேவைப்படுகிறது என்று எழுதினேன். இன்றைய உலகமயமாதலுக்கு, சுமார் 30 ஆண்டுகளுக்கு முன்னரே கட்டியம் கூறியவன் நான் என்பதை உங்களுக்கு நினைவுபடுத்த விரும்புகிறேன்.

பௌதீகத்தில் அமெரிக்க பௌதீகம் என்றும், ஆப்பிரிக்க பௌதீகம் என்றும் இரண்டு கிடையாது. ஆனால் கலையில் அப்படி இல்லை. அதற்கு தனித்துவமான பண்பாட்டு அடையாளங்கள் உண்டு. சீன ஓவியமும் ஆப்பிரிக்க ஓவியமும் தங்களுக்கென்று தனித்துவமான அடையாளங்களைக் கொண்டவை. கோதிக் கட்டடக் கலையும் திராவிட கட்டடக் கலையும் தனித் தனியான பண்புக் கூறுகளைக் கொண்டவை தான் என்பதை நாம் புரிந்து கொள்ள வேண்டும். இதனால்தான் தமிழ்ப் படைப்புகளில் அது ஓவியமானாலும் சிற்பமானாலும் அதற்கென்று தனியான பண்பாட்டு அடையாளங்களும், உப பண்பாட்டு அடையாளங்களும் இருக்கின்றன என்று வாதிடுகிறேன்.

இந்த இடத்தில் மிக முக்கியமான எச்சரிக்கை ஒன்றையும் நான் சொல்ல வேண்டியிருக்கிறது. தமிழ்ப் பண்பாடு என்பது ஒரேமாதிரியான மொன்னையான தட்டையான ஒற்றைப் பரிமாணம் கொண்டது அல்ல என்பதை மிக முக்கியமாகப் புரிந்து கொள்ள வேண்டும். தமிழ்ப் பண்பாடு என்பது பல்வேறு அடுக்குகள் கொண்டது.

- சர்வதேச மொழியில் பேசக் கூடிய ஒரு ஓவியம் எப்படி தமிழ் அடையாளம் கொண்டதாக இருக்க முடியும்?

இந்த வினா இன்றைய ஓவியர்களுக்கும் இருக்கிறது. கலையில் இன, பண்பாட்டு அடையாளங்களைத் தேடுவது என்பது

பிற்போக்கானது என பல ஓவியர்களும், சிற்பிகளும் இன்றைக்கு நினைக்கிறார்கள். கே.எம். ஆதிமூலம்கூட என்னுடனான "இண்டியன் எக்ஸ்பிரஸ்' நேர்காணல் ஒன்றில் "ஓவியம் என்பது சர்வதேசத் தன்மை கொண்டது' என்று குறிப்பிட்டிருந்தார்.

இந்தக் கேள்வி எழுகிறபோதெல்லாம் பாரீஸ் பல்கலைக் கழகப் பேராசிரியரான மைக்கேல் டப்ரேன் ஒருமுறை கூறியதை என்னால் மறக்க முடிவதேயில்லை. அவர் சொன்னார்:

"கான்சாஸ் கணிதம் என்றோ, சோவியத் உயிரியல் என்றோ எதுவும் இல்லை. ஆனால் பாலினீசிய நம்பிக்கை, ஸ்பானிய கலைப் போக்கு என்ற ஒன்று இல்லை என்று நாம் கூற முடியுமா?'

ஆப்பிரிக்க நாட்டுக் கவிஞரும் நாடகாசிரியருமான வோல்லே சொயின்கா தனது நாடகங்களை பிரிட்டனில் ஆங்கிலத்தில் எழுதி அரங்கேற்றுகிறார். ஆனால் அவரது நாடகங்களை அவர் அவரது சொந்த மண்ணான நைஜீரியாவின் பண்பாட்டு அடையாளங்களுடன்தான் தயாரிக்கிறார். இந்தப் பண்பாட்டு அடையாளத்துக்காகத்தான் அவர் நோபல் பரிசு பெறுகிறார்.

இதேபோல் ஐசாக் பெஷ்விஷ் சிங்கர் எனும் யூதரால் அவரது தாய்மொழியான ஈடிஷ் மொழியில் எழுதப்பட்ட நாவல்களும் சிறுகதைகளும் ஆங்கிலத்தில் மொழிபெயர்க்கப்பட்டு உலகப் புகழை அவருக்குப் பெற்றுத் தந்தன என்றால் என்ன காரணம்? அவர் அமெரிக்காவில் குடியேறி முப்பதுக்கு மேற்பட்ட ஆண்டுகள் அங்கு வாழ்ந்தபோதிலும், அவரது கதைகள் அவர் ஒரு காலத்தில் வாழ்ந்த யூத சமூகம் பற்றியதாகவே இருக்கிறது."

- **அப்படியானால் தற்கால நவீன ஓவியர்கள், சிற்பிகள் ஆகியோரில் தமிழ் அழகியல் கூறுகள் கொண்ட ஓவியர்கள் யாரேனும் இருக்கிறார்களா?**

நிறையவே இருக்கிறார்கள்... ஆனால் அவர்களை அடையாளம் காண வேண்டும். இந்தத் திசையில் பயணிக்கிறபோது தற்காலத் தமிழ் ஓவியர்களின் ஓவியங்கள் சிறக்கின்றன. தமிழகத்தின் மிக முக்கிய சிற்பியாகத் திகழ்ந்த டி.ஆர்.பி. மூக்கையாவின் சுடுமண் சிற்பங்களையும் உலோகச் சிற்பங்களையும் எடுத்துக் கொண்டால் அவை பிகாசோ, ஹென்றீ மூர் போன்ற சர்வதேசப் புகழ் பெற்ற சிற்பிகளின் பாணிகளின் பாதிப்புக்கு உள்ளானவை என்று பேசப்படுவது உண்மைதான். ஆனால் அவை தமிழகத்துக்கே உரிய

கரகாட்டம், ஏறுதழுவுதல், பறை அறைதல் போன்றவற்றையே கருப்பொருளாகக் கொண்டவை. அவை மேலை நாட்டு பாணியை மேற்கொள்ள நினைத்த அதே நேரத்தில், தமிழகத்தின் சுடுமண் சிற்பங்களின் மரபார்ந்த மக்கள்கலை பாணியையும் உட்கிடையாகச் சுவாசிப்பதை நாம் கவனிக்க வேண்டும். இதை மூக்கையா கலைரீதியான ஒரு முடிவெடுத்துச் செய்தார் என்று சொல்வதைக் காட்டிலும், அவரது கிராமத்தில் அவர் பார்த்து அறிந்திருந்த மக்கள் கலை மரபுகள் அவரை அறியாமலேயே அவரது படைப்புகளில் தொழிற்பட்டன என்றே நாம் சொல்ல வேண்டி இருக்கிறது.

இதே போன்று இன்று மூத்த ஓவியராக வாழ்ந்து படைப்புகளைச் செய்துவரும் பி. பெருமாளின் ஓவியங்களை எடுத்துக் கொண்டாலும் அவை மேலை ஓவிய உலகத்து ஓவியப் போக்காக இருந்து வந்த ஃபாவிஸ்டுகளின் பாணியை நினைவுறுத்தினாலும், அவரது ஓவியப் படைப்புகளில் தமிழ்ப் பண்பாட்டுக்குக் கூறுகள் இருப்பதை நாம் அறிய முடியும். எஸ். தனபால், ராஜவேலு போன்றவர்களின் சித்திரங்களில் சோழர்கால சுவரோவியங்களில் காணப்படும் ஆற்றொழுக்கான கோடுகள் ரீதியாக உருவங்களை வரையறுக்கும் மரபு தொழிற்படுவதை உணர முடியும். சந்தானராஜ், அல்ஃபொன்சோ அருள்தாஸ், அந்தோணிதாஸ் போன்றவர்களின் ஓவியங்களிலும் தமிழ்க் குறியீடுகள், வாழ்க்கை முறைகள் ஆகியவை இடம்பெறுவதைக் காண முடியும். மூத்த ஓவியர் முத்துசாமியின் ஓவியங்களில் மிக நவீன பாணியான கொல்லாஜ்" ஓவிய முறை பயன்படுத்தப்பட்டபோதிலும் தமிழர்களின் வீர விளையாட்டுகள் போன்றவையே கருப்பொருளாக அமைந்திருப்பதைக் காண முடியும்.

தமிழ் இலக்கியக் களத்தில் தனியே கவனிக்கப்பட்ட கே.எம். ஆதிமூலத்தின் ஓவியங்கள் பெரும்பாலும் அரூப ஓவியங்களாக இருந்த போதிலும், அவரது சித்திரங்கள் மரபான சுடுமண் சிற்பங்கள், உலோக படைப்புகள், தோற்பாவைகள் ஆகியவற்றின் தன் மனோலயத்திற்கு ஏற்ற உருத்திரிபுகளோடு வெளிப்பட்டன என்பதையும் நாம் கவனிக்கத் தவறக் கூடாது.

இத்தகைய ஓவிய முன்னோடிகளின் பாதையில் தற்கால இளம் ஓவியர்கள் இயங்கத் தொடங்குவார்கள் என்றால், அவர்கள் இன்று சந்திக்கும் பண்பாட்டு அடையாளச் சிக்கலை படைப்பு ரீதியாக அவர்கள் தீர்த்துவிட முடியும்.

பின்காலனித்துவப் பார்வையில் நாம் நமது கலைப் படைப்புகளைப் பார்க்கத் தொடங்குவோமேயானால் அரசியல், பொருளாதார, வரலாற்றுப் பின்னணியிலான ஒரு அழகியல் பார்வை நமக்குக் கிடைக்கும்.

இது குறித்து நாம் செய்ய வேண்டிய ஒன்றாக இந்தியாவின் தலை சிறந்த ஓவியரும், கலை விமர்சகருமான கே.ஜி. சுப்பிரமணியம் கூறுவதை நாம் கவனித்தே தீர வேண்டும்.

"நவீன இந்திய ஓவியர்கள் தங்கள் மரபுகளோடு உண்மையான இணக்கம் கொள்ள வேண்டுமானால், அவர்கள் தங்களுக்கே உரிய முறையில் அவற்றைப் புரிந்து கொள்ளும் சாதனையைச் செய்ய வேண்டும்.'

இதனை அவர்கள் செய்வார்கள் என்றால் அவர்களது மரபு பல தலைகள் கொண்ட ஒரு அசுரனைப்போல உயிர்பெற்றெழுந்து அதனது பல வாய்களினால் அவர்களுடன் பேசத் தொடங்கிவிடும்."

• **பின்காலனித்துவப் பார்வை என்று நீங்கள் எதைக் குறிப்பிடுகிறீர்கள்?**
காலனி ஆதிக்கத்தினால் பாதிக்கப்பட்ட நாடுகளைச் சேர்ந்தவர்கள் தங்கள் கலை, இலக்கியம், பண்பாடு போன்றவற்றை ஐரோப்பிய மயப்படுத்தப்பட்ட உலகமயப்படுத்தப்பட்ட தீர்ப்புகளிலிருந்து விடுபட்ட தரவுகளால் எடை போடும் பார்வையை நான் பின்காலனித்துவப் பார்வை என்று குறிப்பிடுகிறேன்.

எட்வர்ட் செய்த் எழுதிய "ஓரியண்டலிசம்', ஃப்ரான்ஸ் ஃபனான் எழுதிய "ரெச்சர்ட் ஆஃப் தி எர்த்', பார்த்தா மிட்டர் எழுதிய "தி மச் மாலைண்ட் மான்ஸ்டர்ஸ்' போன்ற நூல்கள் இதற்கான தரவுகளை முன்வைக்கின்றன.

இந்தியா பிரிட்டிஷ், பிரெஞ்சு காலனி ஆதிக்கத்தின் கீழ் இருந்ததனால், இந்தியாவில் காலனி ஆதிக்கத்துக் காலத்து பிரதி ஒன்றை அல்லது கலைப் படைப்பு ஒன்றை மறு வாசிப்பு செய்வதற்கு மிக உகந்த ஒரு விமர்சனக் கருவியாக பின்காலனித்துவம் என்கிற கருதுகோளை எடுத்துக் கொள்கிறோம்."

• **ஏதேனும் ஒரு உதாரணத்தை எடுத்துக்காட்டி இதை விளக்க முடியுமா?**
இதை விளக்கிப் பேச வேண்டுமென்றால் 300 ஆண்டுகளுக்கு முன்னர் பிரெஞ்சுக்காரர்கள் ஆண்ட புதுச்சேரியில் வாழ்ந்த ஆனந்தரங்கம் பிள்ளை டைரிக் குறிப்புகளை எடுத்துக் கொள்ளலாம்.

24 ஆண்டுகளாகத் தொடர்ந்து பெரிய கணக்குப் புத்தகங்களில் எழுதப்பட்ட ஆனந்தரங்கம் பிள்ளை டைரிக் குறிப்புகள் சில நேரங்களில் அவரது கைப்பட எழுதப்பட்டபோதும் பல நேரங்களில் அது அவர் வாய்மொழியாகச் சொல்லப்பட்டே எழுதப்பட்டுள்ளன.

இந்த டைரிக் குறிப்புகளை தனது "பாலபாரதி' மாத இதழில் தொடர்ந்து வெளியிட்டார் வ.வே.சு. அய்யர். இவை அந்தரங்கமான நாட்குறிப்புகள் அல்ல. தன்னை ஒரு சாட்சியமாக வைத்து தன் காலத்தின் பல்வேறு நிகழ்வுகளை ஆனந்தரங்கம் பதிவு செய்திருக்கிறார். அதே நேரத்தில் அதை ஒரு வரலாற்று ஆவணமாக ஆக்கும் நோக்கமும் அவருக்கில்லை என்றே தோன்றுகிறது. தன்னை ஒரு பார்வையாளனாகவும் ஒரு பங்காளியாகவும் கொண்டு மிகவும் இயல்பான முறையில் அவர் தன் குறிப்புகளைப் பதிவு செய்திருக்கிறார்.

1736 செப்டம்பர் 6ல் தொடங்கி 1761 ஜனவரி 12ஆம் தேதி வரை எழுதப்பட்ட ஆனந்தரங்கரின் டைரிக் குறிப்புகள், ஒரு சமூக வரலாற்று ஆவணம் என்பதையும் கடந்து ஒரு முக்கிய இலக்கியப் பிரதியாகவும் விளங்குவதை நாம் மறுக்க முடியாது; மறக்கவும் கூடாது. தமிழில் உரைநடை வளர்ச்சிக்கு இதன் மூலமாக பெரும்பங்கு ஆற்றியிருக்கிறார் ஆனந்தரங்கம்.

பிரெஞ்சுக் காலனி ஆதிக்கத்தின் எதிர்ப்பாளராக இல்லாமல், துப்ளெக்ஸ் துரையின் நண்பராக அவருக்கு பல்வேறு உதவிகளைச் செய்த அதே நேரத்தில், தனது சமூகத்தின் விழுமியங்களை பிரெஞ்சுக்காரர்களிடமிருந்து காப்பவராகவும் ஆனந்தரங்கம் விளங்கினார். இதற்கு மிகச் சிறந்த ஒரு உதாரணம் புதுச்சேரியின் சம்பாகோவில் இந்துக் கோவிலாக இருந்து கிறித்துவக் கோவிலாக பிரெஞ்சுக்காரர்களால் மாற்றப்பட்டபோது அவர் அதைச் சமாளித்த விதம்.

ஹெகமோனி என்ற இத்தாலிய மார்க்சிஸ்டான அந்தோனியோ கிராம்சி 1930ல் குறிப்பிடுவதை நாம் கவனிக்க வேண்டும். "ஆனந்தரங்கர் தான் எடுக்கும் முயற்சிகள் பிரெஞ் சுக்காரர்களுக்கும் இந்தியர்களுக்கும் ஒரே மாதிரியான நன்மை தரக் கூடியவைதான் என்று அனைவரையும் நம்பவைக்கும் திறன் கொண்டிருந்தார். அதிகாரத்தினால் அல்லாமல், மக்களை வேண்டிக் கொள்வதனாலும் அல்லாமல் ஆளும் வர்க்கத்துக்கு

எது நலமானதோ அதுவே எல்லாருக்கும் நலமானது என்று நம்பச் செய்யும் சாதுரியத்தினால் அவர் மாபெரிய ஆளும் வர்க்கமாக விளங்கினார். பிரெஞ்சு விழுமியங்கள் மிகவும் இயல்பான முறையில் இந்திய மக்களால் ஏற்றுக் கொள்ள வைக்கப்பட்டன.'

ஆனந்தரங்கரின் இந்த மாபெரும் திறமையினால் ஒட்டு மாஞ் செடி ஒன்றை உருவாக்குவதுபோல் இந்திய பிரெஞ்சு பண்பாடு ஒன்று விளங்கித் தோன்றுவதற்கு அவர் ஒரு முக்கிய காரணமாக இருந்திருக்கிறார்."

- இந்திய பிரெஞ்சுப் பண்பாடு உருவாக்கப்பட்டது சரியானதுதான் என்று குறிப்பிடுகிறீர்களா?

""சரி, தவறு என்கிற வாதத்துக்கே இதில் இடமில்லை. வரலாற்றைச் சரியான வெளிச்சத்தில் புரிந்து கொள்ள வேண்டும் என்பதுதான் முக்கியம்.

Hybridity எனும் சொல்லால் ஒரு கலப்பினக் கலாச்சாரத்தைக் குறிப்பிடுகிறார் ஹோமி கே பாபா. இவரது வார்த்தையில் சொல்வதானால் "இரண்டு பண்பாட்டு கருத்துகளும், அமைப்புகளும் எந்தவித இடர்ப்பாடு மின்றி உருவாவதற்கு வசதிமிக்க மூன்றாவது வெளி ஒன்றை உருவாக்கிக் கொடுத்தார் ஆனந்தரங்கர்.' இந்த மூன்றாவது வெளியின் படைப்பாற்றல் காலனித்துவ அதிகாரமும் காலனிமயப்படுத்தப் பட்ட மக்களும் சந்திக்கும் ஒரு இடத்தில் மையம் கொள்கிறது. தங்களுக்கு அன்னியமான ஒரு பண்பாட்டுப் பிரதேசத்தில் இறங்கி நடப்பதற்கு கொடுக்கப்படும் முழுச் சம்மதம், சர்வதேசப் பண்பாடு என்ற ஒன்றை கருத்துருவாக்கம் செய்வதற்கு வழிவகுக்கிறது. இது பன்முகப் பண்பாடு எனும் கருத்தை ஜீரணித்துக் கொண்டதனாலோ, பண்பாடுகளுக்குள் பேதங்கள் இருக்கத்தான் செய்யும் என்கிற புரிதலினாலோ உண்டானதல்ல என்பதை நாம் புரிந்து கொள்ள வேண்டும். மாறாக பண்பாடுகளுக்குள் ஒரு கலப்பு ஏற்பட வேண்டும் என்கிற புரிதலினால் உண்டானது.

இதற்கான மிகச் சிறந்த உதாரணம், புதுவையில் இன்றைக்கும் ஆனந்தரங்கம் பிள்ளை வீதியில் உள்ள ஆனந்தரங்கரின் வீடு. கீழை நாட்டு கட்டடக் கலையுடன் பிரெஞ்சுக் கட்டடக் கலை இணைந்த ஒரு கலப்பின மரபின்படி அந்த கட்டடத்தைக் கட்டச் செய்திருக்கிறார் அவர். இதன் விளைவாக ஒரு கட்டடக் கலை தோன்றுவதற்கு மனம் திறந்து வழி கொடுத்திருக்கிறார்.

அதே போன்று பிரெஞ்சுக்காரர்களின் பண்பாட்டில் தமிழ்ப் பண்பாட்டை ஊடுருவல் செய்திருக்கிறார். பிரெஞ்சு கவர்னர் மாளிகைக்குள் தமிழ் அடையாளம் கொண்ட மேள தாளத்துடன், தங்கப் பிடி போட்ட கைத்தடி, பாதக்குரடு சகிதமாக உள் நுழையும் அதிகாரத் தையும் பெற்றிருக்கிறார். இந்த இடைப்பட்ட வெளிபண்பாட்டின் சுமையையும் அர்த்தத்தையும் தாங்கிக் கொண்டுவிடுகிறது.

இதனை மகத்துவப்படுத்திப் பேசுவது என்பதன் கீழ் மறைந்திருக்கும் காலனி அடிமை மன நிலையையும் நாம் கவனத்தில் எடுக்கத் தவறக் கூடாது. தொலை தூரப் பிரதேசங்களில் தங்களின் குடியேற்றங்களை உருவாக்கும் மறைமுகமான செயல் திட்டம் கொண்ட பிரெஞ்சுக்காரர் களின் காலனி ஆதிக்கச் செயல் குறித்த குற்ற உணர்ச்சி ஏதும் அவர் கொண்டிருந்தாரில்லை.

அதே நேரத்தில் ஆனந்தரங்கரின் மிகப்பெரிய சாதனையாக நாம் கருத வேண்டியது அவர் தனது டைரிக் குறிப்புகளை எழுதத் தேர்ந்தெடுத்த மொழி. அவர் பிரெஞ்சு மொழியில் தனது டைரியை எழுதாமல் தனது இந்திய மொழியான தமிழில் எழுதத் தொடங்கியது சிறப்பு. இந்த மொழித் தேர்வுதான் அவரது டைரி அந்தரங்க நோக்கம் கொண்டதே அன்றி பொதுவான வாசகனை நோக்கிச் செய்யப்பட்டது அல்ல என நிரூபிக்கின்றது.

இவ்வாறு காலனி ஆதிக்கத்துக்குப் பிறகான எல்லா பிரதிகளையும் எல்லா கலைப் படைப்புகளையும் நாம் ஆராய வேண்டும். இதன் ஒரு கிளைதான் நான் முன்வைக்கும் கருத்துருவாக்கமான தமிழ் அழகியலுமாகும்."

• "கடவுளுக்கு முன் பிறந்தவர்கள்' தொகுப்பின் மூலம் தமிழில் முதன் முதலாக ஆதிவாசி கவிதைகளைக் கொண்டு வந்தவர் என்ற வகையில் நீங்கள் சொல்ல விரும்புவதென்ன?

ஆதிவாசிகளின் கவிதையும் அக்கவிதைகளின் அழகியலும் தனித்துவமானவை. உண்மையை எளிமையாகவும் நேரிடையாகவும் பேசுபவை. சங்க இலக்கியம்போல் இயற்கையைப் பேசி அதன் மூலம் தங்களைப் பேசி விடுபவை. ஆதிவாசிகளின் அழகியல்தான் இந்தியாவின் அழகியல். இந்தியப் பண்பாடு என்ற பெயரில் இன்று கட்டப்பட்டி இருப்பவை எல்லாம் ஆதிவாசிகளின் கலாச்சாரத்தின் அஸ்திவாரத்தில் கட்டப்பட்டவைதான். அதனால் அது வெளிப்படையாகத் தெரியவில்லை.

அங்கே ஒரு பெண் தனது நாவினாலேயே அடுப்பைப் பற்ற வைத்து விடுகிறாள். காதலைப் பாடுகிறபோது மனமும் உடம்பும் ஒருசேர ஆராதிக்கப்படுகின்றன.

ஆனால் இந்தியப் பண்பாடு, இந்திய இலக்கியம் என்று நாம் பரவலாகப் பேசுகிறபோது ஆதிவாசிகளின் பண்பாடு, இலக்கியம் குறித்து எந்த அளவுக்குப் பேசுகிறோம் எந்த அளவுக்குப் பிரதிநிதித்துவம் கொடுக்கிறோம் என்பது மிக முக்கியமான கேள்வியாக இன்னமும் திகழ்கிறது.

இம்மக்களைப் பொதுவாக Tribals, Tribes, Sheduled Tribes என்று ஆங்கிலத்திலும்; கிரிஜன் அதாவது மலையின மக்கள் அல்லது பன்வாசி அதாவது வனத்தில் வாழ்பவர்கள் என்று இந்தியிலும்; மலையின மக்கள் என்று தமிழிலும் நாம் பெயரிட்டு அழைக்கிறபோது அவர்களைப் பிரித்துப் பார்க்கிற தொனி வந்து விடுகிறது. எனவேதான் இந்தி சம்ஸ்கிருத வார்த்தையான ஆதிவாசி" என்கிற சொல்லோ அல்லது தொல்பழங்குடிகள் எனும் தமிழ்ச் சொல்லோ பயிலப்படுவதை சமூக அரசியல் பிரக்ஞை கொண்டவர்கள் வரவேற்கிறார்கள். ஆதிவாசி என்ற சொல் இவர்களது பண்பாட்டு அடையாள நீட்சியை வரலாற்றை நினைவூட்டும் சொல்லாக இருப்பதால் இம்மக்களேகூட விரும்பி ஏற்கும் ஒரு சொல்லாக இது திகழ்கிறது. மையங்களால் அங்கீகரிக்கப்பட்ட குரல்களின் பட்டியலில் இடம்பெறாத ஒன்றாக ஆதிவாசிகளின் கவிதைகள் அதிகாரம் இன்னமும் உள்ளன. இதோ பாருங்கள் அண்மைக்கால ஆதிவாசி பாடல் ஒன்றை.

• **சிவன் எப்போது பிறந்தார் என்று நீங்கள் சொல்ல முடியுமா?**
இயேசு எப்போது பிறந்தார் என்று நீங்கள் சொல்ல முடியுமா? அவர்களுக்கு முன்னால் நாங்கள் இங்கே இருந்தோம். நீண்டகாலத்திற்குப் பிறகு அவர்கள் இங்கே பிறந்தார்கள். அவர்கள் மக்களுக்கு மத்தியிலிருந்து பிறந்து வந்தார்கள். நாங்கள் கடவுளுக்கு முன் பிறந்தவர்கள்.'

இந்திய இலக்கியத்தின் அடி ஆழத்தில் சலசலத்து நீரோடைபோல வரலாற்றுக்கு முந்தைய காலந்தொட்டு வாய்மொழி வழக்காகவே இன்னமும் உயிர்த்துடிப்போடு ஓடி வந்து கொண்டிருக்கும் ஆதிவாசி களின் இலக்கியம் குறித்து நாம் காட்டும் உதாசீனமும் இளக்காரமும் அம்மக்களையும் அவர்தம் ஆன்மாவாகிய இலக்கியத்தையும் வெளிறிப் போன நிழல்களாக்கி விடுகின்றன.

இந்த கோபம்தான் பீகார் ஜார்கண்டில் கோயெல்கேரோ அணைக்கட்டு எதிர்ப்பு ஊர்வலத்தில், 1994ல் இந்த கவிதையாக வெளிப்பாடு கொண்டது.

அவர்தம் அன்றாட வாழ்க்கை மரபுகளிலிருந்து விலகிப் போய் விடக்கூடாது என்பதில் அவர்கள் காட்டும் தீவிரமும், பண்பாட்டு அடையாளங்களை இழந்து விடக்கூடாது என்பதில் அவர்களின் நெஞ்சுரமும் அவர்களது கவிதைகளை அவர்களது பண்பாட்டு ஆவணங்களாக மூலசக்தி மிக்க வெளிப்பாடுகளாக, கிரகமயப்படுதலை, சூழலியல் சீர்குலைவுகளை எதிர்த்துக் குரல் கொடுக்கும் போர்க் குணம் மிக்க குரல்களாக செய்து விடுகின்றன. தாங்கள் வாழ்ந்த இயற்கையின் சூழலைப் பறிகொடுக்க விரும்பாத ஆதிவாசி கவிதை, சூழலியல் அக்கறை ஆதிவாசியின் இரத்தத்தில் ஊறியது. இதோ ஒரு ஆதிவாசி கவிதை:

"யூகலிப்டஸ் மரங்கள் அழகானவை.
ஆனால் அவை ஆடுகள் மேயும் புற்களுக்கான
நிலத்தடி நீரை உறிஞ்சி விடுகின்றன.
குளத்துக்குப் பக்கத்தில்
யூகலிப்டஸ் மரங்கள் செழித்து வளர்கின்றன.
வறண்ட பாறைகளிலும் கூட.
ஆனால், அம்மரத்தின் இலைகள்
குளத்தின் நிறைய மீன்களைச் சாகடித்து விடுகின்றன."

கிரகமயமாதலும் நகரமயப்படுதலும் ஆதிவாசிகளின் வாழ்க்கையை பண்பாட்டை இலக்கியத்தைச் சீரழித்து விடுகின்றன. கனரகத் தொழிற்சாலைகளை நிறுவுகிறோம் என்பதன் பெயரால் ஆதிவாசிகள் இயற்கையோடு இயைந்த வாழ்க்கையை இழந்து விடுகிறார்கள். அவர்களின் நிலங்கள் அவர்களிடமிருந்து பொருளாதார வளர்ச்சியின் பெயரால் பிடுங்கப்பட்டு விடுகின்றன. ஆதிவாசிகள் பெருநகரங்களில் குடியேறும் நெருக்கடிக்கு ஆளாகிறபோது போதைப் பொருள் விற்பவர்களாகவோ, ரிக்ஷா இழுக்கிறவர்களாகவோ, விபசாரத்தில் ஈடுபடுபவர்களாகவோ மாற்றப்பட்டு விடுகிறார்கள். நிலத்தை இழந்த ஒரு ஆதிவாசி கவிஞனின் குரலைக் கேளுங்கள்:

"உணவுப் பொருள்களை விளைவிக்க
எங்களுக்கு நிலம் வேண்டும்.
எங்கள் பூமியில் விளைந்த உணவு வேண்டும்.

எங்கள் மூதாதையர்களின் ஆன்மாக்கள்
எங்கள் உணவுகளை அளிக்கிறார்கள்.
எங்கள் நிலத்தில் விளைவிக்கிறபோது அவை சுவைக்கின்றன.
எங்கள் மூதாதையர்கள் பயிர்களில் சுவாசிக்கிறார்கள்.
எங்கள் ஆன்மாக்கள்
அவற்றிற்கான மழையைக் கொண்டுவருகின்றன.
எங்கள் தந்தை
அவற்றிற்கு வண்ணத்தைக் கொண்டு வருகிறார்.
எங்கள் காடுகள் வெது வெதுப்பைக் கொண்டு வருகின்றன.
கடைகளில் விற்கப்படும் தானியங்கள் புளிக்கின்றன.
நாங்கள் இப்போது புளித்த தானியங்களால் வாழ்கிறோம்.
நாங்கள் நீண்டகாலம் உயிர் வாழப் போவதில்லை.'

நிலங்களைத் தனி உடமையாகக் கருதும் மனப்போக்கு ஆதிவாசி பண்பாட்டுக்கு அந்நியமானது. ஆதிவாசிகள் காடுகளின் பங்காளிகள். காடுகளைக் காப்பாற்றும் முயற்சியில் வனக் காவல் அதிகாரிகள் ஆதிவாசிகளுக்கு அவர்களின் காடுகளின்மீது இருக்கும் உரிமைகளைக் கணக்கிலெடுத்துக் கொள்ள வேண்டும்."

* ஆதிவாசி கவிதைகளை தற்காலமயப்படுத்த வேண்டுமானால் என்ன செய்ய வேண்டும்?

பிற தேசிய மொழிகளைப்போலவே ஆதிவாசிகளின் மொழிகளுக்கும் உரிய மரியாதை அளிக்கப்பட வேண்டும். வாய்மொழியாக இருக்கும் கவிதைகள் எழுத்து மொழியில் பதிவு செய்யப்பட வேண்டும். ஆதிவாசிப் பகுதிகளில் ஆதிவாசிகளையே ஆசிரியர்களாக அமர்த்துவதன் மூலமாக ஆதிவாசி கவிதைகளை தற்கால ஆதிவாசிகள் உணர்ந்து ரசிக்கும் நிலை ஏற்படும்.

ஆதிவாசி கவிதைகளின் அழகியல் குறித்து நாம் ஆராயத் தொடங்கினால் நமது கவிதைகளின் அழகியல் எல்லைகள் மேலும் விஸ்தீரணம் அடையும்."

* தற்கால இலக்கிய உலகம் குறித்து நீங்கள் என்ன நினைக்கிறீர்கள்?

ஒரு சீனியர் எழுத்தாளன் என்ற வகையிலும், ஒரு கலை விமர்சகன் என்ற வகையிலும் தற்காலத் தமிழ் இலக்கியம் ஆரோக்கியமாகவே எனக்குத் தென்படுகிறது. குறிப்பாக தமிழகத்திலிருந்து அமெரிக்கா போன்ற நாடுகளுக்குக் கணிப்பொறியாளர்களாகவும் மருத்துவர்களாகவும் பல தமிழர்கள் சென்றபோதிலும், இலங்கையில்

தமிழர்களுக்கு நேர்ந்த அரசியல் நெருக்கடிகளினால் ஐரோப்பிய நாடுகளுக்குப் புலம் பெயர்ந்த ஈழத்தமிழர்களினால்தான் தமிழ் ஒரு புதிய பன்முகப் பரிமாண வளர்ச்சியைப் பெற்றிருக்கிறது என்று சொல்ல வேண்டும். தமிழுக்கு ஒரு ஷோபா சக்தி, ஒரு சேரன், ஒரு வ.ஐ.ச. ஜெயபாலன், ஒரு முத்துலிங்கம், ஒரு கி.பி. அரவிந்தன் போன்ற உன்னதமான எழுத்தாளர்கள் ஈழத் தமிழர்கள்தான்."

- **வெளிநாடுகளில் வாழும் இந்தியத் தமிழர்களைச் சொல்ல மாட்டீர்களா?**

நிறையபேர் இருக்கிறார்கள். ஆனால் முதலில் நினைவுக்கு வரும் பெயர் நாகரத்தினம் கிருஷ்ணா. ஒரு நல்ல நாவலாசிரியரான இவர் பிரெஞ்சிலிருந்து நேரிடையாக மொழிபெயர்க்கும் மொழி பெயர்ப்புகள், அறிவார்ந்த கட்டுரைகள் ஆகியவற்றால் மிக முக்கியமானவர்."

- **இந்த ஆண்டு சாகித்ய அகாடமி விருது பெற்ற நாஞ்சில்நாடன் குறித்து உங்கள் விமர்சனம் என்ன?**

சாகித்ய அகாடமியின் ஆலோசனைக் குழு உறுப்பினன் என்பதையும், 1975ல் நான் மும்பையில் வாழ்ந்த காலம்தொட்டு எனது மிக நெருங்கிய நண்பர் என்பதையும் கடந்த நிலையில் சொல்கிறேன். நாஞ்சில்நாடன் தார்மீகக் கோபம் கொண்ட மிகச் சிறந்த ஒரு எழுத்தாளர். தமிழ் மண்ணின் அடையாளத்தை நாஞ்சில் நாட்டு மொழி வளத்தோடு படைப்பிலக்கிய மாகக் கொடுத்தவர். சாகித்ய அகாடமியின் தமிழ் கன்வீனராக இருக்கும் கவிஞர் சிற்பியின் காலகட்டத்தில் நடந்திருக்கும் மிக முக்கியமான பங்களிப்பு நாஞ் சில்நாடனுக்கு விருது கொடுத்திருப்பது. மும்பையில் நான், நாஞ் சில்நாடன், ஞான.ராஜசேகரன், ஞானபானு ஆகியோரெல்லாம் ஒன்றாகக் கலை இலக்கியத்தில் ஈடுபட்ட நாட்கள் நினைவுக்கு வருகின்றன."

புதியபார்வை / 1992

கல்யாணராமன்

இந்திரன் ஒரு மக்கள் இலக்கியவாதியாகச் செயல்படுகிறார். வங்கியில் ஓர் உயர் அதிகாரி. எழுதத் தொடங்கி 20 ஆண்டுகளுக்கு மேலாகிறது. இன்னமும் தீவிர உயிர்ப்புடன் இயங்குகிறார். கவிஞர், ஓவியர், மொழிபெயர்ப்பாளர், கலை விமர்சகர், தொகுப்பு மற்றும் பதிப்பாசிரியர் என்று தலைக்கு மேல் பல கிரீடங்கள். இந்திரன் தமிழின் சிந்தனைக்களத்தில் இன்று உடனடியாக எதிர்கொள்ளப்பட வேண்டிய ஒரு பெயர். 'புதிய பார்வை'க்காக அவரைச் சந்தித்த போது.

- **உங்கள் தந்தையார் கஜேந்திரன் ஓர் ஓவியர் என்பதை அறிவேன். இக்கலைப் பின்னணி உங்களுக்கு நிச்சயம் உதவியிருக்குமென நம்புகிறேன். அது பற்றிக் கொஞ்சம் சொல்லுங்களேன்.**

என் தந்தையார் ஓவியக் கல்லூரியில் ஓவிய மேதை தேவிபிரசாத்ராய் செளத்ரியிடம் ஓவியம் பயின்றவர். என் இளமைக் காலத்தில் எங்கள் வீட்டில் எப்போதும் நண்பர்கள் கூட்டம். வள்ளலார் பாரதி, பாரதிதாசன், பற்றியெல்லாம் இஷ்டத்திற்குப் பேசிக் கொண்டிருப்பார்கள். நான் அதிகம் விளையாட மாட்டேன். எல்லாவற்றையும் கேட்டுக் கொண்டு அங்கேயே நின்றிருப்பேன். எங்கள் வீட்டிலேயே வளர்ந்த என் அத்தை பிள்ளைகள் பரதநாட்டியம், வயலின், சிதார் ஆகியவற்றை கற்று வந்தார்கள். இவற்றையும் வேடிக்கை பார்ப்பேன். அத்தை பிள்ளைகளில் ஒருவர் சிறந்த மரபுக் கவிஞர். 'இதயநிழல்' என்ற தலைப்பில் தொகுப்பு வெளியிட்டிருக்கும் அவர் பெயர் ப.இராஜேஸ்வரன். அவர் மூலமாகத்தான் ஓவியங்கள் வரைந்து கொண்டு ஓர் ஓவியனாகும் கனவுகளோடு இருந்த நான், இலக்கியம் பக்கம் ஒதுங்கினேன். எங்கள் வீட்டு முகவரியில் 'ஒளவையார்' எனும் பத்திரிகையைக் கவிஞர்

இராஜேஸ்வரனும் கவிஞர் நெல்லை அருள்மணியும் சேர்ந்து நடத்தி வந்தார்கள். அதற்கு ஸ்டாம்பு ஒட்டுவது முகவரி எழுதுவது போன்றவற்றைச் செய்வது என் வேலை. நான் ஆறாம் வகுப்பு படிக்கும் போது ஓர் உருவகக் கதையினை எழுதிக் கொடுத்து 'ஔவையார்' இதழில் போடச் சொன்னேன். முன்சொன்ன வேலைகளை எங்கே செய்யாமல் போய் விடுவேனோ என்ற பயத்தில் அதனை உடனே வெளியிட்டார்கள். அதுதான் முதன் முதலில் வெளிவந்த என் படைப்பு.

- **ஒரு படைப்பு என்பதைக் காட்டிலும் மொழி பெயர்ப்பாளராகவும் கலை விமர்சகராகவுமே தமிழ்ச் சூழலில் அதிகம் அறியப்பட்டிருக்கிறீர்கள், இதற்கு உங்களின் எதிர்வினை என்ன?**

அடிப்படையில் நானொரு கவிஞன்தான். கவிதைதான் என் ஆதார சுருதி. ஆனால் இன்றைய தமிழ்ச் சூழலில் ஒரு கவிஞனைக் காட்டிலும் ஒரு கலை விமர்சகனே மிகவும் தேவைப்படுகிறான். மொழி பெயர்ப்பாளர்களே குறைவாக இருப்பதினால் 'இந்திரன்' என்ற கவிஞனைக் காட்டிலும் 'இந்திரன்' என்ற மொழிபெயர்பாளனால் அதிகப் பயனுண்டு என்று வாசகர்கள் நினைக்கலாம். வாசகன், எழுதுகிறவனைக் காட்டிலும் புத்திசாலி என்பது என் நம்பிக்கை. எனவை இந்தக் கவிஞனாகப் புரிந்து கொள்வதைக் காட்டிலும், கலை விமர்சகனாக, மொழிபெயர்ப்பாளனாகப் புரிந்து கொள்வதில் ஆர்வம் காட்டுகிறதென நினைக்கிறேன்.

- **நவீன தமிழ் ஓவியம் குறித்து அதிகம் பேசியும் எழுதியும் வந்திருக்கிறீர்கள். ஒரு வகையில் கவிதையைக் காட்டிலும் நுட்பமானது ஓவியமெனலாம். ஆனால் தமிழ் வாசகர்களில் ஒரு சாரார் தொடர்ந்து நவீன ஓவியமும் கவிதையும் புரியவில்லையென்றே குற்றங் கூறி வந்திருக்கின்றனர். நுட்பமும் செறிவும் கூடிய இரு அரிய கலை வடிவங்களைப் பற்றிய இப்புரிதல் சிக்கல் ஏன் எழுகிறது?**

நவீன ஓவியம் புரியவில்லை என்று கூறுகிறவர்களைப் பார்த்துக் கலை விமர்சகர் ஜோசப் ஜேம்ஸ் ஒரு கேள்வி கேட்பார். "உங்களுக்கு மரபு ரீதியான ஓவியங்களெல்லாம் புரிந்து விட்டனவா?" நவீன ஓவியம், கவிதைகளைப் புரிந்து கொள்வதற்குப் பார்வையாளன் மற்றும் வாசகன் தரப்பிலிருந்து முயற்சிகள் தேவை. கணக்கைப் போடக் கற்றுக் கொள்வது போல் நவீன ஓவியத்தைப் பார்ப்பதற்கும் பயிற்சிகள் அவசியம். இதுவொன்றும் கடினமல்ல. நமது மரபிலேயே குறியீட்டு மொழியில் விஷயங்களைப் பார்க்கும்,

பேசும் பழக்கமிருக்கிறது. மஞ்சளைப் பிடித்து வைத்து அதைப் பிள்ளையாரென்றும், வெறும் பீடத்தைக் கட்டி வைத்து அதைச் சுடலை மாடனென்றும் புரிந்து கொண்டது தானே நமது மரபு? சங்கக் கவிதைகளிலுள்ள இறைச்சியையே நாம் புரிந்து கொள்ளும் போது, நவீன கலையைப் புரிந்து கொள்ள முடியாதா என்ன?

ஆனால் இப்புரிதலை நிகழ்த்த கரிசனமிக்க அக்கறையும் பயிற்சியுமே முதன்மையான தேவைகள். எனினும் இதற்கு இன்னொரு பக்கமுண்டு. தமிழைச் சரியாகக் கூட எழுதத் தெரியாதவர்களும், ஒரு கோடு கூடப் போடத் தெரியாதவர்களும் நவீன கலையென்ற போர்வையில் எதையெதையோ உளறிக் கொட்டும் போதும், கிறுக்கித் தள்ளும் போதும் புரியாமைச் சிக்கல் எழுவது இயல்புதான். பல நவீன கவிதைகள், மேலைக் கவிதைகளின் இரண்டாந்தரப் போலிகளாகவும் பல நவீன ஓவியங்கள் மேலை ஓவிய மேதைகளின் திறமைக் குறைவான நகல்களாகவும் இங்கு இருப்பதற்கு 'மேலை ஓவியம், கவிதைகளைச் சரிவரப் புரிந்து கொள்ளாத அரைவேக்காட்டுத்தனமே' காரணமாகும். இதனால் தான் நான்,'நவீன தமிழ் ஓவியம்' என்று பேச வேண்டி உள்ளது.

- உங்கள் கலை விமர்சனக் கட்டுரைகள் வல்லிக்கண்ணன் போல் 'எல்லோரையும் பாராட்டும்' 'ஒரு நல்ல' போக்கே தூக்கலாகவுள்ளது. ஒரு விமர்சகரென்ற நிலையில், கலைப்படைப்புகளை விமர்சிப்பதில் உங்கள் பார்வையும் அளவு கோல்களும் பற்றி விளக்க முடியுமா?

என் கலை விமர்சனக் கட்டுரைகளில் எல்லோரையும் பாராட்டும் ஒரு வல்லிக்கண்ணன்தனம் இருப்பது போல் என் இலக்கிய விமர்சனங்களில் நான் இருப்பதில்லை. நகுலனை என்னளவுக்குக் கடுமையாக யாரும் விமர்சித்ததில்லை என்றே நம்புகிறேன். என் கலை விமர்சனக் கட்டுரைகளை நீங்கள் ஆழ்ந்து படித்தால், தனிப்பட்ட ஓவியர்கள் பற்றிய பொதுக் கட்டுரைகளில் விமர்சனங்களும் இருப்பதை அறியலாம். இதற்குக் காரணமுண்டு. நான் எழுதத் தொடங்கிய காலங்களில், 'நவீன ஓவியம் புரிவதில்லை. அது ஓர் ஏமாற்று வித்தை' போன்ற குற்றச்சாட்டுகளும் புகார்களுமே அதிகம். இத்தகையோர் மத்தியில் நானும் பல திட்டவட்டமான பொய்யான குற்றச்சாட்டுகளை வைப்பதென்பது குழந்தையின் கையில் அபாயகரமான ஆயுதங்களைக் கொடுப்பதாக முடியுமோ என்றஞ்சினேன். நவீன ஓவியத்தை வளர்க்க வேண்டுமெனும் ஆசை கொண்டிருந்த நான் அதன் மீது பரிவான ஒரு புரிதலையும், அதை எப்படி ரசிப்பது என்கிற கல்வியையும் பரப்புகிறவனாகவே

செயல்பட்டேன். ஓவியமாகட்டும், இலக்கியமாகட்டும் ஒரு படைப்பின் உன்னதம், அதன் அசல் தன்மையைப் பொருத்ததென்றே கருதுவேன். எந்தப் படைப்பிற்கும் புதுமையென்பது முதல் தேவை. இந்த மண்ணின் அடையாளத்தோடு கூடிய புதுமையே உன்னதமானது. இதனைச் சாதிக்க தான் கையாளும் கலைச் சாதனம் பற்றிய முழு அறிவு. அது மொழியாக இருந்தாலும் வண்ணமாக இருந்தாலும் மிகமிகத் தேவை. புதுமையென்ற பெயரில் அரைகுறையாகப் புரிந்து கொள்ளப்பட்ட நமது மண்ணிற்கு பொருந்தாத 'இஸங்கள்' போடும் தாளத்திற்கேற்ப படைப்புகளைச் செய்வதென்பது சூடான தகட்டின் மீது நிற்க வைக்கப்பட்டுக் கூத்தாடப் பழக்கப்படுத்தப்பட்ட கரடி போல் கேலிக்குரியது.

- **ஒருபுறத்தில் எளிமையும் நேரடித் தன்மையும் எதிர்ப்புக் குரலுமுள்ள ஒடுக்கப்பட்டோர் விடுதலை பேசும், மக்களுக்கு நெருக்கமான படைப்புகளை மொழி பெயர்த்து வருகிறீர்கள். இன்னொரு பக்கம் இருண்மையும் இறுக்கமும் புதிர் மொழியுமுள்ள 'சாம்பல் வார்த்தைகள்' போன்ற, 'அறிவுஜீவிகளுக்கேயான' நெடுங்கவிதைகளையும் எழுதி வருகிறீர்கள். நீங்களே சொன்னது போல் சோதனை முயற்சியென்ற பெயரில் உங்களிடமே ஏன் இந்த கரடியாட்டம்?**

நான் ஒரு லாங்க்ஸ்டன் ஷ்யூக்கோ, ஓலே சொயின்காவோ, காபிரியல் ஒகாராவோ அல்ல. நான் இந்திரன். என் மொழிபெயர்ப்புகளில் மூல ஆசிரியரின் ஒரு குரலாகத்தான் நான் செயல்படுகிறேன். அதில் மூல ஆசிரியரின் மேதைமை வந்து படிகிறது. பிறமொழி இலக்கியவாதிகளின் விடுதலையை நேசிக்கும் எழுத்துக்களைத் தமிழுக்குக் கொண்டு வருகிற போது சமூக மாற்றத்துக்கான சிந்தனைக்கு என்னாலான சிறு பங்கைத் தான் செய்யமுடிகிறது. ஆனால் என் வாழ்நிலை இந்த மேதைகளின் வாழ்நிலையிலிருந்து வேறுபட்டது. என் சொந்தக் கவிதைகளில் என் சொந்தக் குரலைத்தான் பதிவு செய்ய முடியும். நான் மொழிபெயர்க்கும் மேதைகளின் ஜாடையில் புஜம் கட்டி வேஷம் தரிப்பது என்னால் முடியாது. இதில் கரடியாட்டம் ஏதுமில்லை. என் சொந்தக் கவிதைகளும் ஒடுக்கப்பட்டோர் விடுதலையைத் தான் பேசுகின்றன. ஆனால் எனக்கே உரித்தான மத்தியதர வர்க்கத்துச் சொந்தக் குரலில்.

- **'தமிழ் அழகியலுக்கு' வரவேற்பிருந்ததா...? எதிர்பார்த்த அளவிற்கு அந்நூல் தமழ்ச் சூழலில் விவாதிக்கப்ப டவில்லையே...?**

தமிழுக்கென்று தனியான அழகியல் கூறுகள் உள்ளன என்றும்

அதனைத் தத்துவத்தின் தனிப்பிரிவாக வளர்த்தெடுப்பது குறித்தும் பேசும் நூல் தமிழ் அழகியல். இதன் சாரங்களை, செவ்வியல் இலக்கியங்களை விட, சங்ககாலம் தொட்டு இன்றுவரை, தமிழ்ப் பண்பாட்டம்சங்கள் சிதையாமல் காப்பாற்றி வந்திருக்கும். கீழ்த்தட்டு மக்களின் வாழ்க்கையிலிருந்தே அதிகம் தொகுக்க முடியும். இது குறித்த ஒரு சிறு தொடக்கமே என் தமிழ் அழகியல். ஐரோப்பா முழுவதும் வாழும் தமிழர்களிடையே இதற்கு நல்ல வரவேற்பிருக்கிறது என்பதைக் கடிதங்கள், சிற்றிதழ்கள், நேர் சந்திப்புகள் மூலம் அறிந்திருக்கிறேன். இது குறித்துப் பரவலான விவாதங்கள் தமிழ் சூழலில் எழுவது கடினம்.

ஏனெனில் 'அழகியல்' என்றால் என்னவென்றும், தத்துவத்தின் ஒரு பிரிவாக அதை வளர்த்தெடுப்பது குறித்தும் சிந்தனைகள் இன்னும் இங்கு பரவவில்லை. இந்தக் கருத்துருவாக்கப் பணியில் என் முதல் செங்கல் இது. இதற்கடுத்து வரும் நூல்களில் இதனைக் கட்டியெழுப்பும் கடமை எனக்கிருப்பதை நான் உணர்கிறேன். எனது 'அறைக்குள் வந்த ஆப்பிரிக்க வானம்' வெளிவந்து 10 ஆண்டுகளுக்குப் பிறகுதான், 'தலித் இலக்கியம்' இங்கு முழுத்தீவிரம் அடைந்திருக்கிறது. அதுபோலத்தான் தமிழ் அழகியலும் முழுத் தீவிரமடைய கால அவகாசம் தேவை.

- ஒரு காலத்தில் தூய்மைவாதிகளின் பிடியில் அழகியலிருந்தது. அது எதிர்க்கப்பட்டது. பிறகு மார்க்சிய அழகியல் வந்தது. உடனே அழகியலில் பிரிவுகளில்லை என்ற வாதங்கள் எழும்பின. இந்நிலையில் நீங்கள் தற்போது தமிழ் அழகியல் என்கிறீர்கள். சரி, தலித் அழகியல் பற்றி உங்கள் நிலைப்பாடென்ன? அழகியலில் பிரிவுகளில்லை என்பதை நீங்கள் ஏற்கிறீர்களா?

இல்லை. அழகியலில் பிரிவுகளுண்டு. தத்துவச் சிந்தனையில் எத்தனை விதமான பிரிவுகள் உள்ளனவோ அத்தனை விதமான பிரிவுகள் அழகியலிலும் இருக்கவே செய்யும். தலித் அழகியல் என்பது நிச்சயமாக உருவாக்கப்பட வேண்டிய ஒன்று. இந்த உருவாக்கத்திற்குத் தலித் அரசியல் பெரும் பங்கு வகிக்கும். நான் தமிழ் அழகியல் என்று சொல்வதற்கும் தலித் அழகியலுக்கும் அதிக வேறுபாடுகளில்லை. எனது பார்வையில், தமிழ் அழகியல் எனும் ஒரு பெரிய வட்டத்துக்குள் உருவாகும் இன்னொரு வட்டமே தலித் அழகியல். ஏனெனில் தமிழ் அழகியலை உருவாக்குவதில் பெரும் பங்களிப்பைச் செய்வதே தலித் அழகியல் தான். இவையிரண்டும் ஒன்றுக்கொன்று எதிரானவை அல்ல. நான் தமிழ்ப் பண்பாடு

என்று குறிப்பிடுவது மறைமலையடிகள் போன்ற உயர்சாதி மனோபாவம் கொண்ட தமிழ்ப் பண்பாடு அல்ல. இதனாலேயே தமிழ் அழகியலைச் செவ்வியல் கலைகளிலிருந்து உருவாக்குவதை விட மக்கள் கலைகளிருந்தே உருவாக்க வேண்டுமென்பதை நான் மீண்டும் மீண்டும் வலியுறுத்துகிறேன்.

- **கவிதைகள் மொழி பெயர்ப்புகள் மூலமாகவும் "பிணத்தை எரித்தே வெளிச்சம்" தொகுப்பு மூலமாகவும் தமிழில் தலித் இலக்கியத்திற்கு ஓர் அருமையான பங்களிப்பைச் செய்திருக்கிறீர்கள். மேல்சாதி இலக்கிய மையங்களில் தலித் இலக்கியம் ஏற்படுத்தியிருக்கும் அதிர்வுகள் பற்றியும் விளிம்புநிலை மக்களின் வாழ்வை முதன்மைப்படுத்துவதில் தலித் அரசியல் ஆற்றியுள்ள பங்குகள் குறித்தும் விரிவாகக் கூறுங்களேன்..?**

எல்லா நேர்காணல்களிலும் இந்தக் கேள்வியைப் எழுப்பியாக வேண்டிய நிலைமை உருவாகியிருப்பது மகிழ்ச்சியானது தான். ஒருமுறை டாக்டர் அம்பேத்கரைப் பற்றிக் காந்தி சொன்னது நினைவுக்கு வருகிறது. "நாம் அம்பேத்கருடன் உடன்படுகிறோமோ இல்லையோ, அவரை நாம் நிராகரிக்க முடியாது." இதே நிலை தான் இன்றுள்ள தமிழ்ச் சூழலில் தலித் இலக்கியத்திற்கும். ஆனால் இந்த விளைவுக்கு ஆளாளுக்கு வித விதமாய் கொடுக்கும் பதில்களைப் பார்க்கும் போது விரைவில் இந்தப் பிரச்சனை முனை மழுங்கப்படுமோ என்கிற அச்சம் என்னுள் கிளர்கிறது.

சுந்தரராமசாமி, தலித் இலக்கியமென்பது ஒரு மனித நேய இலக்கியம் தான் என்பது போல் கொண்டு செல்கிறார். உண்மையில், எல்லா தலித் இலக்கியமும் மனித நேய இலக்கியம்தான் ஆனால் எல்லா மனித நேய இலக்கியமும் தலித் இலக்கியம் அல்ல. மேலும் பிறப்பால் தலித்தான ஒருவர் எழுதுவதாலேயே அது தலித் இலக்கியமென ஆகிவிடாது. எது தலித் அரசியலைப் பேசுகிறதோ அதுவே தலித் இலக்கியம். பிறப்பால் தலித்தானோர் எழுதுவதெல்லாம் தலித் இலக்கியமென்றால், உங்கள் கண்ணோட்டம் மீண்டும் பிறப்பையே அடிப்படையாக்குகிறது.

ஆனால் தலித் அரசியலில் இறுதி லட்சியம், சாதிகளற்ற சமூகத்தைச் சமைப்பது தான். இருத்தலியல் தத்துவஞானி சார்த்ரு, கருப்பு மக்களின் 'நீக்ரோவியம்' குறித்துச் சொன்னார்: "இது நிறவெறியை எதிர்க்கும் நிறவெறி" இதே தான் தலித் இலக்கியத்திற்கும். இங்கு சாதி அமைப்பை ஒழிப்பதற்காகச் சாதி பேசப்படுகிறது. தமிழ் உட்பட

இந்தியாவிலுள்ள எல்லா மொழிகளும் கட்டப்பட்டிருக்கும் உயர்சாதி அரசியல், தலித் அனுபவத்தை எழுத்தில் வரக்கூடாதென்றும் மீறி வருகிறவற்றை 'இழிசனர்மொழி' என்றும் பேசத் தடுக்க முனைகிறது. ஒரு தலித் இந்தியா இந்த தலித் இந்தியாவின் அருவருப்பான அனுபவம். இன்று அரங்கேறி நீங்கள் அழகாகச் சொன்ன 'உயர்சாதி மையங்களில்' அதிர்வுகளை ஏற்படுத்தத் துவங்கியிருக்கிறது.

- சிற்றிதழ் சார்ந்த தமிழ்ச் சூழல் எப்படியுள்ளது?

வணிக இதழ்களில் எந்த அளவுக்குப் போலிகளும் போட்டி பொறாமைகளும் உள்ளனவோ அதற்குக் கொஞ்சம் குறையாமல் தமிழ்ச் சிற்றிதழ் உலகிலும் போலித்தனங்களும் சிறுமைகளும் இலக்கிய அரசியலும் காடாக மண்டிக் கிடக்கின்றன. நுனிப்புல் மேய்ந்து விட்டே பிறவி மேதைகள் போல் வேடம் கட்டும் இளைஞர்கள் கையில் சிற்றிதழ் துடைப்பம் ஏந்தி காலாவதியாகிவிட்ட மூத்த எழுத்தாளர்களுக்கு முறைவாசல் செய்வதினாலேயே அவர்கள் அவர்களை உன்னதமான கலைஞர்களாகப் புகழும் நேர்மையற்ற நிலையை பரவலாகவுள்ளது. சிற்றிதழ்களின் இன்றைய தேவையை சிற்றிதழ்களிலேயே அதிகம் எழுதும் நான் எப்படி மறுக்க முடியும்? ஆனால் மனத்தில் வணிக நோக்கம் நிறையயிருந்த போதிலும், வணிக எழுத்தாளர்கள் போல் எழுதும் திராணி இல்லாததினாலேயே மிகப் பலர் இங்குச் 'சிற்றிதழ் இலக்கியவாதியாக' உள்ளனரென்பதே என் குற்றச்சாட்டு.

- படைப்பாளிக்குள்ள சமூகப் பொறுப்புணர்வு பற்றியென்ன கருதுகிறீர்கள்? இயக்கங்களிலும் போராட்டங்களிலும் பங்கெடுப்பது படைப்பாளியை வளர்த்தெடுக்கிறதா?/ காயடிக்கிறதா?

ஒருவனுக்கு மனிதத் தன்மை இருக்கிறது என்பதற்கு அடையாளமே சமூகப் பொறுப்புணர்வுதான். படைப்பாளி உட்பட எல்லாருக்கும் இது பொது. இதில் அடங்காத அளவிற்குப் படைப்பாளி. ஒன்றும் அதீதமான ஒரு வேற்றுக் கிரகவாசி அல்ல. இயக்கங்களிலும், போராட்டங்களிலும் பங்கெடுக்கிற ஒரு படைப்பாளி, அவனது இலக்கிய ஈடுபாட்டின் தீவிரம் அல்லது தீவிரமற்ற தன்மைகளுக்கேற்ப வளர்த்தெடுக்கப்படுகிறான். அல்லது காயடிக்கப்படுகிறான். இது அந்தத் தனிமனிதனுடைய படைப்புணர்வைப் பொறுத்த விஷயம். துப்பாக்கி ஏந்திய சேகுவாரா கவிதை எழுதாமலா இருந்தான்? அப்படியே ஒரு படைப்பாளி, இயக்கங்களில் ஈடுபடுவதினால் காயடிக்கபட நேர்ந்தாலும் கூட அது குறித்து அழுது புலம்புவதற்கு ஏதுமில்லை. என் பார்வையில், சமூகப் பொறுப்பற்ற கலைத்

தேர்ச்சி மிக்க ஒரு படைப்பாளியை விட, சமூக உணர்வுகளுள்ள ஒரு போராளியே மிக உன்னதமான மனிதன்.

- ஒரு படைப்பாளியின் மரித்தலும் உயிர்த்தெழலும் பற்றி என்ன நினைக்கிறீர்கள்?

படைப்பாளியின் மரித்தலும் உயிர்த்தெழலும் போன்றவற்றில் எனக்கு நம்பிக்கையில்லை. ஒவ்வொரு படைப்பாளிக்கும் 'Productive years' என்கிற ஒன்று உண்டு என்று நம்புகிறவன் நான். கனி கொடுப்பதற்கு ஒரு மரத்திற்கும், குழந்தை பெறுவதற்கு ஒரு பெண்ணுக்கும் பருவமிருப்பது போல, எழுத்தாளனுக்கும் தீவிர படைப்புக்காலம் என்கிற ஒன்று உண்டு. சதாகாலமும் அதிதீவிர படைப்பாக்கத்தில் ஈடுபடுபவர்கள் விதிவிலக்கானவர்களே ஆவர். இந்தத் தீவிர படைப்புகளைச் செய்து வருகிற படைப்பாளிகளை எங்குமே நாம் பார்க்கிறோம். இவர்கள் தங்களது தற்போதைய படைப்பில் போதிய நெருப்பில்லை என்று புரிந்து கொண்டவுடன் தாமாகவே மனமுவந்து ஓய்வு பெற்று விட வேண்டும். அப்போது தான் அவர்களது முந்தைய படைப்புகளின் மேன்மை, பிந்தைய பின் தங்கிய படைப்புகளினால் களங்கப்படாதிருக்கும்.

- கிட்டத்தட்ட ஒரு கால் நூற்றாண்டுக் காலமாக கலையின் பல்வேறு தளங்களில் தொடர்ந்து நீங்கள் இயங்கி வந்திருக்கிறீர்கள். இந்நீண்ட அனுபவத்தில் நம் சமூகத்தில் கலைஞர்களுக்குள்ள மதிப்பு அல்லது முக்கியத்துவம் குறித்துக் கொஞ்சம் சொல்லுங்களேன்?

என் இருபது ஆண்டுகளுக்கும் மேலான கலை, இலக்கிய அனுபவத்தில் தீர்மானமாகப் புலப்படுவது இது தான். 'தமிழ்ச்சமூகத்தில் கலைஞனுக்கென்று மதிப்பு மிக்க ஓர் இடம் உருவாக்கப்படவே இல்லை. 'சீரழிந்த சினிமாவிற்கும் சுயநல அரசியலுக்கும் தன்னைத் தின்னக் கொடுத்த இந்தச் சமூகத்தில் ஓவியனும், கவிஞனும் பணம் பண்ணத் தெரியாத கையாலாகாதவர்களாகவே கருதப்படுகிறார்கள். ஆனாலும் கலைஞர்கள் இதற்கெல்லாம் அஞ்சுவதில்லை. தங்களுக்கான முக்கியத்துவத்தைத் தாங்களே தீர்மானிக்க வேண்டியவர்களாக அவர்கள் இருக்கிறார்கள். தன்னைப் பற்றி அக்கறைப்படாத இந்தச் சமூகத்தைப் பற்றிக் கலைஞன் நிறைய அக்கறைப்படுவதால், அவன், இந்தச் சமூகத்திற்கு மிகவும் முக்கியமான நபராகிறான்..

புதியபார்வை / 1992

கணையாழி / 1996

ராஜன் பாபு

- **கல்லூரி படிப்பைப் பற்றியும், உத்தியோகம் பற்றியும்?**

பச்சையப்பன் கல்லூரியில் வணிகவியல் படித்துவிட்டு, இந்தியன் வங்கியில் சேர்ந்து கடமையாற்றத் தொடங்கினேன். முதல் பெஸ்டிவல் அட்வான்ஸில் 'திருவடி மலர்கள்' என்ற மரபுக் கவிதைத் தொகுப்பை 'ஞானம்பாடி' எனும் பெயரில் வெளியிட்டேன்.

- **பிரசுரமான முதல் புத்தகத்தின் ஞாபகங்களாக இன்னும் மனிதில் இருப்பவைகள்?**

நான் இந்துவாக இருந்த போதிலும், வேளாங்கன்னி கோயிலுக்கு அடிக்கடிச் செல்வதுண்டு. அந்த மாதாவைப் போற்றி 'ஞானம்பாடி' என்ற பெயரில் மரபுக் கவிதைகளை எழுதினேன். வள்ளலார், பாரதியார் கவிதைகளைப் படித்ததன் பாதிப்பு அவைகளில், அதிகமிருக்கும். அந்தக் கவிதைகளைத் தொகுத்து 'திருவடி மலர்கள்' என்ற பெயரில் அச்சிட்டேன். அப்போது லயோலா கல்லூரியின் தமிழ்த்துறைத் தலைவராக இருந்த டாக்டர் வி.மி.ஞானப்பிரகாசத்திடம் எனது நூலிற்கு முன்னுரைக் கேட்டேன். அவர் தனது முன்னுரையில், "கவிதைகளில் சுமை சுமக்கும் பாவியின் அழுகுரல் கேட்கிறது" என்று எழுதியிருந்தார். எனக்குக் கோபம் வந்து விட்டது. அவரிடம் "நான் பாவி இல்லை. உங்கள் முன்னுரை எனக்கு வேண்டாம்" என்று சொல்லிவிட்டு முன்னுரை இல்லாமலேயே புத்தகத்தை வெளியிட்டேன். அதற்குப் பிறது இதுவரையிலும் நான் யாரிடமும் முன்னுரை கேட்டதில்லை. எனது கவிதை நூலைப் பாராட்டி ஒரேயொரு கடிதம் வந்தது. விழுப்புரத்திலிருந்து முன்பின் தெரிந்திராத பழமலய் போஸ்ட் கார்டில் எனது கவிதைகளைப் பாராட்டி எழுதியிருந்தார்.

- **அதற்குபிறகு?**

1976இல் பதவி உயர்வின் காரணமாக ஔரங்கபாத் நகருக்கு மாற்றப்பட்டேன். அப்போது நான் அங்கிருந்த தலித் சிறுத்தைகளுடன் நேரடியான அனுபவமும், தொடர்பும் ஏற்பட்டது. அம்பேத்காரைப் பற்றியும், தலித்துகளைப் பற்றியும் புரிதல் அங்கு தான் ஏற்பட்டது. இளம் வயதில் தலித்துகள் தமிழ்நாட்டின் பெரியாரை விட்டுவிட்டு வடநாட்டு அம்பேத்காரை ஆதரிக்கிறார்களே என்று கோபப்பட்டதுண்டு. ஆனால் அம்பேத்காரின் புத்தகங்களைப் படித்த பின்புதான் அம்பேத்கார் பெரியாருக்குப் பல விஷயங்களிலும் முன்னோடியாக இருந்திருக்கிறார் என்ற புரிதல் ஏற்பட்டது.

- **கவிஞர் மீராவிற்கும் உங்களுக்குமான நட்பு பற்றி?**

1982இல் நான் சிவகங்கை கிளைக்கு மாற்றலான போது கவிஞர் மீராவுடன் நெருங்கிய நட்பும், தொடர்பும் ஏற்பட்டது. காலையும் மாலையும் அவரை சந்தித்துப் பேசிக் கொண்டிருப்பேன். ஒருநாள் அவர் நடத்தி வந்த அன்னம் பதிப்பகத்தில் கழிவாக ஒதுக்கப்படிருந்த துண்டுப் பேப்பர்களைப் பார்த்த போது, இவைகளை வைத்து ஒரு சிறு பத்திரிகை ஆரம்பித்தால் என்ன என்று யோசனை ஏற்பட்டது. மீராவிடம் சொன்ன போது எனது யோசனையை மிகவும் பாராட்டினார். செயல் ஊக்கம் மிக்கவரான மீரா உடனே பத்திரிகைக்கு முன்னுரை எழுதிவிட்டு 'அன்னம் விடு தூது' என்று பெயரிட்டார். அன்னம் விடு தூது மூலமாகத்தான் நான் பரவலாக அறியப்பட்டேன். அன்னம் விடு தூதில் இந்திரன் என்ற பெயரில் நான் எழுதிய போது கவிஞர் மீரா தானும் இந்திரன் என்ற பெயரில் எழுதுவதால் பெயர் குழப்பம் வரும் என்றார். ஆகவே முதலாம் இந்திரன் என்ற பெயரில் கவிஞர் மீராவும், இரண்டாம் இந்திரன் என்ற பெயரில் நானும் எழுதினோம். பிறகு மீராவின் முன்னுரைகளின் தொகுப்பு நூல் ஒன்றிற்கு நான் முன்னுரை எழுதிய போது அதன் பதிப்புரையில், "இனி இந்திரன் என்ற பெயரை அவரே ஆண்டு அனுபவிக்கட்டும்" என்று மீரா வேடிக்கையாக எழுதியிருக்கிறார். அவரது ஊக்குவிப்பால் பிரபலமான அநேக எழுத்தாளர்களில் நானும் ஒருவன்.

- **இன்றைய தமிழக ஓவியர்களைப் பற்றி?**

கலை அழகைத் தேடுகிறது; அறிவியல் உண்மையைத் தேடுகிறது

என்று சொல்வதுண்டு. ஆனால் தற்காலக் கலை அறிவியலைப் போலவே உண்மையைத் தேடத் தொடங்கி விட்டது. இத்தகைய தத்துவார்த்தமானத் தேடல் கொண்ட ஓவியர்கள் தமிழகத்தில் மிகவும் குறைவாகவே இருக்கிறார்கள். சித்திரம் வரையும் வண்ணங்களைக் கையாளும் திறமையில் கைதேர்ந்தவர்கள் பலர் இங்குள்ளது உண்மை. ஆனால் தத்துவத்தின் ஒரு பிரிவாக வளர்க்கப்பட்டு வருகிற அழகியல் குறித்த அறிவு பல பிரபல ஓவியர்களுக்கே கிடையாது. இவர்கள் வாழ்க்கையைக் குறித்துக் கேள்விகளை எழுப்பத் திறனற்றவர்கள், சக படைப்பாளிகளை மதிப்பதில் ஓவியர்களைக் காட்டிலும் தமிழ் இலக்கியவாதிகள் பல மடங்கு உயர்ந்தவர்கள்.

- **உங்கள் கவிதை எப்படி, எப்போது உருவாகிறது?**

திட்டவட்டமாகச் சொல்ல முடியவில்லை. அன்றாட வாழ்வின் எல்லாப் பொழுதுகளிலும் கவிதை உருவாகிறது. அண்ணாசாலையில் பச்சை விளக்கிற்காக காத்துக் கொண்டிருக்கும்போதுதான் ‘தார்பாம்பு’ என்ற கவிதையை எழுதினேன். எல்லோருக்குமே ஒரு கணத்தில் கவிதை அனுபவம் நிகழ்கிறது. ஆனால் கவிஞன் மட்டுமே அவனது மூளையினால் உருவாக்கப்பட்ட மொழியறிவு எனும் தூண்டலினால் அந்தக் கவிதை அனுபவத்தைச் சிக்கவைக்க மொழியின் மூலமாக கவிதையாக வெளியிடுகிறான். கவிதைகளை நம்மிடமிருந்து பிதுக்கி எடுத்து விட முடியாது. ஒரு மலர் மலர்வதைப் போல, ஒரு செடி வளர்வதைப் போல அது இயல்பாக நிகழ வேண்டும். எனது கவிதைகளை செயற்கையாகக் கட்டாமல் உண்மையான உணர்ச்சியின் அடிப்படையில் இயல்பாக எழுதவே விரும்புகிறேன்.

- **இன்றைய தமிழ்க் கவிதைகள் குறித்து என்ன நினைக்கிறீர்கள்?**

தற்கால தமிழ்க் கவிதைகளில் என் மனதை மிகவும் வாட்டி வதைப்பது தமிழைப் பிழையின்றி எழுதத் தெரியாதவர்கள் கூட கவிதை எழுத வருவது தான். மொழி தான் கவிதையின் கச்சாப்பொருள். அனுபவம் மட்டுமே கவிதையாகி விட முடியாது. ஒரு ரயில்வே பிளாட்பாரத்தில் வைக்கப்பட்டிருக்கும் பார்சல் தான் அனுபவம். அது எந்த ஊர் போய்ச் சேர வேண்டும் என்று முகவரி எழுதத் தெரியாவிட்டால், அந்தப் பார்சலினால் எந்தப் பயனும் இல்லை. இந்த முகவரி எழுதும் கவலை தான் கவிதைக்கலை.

இன்று தமிழில் கவிதை எழுதுபவர்கள் யார் என்ற வினாவை எழுப்புவோம். நான் உட்பட சம்பளத்திற்காக சலாம் போடும் மத்திய வர்க்கத்தினர்தான் இன்றைய நவ கவிதையில் ஈடுபட்டு இருக்கிறார்கள் வாழ்க்கையில் இவர்களுக்குச் சவால்கள் எதுவுமில்லை. இவர்கள் தங்கள் கவிதைக்கான அனுபவங்களை மற்ற புத்தகங்களில் இருந்து பெற்றுக் கவிதை எழுதுகிறார்கள். எனவே தமிழவன் சொல்வதைப் போல நவீன கவிதைக்கான அனுபவங்களை மேலைநாட்டுப் புத்தகங்களில் இருந்து பெற்றிருந்தால் மூன்றாந்தரமான யதார்த்தம். ஈழத்துக் கவிதைகளும், புலம் பெயர்ந்தவர்களின் கவிதைகளும் தமிழகத்துக் கவிதைகளைக் காட்டிலும் சிறந்திருப்பதற்குக் காரணம், அவற்றின் நேரடியான அனுபவப் பின்புலம் தான்.

கணையாழி / 1996

குமுதம் லைஃப் – 2016

கோ வசந்தகுமாரன்

இந்திரன் அதிநவீன வெளிப்பாட்டை சதா பரிசீலிக்கும் கவிஞர். புதுச்சேரி நகரத்தில் பிறந்து, சென்னை நகரத்தில் வளர்ந்து, மும்பை போன்ற நகரங்களில் வாழ்ந்து, தற்கால நகர வாழ்க்கை அனுபவங்களை கவிதைகளாக்கும் கலை தெரிந்தவர். 2012இல் சாகித்திய அகாடமியின் மொழிபெயர்ப்பு விருது பெற்றவர். ஐரிஷ், டச்சு, இங்கிலீஷ், பிரெஞ்சு, ஜெர்மனி எழுத்தாளர்களோடு நேரிடையாகப் பழகிக் களிப்பவர். அவர்களது கவிதைகளைத் தமிழில் மொழிபெயர்த்து கொடுத்தவர். இவரது “அறைக்குள் வந்த ஆப்பிரிக்க வானம்”, “காற்றுக்குத் திசை இல்லை”, “பசித்த தலைமுறை” ஆகிய உலக இலக்கிய மொழிபெயர்ப்பு தொகுப்புகள் 80களில் தமிழ் எழுத்தின் போக்கை வெகுவாக பாதித்தவை. இவரது “அந்நியன்”, “முப்பட்டை நகரம்”, “சாம்பல் வார்த்தைகள்”, ”மின்துகள் பரப்பு”, “மிக அருகில் கடல்” ஆகிய கவிதைகள் இந்த தொழில் நுட்ப யுகத்துக்கான கவிதைப் பரிசோதனைகளைச் செய்பவை. தமிழிலும், ஆங்கிலத்திலுமாக 30க்கு மேற்பட்ட நூல்களை எழுதியவர். லண்டன் அருங்காட்சியகங்களில் இருக்கும் இந்திய கலைப் பொருட்களை ஆய்வு செய்தவர். பாரீஸ் நகரத்தில் “தமிழ் ஓவியம்” எனும் கண்காட்சியை நடத்தியவர். தமிழக அரசு கன்னியாகுமரியில் திருவள்ளுவர் சிலை நிறுவியபோது திருக்குறளின் 133 அதிகாரங்களுக்கு 133 நவீன ஓவியர்களின் படைப்புகளாலான மாபெரும் கண்காட்சியை அமைத்துக் கொடுத்தவர். இவர் ஒரு கவிஞர் மட்டுமின்றி ஒரு கலை விமர்சகரும்கூட என்பதை இந்திரனின் வீடு காட்டிக் கொடுக்கிறது.. நாம் அழைப்பு மணியை ஒலிக்கிறோம்.

இந்திரனே வந்து கதவைத் திறக்கிறார். வழுக்கைத் தலை. குழந்தைச் சிரிப்பு. எளிமையை ஒரு வாசனைத் திரவியம்

போல் அணிந்து கொண்டிருக்கிறார். ஆரஞ்சு வண்ண டீ ஷர்ட்டும், சாம்பல் நிற டிராக் சூட்டுமாக, படித்து படித்து தடித்த மூக்குக் கண்ணாடியோடு வரவேற்கிறார்.

- **உங்கள் கவிதைகளில் கடல் அடிக்கடி தலை காட்டுகிறதே... ஏன்?**

ஆமாம். கடலுக்குப் பக்கத்தில்தான் நான் பிறந்தேன். நீங்கள் பாண்டிச்சேரிக்குப் போனால் அங்கு கவர்னர் மாளிகைக்கு எதிரில் ஒரு பெரியாஸ்பத்திரி இருப்பதை பார்க்கலாம். அங்குதான் நான் பிறந்தேன். கடலின் வெகு அருகாமையில் பெல்கோம் வீதியில் இருந்த எனது அம்மாவின் வீட்டில் சிறுவனாக இருந்தபோது நடுநிசியில் நான் கேட்ட பாண்டிசேரியின் கடல் புரளும் ஓசையை இன்னமும் என்னால் மறக்க முடியவில்லை. எனது அண்மைக்கால கவிதைத் தொகுப்பிற்குக் கூட "மிக அருகில் கடல்." என்றுதான் தலைப்பு கொடுத்திருக்கிறேன். கடலைப் பார்க்கிறபோதெல்லாம் ஏதோ ஒரு பயம் கலந்த மர்மம் எனக்குள் புரளும். கடல் எனும் மாபெரும் விடுகதைக்கு இன்னமும் எனக்கு விடை தெரியவில்லை...

- **கவிதையில் நீங்கள் எதிர் கொண்ட சவால்கள் பற்றி கொஞ்சம் விரிவாகச் சொல்லுங்கள்?**

மரபுக் கவிதையில்தான் தொடங்கினேன். என் முதல் தொகுதியில் மரபின் பல்வேறு வகைப் பாவினங்களைப் பயின்று பார்த்திருக்கிறேன். பிறகு வசன கவிதை. இதை "அந்நியன்" தொகுதியில் பயின்று பார்த்தேன்.. அதன் பிறகு ஜெர்மானிய எக்ஸ்பிரஷனிச கவிதை பாணி. முழுக்க முழுக்க நகர அனுபவங்களை எனது "முப்பட்டை நகரம்" தொகுதியில் எழுதினேன். இதனை சுஜாதா "இந்திரன் கவிதை தமிழில் புதிய பரிமாண விஸ்தீரணம்" என்று கணையாழியில் பாராட்டி எழுதினார். பிறகு நகுலன் எனது "புள்ளி" எனும் கவிதையைப் பற்றி "விருட்சம்" இதழில் ஒரு முழு கட்டுரை எழுதினார். பிறகு நான் தொன்மங்களைப் பயன்படுத்திப் பார்த்தேன். "சிவன்" எனும் தொன்மத்தைப் பயன்படுத்தி "தார்ப்பாம்பு" எனும் கவிதை எழுதினேன். அதில் "முக்கண்ணன் சிவனைப்போல் பச்சை, சிவப்பு, ஆரஞ்சு கண்களுடன் ஓடுகிறது தார்ச்சாலை" என்று தொன்மத்தையும், தார்ச்சாலையையும் ஒரு விநோத சங்கமத்துக்கு ஆட்படுத்தினேன். இக்கவிதையை ஞானக்கூத்தன், இன்குலாப், சுகுமாரன் ஆகியோர் மூன்று

விதமான வாசிப்புக்கு உட்படுத்தினார்கள். பிறகு "சாம்பல் வார்த்தைகள்" எனும் தலைப்பில் எனது சமூகக் கோபங்களை லூயிபுனுவல் திரைப்படங்களில் வருவது போன்ற அதிர்ச்சியூட்டும் படிமங்களால் நிறைத்து ஒரு நீள் கவிதை எழுதினேன்... "மின்துகள் பரப்பு" எனும் தொகுதியில் இன்றைய இயந்திர யுக அழகியலைப் பேசும் கட்புலண் ரீதியான கவிதைகளை அதிநவீன புத்தக வடிவில் முயற்சி செய்தேன். நான் ஒரு ஓவியன் என்பதால் இது சாத்தியப்பட்டது.

- **இன்றைய கவிஞர்கள் பற்றி உங்கள் கருத்து என்ன?**

தமிழில் கவிதை எழுதுபவர்கள் இருக்கிறார்கள் ஆனால் கவிஞர்கள் இல்லை. "கவிதை எழுதுபவன் கவியன்று. கவிதையை வாழ்பவன் கவி" என்பது பாரதி வாக்கு. நான் சிறுவனாக இருக்கும்போது பாரதியாரால் பூணூல் போடப்பட்ட ரா. கனகலிங்கம் தாத்தா எங்கள் வீட்டில் வந்து அடிக்கடி தங்குவார். அப்போதெல்லாம் அவர் அப்பாவிடம் மகாகவி பாரதி கவிதையை எப்படி வாழ்ந்தார் என்று சொல்லுவார். சின்னப் பையனா நான் கேட்க கேட்க மனசு உருகும். ஒரு முறை பாரதி ஒரு தோட்டத்தில் தன் நண்பர்களோடு உட்கார்ந்து இருக்கிறார். மாலைநேரம். சூரியன் அஸ்தமனமாகிறான். சூரியனையே முறைத்துப் பார்த்துக் கொண்டிருக்கிற பாரதி திடீரென்று எழுந்து நிற்கிறார். எலும்புக் கூடான உடம்பை நிமிர்த்தி நிற்கிறார். உரத்து குரலெடுத்து "தங்கம் உருக்கித் தணல் குறைத்து தேனாக்கி எங்கும் பரப்பியதோர் இங்கிதம்"னு வானத்தை நோக்கிப் பாடுகிறார். பாடிட்டு அப்படியே மூர்ச்சியாகி புல்தரை மேல விழுந்து விடுகிறார். இதை பாரதியுடன் அப்போது இருந்த வ.ரா. எழுதியிருக்கிறார்..பாரதிக்கு கவிதை என்பது ஒரு psychosomatic activity. கவிதை என்பது பாரதிக்கு வாழ்க்கை. நமக்கு அப்படியா? கவிதைன்னு நாலு எழுத்து எழுதத் தொடங்கிய உடனேயே நம் கவிஞர்களின் கண் சினிமா பாட்டின்மீது விழுந்து விடுகிறதே? அன்றைக்குக் கவிஞன் என்று சொல்லப்பட்ட ஒருவரும் இன்றைக்குக் கவிஞன் என்று சொல்லப்படுகிற ஒருவரும் வேறு வேறு ஆசாமிகள்தான் என்று சொல்லத் தோன்றுகிறது.

- **வங்கி அதிகாரியாக இருந்த நீங்கள் ஏன் வேலையை விட்டு வந்தீர்கள்?**

ஆசைதான். எழுத்துக்கு என்னை முழுசாக தின்னக் கொடுத்துப்

பார்க்க வேண்டுமென்று ஆசைப்பட்டேன். வங்கியில் இருந்தபோது இரவெல்லாம் எழுதி விட்டு விடியல் வருவதைப் பார்த்தால் அய்யோ என்று இருக்கும். பெரும்பாலும் மூன்று மணி நேர தூக்கம்தான். வேலைக்குச் செல்லும் பேருந்து அல்லது மின்சார ரயிலில்தான் எனது தூக்கம் முழுவதும். அதுவும் படிக்க வேண்டிய ஒரு புத்தகம் கையில் கிடைத்து விட்டாலோ அதுவும் காலி. மும்பையில் மின்சார ரயிலின் கூட்ட நெரிசலில் வெளியே தொங்கிக் கொண்டு பயணித்த போது கூட என்னோடு ஓடி வரும் நட்சத்திரங்கள் என்னோடு நிறைய பேசின. வானிலிருந்து வீழ்வதற்குள் ஜொலித்து விடும் ரகசியத்தை அவை எனக்கு சொல்லிக் கொடுத்தன. கோடம்பாக்கம் வீட்டிலிருந்து கிளம்பி சென்னை கடற்கரையிலிருந்த மின்சார ரயிலில் போகும்போது பாதிவழியில் எழும்பூரில் இறங்கி கன்னிமரா நூலகத்துக்குச் சென்று விடுவேன். சாப்பிடாமல் அங்கேயே எழுதிக் கொண்டிருந்து விட்டு வீட்டுக்குப் போன நாள்கள் பல. இந்த நேரத்தில்தான் வி.ஆர்.எஸ் எனும் வரம் 2000இல் வந்தது. முதல் ஆளாக மனுக் கொடுத்து வங்கியை விட்டு வெளியே வந்தேன். என் இரு மகள்களுக்கும் இன்னமும் திருமணம் முடிக்கவில்லை என்பதைப் பலரும் சுட்டிக் காட்டினார்கள். புத்தியில் உறைக்கவில்லை. என் மனைவி மட்டும் என்னை ஆதரித்தார். இரவு முழுவதும் தூங்காமல் என் உடம்பு கெட்டு விடக்கூடாது என்ற அக்கறைதான் காரணம். இப்போது நினைத்தாலும் திகைப்பாக இருக்கிறது. உடம்பு எப்படி தாக்குப் பிடித்தது.?

- நீங்கள் ஒரு ஓவியரும்கூட. கவிதையும் ஓவியமும் உங்களில் எந்த புள்ளியில் சந்திக்கின்றன ?

நமது சுவாசத்தில் சந்திரகலை, சூர்யகலை என்று இரண்டு வித விதமான சுவாசம் இருப்பதாக யோகாவில் சொல்லப்படுவதுண்டு. எனக்கும் அப்படித்தான். கவிதையும் ஓவியமும் எனது இரண்டு சுவாசம். சிறுவனாக இருந்த போது நான் ஒரு ஓவியனாக வேண்டும் என்றுதான் கனவு கண்டேன். எனது அப்பா ஏ. பி.கஜேந்திரன் ஒரு ஓவியர். மெட்ராஸ் காலேஜ் ஆஃப் ஆர்ட்ஸில் தேவி ப்ரசாத் ராய் சௌதுரியிடம் ஓவியம் பயின்றவர் அப்பா வெளியே போய் விட்டால் அவரது பீரோவைத் திறந்து அவரது வண்ணங்களையும் தூரிகையையும் வைத்து நான் ஓவியம் தீட்டத் தொடங்கி விடுவேன். வீட்டுக்கு வரும் வயலின் வாத்தியார் கூட அற்புதமான சித்திரங்கள் வரைபவராக இருந்தார். நான்

மும்பையில் வங்கி அதிகாரியாக வேலை செய்தபோது ஓவியங்கள், சிற்பங்கள் குறித்து “டைம்ஸ் ஆஃப் இண்டியா” “எகனாமிக் டைம்ஸ்” “இண்டியன் எக்ஸ்பிரஸ்” ஆகியவற்றில் ஆங்கிலத்தில் கலை விமர்சனம் எழுதத் தொடங்கினேன்.பிரான்சின் பாரீஸ் நகரத்தில் “தமிழ் ஓவியம்” என்ற பெயரில் Galerie Selective Art ஓவியக் கூடத்தில் ஒரு கண்காட்சி அமைத்தேன். பாரீசில் பேராசிரியர் தேவகுமாரன், முத்தமிழ் மன்றம் கோவிந்தசாமி ஜெயராமன் போன்றோர் உதவினர். உலகம் முழுவதும் “தமிழ் ஓவியம்” எனும் கண்காட்சியை நடத்தி “சீன ஓவியம்”, “கிரேக்க சிற்பம்” என்று இருப்பது போல “தமிழ் ஓவியம்” என்ற ஒன்றை உருவாக்கிக் காட்ட வேண்டும் என்பது என் கனவு.

- **நீங்கள் ஒரு கவிஞராக உருவெடுத்தது எப்படி?**

அப்போதைய என் சூழல் அப்படி இருந்தது. என் அப்பா ஓவியம் தீட்டியது போக மீதி நேரம் முழுவதும் இலக்கிய நண்பர்களோடு பேசிக் கொண்டிருப்பார். அப்போதைய பிரபலமான கவிஞரான கம்பதாசன் எங்கள் குடும்ப நண்பர். நான் சிறுவனாக இருக்கும்போதெல்லாம் மது அருந்தி வீதியில் மயங்கி விழுந்து கிடக்கும் கம்பதாசனை மதுப் பழக்கம் இல்லாத என் அப்பா எங்கள் வீட்டுக்குத் தூக்கிக் கொண்டு வருவார். நான் பார்த்த கவிஞர்களிலேயே பேரழகன் கவிஞர் கம்பதாசன்தான். சிவந்த மேனியும், வளைந்த மூக்கும், மாம்பழக் கன்னமுமாக கம்பதாசன் கவிஞன் என்றால் கவிஞன் போலவே இருப்பார். நான் வளர வளர எனது அத்தையின் இளைய மகனான ப. இராஜேஸ்வரன் மாமாவோடு நெருக்கமானேன். அவர் கவிதை எழுதுபவராக இருந்தார், நான் ஆறாம் வகுப்பு படிக்கும்போது எங்கள் வீட்டிலிருந்து “அவ்வையார்” எனும் இலக்கிய இதழ் வெளியிடப்பட்டது. ப.இராஜேஸ்வரனும், நெல்லை அருள்மணி ஆகிய இருவரும் அதன் ஆசிரியர்கள்.அதற்கு முகவரி எழுதுவது, தபால் தலை ஒட்டுவது போன்ற வேலைகளை சிறுவனாகிய நான் செய்து வந்தேன். பேரழகனாக இருந்த ராஜேஸ் மாமாதான் எங்கள் குடும்பத்தின் ஒரே நாத்திகர். ஒரே திராவிட சிந்தனையாளர். இவரைத் தேடிக் கொண்டு கவிஞர் சுரதா, ம.பொ.சியின் தமிழரசு கட்சியில் இருந்த பெ.சு.மணி ஆகியோர் விட்டுக்கு வருவார்கள். ராஜேஸ் மாமா எனக்கு வள்ளலார், பாரதி, பாரதிதாசன், சுத்தானந்த பாரதியார், தமிழ் ஒளி, புலவர் குழந்தை ஆகியோரின் கவிதைகளைக் கொடுத்து படிக்கச் சொல்வார்.

புலவர் குழந்தையின் "யாப்பதிகாரம்" படித்தேன். கண்ணதாசனின் "தென்றல்" பத்திரிகையின் வாசகனானேன். முதலில் நான் நன்கு படிக்க வேண்டும். அதுவரை எழுதக் கூடாது என்பது ராஜேஸ் மாமாவின் கட்டளை. எனவே நான் அவருக்குத் தெரியாமல் ரகசியமாக பயந்து பயந்து கவிதைகள் எழுதத் தொடங்கினேன். ஆனால் என் கவிதைகளை யாருக்கும் காட்டியது கிடையாது.

- அப்படியானால் ஒரு ரகசியச் செயல்பாடாக இருந்த உங்கள் கவிதைகளை எப்போது வெளியே காட்டினீர்கள்?

ஒரு முறை நான் பரதிதாசனாரின் "தலை வாரிப் பூச்சூடி உன்னைபாட சாலைக்குப் போ என்று சொன்னார் உன் அன்னை" என்ற சந்தலயத்தில் "ஓம் சக்தி என்று நீ பாடு அவளை உள்ளத்துக்குள்ளேயே நீ முனைந்து தேடு" என்று ஒரு இசைப்பாடலை எழுதினேன். அதனை என் மாமா இராஜேஸ்வரனிடம் சொல்லிவிட வேண்டும் என்று துடித்தேன். எனவே ஒரு நாள் கட்டிலில் பகலில் அவர் படுத்திருந்த போது அவரிடம் சுத்தானந்த பாரதியாரின் பாட்டு என்று சொல்லி என்னுடைய ஓம் சக்தி பாடலைச் சொன்னேன். அவர் அதைக் கேட்டவுடன் "அடடாஞ்என்னமாய் எழுதி இருக்கிறார். சுத்தானந்த பாரதி பெரிய மாஸ்டர் ஆயிற்றே" என்று சொன்னார். என் கவிதைக்கு இப்படி ஒரு பாராட்டா என்ற பயத்தில் தொண்டை கம்மி விட்டது. வயிற்றிலிருந்து ஒரு பந்து எம்பி என் தொண்டையில் வந்து நின்று விட்டது. பிறகு நான்தான் இந்த பாட்டை எழுதினேன் என்று அவரிடம் பயத்தோடு சொன்னேன். அதுவரை அந்த பாடலைப் பாராட்டியவர் உடனே சொன்னார்" டேய்ஞ்திருடி எழுதுவது ரொம்பத் தப்பு." நான் பிற்கு அந்தப் பாட்டை எப்படி எழுதினேன் என்று அவரிடம் விளக்கிச் சொன்னேன். அவர் அப்படியே திகைத்துப் போய் விட்டார். எனது அத்தை மகள் சரஸ்வதி அக்கா அந்த கவிதையை அகில இந்திய வானொலிக்கு அனுப்பி வைத்தார். .அந்த பாடல் உடனே தேர்வாகி அகில இந்திய வானொலியின் மெல்லிசை பகுதியில் ஒளி பரப்பட்டது எனக்கு மணியார்டரில் பதினைந்து ரூபாய் வந்தது. எழுத்தின் மூலமாக முதன்முதலில் எனக்கு வந்த வெகுமதி அதுதான்.

- ஞானம்பாடி என்ற பெயரில் மரபுக் கவிதைகள் எழுதி வந்த நீங்கள் எப்போது "இந்திரன்" எனும் நவீன கவியாக உருவெடுத்தீர்கள்.?

எனக்கு 18 வயது இருக்கும்போது மரபுக் கவிதைகளை எழுதினேன்.

1973இல் "ஞானம்பாடி" என்ற புனைபெயரில் எனது முதல் கவிதைத் தொகுதியை வெளியிட்டேன். அதன் பெயர் "திருவடி மலர்கள்". அப்போது எனது இலக்கிய குருவாக இருந்த புலவர். த,கோவேந்தன் என்னை ஜஸ்டிஸ் மகராஜனிடம் அழைத்துப் போனார். கம்பனையும் உலக இலக்கியங்களையும் கரைத்துக் குடித்து இருந்த ஜஸ்டிஸ் மகராஜன் ரசிகமணி டி.கே.சியின் சீடர்.. அவர் என் கவிதைகளை என் முன்னாலேயே படித்துப் பார்த்தார். என் கவிதைகளின் குறை நிறைகளை எனக்கு எடுத்துச் சொன்னார். பிறகு பால்வெலேரி (PAUL VALERY) எனும் பிரெஞ்சுக் கவிஞரின் ஆங்கில மொழிபெயர்ப்பை 1972இலேயே எனக்குக் கொடுத்தார். அதை படித்த பிறகு நான் பால்வெலேரியின் பரம பக்தனானேன். அது இண்டர்னெட் இல்லாத காலம். ஆனாலும் பால் வெலேரியை தேடிப் பிடித்து வெறி பிடித்தவன் போல படிக்கத் தொடங்கினேன். பால்வெலேரியின் கவிதைக் கோட்பாடுகள் மரபான என் நம்பிக்கைகளை நொறுக்கிப் போட்டன.. 24 வயதில் பால் வெலேரியைப் படித்த நான் எழுதுவதெல்லாம் கவிதை அல்ல என்ற முடிவுக்கு வந்தேன் அதன் பிறகு ஒன்பது ஆண்டுகளுக்கு நான் கவிதை எழுதவே இல்லை. இதோடு எனது 34வது வயதில்தான் மெல்ல ஆங்கிலக் கவிதைகளை எழுதத் தொடங்கினேன். ஒருமுறை மலையாள கவி கமலாதாஸ் வீட்டில் அவரிடம் எனது "I need your stories mummy" என்னும் கவிதையைப் படித்துக் காட்டினேன். கண்ணை மூடி அதை ரசித்த அவர் அதனை வாங்கிச் சென்று "இல்லஸ்ட்ரெட்டட் வீக்லி"யில் வெளியிட்டார். கவிதை எழுதக் க்கூடாது என்கிற சிலுவையில் அறையப் பட்டிருந்த நான் கமலாதாஸ் மூலமாக மீண்டும் உயிர்தெழுந்தேன். இதனால் உற்சாகமடைந்த நான் 1982இல் இந்திரன் எனும் புனைபெயரில். "SYLLABLES OF SILENCE" எனும் ஆங்கிலக் கவிதைத் தொகுப்பை ஓவியர்களின் படைப்புகளோடு சேர்த்து வெளியிட்டேன். அந்த புத்தகத்தை சோழமண்ட ஓவியர் கிராமத்தைச் சேர்ந்த கே.எம். கோபால், எஸ்.பி.ஜெயகர் மற்றும் தோட்டாதரணி, கள்ளந்திரி முருகேசன், ராகவன், கோ.ஃபா ஆகிய ஓவியர்கள் பணம் போட்டு "கலைமையம்" அமைப்பின் மூலமாக வெளியிட்டார்கள். அப்போது நான் "இந்திரன்" எனும் பெயரில் எகனாமிக்ஸ் டைம்ஸ், டைம்ஸ் ஆஃப் இந்தியாவில் ஓவியர்கள் பற்றி கலை விமர்சனம் எழுதுபவனாக வளர்ச்சி அடைந்து இருந்தேன். அதே ஆண்டில் கவிஞர் மீராவின் வற்புறுத்தலினால் கல்யாண்ஜி, விக்கிரமாதித்யன், வண்ணநிலவன்,

கோ.ராஜாராம் போன்றவர்களின் கவிதைத் தொகுதிகளோடு எனது முதல் நவீன கவிதைத் தொகுதியான “அந்நியன்” அன்னம் நவகவிதை வரிசையில் ஒன்றாக வெளி வந்தது. நவகவிதை வரிசை கவிஞர்களின் பின்னட்டையில் எல்லா கவிஞர்களைப் பற்றியும் அறிமுகக் குறிப்பு எழுதியது நான்தான். அப்போது “ஞானம்பாடி” என்ற பெயரில் என்ன பெரிதாக ஞானத்தை எழுதி விட்டோம் என்று மனசில் தோன்றியது. எனவே ஆங்கிலத்தில் டைம்ஸ் ஆஃப் இண்டியாவில் எழுத பயண்படுத்திய “இந்திரன்”எனும் புனை பெயரையே “அந்நியன்” என்ற நவகவிதை வரிசை தொகுதியிலும் பயண்படுத்தினேன். இதுவே மரபுக் கவிஞனான “ஞானம்பாடி” நவீன கவியான “இந்திரன்” என்பவனாக மாறிய கதை.

- **மொழிபெயர்ப்புக்காக சாகித்திய அகாடமி விருது பெற்றவர் நீங்கள். எண்பதுகளில் தமிழ் எழுத்தை வெகுவாகப் பாதித்த உங்களது ‘‘அறைக்குள் வந்த ஆப்பிரிக்க வானம்’’ ‘‘பசித்த தலைமுறை’’, ‘‘காற்றுக்குத் திசை இல்லை’’ ஆகிய மொழி பெயர்ப்புகள் பற்றி சொல்லுங்கள்?**

ஒரு மொழிபெயர்ப்பைச் செய்வதும்கூட ஒரு படைப்புச் செயல்பாடுதான். என்னைப் பொருத்தமட்டிலும், ஒரு கவிதையை மொழிபெயர்க்கையில் நான் மொழியை மட்டும் பெயர்க்கவில்லை. அந்த மொழியோடு பிண்ணிப் பிணைந்த ஒரு பண்பாட்டையே மொழிபெயர்க்கிறேன். ஒரு ஆப்பிரிக்க கவிதையை மொழிபெயர்க்கிறேன் என்றால் அதில் வரும் கலபாஷ் எனும் பழத்தைப் பற்றி குறிப்பு வந்தால் உடனே அந்த பழம் பற்றிய சகல தகவல்களயும் திரட்டி அதனை முழுமையாகப் புரிந்து கொள்ள முயல்வேன்.. அதன் பிறகே அந்த பழம் பற்றிய அந்த வரியை மொழிபெயர்ப்பேன். ஒரு முறை ஒடிசாவிலிருந்து 20 ஒடிய மொழிக் கவிஞர்களை சென்னைக்கு வரவழைத்து ஒரு மாபெரும் ஒடிய மொழிக் கவிதை வாசிப்பை அமைத்தேன். இந்த எனது கனவை நனவாக்கியவர் ஒடிய அரசின் இன்றைய தலைமைச் செயலராக இருக்கும் ஆர்.பாலகிருஷ்ணன் ஐ.ஏ.எஸ் மற்றும் ஒடிய சாகித்திய அகாடமி செயலரான அஸ்வினி குமார் மிஷ்ரா ஆகியோர். இதனை ஒட்டி 20 ஒடிய மொழிக் கவிஞர்களின் கவிதைகளைத் தமிழிலும், ஆங்கிலத்திலும் மொழிபெயர்த்து “கவிதாயனா” என்கிற ஒரு மும்மொழி புத்தகமாக வெளியிட்டேன். சென்னையில் சாகித்திய அகாடமி சார்பாக சர்வக்ஞர் திருவள்ளுவர் விழா ஒன்றை அமைத்து அதில் கன்னடக்

கவிஞர்களையும், தமிழ்க் கவிஞர்களையும் ஒன்றிணைத்தது மட்டுமின்றி தமிழ்க் கவிதைகளை கன்னடத்தில் மொழிபெயர்க்கச் செய்தேன். இப்படி மொழிபெயர்ப்பு என்பது ஒரு கலாச்சார படைப்புச் செயல்பாடு என்கிற நம்பிக்கையோடு தொடர்ந்து இயங்கி வருகிறேன். இதனால்தான் ஒடிய மொழிக் கவிஞர் டாக்டர் மனோரமா பிஸ்வால் மொஹபத்ராவின் கவிதைகளை நான் மொழிபெயர்த்ததற்காக எனக்கு சாகித்திய அகாடமி மொழிபெயர்ப்பு விருது அளிக்கப்பட்டது.

- **இன்றைக்கு முகநூல் யுகத்தில் நிறைய பேர் கவிதை எழுதத் தொடங்கி இருக்கிறார்களே. இது பற்றி என்ன சொல்கிறீர்கள்?**

இதில் அழுது புலம்ப என்ன இருக்கிறது? பிறமொழியில் இத்தனைக் கவிஞர்கள் இல்லை. தமிழில் மட்டும் ஏன் இப்படி என்று பல மூத்த கவிஞர்கள் என்னிடம் புலம்புகிறார்கள்.. எனக்கு தமிழ் தெரியாது என்று சொல்வதை ஒரு ஃபேஷனாகக் கருதும் இந்தத் தலைமுறையில் நிறைய இளைய சக்திகள் முக நூலில் தமிழ்க் கவிதை எழுத வந்திருப்பது பற்றி சந்தோஷப்பட வேண்டியதுதானே. ஏன் புலம்புகிறார்கள்? நான் 18 வயதில் எழுதத் தொடங்கியபோது அவ்வையார் இதழ் ராஜேஸ்வரன், கற்சிலை பரமசிவம், முல்லைச் சரம் பொன்னடியான், புலவர் த. கோவேந்தன், ம.லெ. தங்கப்பா போன்றவர்கள் எழுத வைத்ததினால்தான் நான் வந்தேன். கவிஞர் மீரா அன்னம் நவகவிதை வரிசை கொண்டு வந்ததில்தான் நான் மட்டுமல்ல இன்றைய முக்கிய கவிஞர்களான கல்யாண்ஜி, விக்கிரமாதித்யன் போன்றவர்கள் எல்லாம் நமக்குக் கிடைத்தார்கள். இன்றைக்கும் உயிர்மை மனுஷ்யபுத்திரனும், காலச்சுவடு கண்ணனும், புது எழுத்து மனோண்மணியும் நிறைய புதிய சகதிகளை இனம் காண்கின்றனர். ஒரு காலத்தில் நிறப்பிரிகை ரவிக்குமார், ந. முத்துக்குமார், பழனிபாரதி, அன்பாதவன், இளம்பிறை, வித்யாஷங்கர், கபிலன், தேன்மொழிதாஸ், கோ.வசந்தகுமாரன், வஸந்த் செந்தில், ந.வே அருள் என்று ஒவ்வொரு புதிய கவிதை குரல் கேட்கிறபோதும் அதனை மனதார பாராட்டியும், முன்னுரை கொடுத்து உற்சாகப் படுத்தியும் வருபவன் நான். எனது யாளி பதிவு வெளியீடு மூலமாக புதிய கவிஞர்களின் நூல்களை வெளியிட்டும் இருக்கிறேன். இந்த ஆண்டும்கூட முன்னாள் மத்திய அமைச்சர் ப.சிதம்பரம் நடத்தி வரும் “எழுத்து” இலக்கிய அமைப்பின் மூலமாக மௌனன் யாத்ரீகாவின் நூல் வெளிவர நான்தான் காரணமானேன்..

முகநூல் எனும் SELF-PUBLISHING AGENCY யினால் இது வரை மூடி மறைத்து வைக்கப்பட்ட 21ஆம் நூற்றாண்டின் காத்திரமான பல புதிய கவிதைக் குரல்கள் ஒலிக்கத் தொடங்கியுள்ளன. நரன், வெய்யில், போகன் சங்கர், தேன்மொழி தாஸ், கதிர்பாரதி, இளங்கோ கிருஷ்ணன், சுகிர்தராணி, லீனா மணிமேகலை, முபின் சாதிகா, என்.டி. ராஜ்குமார், அபிலாஷ், மௌனன் யாத்ரீகா, பாலைவன லாந்தர், சம்யுக்தா மாயா, சிவசங்கர் எஸ்.ஜே, நாச்சியாள் சுகந்தி, இசை, அகரமுதல்வன் என்று பன்முகப்பட்ட குரல்கள் இன்று முகநூலில் ஒலித்தபடி உள்ளன. இங்கே உம்பர்ட்டோ ஈகோ ஒருமுறை சொன்னதுதான் நினைவுக்கு வருகிறது "எல்லா கவிஞர்களும் மோசமான கவிதைகளை எழுதவே செய்வார்கள். ஆனால் மோசமான கவிஞர்கள் அவற்றை வெளியிடுவார்கள். நல்ல கவிஞர்கள் அவற்றை எரித்து விடுவார்கள்." நிறையபேர் எழுதட்டும் அதில் சிறந்த கவிஞர்கள் நாலுபேராவது கிடைப்பார்கள் இல்லையா?

- **ஒரு கவிஞனுக்கு கிடைக்கும் அங்கீகாரம் பற்றி என்ன சொல்கிறீர்கள்?**

அங்கீகாரமா? (சிரிக்கிறார்) அது இருபுறமும் கூர்மையான ஒரு கத்தி போன்றது. என்னைப் பொறுத்த மட்டிலும் ஒரு கலைஞனுக்குக் கிடைக்கும் அங்கீகாரம் என்பது கோழிக் குஞ்சின் மீது படிந்திருக்கும் பருந்தின் நிழல் போன்றது. பருந்தின் நிழலிலிருந்து கோழிக் குஞ்சு எந்த அளவுக்கு விலகி இருக்கிறதோ அந்த அளவுக்கு அது பாதுகாப்பாக இருக்கிறது என்று அர்த்தம். (மேலும் சிரிக்கிறார்)

குமுதம் லைஃப், 21 டிசம்பர் 2016
(இதன் சுருக்கப்பட்ட வடிவம் குமுதம் லைஃப் இதழில் வெளிவந்தது)